AF747026

കേരളത്തിലെ
ഗസറ്റഡ് ജീവനക്കാരുടെ
സംഘടനാചരിത്രം

keralathile gazetted jeevanakkarude sanghadanacharithram

•

first edition
june 2016

•

typesetting & published
chintha publishers, thiruvananthapuram

•

•

cover
vinod

•

വിതരണം

ദേശാഭിമാനി ബുക്ക് ഹൗസ്

H O തിരുവനന്തപുരം-695 035
phone: 0471-2303026, 6063026
www.chinthapublishers.com
chinthapublishers@gmail.com

ബ്രാഞ്ചുകൾ

ഹെഡ്ഡാഫീസ് ബ്രാഞ്ച് കുന്നുകുഴി • സ്റ്റാച്യു തിരുവനന്തപുരം • കെ എസ് ആർ ടി സി ബസ് സ്റ്റേഷൻ ആലപ്പുഴ • കെ എസ് ആർ ടി സി ബസ് സ്റ്റേഷൻ എറണാകുളം • മച്ചിങ്ങൽ ലെയിൻ തൃശൂർ • ഐ ജി റോഡ് കോഴിക്കോട് • മാവൂർ റോഡ് കോഴിക്കോട് • എൻ ജി ഒ യൂണിയൻ ബിൽഡിങ് കണ്ണൂർ • സെൻട്രൽ ബസ് ടെർമിനൽ കോംപ്ലക്സ് താവക്കര കണ്ണൂർ

CO - 2405 / 3953
ISBN - 978-93-86112-70-5

കേരളത്തിലെ ഗസറ്റഡ് ജീവനക്കാരുടെ സംഘടനാചരിത്രം

ചിന്ത പബ്ലിഷേഴ്സ്
തിരുവനന്തപുരം-695 035

ഉപദേശകസമിതി

പത്രാധിപ സമിതി

നിർവ്വാഹകസമിതി

ഉള്ളടക്കം

പ്രസാധകക്കുറിപ്പ്

ഉദ്യോഗസ്ഥവൃന്ദം എന്നു പരക്കെ പറയപ്പെടുന്ന സർക്കാർ മേഖലകളിൽ പ്രവൃത്തിയെടുക്കുന്ന വിവിധ ജീവനക്കാരിൽ വേർതിരിക്കപ്പെടുന്ന ഒരു വിഭാഗമാണ് ഗസറ്റഡ് ജീവനക്കാർ. ഭരണകൂടപക്ഷപാതിത്വമുള്ള സർവ്വീസിലെ ഉയർന്ന വിഭാഗം എന്ന നിലയിൽ അകലെനിന്നു കാണുന്ന ശീലമാണ് ഗസറ്റഡ് ഓഫീസറെക്കുറിച്ച് സർക്കാർ സേവനത്തിന്റെ ഗുണഭോക്താക്കളായ പൊതുജനത്തിന് കാലാകാലങ്ങളായി ഉണ്ടായിരുന്നത്.

എന്നാൽ ദേശീയ സാർവ്വദേശീയ അനുഭവപാഠങ്ങളുടെ അടിസ്ഥാനത്തിൽ പൊതുവിൽ സേവന മേഖലയിലെ ജീവനക്കാർക്ക് ജനകീയ പ്രശ്നങ്ങളോടുണ്ടായിരുന്ന സമീപനം മാറിവന്നു. മാറ്റങ്ങളുടെ കാറ്റ് ഗസറ്റഡ് ജീവനക്കാരെയും ബാധിച്ചു. അതോടെ സർക്കാർ സർവ്വീസ് പ്രവർത്തനങ്ങളോടൊപ്പം സ്വാതന്ത്ര്യം, അവകാശം, പരിരക്ഷ എന്നിവയ്ക്കായുള്ള കൂട്ടായ പോരാട്ടങ്ങളുടെ ഭാഗമായി ഗസറ്റഡ് ജീവനക്കാരും മാറുകയുണ്ടായി. അൻപതു വർഷം പൂർത്തിയാക്കിയ ഗസറ്റഡ് ജീവനക്കാരുടെ സംഘടനാചരിത്രം അനാവരണം ചെയ്യുന്നത് പോരാട്ടങ്ങളുടെയും വളർച്ചയുടെയും ജനപക്ഷസമീപനത്തിന്റെയും അനുഭവപാഠങ്ങളാണ്. സാമാന്യം വിശദമായും അനുഭവ തീവ്രത ചോർന്നുപോകാതെയുമാണ് ഈ ചരിത്ര ഗ്രന്ഥം രചിക്കപ്പെട്ടിരിക്കുന്നത്.

ചിന്ത പബ്ലിഷേഴ്സ്

ആമുഖം

ഗസറ്റഡ് ജീവനക്കാരുടെ ഒരു സംഘടനാ ചരിത്രരചന എന്ന ആശയം വളരെ കാലത്തെ ആലോചനയെ തുടർന്നുണ്ടായതാണ്. മർദ്ദകക്കൂട്ടമായ ഉദ്യോഗസ്ഥവൃന്ദം എന്ന് പരക്കെ രേഖപ്പെടുത്തപ്പെടുന്ന ഗസറ്റഡ് ജീവനക്കാർക്ക് പറയാനാവുന്ന ഒരു സംഘടനാചരിത്രമുണ്ട്. കാലത്തിലൂടെ പുറകോട്ട് സഞ്ചരിക്കാനായാൽ ഈ ചരിത്രത്തിന്റെ അനുഭവസാക്ഷ്യങ്ങൾ, ചിത്രങ്ങൾ നിങ്ങൾക്കും കേൾക്കാം, കാണാം. അത്തരം കൂട്ടായ സഞ്ചാരത്തിന്റെ കാഴ്ചപ്പുറങ്ങളും കേൾവിപ്പൊരുളുമാണ് ഈ കൃതി തുറന്നുവെക്കുന്നത്. ഉദ്യമത്തിന്റെ തുടക്കമെന്ന നിലയിൽ ഈ കൃതി പ്രസിദ്ധീകരിക്കുകയാണ്. കൂടുതൽ മെച്ചപ്പെടുത്തുന്നതിന് കഴിയണമെന്നു തന്നെയാണ് ഞങ്ങൾ ആഗ്രഹിക്കുന്നത്.

ദേശീയ-സാർവ്വദേശീയ പശ്ചാത്തലത്തിൽ ട്രേഡ് യൂണിയൻ അനുഭവത്തിൽ ആർജ്ജിച്ച പാഠങ്ങളാണ് ഇന്ത്യയിൽ, കേരളത്തിൽ സർവ്വീസ് സംഘടനാ പ്രസ്ഥാനങ്ങൾക്കും പ്രവർത്തനത്തിനും അടിത്തറയായത്. ഒപ്പം ആർജ്ജിത അനുഭവങ്ങളുടെ സ്രോതസ്സും വറ്റാത്ത ഉറവയായുണ്ട്. അത് സ്വാതന്ത്ര്യം, അവകാശം, പരിരക്ഷ എന്നിവയ്ക്കായുള്ള കൂട്ടായ പോരാട്ടങ്ങളുടെ ചരിത്രംതന്നെയാണ്. ഇതിൽനിന്ന് ഗസറ്റഡ് ജീവനക്കാരുടേതു മാത്രമായ സംഘടനാ ചരിത്രം വേർപെടുത്തി എടുക്കുന്നതും കാണുന്നതും ശ്രമകരമാണ്, ക്ലേശകരവുമാണ്.

സർവ്വീസ് എന്നത് തുടക്കം മുതൽ ഭരണകൂട പക്ഷപാതിത്തമുള്ള ഉപകരണമായിരുന്നു. പില്ക്കാലത്ത് അത് മിലിറ്ററി, സിവിൽ സർവ്വീസുകളായി വേർതിരിക്കപ്പെട്ടു. ക്രമേണ സിവിൽ സർവ്വീസുതന്നെ ക്ഷേമസേവനവിഭാഗവും നിയന്ത്രണ (റഗുലേറ്ററി) സേവനവിഭാഗവുമായി വിഭജിക്കപ്പെട്ടു. അതിൽ തന്നെ കേന്ദ്ര - പ്രൊവിൻഷ്യൽ - പ്രാദേശിക സേവനതുറകൾ ഉടലെടുത്തു.

രാഷ്ട്രസംവിധാനത്തിന്റെ വികാസപരിണതിക്കൊപ്പം സേവനമേഖലയും ജീവനസംവിധാനവും വിപുലവും വികസിതവുമായി മാറിക്കൊണ്ടേയിരുന്നു. ഭരണ കാര്യരംഗത്ത് വ്യവഹരിക്കുന്നവരിൽ തന്നെ മേൽ-അധികാരസ്ഥർ, മദ്ധ്യവർത്തി അധികാരികൾ, നിർവ്വഹണാധികാരികൾ, കീഴ് ജീവനക്കാർ എന്നെല്ലാമുള്ള ശ്രേണീ വിഭജനവും സംഭവിച്ചിട്ടുണ്ട്. ഇതിൽ മദ്ധ്യവർത്തി വരേണ്യ വിഭാഗമായാണ് മേൽ-കീഴ് ഉദ്യോഗസ്ഥർ ഗസറ്റഡ് ജീവനക്കാരെ പരിഗണിച്ചതും സമീപിച്ചതും. ഇത്തരം സാഹചര്യത്തിന്റെ ചൂളയിൽ ഏറ്റ നീറ്റലും മർദ്ദവും സംഘർഷവുമാണ് ഗസറ്റഡ് ജീവനക്കാരുടെ സംഘടിത പ്രസ്ഥാനത്തിലേക്ക് നയിച്ചത്.

1966 ൽ ഔപചാരികമായി ആരംഭിച്ച് ക്രമേണ വിപുലപ്പെട്ട സംഘടനയാണ് കേരള ഗസറ്റഡ് ഓഫീസേഴ്സ് അസോസിയേഷൻ. 1980 നു ശേഷം കേരളത്തിൽ ഭരണകാര്യ-പ്രൊഫഷണൽ-വൈജ്ഞാനിക-അക്കാദമിക-സാങ്കേതിക-ക്ഷേമമേഖലകളിലെ ഗസറ്റഡ് ഉദ്യോഗസ്ഥരുടെ സംഘടന എന്ന നിർണ്ണായക നിലയിലേക്ക് കെ ജി ഒ എ വളർന്ന ചരിത്രമാണ് പിന്നിട്ടത്. ഈ വളർച്ചയുടെ ഘട്ടത്തിൽ സംഘടനാ ഘടകങ്ങൾ ജില്ലയിലേക്കും ഏരിയായിലേക്കും യൂണിറ്റിലേക്കും വളർന്നു. ചിട്ടയായ സംഘടനാ പ്രവർത്തനത്തിലൂടെയും സാമൂഹ്യ പരീക്ഷണത്തിലൂടെയും പണിമുടക്കെന്ന തൊഴിലാളിയുടെ കരുത്തുറ്റ ആയുധം പ്രയോഗിക്കുന്നതിനുള്ള പ്രാപ്തിയും ഈ കാലയളവിൽ കൈവരിച്ചതായി കാണാം. തികഞ്ഞ രാഷ്ട്രീയ ബോദ്ധ്യത്തോടെ ദേശീയ പ്രക്ഷോഭത്തോടും, സാർവ്വദേശീയ പ്രക്ഷോഭങ്ങളോടും ഐക്യപ്പെടുന്ന നിലയിലേക്കുള്ള വളർച്ചയും ഈ കാലയളവിൽ കൈവരിച്ചു. ഈ വളർച്ച സംഘടനയെ സാർവ്വദേശീയ തൊഴിലാളിപ്രസ്ഥാനത്തിന്റെ കൂടെ ഭാഗമാക്കുന്നതിലേക്ക് നയിച്ചു.

സിവിൽ സർവ്വീസിന്റെ ജനാധിപത്യവല്ക്കരണത്തിനും സേവനഘടകത്തിന്റെ കാര്യക്ഷമതയ്ക്കും ഉതകുന്ന നിലയിൽ സർക്കാർ പ്രവർത്തനത്തെ പുനഃസംഘടിപ്പിക്കുന്നതിനുള്ള കർമ്മോന്മുഖമായ ഇടപെടലുകളും പ്രവർത്തനങ്ങളും സംഘടനയെ വേറിട്ടതാക്കുന്ന അനുഭവവുമാണ് ഇക്കാലത്ത് ഉണ്ടാക്കിയത്.

സർക്കാർ വിരുദ്ധസമരത്തിൽ ഏർപ്പെടുകയില്ലെന്ന മൗലികബോധത്തിൽനിന്ന് തൊഴിലെടുക്കുന്നവരുടെ അവകാശപോരാട്ടത്തിൽനിന്നും സംഘടിതപ്രസ്ഥാനത്തിൽനിന്നും ഗസറ്റഡ് ഉദ്യോഗസ്ഥർ അന്യരല്ലെന്നും നിരന്തരവും നിതാന്ത ജാഗ്രതയോടെയുള്ളതുമായ സമരപോരാട്ടങ്ങളിലൂടെ വർദ്ധിത ശക്തിയാർജ്ജിച്ച് മുന്നേറുന്ന കടമയാണ് കാലം നമ്മിൽ അർപ്പിച്ചിട്ടുള്ളതുമെന്ന തിരിച്ചറിവോടെയാണ് ധന്യവും ദീപ്തവുമായ ഘട്ടങ്ങൾ ഉൾച്ചേരുന്ന കേരളത്തിലെ ഗസറ്റഡ് ജീവനക്കാരുടെ സംഘടനാചരിത്രം ജനസമക്ഷത്തിൽ സമർപ്പിക്കുന്നത്. സാക്ഷാൽക്കരിക്കാൻ തുണച്ചവർക്ക്, സാർത്ഥകമാക്കിയ ചിന്ത പബ്ലിഷേഴ്സിന് അഭിവാദ്യങ്ങൾ.

ടി എസ് രഘുലാൽ
(ജനറൽ സെക്രട്ടറി)

അവതാരിക

നൂറ്റാണ്ടിനപ്പുറവും ഇപ്പുറവും ഗസറ്റഡ് സംഘടനചരിത്രം

കെ എൻ രവീന്ദ്രനാഥ്

മാനവരാശിയുടെ ഇതഃപര്യന്തമുള്ള ചരിത്രം വർഗ്ഗസമരത്തിന്റേതാണ് എന്ന പ്രസ്താവം സർവ്വാർത്ഥ സാർത്ഥകമാണ്. ചരിത്രമെന്നത് വസ്തുസ്ഥിതി ശേഖരണമോ രേഖീകരണമോ എന്നതിനപ്പുറം ഒരു വിശകലനശാസ്ത്രപദ്ധതിയാണ്, മാർഗ്ഗവുമാണ്. അതിനാകട്ടെ വാമൊഴി-വരമൊഴി വഴക്കങ്ങളിലായി ഒട്ടേറെ ഉപാധികളുണ്ട്, അവലംബങ്ങളുണ്ട്, രീതികളുണ്ട്. ചരിത്രാന്വേഷണത്തിന്റെ ഭൗതികവും വസ്തുനിഷ്ഠവും പ്രത്യക്ഷവും സാമൂഹ്യവുമായ ഫലം മാത്രമാണ് ഒരു ചരിത്രപുസ്തകം. അതിനേക്കാൾ ഉപരി ഒരു ചരിത്രപുസ്തക രചനയുടെ മാർഗ്ഗവും അതിന്റെ തുടർവായനയും പുനർവായനയും പരിഷ്കരണവും നിരന്തരവും സഗൗരവവുമായി നടക്കേണ്ടുന്ന പ്രക്രിയയുമാണ്.

ഇവിടെ സംസ്ഥാനത്തെ സർക്കാർ സേവനമേഖലയിലെ പ്രധാനവും പ്രസക്തവുമായൊരു വിഭാഗം അവരുടെ അരനൂറ്റാണ്ടിലെ വികാസപരിണതിയും സംബന്ധിച്ച് ചരിത്രാന്വേഷണ പരിശ്രമത്തിനാണ് മുതിരുന്നത്. ലഭ്യമാകുന്ന ചില മുന്നുപാധികളെ ഇതിൽ ആശ്രയിച്ചിട്ടുണ്ടാകാം. ലോകത്തൊഴിലാളിവർഗ്ഗ-ഇന്ത്യൻ തൊഴിലാളി പ്രസ്ഥാന ചരിത്രം തന്നെ പ്രധാന അവലംബം. ഒപ്പം സർക്കാർ ജീവനം എന്ന പരിമിതവ്യത്തിക്കുള്ളിലെ നിവൃത്തികേടുകളെ അതിജീവിക്കാനാശ്രയിച്ച ഇതരഘടകങ്ങളേയും അവലംബിച്ചിരിക്കാം. ദേശീയതലത്തിൽ സംസ്ഥാന ജീവനക്കാരുടെ ഐക്യപ്രസ്ഥാനവും ഐക്യകേരളാടിസ്ഥാനത്തിൽ ജീവനക്കാരുടെ സംഘടിത ഫെഡറേഷനും രൂപംകൊള്ളുന്നതിനിടയായ വസ്തുനിഷ്ഠ-ആത്മനിഷ്ഠ സാഹചര്യവും സാമൂഹ്യ-സാമ്പത്തിക-രാഷ്ട്രീയ പശ്ചാത്തലവും ഇതിനൊപ്പം പരിശോധനാഘടകമായിട്ടുണ്ട്.

ഇവിടെയാണ് കാൽനൂറ്റാണ്ടു പിന്നിടുന്ന ആഗോളീകരണ-ഉദാരീകരണ ദുരന്ത ഫലവും കുത്തകവല്ക്കരണ കെടുതികളും തൊഴിൽ-സേവനത്തുറകളിൽ ഗൗരവതരമായ പ്രത്യാഘാതം സൃഷ്ടിക്കുന്നു എന്ന നിരീക്ഷണം പ്രസക്തമാകുന്നത്. ഇതിനകം ഒറ്റയ്ക്കും കൂട്ടായിട്ടുള്ളതുമായ 14 പണിമുടക്കങ്ങൾ ഉൾപ്പെടെ തീഷ്ണമായ പ്രക്ഷോഭമാണ് ഇന്ത്യയിലെ തൊഴിൽ മേഖലയിൽ ഉയർന്നുവന്നത്. അത് ഉൾക്കൊള്ളാനോ നയത്തെ തിരുത്താനോ ഭരണവിഭാഗം തയ്യാറായിട്ടില്ല. കടന്നാക്രമണം രൂക്ഷമാവുകയും അതിജീവനം ദുഷ്കരമാകുകയും ചെയ്യുമ്പോൾ വർദ്ധിത വീര്യത്തോടെ പൊരുതുകയല്ലാതെ മറ്റു മാർഗ്ഗങ്ങളില്ല.

ഇക്കാര്യങ്ങളിൽ ഇന്ത്യൻ മുഖ്യധാരാ ബൂർഷ്വാസിക്ക് ഭിന്നാഭിപ്രായങ്ങളില്ല. യു പി എ-എൻ ഡി എ നടപടികൾ തമ്മിൽ അന്തരമില്ല. വർഗ്ഗീയതയുടെ പ്രയോഗത്തിലും അളവിലും മാത്രമാണ് അന്തരം. ഇവർ ഇരുകൂട്ടരും മുഖ്യശത്രുവായി കരുതുന്നതും എതിർക്കുന്നതും രാജ്യത്തെ ഇടതുപക്ഷ ബദലിനെയാണ്, തൊഴിലാളി വർഗ്ഗപ്രസ്ഥാനത്തെയാണ്. കേരളത്തിൽ 2016 മെയ് 16 ന് നടന്ന നിയമസഭാ തിരഞ്ഞെടുപ്പിന്റെ ഘട്ടത്തിൽ പോലും കോൺഗ്രസ്-ബി ജെ പി പ്രചരണസ്വഭാവം ഈ ശത്രുത വെളിപ്പെടുത്തുന്നതായിരുന്നു. വികസനവിരുദ്ധരെന്നും ആക്രമണകാരികളെന്നും ആക്ഷേപിച്ച് ഇടതുപക്ഷത്തെ ചെറുക്കാനാണ് ഇരുകൂട്ടരും ശ്രമിച്ചത്. എന്നാൽ കേരളത്തെ ഇന്നത്തെ വികസന-ക്ഷേമ സമൂഹനിലവാരത്തിലെത്തിക്കുന്നതിനും നിർണ്ണായക പങ്ക് വഹിച്ച ഇടതുപക്ഷത്തെ എങ്ങനെ തമസ്കരിക്കാനാകും? നവകേരള നിർമ്മിതിക്ക് ഇച്ഛാശക്തിയോടെ പ്രവർത്തിക്കാൻ ഇടതുപക്ഷത്തിനേ കഴിയൂ എന്ന തിരിച്ചറിവ് ഈ തിരഞ്ഞെടുപ്പിൽ കേരള ജനത പ്രകടമാക്കിയെന്നത് നിസ്സംശയം പറയാനാകും. ഈ ജനവിശ്വാസം ഇടതുപക്ഷത്തിൽ വലിയ കടമയും ബാദ്ധ്യതയുമാണ് ഏല്പിക്കുന്നത്. ഈ തിരിച്ചറിവ് സർവ്വീസ് മേഖലയിൽ പ്രവർത്തിക്കുന്ന സംഘടനയുടെ ഉത്തരവാദിത്വവും ലക്ഷ്യവുമായി ഏറ്റെടുക്കപ്പെടണം.

ചരിത്രരചനാ ശാഖയിൽ വ്യത്യസ്തശ്രേണിയിലുള്ളതാണ് സംഘടനാചരിത്രവിഭാഗം. ഇവിടെ കേരളത്തിലെ ഗസറ്റഡ് ജീവനക്കാരുടെ സംഘടനാ ചരിത്രം രേഖപ്പെടുത്താൻ മുതിർന്നവർ ഗൗരവപൂർണ്ണമായാണ് അത് നിർവ്വഹിക്കാൻ ശ്രമിച്ചത്. ആകുന്നത്ര ശരിയായ വിധത്തിലുള്ള സമീപനവുമാണവർ കൈക്കൊണ്ടിട്ടുള്ളത്. എന്തുകൊണ്ട്? വേറിട്ട ഒന്നല്ല, ഗസറ്റഡ് ഉദ്യോഗസ്ഥ സംഘടന, തൊഴിലെടുക്കുന്നവരുടെ കൂട്ടായ്മയുടെ ഭാഗവും തുടർച്ചയുമാണ് എന്ന അടിസ്ഥാനവീക്ഷണം തന്നെയാണ് കാരണം. അതുകൊണ്ടുതന്നെയാണ് ഈ കൃതിയുടെ ആദ്യഭാഗം സേവന മേഖലയിലെ സാർവ്വദേശീയ-ദേശീയതലം ചർച്ച ചെയ്യുന്നതിന് തയ്യാറായത്.

എന്നാൽ ഭരണകാര്യ നടത്തിപ്പിന്റെ ഉപാധിയെന്ന നിലയിൽ രാഷ്ട്രീയ നിർവ്വഹണകാര്യ വിഭാഗങ്ങൾ വിഭജിക്കപ്പെടും. അതിൽ

നിർവ്വഹണവിഭാഗം മിലിട്ടറി സർവ്വീസും സിവിൽ സർവ്വീസുമായി പുനർ വിഭജിക്കപ്പെടും. ഇതിൽ ഭരണ കാര്യ സിവിൽവിഭാഗത്തിന്റെ സമഗ്ര വികാസത്തിന്റെ ഒരു ഭാഗമാണ് ഗസറ്റഡ് ജീവനക്കാരുടേത്.

തിരു-കൊച്ചി-മലബാർ മേഖലയിലെ ഗസറ്റഡ് ജീവനക്കാരുടെ സംഘമെന്ന നിലയിൽ കെ ജി ഒ എ രൂപംകൊള്ളുമ്പോൾ നമുക്കിടയിൽ പൊതുവിലുണ്ടാകുന്ന ധാരണ വരേണ്യ സ്വഭാവവും ഉദ്യോഗസ്ഥ പ്രവർത്തനവും കൈമുതലാക്കിയ സംഘം എന്നതാണ്. പക്ഷേ, ചരിത്രചുരുളുകൾ നിവരുമ്പോൾ തുടക്കത്തിലെ ഈ സംഘടന പുലർത്തിപ്പോന്ന തൊഴിലാളി ആഭിമുഖ്യം വെളിപ്പെടുന്നു. എന്നാൽ വർഗ്ഗാധിഷ്ഠിതം എന്ന് കരുതാനാകില്ലതാനും. കോളനിവാഴ്ചയിലും സ്വാതന്ത്ര്യാനന്തര ഭാരതത്തിലും ഭരണകൂടം പുലർത്തിവന്ന അധീശ സ്വഭാവത്തോട് പ്രതികരിക്കാനും ജീവനക്കാരുടെ ശ്രേണിയെ തുണയ്ക്കാനും അവരുടെ അവകാശപോരാട്ടങ്ങളിൽ ഒറ്റുകാരാകാതിരിക്കാനുമുള്ള മനഃസാന്നിദ്ധ്യം പ്രകടമാക്കിയ സംഘടനയാണിത്.

രണ്ടാമതായി, സർവ്വീസ് സംഘടനാചരിത്രം ഇതിൽ ചൂണ്ടിക്കാട്ടിയുള്ളതുപോലെത്തന്നെ പ്രക്ഷോഭ ഗതിവിഗതികളുടെ കൂടി ചരിത്രമാണ്. വ്യക്തിഗതവും കൂട്ടായതുമായ ആവശ്യങ്ങൾ ഉന്നയിക്കപ്പെടാം. പൊതു ആവശ്യങ്ങൾ പ്രക്ഷോഭ കാരണമായി മാറാം. ഭരണകൂട സമീപനമാണ് പ്രക്ഷോഭസ്വഭാവത്തിന് നിദർശം. പ്രക്ഷോഭങ്ങൾ തന്നെ പൊതുവിലുള്ളതും തനതായി ഉള്ളതുമുണ്ടാകാം. ഒരു ക്ലാസ് എന്ന നിലയ്ക്കുള്ള വർഗ്ഗപരമായ വിഷയങ്ങളും അതിൽത്തന്നെ പ്രത്യേക വിഭാഗം എന്ന നിലയ്ക്കുള്ള സവിശേഷ പ്രശ്നങ്ങളും ഉന്നയിച്ചുള്ളതാകും ഈ പ്രക്ഷോഭങ്ങൾ. അവ ഓരോന്നും എത്രകണ്ട് നേട്ടമുണ്ടാക്കി എന്നതല്ല വിജയമാനദണ്ഡം. മറിച്ച് സംഘടിത പ്രവർത്തനപ്രക്രിയയെ എത്രയളവ് അത് ശക്തിപ്പെടുത്തിയെന്നതാണ് ലെനിന്റെ നേതൃത്വത്തിൽ നടന്ന റഷ്യൻ വിപ്ലവചരിത്രം നമ്മെ പഠിപ്പിക്കുന്നത് ജയം-പരാജയം വ്യവച്ഛേദം കൂടാതെ കാര്യകാരണ വിവക്ഷയോടെ പ്രക്ഷോഭ ചരിത്രം വിശകലനം ചെയ്യപ്പെടുകയാണിവിടെ.

ഈ ചരിത്രകൃതിയിൽ നിർണ്ണായക പ്രധാനമായ രണ്ടു ഭാഗങ്ങൾ ഭരണപരിഷ്കരണ സംബന്ധിയായും വികസന-ക്ഷേമ സംബന്ധിയായും സംഘടന നല്കിയിട്ടുള്ള സംഭാവനകളെ സംബന്ധിച്ച പരാമർശങ്ങളാണ്. ഇതാകട്ടെ കേവലം സംഘടനാ സ്വഭാവം മാത്രമല്ല സിവിൽ സർവ്വീസ് സമൂഹമാകെ സ്വന്തം നിലനില്പിനുള്ള പ്രാഥമിക ഉപാധിയായും സമൂഹവികാസത്തിന്റെ മുൻ ഉപാധിയായും മുന്നോട്ടുവെച്ചിട്ടുള്ള സംഭാവനയാണെന്നും കാണാനാകും. അധികാരവികേന്ദ്രീകരണം, ആസൂത്രണവികേന്ദ്രീകരണം, പരിസ്ഥിതി പരിരക്ഷ, നീർത്തടാസൂത്രണം, ജലനയരൂപീകരണം, വനിതാനയവും ജന്റർബഡ്ജറ്റിങ്ങും, സാമൂഹ്യ സുരക്ഷാനയം തുടങ്ങിയവയിലെല്ലാം വ്യാപരിക്കുന്നതാണ് ഈ ഇടപെടൽ. ഒപ്പം പകർച്ചപനിയുടെയും പക്ഷിപ്പനിയുടെയും സ്ത്രീ

സൗഹൃദ ഓഫീസിന്റെയും ഉൾപ്പെടെ സാമൂഹ്യവിഷയങ്ങളിലെ ഇട പെടലും ഈ സംഘടനയെ വേറിട്ടതാക്കി മാറ്റുന്നു. അറിയാനുള്ള അവ കാശം, സൽഭരണ പ്രക്രിയ, തൊഴിലിടങ്ങളിലെ വനിതാ പരിരക്ഷ മുത ലായവയിലും സംഘടന ഗൗരവമായി ഇടപെടുന്നത് കാണാം.

ജീവനക്കാരുടെ പ്രസ്ഥാനമെന്ന നിലയിൽ ശമ്പളപരിഷ്കരണ ത്തിൽ ഇടപെടലുകൾ തന്നെ സേവനപ്രദാന ഗുണമേന്മയുടെ ഉപാധി യായി മാറ്റണം. സേവനമേഖലയുടെ വികാസപരിപാലന അവസരമായി അത് വിനിയോഗിക്കാനും സംഘടന സന്നദ്ധമാകുന്നുവെന്നതും പ്രസ്താവ്യമാണ്.

സാർത്ഥകമായൊരു പരിശ്രമത്തിൽ അവസാനിപ്പിക്കുകയല്ല മറിച്ച് കാലിക കടമ ഏറ്റെടുക്കുകയും പ്രതീക്ഷയുണർത്തുകയുമാണ് ചരിത്ര രചനാ ദൗത്യത്തിലൂടെ ഇവർ ചെയ്യുന്നത്. പുതിയ സാഹചര്യങ്ങളെ അഭിമുഖീകരിച്ച് അവർ തന്നെ വെല്ലുവിളികൾ ഏറ്റെടുക്കാനുള്ള സന്നദ്ധത കൂടി പ്രകടമാക്കുകയാണിവിടെ സംഭവിക്കുന്നത്. അതിനുത കുന്ന വിധം യൂണിറ്റുതലങ്ങൾ വരെ ഈ സംഘടനയെ കുറ്റമറ്റതാക്കാ നുള്ള പരിശ്രമം കൂടി ഇവിടെ വിവക്ഷിക്കുന്നു.

സംഘടനയുടെ വരുംകാല പ്രവർത്തനങ്ങൾക്ക് വഴികാട്ടിയാകുമെന്ന് നിശ്ചയമായും പറയാം.

തൊഴിൽമേഖലയിലെ സാർവ്വദേശീയ-ദേശീയ പശ്ചാത്തലം

ഭരണാധികാരികളുടെ നിർദ്ദേശങ്ങൾ ചോദ്യം ചെയ്യാതെ നടപ്പാക്കുന്ന വിശ്വസ്തരുടെ ഒരു കൂട്ടം എന്ന നിലയിലായിരിക്കും ആദ്യ സിവിൽ സർവ്വീസ് രൂപംകൊണ്ടിട്ടുണ്ടാവുക. മിലിറ്ററി സർവ്വീസും (ഫോഴ്സ്) സിവിൽ സർവ്വീസും തമ്മിൽ കൃത്യമായ അതിർവരമ്പുകൾ ഉണ്ടെങ്കിലും രണ്ടും സർവ്വീസിന്റെ ഭാഗമായി തന്നെയാണ് കരുതപ്പെടുന്നത്. അടിമത്ത വ്യവസ്ഥയിൽ ഒരു കേന്ദ്രീകൃത ഭരണകൂടം ഉണ്ടായിരുന്നില്ല, മറിച്ച് അടിമകളുടെ കലാപം അടിച്ചമർത്താനായി ഉടമകൾ സ്വന്തം സൈന്യങ്ങളെ പോറ്റുകയായിരുന്നു. തുടർന്ന് ഫ്യൂഡൽ വ്യവസ്ഥിതി സ്ഥാപിതമായതോടെ വൻ ഭൂവുടമകൾക്ക് പാട്ടക്കാരേയും മറ്റും അടക്കി നിർത്തുകയും പരസ്പരം യുദ്ധം നടത്തുകയും വേണ്ടിയിരുന്നു. അതിനായി ഓരോരുത്തരും സ്വകാര്യ സൈന്യദളങ്ങൾ രൂപീകരിച്ചിരുന്നു. അപ്പോഴും മിലിറ്ററി ഫോഴ്സല്ലാതെ ഇന്നത്തെ സിവിൽ സർവ്വീസിനെപ്പോലെ ജീവിതത്തിന്റെ സമസ്തമേഖലയേയും ബാധിക്കുന്ന സർവ്വീസ് രംഗം രൂപംകൊണ്ടിരുന്നില്ല. എന്നാൽ ഫ്യൂഡലിസത്തിന്റെ ആവിർഭാവത്തോടുകൂടി ശക്തരായ രാജാധികാരങ്ങൾ ലോകത്തിന്റെ പലയിടത്തും രൂപംകൊണ്ടു. ജനജീവിതത്തിന്റെ സമസ്തമേഖലകളിലും ഭരണകൂടത്തിന്റെ നിയന്ത്രണമുണ്ടായി വന്നതോടെ അതിനാവശ്യമായ സിവിൽ സർവ്വീസ് വിപുലീകരിക്കപ്പെട്ടു. തുടർന്ന് മുതലാളിത്ത വ്യവസ്ഥ രൂപപ്പെട്ടതോടെ പാശ്ചാത്യലോകത്താകെ സിവിൽ സർവ്വീസ് ഭരണകൂടത്തിന്റെ അനിവാര്യ ഘടകമായി മാറുകയും ചെയ്തു. അതേസമയം സാമൂഹ്യ മാറ്റങ്ങൾ സിവിൽ സർവ്വീസിനേയും കാലാനുസൃതമായി മാറ്റിക്കൊണ്ടിരുന്നു. അടിമത്തത്തിൽ ചെറിയൊരു ഫോഴ്സ് മാത്രമായിരുന്ന സർവ്വീസ് മുതലാളിത്ത വ്യവസ്ഥിതിയിൽ ഒരുപാട് അംഗങ്ങളുള്ള വലിയൊരു സംവിധാനമായി മാറി. പാർലമെന്ററി ജനാധിപത്യം നിലവിൽ

വന്നതോടെ അടിത്തട്ടിൽ കിടന്ന വിവിധ വിഭാഗങ്ങൾ ലോകത്തെങ്ങും സാമൂഹ്യ ജീവിതത്തിന്റെ നിർണ്ണായക ഘടകമായി മാറിത്തുടങ്ങി. അതിൽ വിദ്യാഭ്യാസം നേടുന്നതിന് സൗകര്യം ലഭിച്ച ഒരു വിഭാഗം പതുക്കെ പതുക്കെ ഭരണകൂടത്തിനുള്ളിലും സിവിൽ സർവ്വീസിലും കടന്നുചെല്ലുകയും ചെയ്തു. അതേസമയം തന്നെ മുതലാളിത്ത ഘട്ടം വരെ ചെറിയ ഗ്രൂപ്പ് മാത്രമായിരുന്ന സർവ്വീസ് ഭരണകൂടത്തിന്റെ തന്നെ ഭാഗമായി തീരുകയും ചെയ്തു. തുടക്കത്തിൽ ഇഷ്ടാനുസരണം ആനുകൂല്യങ്ങൾ പറ്റിയിരുന്നുവെങ്കിൽ അവർ എണ്ണത്തിൽ കൂടുതലായ തോടെ ഭരണകൂടത്തിന് അവരുടെ സാമ്പത്തികാവശ്യങ്ങൾ മുഴുവൻ നിർവ്വഹിക്കാൻ കഴിയാതായി. ഇപ്രകാരം സ്വന്തം ജീവിത സാഹചര്യ ങ്ങൾ ദുസ്സഹമായതോടെ സിവിൽ സർവ്വീസും ഭരണകൂടവും തമ്മിൽ വൈരുദ്ധ്യം രൂപപ്പെടുകയും ചെയ്തു. അതായത് സിവിൽ സർവ്വീസ് ഒരേ സമയം ഭരണകൂടത്തിൽ മർദ്ദനോപകരണവും അതേ സമയം ഭരണകൂടത്താൽ മർദ്ദിക്കപ്പെടുന്നവരും എന്ന അവസ്ഥ സംജാതമായി. അതിജീവനത്തിന് അനിവാര്യമായും തങ്ങളും സംഘടിച്ച് വില പേശേ ണ്ടതുണ്ട് എന്ന ബോധത്തിലേക്ക് സർവ്വീസിലെ ഒരു വിഭാഗത്തെ എങ്കിലും ഈ സാഹചര്യംകൊണ്ടെത്തിച്ചു.

സിവിൽ സർവ്വീസ് ഇന്ത്യയിൽ:

മേൽ സൂചിപ്പിച്ച സിവിൽ സർവ്വീസിന്റെ പ്രാഥമിക രൂപങ്ങൾ ഇന്ത്യയിലെ വിവിധ നാട്ടുരാജ്യങ്ങളിൽ നിലവിലുണ്ടായിരുന്നു. 1857 ലെ ഒന്നാം സ്വാതന്ത്ര്യസമരത്തോടെ ഇന്ത്യയുടെ ഭരണം കമ്പനിയിൽനിന്ന് രാജ്ഞി നേരിട്ട് എറ്റെടുത്തു. തുടർന്ന് ബ്രിട്ടീഷ് ഭരണരീതിയും സിവിൽ സർവ്വീസും ഇന്ത്യയിലും നടപ്പാക്കപ്പെട്ടു. 1858 ൽ ഔദ്യോഗികമായി ഇന്ത്യൻ സിവിൽ സർവ്വീസ് രൂപീകരിക്കപ്പെട്ടു. അന്നു മുതൽ 1948 വരെ ഇന്ത്യ ഉപഭൂഖണ്ഡത്തിന്റെ ഭരണനടത്തിപ്പ് ഉരുക്കുചട്ടക്കൂട് എന്ന് വിശേ ഷിപ്പിക്കപ്പെട്ടിരുന്ന ഐ സി എസ് ഉദ്യോഗസ്ഥരുടെ കഴിവും കാഴ്ചപ്പാടും അനുസരിച്ചായിരുന്നു. മിക്കവാറും ഇംഗ്ലീഷുകാരായായിരുന്ന ഈ ഉയർന്ന ഉദ്യോഗസ്ഥരുടെ കീഴ്ജീവനക്കാരായി വിദ്യാഭ്യാസം നേടിയ ഇന്ത്യാ ക്കാരും നിയമിതരായി. അങ്ങനെ വിപുലമായ സിവിൽ സർവ്വീസ് രൂപംകൊണ്ടു. കോളനി ഭരണത്തിനുതകുന്ന സേവന സംവിധാനവും അതിനാവശ്യമായവരെ പരിശീലിപ്പിക്കുന്ന വിദ്യാഭ്യാസ സമ്പ്രദായവും വിദേശകോയ്മയ്ക്കു വിധേയമായ പ്രവർത്തനവും രൂപപ്പെട്ട് വികസിച്ചു വന്നു.

എന്നാൽ ഈ പൊതുസർവ്വീസ് ബ്രിട്ടീഷ് ഇന്ത്യാക്കാർക്ക് മാത്രമേ ബാധകമായിരുന്നുള്ളു. അന്നു നിലനിന്നിരുന്ന 600 ൽപ്പരം നാട്ടുരാജ്യ ങ്ങളിൽ പ്രത്യേകം പ്രത്യേകം ഉദ്യോഗസ്ഥ സംവിധാനമായിരുന്നു നില വിലിരുന്നത്. അത് ചാതുർവർണ്ണ്യാധിഷ്ഠിതമായിരുന്നു. തിരുവിതാംകൂർ പോലുള്ള നാട്ടുരാജ്യങ്ങളിൽ സവർണ്ണ ജാതിക്കാർക്ക് മാത്രമേ ഉദ്യോഗ

നിയമനത്തിന് അർഹതയുണ്ടായിരുന്നുള്ളൂ. ബ്രിട്ടീഷ് ഇന്ത്യയിൽ തന്നെ ഭൂനികുതി പിരിവ് തുടങ്ങിയ റവന്യൂജോലികൾ ചില കുടുംബങ്ങൾക്ക് പാരമ്പര്യമായി പതിച്ചു നല്കുകയുമുണ്ടായിരുന്നു. മലബാർ പ്രദേശത്ത് നിലനിന്നിരുന്ന അധികാരി, മേനോൻ, കോല്ക്കാരൻ തുടങ്ങിയ ഉദ്യോഗങ്ങൾ ഇതിനുദാഹരണമാണ്. ചുരുക്കത്തിൽ ഇന്ത്യ സ്വതന്ത്രമാവുന്നതുവരെ ഇവിടത്തെ സിവിൽ സർവ്വീസിന് ഒരു ഏകീകൃത രൂപമുണ്ടായിരുന്നില്ല.

അതേസമയം ഭരണകൂടത്തിലെ ഈ സിവിൽ സർവ്വീസ് ഘടനയ്ക്ക് സമാന്തരമായി അഖിലേന്ത്യാടിസ്ഥാനത്തിൽത്തന്നെ റെയിൽവേ സർവ്വീസും കമ്പി തപാൽ സർവ്വീസും നിലനിന്നിരുന്നു. ഇതിൽ റെയിൽവേ, ബ്രിട്ടീഷ് ഇന്ത്യാ നാട്ടുരാജ്യ വ്യത്യാസമില്ലാതെ ഇന്ത്യയാകെ വ്യാപിച്ചിരുന്നു. മറ്റെല്ലാ മേഖലകളിലും നിലവിലുണ്ടായിരുന്നതിനേക്കാൾ കൂടുതൽ ആളുകൾ ഈ രണ്ടു മേഖലകളിലായി പണിയെടുക്കുകയും ചെയ്തിരുന്നു.

മറ്റെല്ലായിടത്തും എന്നപോലെ ഭരണവർഗ്ഗത്തിന്റെ കൈയിലെ ആയുധമെന്ന നിലയിലാണ് ഇന്ത്യയിലും സിവിൽസർവ്വീസ് രൂപീകരിക്കപ്പെട്ടതും പ്രവർത്തനം മുന്നോട്ടു നീങ്ങിയതും. ആദ്യ ഘട്ടത്തിൽ അതിൽ വിദേശികൾ മാത്രമായിരുന്നു പ്രവർത്തിച്ചിരുന്നത്.എന്നാൽ ഭരണതലത്തിലുള്ള വളർച്ചയോടൊപ്പം സർവ്വീസിനും വികസിക്കാതെ വയ്യായിരുന്നു. അതനുസരിച്ച് നാട്ടുകാരുടെ പ്രാതിനിധ്യവും അനിവാര്യമായി. ഇപ്രകാരം നിയമിതരായവർ പാശ്ചാത്യ വിദ്യാഭ്യാസം ലഭ്യമായ ഇടത്തരക്കാരായിരുന്നു. സവർണ്ണ-ഇടത്തരം കുടുംബങ്ങളിൽ നിന്നുവന്ന ഇവർ തുടക്കത്തിൽ രാജ്യത്ത് ഉയർന്നുവന്ന എല്ലാ പുരോഗമന-ദേശീയ ചലനങ്ങളിൽനിന്നും വിട്ടുനിന്നു. എന്നാൽ ക്രമേണ മാറിവന്ന സാർവ്വദേശീയ സംഭവ വികാസങ്ങൾ ഇവരിൽ പതുക്കെ സ്വാധീനം ചെലുത്തുകയും സമൂഹത്തിലെ സംഭവവികാസങ്ങളോട് പ്രതികരിക്കാൻ ഇവർ നിർബ്ബന്ധിതരാവുകയും ചെയ്തു. എന്നാൽ ഇന്ത്യയിൽ മുതലാളിത്ത വ്യവസ്ഥയുടെ ബീജവാപം നടക്കുന്നത് ബ്രിട്ടീഷ് ഈസ്റ്റ് ഇന്ത്യ കമ്പനിയുടെ വരവോടെയാണ്. കൃത്യമായി പറഞ്ഞാൽ 1757 ൽ പ്ലാസിയുദ്ധം ജയിച്ച് ബ്രിട്ടീഷ് ഈസ്റ്റ് ഇന്ത്യ കമ്പനി ഭാരതത്തിന്റെ ഭരണാധികാരികൾ ആകുന്നതോടെയാണ്.

സാർവ്വദേശീയ പശ്ചാത്തലം: സാർവ്വദേശീയമായി ആധുനിക തൊഴിലാളി വർഗ്ഗം വ്യാവസായികവിപ്ലവത്തിന്റെ ഉല്പന്നമാണ്. വ്യാവസായികവിപ്ലവം അതിന്റെ ഉച്ചസ്ഥായിയിൽ എത്തുന്നത് 1765 ൽ ഗ്രാർഗ്രീവ്സിന്റെ സ്പിന്നിങ് യന്ത്രവും തുടർന്ന് ജയിംസ് വാട്ടിന്റെ ആവിയന്ത്രവും കണ്ടുപിടിക്കപ്പെടുന്നതോടുകൂടിയാണ്. എന്നാൽ അതിനു മുമ്പുതന്നെ ഇംഗ്ലണ്ടിൽ മുതലാളിത്തം ഫ്യൂഡലിസത്തോട് കണക്കുതീർക്കാൻ തുടങ്ങിയിരുന്നു. അതിന്റെ പരിസമാപ്തിയായിരുന്നു 1640 ലെ വിപ്ലവം. ഒരു വശത്ത് പാർലമെന്റും മറുവശത്ത് രാജഭരണവും

അണിനിരന്ന ഈ വിപ്ലവത്തിന്റെ പ്രത്യേകകാരണം പുതിയ നികുതികൾ അടിച്ചേല്പിക്കാനുള്ള ശ്രമമായിരുന്നു. എന്നാൽ യഥാർത്ഥ കാരണം മറ്റൊന്നായിരുന്നു. ഭരണകൂടം ആരുടെ നിയന്ത്രണത്തിലായിരിക്കണം? വളർന്നു വരുന്ന മുതലാളികളുടെയോ അതോ രാജാവിനു ചുറ്റും നിലയുറപ്പിച്ചിരിക്കുന്ന ഫ്യൂഡൽ താല്പര്യങ്ങളുടെയോ? ആരുടെ അധീനതയിലാകണം ഭരണം എന്നതായിരുന്നു തർക്കം. അന്തിമഫലം മുതലാളിമാരുടെ (പാർലമെന്റ്) വിജയമായിരുന്നു. അതോടെ പാശ്ചാത്യ ലോകത്ത് ഭൂപ്രഭുത്വത്തിന്റെ അവരോഹണവും മുതലാളിത്തവർഗ്ഗത്തിന്റെ അധികാര ആരോഹണവും നടന്നു.

ഭരണരംഗത്ത് മുതലാളിത്തത്തിന് മേൽക്കൈ കിട്ടിയതോടെ വ്യാവസായികരംഗം കുതിച്ചുചാട്ടത്തിനു തയ്യാറായി. പുതിയ കണ്ടുപിടിത്തങ്ങളും അതിന്റെ അടിസ്ഥാനത്തിൽ പുതിയ വ്യവസായങ്ങളും രൂപപ്പെട്ടു. പല വ്യവസായരംഗങ്ങളിലും യന്ത്രങ്ങൾക്കായി മേൽക്കൈ. അതോടെ തൊഴിലാളികൾ ഉല്പാദനത്തിന് ഒരുക്കി വച്ച ഭൗതിക സാഹചര്യത്തിന്റെ വെറുമൊരു അനുബന്ധം മാത്രമായിത്തീർന്നു. ഇതിന്റെ ഫലം വിനാശകരമായിരുന്നു. യന്ത്രം മനുഷ്യനു മേൽ നേടിയ വിജയം മുതലാളിത്തത്തിന്റെ ഒടുങ്ങാത്ത ലാഭക്കൊതിയുമായി സമന്വയിച്ചു. മനുഷ്യോചിതമല്ലാത്ത ഭൗതിക പരിതസ്ഥിതികളിൽ തൊഴിലാളികളുടെ ജീവിതം ചെന്നുപെട്ടു. കൊള്ള ലാഭം നേടാനായി സ്ത്രീകളെയും കുട്ടികളെയും കൊണ്ടുപോലും വൻതോതിൽ ജോലിചെയ്യിക്കുന്ന സാഹചര്യം വളർന്നു. തൊഴിൽ സമയവും അദ്ധ്വാനഭാരവും വർദ്ധിച്ചു. കൂലിയാകട്ടെ നന്നേക്കുറവും. ഈ കാലഘട്ടത്തിലെ ഇംഗ്ലീഷ് തൊഴിലാളികളുടെ മനുഷ്യോചിതമല്ലാത്തതും ദുരിതോന്മുഖവുമായ ദയനീയ ജീവിതത്തിന്റെ കൃത്യമായ വിവരണം ചാൾസ് ഡിക്കൻസിന്റെ നോവലുകളിൽ വായിച്ചെടുക്കാം.

ട്രേഡ് യൂണിയനിസം ഒരു പ്രസ്ഥാനമായി മാറുന്നത് ഇംഗ്ലണ്ടിൽ 1752 ൽ ആരംഭിച്ച വ്യവസായവിപ്ലവത്തോടെയാണ്. എന്നാൽ തൊഴിലെടുക്കുന്നവർ ഒത്തു ചേരുക എന്നത് അതിനു വളരെ മുമ്പുതന്നെ ബ്രിട്ടീഷ് സാമൂഹ്യജീവിതത്തിന്റെ ഒരു ഭാഗമായി തീർന്നിരുന്നു. ചിതറിയതും അല്പായുസ്സുമായ ചില സംഘടനകൾ മദ്ധ്യകാലയുഗത്തിൽ തന്നെ രൂപപ്പെട്ടിരുന്നു. 18-ാം നൂറ്റാണ്ട് കാലത്തോടെ അവയുടെ എണ്ണം വർദ്ധിക്കുകയും പല വിദഗ്ദ്ധ തൊഴിലാളി വിഭാഗങ്ങൾക്കിടയിലും സ്ഥിരമായ സംഘടനകൾ രൂപപ്പെടുകയും ചെയ്തു. എഞ്ചിനീയറിങ് - ഇരുമ്പുരുക്ക് തുടങ്ങിയ വ്യവസായങ്ങളിൽ ഇത് കൂടുതൽ പ്രകടമായിരുന്നു.

ഇതിന്റെ ഫലമായി തൊഴിൽമേഖലയുമായി ബന്ധപ്പെട്ട് ചില നിയമനിർമ്മാണങ്ങൾ നടന്നു. 1349 ലെ തൊഴിലാളിനിയമം ചിലതരം തൊഴിലിനുള്ള കൂലി നിജപ്പെടുത്തി. എലിസബത്ത് രാജ്ഞിയുടെ കാലത്ത് കുറഞ്ഞ കൂലിനിരക്ക്, തൊഴിൽസമയം, കൂലി നിഷേധിക്കൽ

തുടങ്ങിയവയെ സംബന്ധിച്ച് പരാതിയുള്ള തൊഴിലാളികൾക്ക് പാർലമെന്റിന് പരാതി കൊടുക്കാൻ അവസരമുണ്ടായിരുന്നു. ആദ്യമാദ്യം പാർലമെന്റ് തൊഴിലാളികളുടെ ഇത്തരം പരാതികൾ ശ്രദ്ധിക്കുകയും അതിനു കഴിയുന്ന നിയമങ്ങൾ രൂപപ്പെടുത്തുകയും ചെയ്തിരുന്നു. എന്നാൽ പിന്നീട് ഈ നിയമങ്ങൾക്കെതിരായ മുതലാളിമാരുടെ വാദങ്ങൾ പാർലമെന്റ് അംഗീകരിക്കുകയും നിലവിലുണ്ടായിരുന്ന നിയമവ്യവസ്ഥകൾ റദ്ദാക്കപ്പെടുകയും തൊഴിൽമേഖല പൂർണ്ണമായും നിയന്ത്രണവിമുക്തമാക്കുകയും ചെയ്തു. ഇത് യൂറോപ്പിലാകെ വ്യാപിക്കുകയും ചെയ്തു. ഈ ക്ലാസിക്കൽ ലിബറലിസം അനിയന്ത്രിത മത്സരത്തിലേക്കും അധാർമ്മിക അധിനിവേശങ്ങളിലേക്കും നയിച്ചു. അതിന്റെ ഫലമായി ഉടലെടുത്ത അരാജകത്വ അവസ്ഥ ഭരണകൂടത്തിന്റെ ഇടപെടൽ വീണ്ടും ക്ഷണിച്ചു വരുത്തി. ഈ കാലയളവിലെല്ലാം ഭരണ സംവിധാനപ്രക്രിയ ഏറ്റക്കുറച്ചിലുകളോടെ തുടർന്നുവന്നതായി കാണാം.

എന്നാൽ ഈ പ്രതികൂല സാഹചര്യങ്ങളെയും വെല്ലുവിളിച്ച് തൊഴിലാളിസംഘടനകളും അവയുടെ നേതൃത്വത്തിലുള്ള ചെറുത്തുനില്പുകളും രൂപപ്പെടുന്നുണ്ടായിരുന്നു. 18-ാം നൂറ്റാണ്ടിന്റെ ആദ്യദശകങ്ങളിൽ യൂറോപ്പിൽ പണിമുടക്കങ്ങളുടെ വേലിയേറ്റം തന്നെ ഉണ്ടായി. ഇതിൽ പരിഭ്രാന്തരായ ഭരണകൂടം ട്രേഡ് യൂണിയനുകൾ രൂപീകരിക്കാനുള്ള അവകാശം പൂർണ്ണമായും നിഷേധിക്കുന്ന 1800 ലെ കോമ്പിനേഷൻ ആക്ട് പാസാക്കി. 1812 ൽ യന്ത്രനശീകരണം വധശിക്ഷാർഹമായ കുറ്റമാക്കുന്ന മറ്റൊരു നിയമവും പാസാക്കി. അതേസമയം യന്ത്രനശീകരണമടക്കമുള്ള സമരങ്ങളിലൂടെ ഇവയെ തൊഴിലാളികൾ വെല്ലുവിളിച്ചു. 1819 ആഗസ്ത് 16 ന് പീറ്റർ ല്യൂവിൽ നടന്ന വമ്പിച്ച പ്രകടനത്തിൽ ഇംഗ്ലീഷ് തൊഴിലാളിവർഗ്ഗം തങ്ങളുടെ സാമൂഹ്യ-രാഷ്ട്രീയ ആവശ്യങ്ങൾ മുന്നോട്ടുവെച്ചു. തൊഴിലാളി മുന്നേറ്റത്തിൽ പരിഭ്രാന്തരായ സർക്കാർ വൻകൂട്ടക്കൊല നടത്തിയാണ് ഈ പ്രകടനത്തെ നേരിട്ടത്. എന്നാൽ ഇതിന്റെ തുടർസമരങ്ങളുടെ ഫലമായി 1800 ലെ ട്രേഡ് യൂണിയൻ മാരണ നിയമമായ കോമ്പിനേഷൻ ആക്ട് റദ്ദാക്കാൻ ഭരണകൂടം നിർബ്ബന്ധിതമായി. തുടർന്ന് നിരവധി ട്രേഡ് യൂണിയനുകൾ ഉയർന്നുവന്നു. ഇവയുടെ ആഭിമുഖ്യത്തിൽ ഉശിരൻ പണിമുടക്കുകളും സാമൂഹ്യകലാപങ്ങളും പടർന്നുപിടിച്ചു.

1830 ൽ സ്ഥാപിക്കപ്പെട്ട 'തൊഴിലാളികളുടെ സംരക്ഷണത്തിനുള്ള ദേശീയ സംഘടന' ട്രേഡ് യൂണിയനുകളെയെല്ലാം യോജിപ്പിക്കാനും തൊഴിലാളി ഐക്യം സ്ഥാപിക്കാനും ശ്രമിച്ചു. ഇതിനിടയിൽ സഹകരണസംഘങ്ങൾ സ്ഥാപിച്ചുകൊണ്ട് മുതലാളിമാരെ തന്നെ ഒഴിവാക്കാൻ റോബർട്ട് ഓവൻ ശ്രമിച്ചു. ഈ ലക്ഷ്യത്തോടെ 1834 ൽ അദ്ദേഹം ലണ്ടനിൽ വച്ച് "ഗ്രാന്റ് നാഷണൽ കൺസോളിഡേറ്റഡ് ട്രേഡ് യൂണിയൻസ്" എന്ന സംഘടനയ്ക്ക് രൂപംനല്കി. ഇത് രാഷ്ട്രീയ ജനാധിപത്യത്തിനും സഹകരണ സോഷ്യലിസത്തിൽ അധിഷ്ഠിതമായ സമൂ

ഹത്തിനും വേണ്ടിയുള്ള സമരത്തിൽ ഭാഗമാകുവാൻ തൊഴിലാളികൾക്ക് പ്രചോദനം നല്കി. വർഗ്ഗസമരം ഓവന്റെ അജണ്ടയായിരുന്നില്ലെങ്കിലും സർക്കാരും മുതലാളിമാരും ഈ പ്രസ്ഥാനത്തെ വർഗ്ഗപരമായിത്തന്നെ കണ്ടുകൊണ്ട് അടിച്ചമർത്തി തകർത്തു.

സാമ്പത്തിക ആവശ്യങ്ങൾ മാത്രം അടിസ്ഥാനമാക്കിയുള്ള പ്രവർത്തനങ്ങളിലൂടെ കാര്യമായ പുരോഗതി ഒന്നും കൈവരിക്കാനാകില്ല എന്ന് അതേവരെയുള്ള സംഭവങ്ങളും അനുഭവങ്ങളും തൊഴിലാളികളെ പഠിപ്പിച്ചു. അതോടെ ഇംഗ്ലീഷ് തൊഴിലാളി പ്രസ്ഥാനചരിത്രത്തിൽ രാഷ്ട്രീയാവശ്യങ്ങൾ ഉയർന്നു വന്നു. 1836 ൽ ലണ്ടൻ വർക്കിങ് മെൻസ് അസോസിയേഷൻ സ്ഥാപിതമായി. 21 വയസ്സായവർക്ക് വോട്ടവകാശം, രഹസ്യബാലറ്റ് സമ്പ്രദായം, പാർലമെന്റ് അംഗമായിരിക്കാൻ സ്വത്തുണ്ടായിരിക്കണമെന്ന നിബന്ധന റദ്ദാക്കുക തുടങ്ങിയ ആറ് രാഷ്ട്രീയാവശ്യങ്ങൾ അടങ്ങിയ ഒരു ജനകീയ ചാർട്ടർ ഈ സംഘടന 1838 ൽ മുന്നോട്ടു വച്ചു. 30 ലക്ഷം പേരുടെ ഒപ്പു ശേഖരിച്ച് ഈ ചാർട്ടർ പാർലമെന്റിന് സമർപ്പിച്ചു. തുടർന്ന് ശക്തമായ പണിമുടക്കുകൾ ആരംഭിച്ചു. അതിന്റെ ഫലമായി ചില ആവശ്യങ്ങൾ പാർലമെന്റ് അനുവദിച്ചുവെങ്കിലും അടിസ്ഥാനാവശ്യങ്ങൾ നേടിയെടുക്കുന്നതിൽ ഈ പ്രസ്ഥാനം പരാജയപ്പെടുകയും 1848 ഓടുകൂടി 'ചാർട്ടിസ്റ്റ് പ്രസ്ഥാനം' ചരിത്രത്തിന്റെ ഭാഗമാകുകയും ചെയ്തു. എന്നാൽ 'ചാർട്ടിസ്റ്റ് പ്രസ്ഥാനം' മുന്നോട്ടുവച്ച ആവശ്യങ്ങൾ പലതും പിന്നീട് അംഗീകരിക്കാൻ മുതലാളിത്തം നിർബ്ബന്ധിതമായി. 1867 ലേയും 1884 ലേയും ജനപ്രാതിനിധ്യ നിയമമനുസരിച്ച് ഇംഗ്ലീഷ് വ്യവസായ തൊഴിലാളികൾക്ക് വോട്ടവകാശം ലഭ്യമായി. 'ട്രേഡ് യൂണിയനുകളുടെ ചാർട്ടർ' എന്നറിയപ്പെടുന്ന ട്രേഡ് യൂണിയൻ നിയമം 1871 ൽ പാസാക്കി. ഈ നിയമം പില്ക്കാലത്ത് ട്രേഡ് യൂണിയനുകളുടെ വളർച്ചയ്ക്ക് ഗണ്യമായ സംഭാവന നല്കി.

'ചാർട്ടിസ്റ്റ് പ്രസ്ഥാനം' മുന്നോട്ടുവച്ച തൊഴിലാളിവർഗ്ഗ സാർവ്വദേശീയതയും രാഷ്ട്രീയാവശ്യങ്ങളും ഇംഗ്ലണ്ടിനു പുറത്തുള്ള തൊഴിലാളികളെയും സ്വാധീനിക്കുകയുണ്ടായി. ഇതേ കാലത്തു തന്നെ ഫ്രാൻസിലും ജർമ്മനിയിലും രാഷ്ട്രീയ-സാമൂഹ്യ കാഴ്ചപ്പാടുള്ള ശക്തമായ തൊഴിലാളി സംഘടനകൾ രൂപപ്പെട്ടിരുന്നു. തുടർന്ന് സാർവ്വദേശീയമായി തൊഴിലാളികളെ സംഘടിപ്പിക്കുന്നതിനുള്ള ശ്രമങ്ങൾ പുനരാരംഭിച്ചു. അതിനെത്തുടർന്ന് 1864 സെപ്തംബർ 28 ന് ലണ്ടനിലെ സെന്റ് മാർട്ടിൻ ഹാളിൽ വച്ച് തൊഴിൽ സംഘടനകളുടെ സാർവ്വദേശീയ സമ്മേളനം നടന്നു. ഫ്രാൻസ്, ഇറ്റലി തുടങ്ങിയ രാജ്യങ്ങളിൽ നിന്നുള്ള പ്രതിനിധികളും പങ്കെടുത്തു. സമ്മേളനം രൂപീകരിച്ച കേന്ദ്രകമ്മിറ്റിയിൽ ജർമ്മനിയെ പ്രതിനിധീകരിച്ച കാൾമാർക്സും അംഗമായിരുന്നു. ഒക്ടോബറിൽ ചേർന്ന കേന്ദ്രകമ്മിറ്റി സംഘടനയെ 'ഇന്റർനാഷണൽ വർക്കിങ് മെൻസ് അസോസിയേഷൻ' എന്നു നാമകരണം ചെയ്തു.

സംഘടനയുടെ നിയമാവലിയിലും രാഷ്ട്രീയനയത്തിലും 1848 ൽ പുറത്തു വന്ന *കമ്യൂണിസ്റ്റ് മാനിഫെസ്റ്റോ*യിലെ ആശയങ്ങൾ വലിയൊരളവിൽ ഉൾപ്പെട്ടിരുന്നു. സമ്മേളനം അവസാനിച്ചതും മാനിഫെസ്റ്റോയിലെ 'സർവ്വരാജ്യ തൊഴിലാളികളെ സംഘടിക്കുവിൻ' എന്ന പ്രസിദ്ധമായ ആഹ്വാനത്തോടെയായിരുന്നു.

1864 ൽ സ്ഥാപിതമായ 'ഇന്റർനാഷണൽ വർക്കിങ് മെൻസ് അസോസിയേഷൻ' 1876 വരെയേ നിലനിന്നുള്ളൂ. സാർവ്വദേശീയമായി തൊഴിലാളികളുടെ രാഷ്ട്രീയം തിരിച്ചറിയുന്നതിനുള്ള പരിശ്രമങ്ങൾ പിന്നെയും ശ്രമകരമായ അളവിൽ നടന്നിരുന്നു. 1913 ൽ രൂപംകൊണ്ട ഇന്റർനാഷണൽ ഫെഡറേഷൻ ഓഫ് ട്രേഡ് യൂണിയൻസ് ഈ അർത്ഥത്തിൽ വളർന്നുവരുന്നതിന് സാധിക്കാതെ വരികയുണ്ടായി. സോവിയറ്റ് വിപ്ലവത്തോടുകൂടി തൊഴിലാളികൾ സംഘടിച്ച് രാഷ്ട്രീയമാറ്റത്തിന്റെ പതാക വാഹകരാകണമെന്ന കാഴ്ചപ്പാടോടുകൂടി മോസ്കോ കേന്ദ്രമായി റെഡ് ട്രേഡ് യൂണിയൻ ഇന്റർനാഷണൽ സ്ഥാപിക്കുകയുണ്ടായി. മുതലാളിത്ത ശക്തികൾ എപ്പോഴും തൊഴിലാളിവർഗ്ഗത്തിന്റെ രാഷ്ട്രീയലക്ഷ്യം മനസ്സിലാക്കി സംഘടനകളുടെ കൂട്ടായ്മകളെ തളർത്തുന്നതിൽ എന്നും ശക്തമായ നിലപാട് എടുത്തിരുന്നു. തൊഴിലാളികളുടെ ചാഞ്ചാട്ടത്തെ ഫലപ്രദമായി പ്രയോജനപ്പെടുത്തിയാണ് ഹിറ്റ്ലർക്ക് ഒന്നാം ലോകമഹായുദ്ധത്തിനപ്പുറം ഫാസിസ്റ്റ് വാഴ്ച കൊണ്ടുവരുന്നതിന് സാധിച്ചത്. ഫ്രാൻസിലെ തൊഴിലാളികൾ നടത്തിയ ഐതിഹാസിക സമരത്തിലൂടെ അതിനെ ചെറുക്കുന്നതിനും സാധിച്ചു. 1929 മുതൽ 32 വരെ നീളുന്ന മുതലാളിത്ത സാമ്പത്തിക തകർച്ച തൊഴിലാളികൾക്ക് സോവിയറ്റ് യൂണിയൻ കൈവരിച്ച നേട്ടങ്ങൾ ബോദ്ധ്യപ്പെടുന്നതിന് സഹായകമായി. രണ്ടാം ലോകമഹായുദ്ധത്തെ തുടർന്ന് അമേരിക്കയുടെ നേതൃത്വത്തിൽ ആരംഭിച്ച ശീതയുദ്ധവും തൊഴിലാളി സംഘടനകളിലെ വിപ്ലവകാഴ്ചപ്പാടിനെ തകർക്കുന്നതിനുള്ള ബോധപൂർവ്വമായ നീക്കത്തിനാണ് വഴി വച്ചത്. 1945 ൽ രൂപം കൊണ്ട വേൾഡ് ഫെഡറേഷൻ ഓഫ് ട്രേഡ് യൂണിയൻ ശരിയായ ദിശാബോധം നല്കുന്നതിന് പരിശ്രമിച്ചിരുന്നു. സോവിയറ്റ് പാതയിലുള്ള മുന്നേറ്റത്തിന് ഡബ്ല്യു എഫ് ടി യു നേതൃത്വം കൊടുത്തപ്പോൾ ഐ സി എഫ് ടി യു (ഇന്റർ നാഷണൽ കോൺഫെഡറേഷൻ ഓഫ് ഫ്രീ ട്രേഡ് യൂണിയൻ) സംഘടിത മുതലാളിത്ത പാതയിലുള്ള വികസനത്തിനായി തൊഴിലാളികളെ അണിനിരത്തുന്നതിനാണ് ശ്രമിച്ചത്. ഇന്ത്യയിൽനിന്നും എ ഐ ടി യു സി അതിന്റെ രൂപീകരണം മുതൽ വർഗ്ഗവീക്ഷണത്തോടുകൂടി നിലപാടുകൾ എടുത്തെങ്കിൽ സ്വാതന്ത്ര്യാനന്തരം എ ഐ ടി യു സിയിൽനിന്നും വേർപെട്ടുപോയ ഐ എൻ ടി യു സിയും എച്ച് എം എസ് ഉം ഐ സി എഫ് ടി യുവിൽ അംഗത്വമെടുക്കുകയാണുണ്ടായത്. വേൾഡ് ഫെഡറേഷന്റെ നേതൃത്വത്തിനും 90 കളിലെ സോവിയറ്റ് യൂണിയന്റെ ശിഥിലീകരണവും, നവഉദാരവല്ക്കരണനയങ്ങളും,

തങ്ങളുടെ വർഗ്ഗപരമായ ഉള്ളടക്കം കാത്തു സൂക്ഷിക്കുന്നതിൽ വീഴ്ച വരുന്ന സ്ഥിതിയുണ്ടായി. എന്നാൽ 2005 ലെ ക്യൂബൻ കോൺഫറൻസോടുകൂടി വർഗ്ഗവീക്ഷണത്തോടെ സാർവ്വദേശീയമായ പ്രക്ഷോഭങ്ങൾക്ക് നേതൃത്വം കൊടുക്കുന്നതിലേക്ക് ഡബ്ല്യു എഫ് ടി യു തിരികെ എത്തിയിരിക്കുന്നു. ഡബ്ല്യു എഫ് ടി യുവിൽ അഫിലിയേറ്റ് ചെയ്തിട്ടുള്ള ട്രേഡ് യൂണിയൻ ഇന്റർ നാഷണൽ ഫോർ പബ്ലിക് സെക്ടർ ഓർഗനൈസേഷൻസ് ലോകത്താകെ ശക്തമായ സാന്നിദ്ധ്യമുള്ള സംഘടനയാണ്. ഈ സംഘടനയുടെ ഭാഗമായിട്ടുള്ള അഖിലേന്ത്യ സ്റ്റേറ്റ് ഗവൺമെന്റ് ഫെഡറേഷന്റെ ഘടക സംഘടനയായി കെ ജി ഒ എ ഇപ്പോൾ പ്രവർത്തിച്ചു വരുന്നു.

ദേശീയപശ്ചാത്തലം: കൊളോണിയലിസത്തിന്റെ തുടക്കം

മേൽപ്പറഞ്ഞ സാർവ്വദേശീയ പശ്ചാത്തലം ലോകത്തിലെ മറ്റെല്ലാ രാജ്യങ്ങളേയുംപോലെ ഇന്ത്യയെയും സ്വാധീനിച്ചിരുന്നു. വ്യവസായ വിപ്ലവത്തെ തുടർന്ന് അഭൂതപൂർവ്വമായി വളർന്ന വ്യാവസായിക ഉല്പാദനത്തിന് കമ്പോളം കണ്ടെത്തുക 15-ാം നൂറ്റാണ്ടിൽ പാശ്ചാത്യ രാജ്യങ്ങളുടെ ഏറ്റവും വലിയ പ്രശ്നമായിരുന്നു. അതിനുവേണ്ടി അവർ ലോകത്തിന്റെ വിവിധ ഭാഗങ്ങളിലേക്ക് അന്വേഷണം വ്യാപിപ്പിച്ചു. അതിന്റെ ഭാഗമായി പുതിയ കടൽപ്പാതകൾ കണ്ടെത്തി. അങ്ങനെയുള്ള അന്വേഷണത്തിൽ അവരുടെ പ്രധാനപ്പെട്ട ലക്ഷ്യമായിരുന്നു പ്രാചീന ഇന്ത്യ. ഇവിടേക്കുള്ള അന്വേഷണത്തിന് ഇടയിലാണ് കൊളംബസും മറ്റും അമേരിക്കയിലേക്കുള്ള കടൽപ്പാതകൾ കണ്ടെത്തിയത്. ഇതിന്റെ തുടർച്ചയായി 1498 ൽ വാസ്കോ ഡ ഗാമ ഇന്ത്യയിലെത്തി ചേർന്നു. ഇതിനെത്തുടർന്ന് പോർച്ചുഗീസ്, ഡച്ച്, ഫ്രഞ്ച്, ഇംഗ്ലീഷ് തുടങ്ങി വിവിധ സാമ്രാജ്യത്വങ്ങളുടെ അധിനിവേശം ഇന്ത്യയിലുണ്ടായി. എന്നാൽ ആയുധശക്തിയിലടക്കം പല മേഖലകളിലും മറ്റുള്ളവരേക്കാൾ മുന്നിലായിരുന്ന ഇംഗ്ലീഷുകാർ 18-ാം നൂറ്റാണ്ടോടുകൂടി ഇന്ത്യയെ അവരുടെ അധീനതയിലാക്കി.

പ്ലാസിയുദ്ധവും അനന്തരഘട്ടവും

1757 ൽ നടന്ന പ്ലാസിയുദ്ധത്തിൽ സിറാജ് ദൗള പരാജയപ്പെട്ടതോടുകൂടിയാണ് ഇംഗ്ലീഷ് ഈസ്റ്റ് ഇന്ത്യാ കമ്പനി ഇന്ത്യയിൽ പൂർണ്ണ മേധാവിത്വം നേടിയത്. ആ യുദ്ധത്തിൽ ആക്രമിച്ചു കയറിയ ബ്രിട്ടീഷ് സൈന്യം തങ്ങൾ കീഴടക്കിയ പ്രദേശങ്ങളിലെ സമ്പദ് വ്യവസ്ഥയേയും പ്രവൃത്തി വിഭജന വ്യവസ്ഥയേയും ഛിന്നഭിന്നമാക്കി. കീഴടക്കിയ പ്രദേശങ്ങളിലെ സമ്പത്ത് മുഴുവൻ അവരുടെ വരുതിയിലാക്കി. 1757 മുതൽ 1812 വരെയുള്ള 55 വർഷത്തിനിടയിൽ 10 കോടി പവൻമൂല്യം വരുന്ന സമ്പത്ത് അവർ ഇന്ത്യയിൽനിന്ന് കടത്തിക്കൊണ്ടുപോയി എന്നറിയുമ്പോൾ അവർ അവിടെ നടത്തിയ കൊള്ളയുടെ ആഴം മനസ്സിലാക്കാം.

എന്നാൽ ഇപ്രകാരം മൂലധനം കടത്തിക്കൊണ്ടുപോയാൽ മാത്രം പോരെന്നും ഇംഗ്ലണ്ടിൽ ഉല്പാദിപ്പിച്ച ഉല്പന്നങ്ങൾ വിറ്റഴിക്കാനുള്ള ഒരു കമ്പോളമായിക്കൂടി ഇന്ത്യയെ ഉപയോഗിക്കണമെന്നും ബ്രിട്ടീഷ് മുതലാളിമാർ തീരുമാനിച്ചു. അതനുസരിച്ച് 1813 ൽ ഇന്ത്യയുമായുള്ള കച്ചവടത്തിന് ഇംഗ്ലീഷ് ഈസ്റ്റ് ഇന്ത്യാ കമ്പനിക്ക് അനുവദിച്ചിരുന്ന കുത്തക ഇംഗ്ലീഷ് സർക്കാർ എടുത്തു കളഞ്ഞു. അതോടെ ബ്രിട്ടീഷ് മുതലാളിമാർക്ക് ഇന്ത്യയിൽ കമ്പോളം മലർക്കെ തുറന്നു കിട്ടി. ഇന്ത്യയിൽ വ്യാവസായിക മൂലധനചൂഷണത്തിന് തുടക്കം കുറിക്കുകയും ചെയ്തു.

ഇതിനിടയിൽ കാർഷികരംഗത്ത് സെമീന്ദാരി-റെയ്ത്ത്വാരി സമ്പ്രദായങ്ങൾ നടപ്പാക്കി. പുതിയതരം ഭൂ ഉടമകൾ രംഗത്തു വന്നു. ഇതിന്റെ ഫലമായി ലക്ഷകണക്കായ കൃഷിക്കാർക്ക് ഭൂമി നഷ്ടപ്പെട്ടു. ഇതിനു സമാന്തരമായി നിർമ്മാണ-കൈത്തൊഴിൽ മേഖലയും തകർന്നു. ദശലക്ഷക്കണക്കിനു കൈവേലക്കാർ തൊഴിൽരഹിതരായി. രാജ്യത്താകെ ക്ഷാമം പടർന്നു പിടിച്ചു. 1825 നും 1900 നും ഇടയിൽ 2 കോടി മനുഷ്യർ മരണപ്പെട്ടു. ഗ്രാമീണമേഖലയിൽനിന്നു ജനലക്ഷങ്ങൾ പട്ടണമേഖലകളിലേക്കും മറ്റ് ബ്രിട്ടീഷ് കോളനികളിലേക്കും തൊഴിലിനായി കുടിയേറി.

1813 ൽ ബ്രിട്ടീഷ് പാർലമെന്റ് ഈസ്റ്റ് ഇന്ത്യ കമ്പനിയുടെ വ്യാപാരകുത്തക എടുത്തുകളഞ്ഞതോടെ ഇംഗ്ലണ്ടിൽനിന്ന് ഇന്ത്യയിലേക്ക് വ്യവസായ ഉല്പന്നങ്ങളുടെ കുത്തൊഴുക്ക് ആരംഭിച്ചു. ഇങ്ങനെ തുറമുഖങ്ങളിൽ എത്തിയ ഈ ചരക്കുകൾ ഉൾപ്രദേശങ്ങളിലേക്ക് എത്തിക്കുക പ്രശ്നമായി. അതുപോലെ അസംസ്കൃത സാധനങ്ങൾ തുറമുഖത്തേക്ക് എത്തിക്കുകയും വേണമായിരുന്നു. ഈ പുതിയ സംഭവവികാസങ്ങൾ രാജ്യത്തെ വിവിധ ജനവിഭാഗങ്ങൾക്കിടയിൽ ഉളവാക്കിയ അസംതൃപ്തി അവിടേയും ഇവിടേയും ബ്രിട്ടീഷ് വിരുദ്ധ അസംതൃപ്തിയായി മാറിത്തുടങ്ങുകയും ചെയ്തിരുന്നു. ഇത് അടിച്ചമർത്തണമെങ്കിൽ പട്ടാളനീക്കങ്ങളും സുഗമമാക്കേണ്ടിയിരുന്നു. ഈ പ്രശ്നങ്ങൾ പരിഹരിക്കുന്നതിനായി ഇന്ത്യൻ റെയിൽവേക്ക് ആരംഭം കുറിക്കാൻ ബ്രിട്ടീഷുകാർ നിർബ്ബന്ധിതരായി. റെയിൽവേ നിർമ്മാണത്തോടൊപ്പം കല്ക്കരി വ്യവസായവും വളർച്ച നേടി. 1845 ൽ സർക്കാർ ഉടമസ്ഥതയിൽ സംതാൾ കല്ക്കരി ഖനി ആരംഭിച്ചു.

റെയിൽവേയും കടൽ ഗതാഗതവും വികസിച്ചതോടെ മറ്റു പല അനുബന്ധ വ്യവസായങ്ങളും രൂപപ്പെട്ടുതുടങ്ങി. 1839 ൽ ആസാമിൽ ആദ്യത്തെ തേയിലത്തോട്ടം ആരംഭിച്ചു. ഇതേ കാലത്തുതന്നെ ചണവ്യവസായവും ആരംഭിച്ചു. 1854 ൽ കല്ക്കത്തയിൽ ആദ്യ ചണമിൽ സ്ഥാപിക്കപ്പെട്ടു. 1818 ൽ കല്ക്കത്തയ്ക്കടുത്ത് ഹൗറയിൽ ആദ്യ തുണിമിൽ തുടങ്ങി. ഈ വ്യവസായം പക്ഷേ, പുഷ്ടിപ്പെട്ടത് ബോംബെയിലാണ്. 1880 ആയപ്പോൾ അവിടെ 58 തുണിമില്ലുകൾ നിലവിൽ വന്നു.

ഇങ്ങനെ 19-ാം നൂറ്റാണ്ടിന്റെ രണ്ടാം പകുതിയായപ്പോൾ ഇന്ത്യയിലെങ്ങും പല രീതിയിലുള്ള വ്യവസായങ്ങൾ ഉയർന്നുവന്നു. അതോടെ അവിടെ പണിയെടുക്കാനായി ആയിരക്കണക്കിന് തൊഴിലാളികൾ നിയോഗിക്കപ്പെട്ടു. 1800 ന്റെ അവസാനപാദങ്ങളിൽ ഇന്ത്യൻ തൊഴിലാളികളും അതിന്റെ വരവ് അറിയിക്കുകയും ചെയ്തു.

ഒന്നാം സ്വാതന്ത്ര്യസമരവും തൊഴിലാളികളും

നേരത്തെ സൂചിപ്പിച്ച മാറ്റങ്ങൾ ഇന്ത്യൻ സമൂഹത്തിൽ ആകെ വലിയ ചലനങ്ങൾക്ക് കാരണമായി. ബൂർഷ്വാസിയുടെ പതുക്കെ ഉള്ള വളർച്ച ഇന്ത്യൻ ഫ്യൂഡൽവ്യവസ്ഥകളിൽ ചില താഢനങ്ങൾ ഏല്പിച്ചു. നാട്ടുരാജാക്കന്മാരുടെ അധികാരങ്ങൾ പലതും ബ്രിട്ടീഷുകാർ കൈയടക്കി. പിന്തുടർച്ചാരാഹിത്യതത്വം (Doctrine of Lapse) തുടങ്ങിയ നിയമങ്ങളിലൂടെ ഝാൻസി തുടങ്ങിയ നാട്ടുരാജ്യങ്ങളെ ബ്രിട്ടീഷുകാർ ഇല്ലാതാക്കി. അതോടൊപ്പം ബ്രിട്ടീഷുകാരുടെ മതപരമായ ചില ഇടപെടലുകൾ ഹിന്ദു-മുസ്ലീം വിഭാഗങ്ങൾക്കിടയിലും അസ്വസ്ഥതകൾ ഉണ്ടാക്കി. തകർച്ചയെ നേരിട്ട കാർഷികമേഖല ഗ്രാമീണ ദരിദ്രരുടെ ജീവിതം കൂടുതൽ ദുസ്സഹമാക്കി. ഇതെല്ലാം ചേർന്ന് ബ്രിട്ടീഷ് വിരുദ്ധ വികാരം രൂപപ്പെടുകയും പ്രാദേശികവും വ്യത്യസ്തവും ആയ ചെറുത്തുനില്പുകൾ ശക്തിപ്പെടുകയും അത് 1857 ലെ ഒന്നാം സ്വാതന്ത്ര്യസമരത്തിലേക്ക് എത്തുകയും ചെയ്തു. അടിസ്ഥാനപരമായി ഒരു ഫ്യൂഡൽ കലാപം എന്നു പറയാവുന്ന ഈ സമരത്തിൽ ഇന്ത്യൻ തൊഴിലാളികൾ, വ്യക്തികൾ എന്ന നിലയിൽ പങ്കെടുത്തിരിക്കാമെങ്കിലും ഒരു വർഗ്ഗം എന്ന നിലയിൽ അണിചേർന്നിരുന്നില്ല. അതിനു കഴിയുന്ന രീതിയിലുള്ള സംഘടിതശക്തി അന്ന് ഇന്ത്യൻ തൊഴിലാളി വർഗ്ഗം ആർജ്ജിച്ചിരുന്നില്ല.

സംഘടനാചരിത്രത്തിലെ ആദ്യചുവടുകൾ

തോട്ടം മേഖല, മിൽതൊഴിൽമേഖല. തുറമുഖമേഖല, റെയിൽഗതാഗത മേഖല എന്നിവയിൽ മാത്രമല്ല പട്ടാളത്തിൽ പോലും രൂപപ്പെടുന്ന കൂട്ടായ്മകളുടെ വികസിതരൂപങ്ങൾ സംഘടനാസ്വഭാവം ആർജ്ജിച്ചത് ദേശീയ സ്വാതന്ത്ര്യപ്രസ്ഥാനത്തിന്റെ മാത്രമല്ല സമാന്തരമായി ശക്തിപ്പെട്ടുവന്ന നവോത്ഥാന-പുരോഗമന പ്രവർത്തനങ്ങളുടെയും സ്വാധീനത്തിലായിരുന്നു. എന്നാൽ ഇവയിൽ പലതും അതതിടങ്ങളിലെ ആവശ്യങ്ങളും താല്പര്യങ്ങളും മുൻനിർത്തിയുള്ള കൂട്ടായ്മകളായിരുന്നു.

തുടക്കം മുതൽ ഇന്ത്യൻ തൊഴിലാളിപ്രസ്ഥാനത്തിന് ബഹുമുഖ സമരങ്ങളാണ് ഏറ്റെടുക്കേണ്ടി വന്നിട്ടുള്ളത്. നാട്ടുരാജ്യങ്ങളിൽ ജന്മി-ഭൂപ്രഭു അധികാരിവർഗ്ഗത്തോടും കോളനിവാഴ്ചയിൽ അതിശക്തമായ മുതലാളിത്ത-സാമ്രാജ്യത്വ സംവിധാനത്തോടും തൊഴിലുടമയുടെ ലാഭാധിഷ്ഠിത ചൂഷണത്തോടും ഭരണകൂടത്തിന്റെ മർദ്ദക സമീപനത്തോടും ചെറുത്തും കയർത്തുമാണ് ഇന്ത്യൻ തൊഴിലാളിസമൂഹം വികസിച്ചത്.

കോളനിവാഴ്ചക്കാലത്തെ മർദ്ദനവ്യവസ്ഥ

കോളനി ഭരണകൂടത്തിന്റെ മർദ്ദനോപകരണമായിരുന്നു സർക്കാർ സംവിധാനം എന്നതിനാൽ ജീവനക്കാരെയും ഉദ്യോഗസ്ഥരെയും ദേശീയ സ്വാതന്ത്ര്യ പ്രസ്ഥാനത്തിൽനിന്നും പുരോഗമന ജനകീയ പ്രസ്ഥാനത്തിൽനിന്നും അകറ്റി നിർത്താൻ പരമാവധി ശ്രമം നടത്തിയിരുന്നു. കോളനിവാഴ്ചയുടെ ചൂഷണത്തിന്റെ അനിവാര്യ മാർഗ്ഗങ്ങളുടെ ഭാഗമായിരുന്നു ആ രീതി. ഇതുതന്നെ സ്വതന്ത്രഭാരത ഭരണകൂടവും സർക്കാർ ജീവനക്കാരുടെ കാര്യത്തിൽ പിന്തുടരുന്നതായും കാണാം. ദേശീയ പ്രസ്ഥാനത്തിലും ട്രേഡ് യൂണിയൻ പ്രസ്ഥാനത്തിലും ഭാഗഭാക്കാകുന്നതിൽനിന്നും സർക്കാർ ജീവനക്കാരെ ഇത് വലിയതോതിൽ തടയുന്നുണ്ടായിരുന്നു.

അടിച്ചമർത്തലിന്റെ ഭരണകൂട നയത്തോടുള്ള ചെറുതും വലുതുമായ പ്രതിഷേധ-പ്രതിരോധ ബഹിർസ്ഫുരണങ്ങളാണ് ക്രമേണ സംഘടനാ രൂപം പ്രാപിച്ചത്. ഒരർത്ഥത്തിൽ സ്വകാര്യ വ്യക്തികൾക്കുള്ളതിൽനിന്ന് വ്യത്യസ്തമായി സർക്കാർ ജീവനക്കാർക്കുമേൽ അച്ചടക്കത്തിന്റെ ഇരുമ്പുമറകളും വേലിക്കെട്ടുകളും തീർക്കാൻ നടത്തിയ ഭരണകൂട പരിശ്രമം തന്നെയാണ് വിരുദ്ധ അർത്ഥത്തിൽ ജീവനക്കാരുടെ കൂട്ടായ്മയ്ക്കും ഐക്യത്തിനും പോരാട്ടത്തിനും കരുത്തുപകർന്നത്.

1874 ൽ ബംഗാൾ ക്ഷാമകാലത്ത് അടിച്ചേല്പിക്കപ്പെട്ട പരുത്തിക്കരത്തിനെതിരെ, ഉപ്പ് നികുതിക്കെതിരെ, വിവേചനപരമായ ധനകാര്യനയ നിലപാടിനെതിരെ, രൂപപ്പെട്ട ജനവികാരം പ്രതിഫലിക്കുന്നതായിരുന്നു ജീവനക്കാർ ഇക്കാര്യത്തിൽ സ്വീകരിച്ച പ്രമേയം. 1875 ൽ തന്നെ സർക്കാർ ജീവനക്കാരുടെ ആശയ പ്രചരണ-അഭിപ്രായ പ്രകടന സ്വാതന്ത്ര്യം വിനിയോഗിക്കുന്നതിന് സർക്കാരിന്റെ മുൻകൂർ അനുമതി തേടണം എന്ന നിയന്ത്രണം ഏർപ്പെടുത്തി. എന്നാൽ അരാഷ്ട്രീയ കാര്യങ്ങളിലോ സ്വഭാവത്തിലോ അപ്രഖ്യാപിത അവസ്ഥയിലോ ഇത്തരം സ്വാതന്ത്ര്യം തുടർന്ന് അനുഭവിക്കാനവസരം രൂപപ്പെടുകയും ചെയ്തു.

ഡഫ്രിൻപ്രഭു വൈസ്രോയി ആയിരുന്ന കാലത്താണ് ദേശീയ പ്രസ്ഥാനവുമായി സർക്കാർ ജീവനക്കാർ ബന്ധപ്പെടരുതെന്ന് വിലക്കേർപ്പെടുത്തി വിജ്ഞാപനം ഉണ്ടായത്. സർക്കാർ ജീവനക്കാർക്ക് സ്വകാര്യ വ്യക്തിയിൽനിന്ന് വ്യത്യസ്തമായ പെരുമാറ്റ ചട്ടങ്ങൾ രൂപപ്പെട്ടത് ഇതിന്റെ ഭാഗമായാണ്. ഫ്രാൻഡ്സ് ഡോവ്ൺ ഭരണകാലഘട്ടത്തിൽ സർക്കാർ ജീവനക്കാർക്കുമേൽ രാഷ്ട്രീയ പ്രവർത്തനത്തിന് പൂർണ്ണ വിലക്ക് ഏർപ്പെടുത്തിക്കൊണ്ടും കർശന നടപടി നിർദ്ദേശിച്ചുകൊണ്ടും ഉത്തരവുണ്ടായി. സർക്കാരിനെപ്പറ്റിയും അതിന്റെ നിലപാടിനെപ്പറ്റിയും പൊതുസമൂഹത്തിന് തെറ്റായ സന്ദേശവും ധാരണയും ഉണ്ടാകാനിടയാക്കിയേക്കാം എന്നതിനാൽ രാഷ്ട്രീയ-അർദ്ധ രാഷ്ട്രീയ സംഘടനകളുമായി സർക്കാർ ജീവനക്കാർ ബന്ധം വയ്ക്കരുതെന്ന സർക്കുലർ

പുറപ്പെടുവിക്കപ്പെട്ടു.

1888 ഒക്ടോബർ 29 ന് ആഭ്യന്തരവകുപ്പ് പുറപ്പെടുവിച്ച നിരോധന ഉത്തരവിന്റെ പ്രാബല്യം 1890-91 ആയപ്പോഴേക്കും വ്യക്തമായി. രാഷ്ട്രീയ നിലപാടുകൾ സംബന്ധിച്ച് നിയമാഭിപ്രായം പ്രകടിപ്പിക്കുന്നതിൽനിന്നും സർക്കാർ വക്കീലന്മാർ പോലും 1891 ആയപ്പോഴേക്കും വിലക്കപ്പെട്ടു.

സർക്കാരിന്റെ നയതീരുമാനങ്ങൾക്കുമേൽ വാക്കാലോ രേഖാമൂലമോ യോജിച്ചോ-വിയോജിച്ചോ യാതൊരു അഭിപ്രായവും ജനമദ്ധ്യത്തിൽ പ്രകടിപ്പിക്കരുതെന്ന് സർക്കാർ ജീവനക്കാരെ വിലക്കിക്കൊണ്ട് 1896 ൽ ഉത്തരവുണ്ടായി. 1904 ആയപ്പോഴേക്കും രാഷ്ട്രീയ പ്രസ്ഥാനങ്ങളെ പിന്തുണയ്ക്കുകയോ സഹായിക്കുകയോ ചെയ്യുന്ന പ്രവൃത്തികളും പങ്കാളിത്തവും വിലക്കിക്കൊണ്ടും അത്തരത്തിൽ തങ്ങളുടെ പൊതുപദവിക്കു നിരക്കാത്തവിധം രാഷ്ട്രീയസംഘടനായോഗങ്ങളിലെ സാന്നിദ്ധ്യം വിലക്കിക്കൊണ്ടുമുള്ള ഉത്തരവും പ്രാവർത്തികമായതായി കാണാം.

സർക്കാർ ജീവനക്കാർ മാത്രമല്ല പെൻഷണർമാരും രാഷ്ട്രീയ പ്രവർത്തനത്തിൽ ഏർപ്പെടുന്നതിനെതിരെ 1907 ൽ സർക്കാർ നടപടി ഉണ്ടായി. ഏതെങ്കിലും രാഷ്ട്രീയ സംഘടനയുടെ അംഗത്വമോ ബന്ധമോ ഗുരുതര സ്വഭാവദൂഷ്യമായി കണ്ട് പെൻഷൻ നിഷേധിക്കാൻ തക്കതായ വ്യവസ്ഥകൾ സിവിൽ സർവ്വീസ് റഗുലേഷൻ അനുച്ഛേദം 351 ൽ ഉൾപ്പെടുത്തി. രാഷ്ട്രീയ പ്രവർത്തനമോ ബന്ധമോ രാജ്യദ്രോഹ പ്രവൃത്തിയായി കണ്ട് പെൻഷൻ തടയാനോ വെട്ടിക്കുറയ്ക്കാനോ ഉള്ള അധികാരം സർക്കാരിൽ നിക്ഷിപ്തമാക്കപ്പെട്ടു. അതായത് ഒരു നൂറ്റാണ്ടു മുമ്പ് നിലവിൽ വന്ന പെൻഷൻ സമ്പ്രദായം ഹനിക്കാനുള്ള പരിശ്രമം അന്നു മുതല്ക്കേ ഭരണകൂടം തുടങ്ങിയിരുന്നു. എന്നാൽ അത് പ്രാവർത്തികമായത് 2003 ൽ വാജ്പേയി സർക്കാരിന്റെ (എൻ ഡി എ) കാലത്താണ്. പെൻഷൻ സ്വകാര്യവല്ക്കരണത്തിന് നിയമപ്രാബല്യം നല്കിയത് 2013 ൽ മൻമോഹൻസിങ്ങ് (യു പി എ) ഭരണകാലത്താണ്.

പരിമിതമാണെങ്കിലും സർക്കാർ ഉദ്യോഗസ്ഥതുറകൾ ഇന്ത്യയിൽ പ്രധാന തൊഴിൽ-വരുമാന അവസരമാണ്. ഇത്തരത്തിൽ തൊഴിൽ അന്വേഷകരായി സർക്കാർ സേവനരംഗത്തെത്തുന്നവർക്കിടയിൽ രാഷ്ട്രീയബോധവും സംഘടനാശേഷിയും രൂപപ്പെട്ടാലുണ്ടാകുന്ന സ്ഥിതി ഭരണകർത്താക്കൾ ശരിക്കും തിരിച്ചറിഞ്ഞിരിക്കണം. അതുകൊണ്ടു തന്നെ മിലിറ്ററി സർവ്വീസിൽനിന്ന് ഭിന്നവും പൊതുസമൂഹത്തിൽനിന്ന് അന്യവും ആയ ഒരുതരം 'സിവിൽ ആർമി' പോലെ ഉദ്യോഗസ്ഥ വൃന്ദത്തെ രൂപപ്പെടുത്തുകയാണ് കോളനിവാഴ്ചക്കാലത്തേതിന് ചെയ്തത്. പെരുമാറ്റച്ചട്ടത്തിന്റെ മറവിൽ കോളനിവാഴ്ചക്കാലത്തിന് സമാനവഴിയിൽ തുടരാനും സർക്കാർ ജീവനക്കാർക്ക് കൂച്ചുവിലങ്ങിടാനുമാണ് സ്വതന്ത്ര ഇന്ത്യയിലും കേന്ദ്ര-സംസ്ഥാന സർക്കാരുകൾ തുനിഞ്ഞത്. അപൂർവ്വം ചില ഘട്ടങ്ങളിൽ അധികാരമേറ്റ പുരോ

ഗമനപ്രസ്ഥാനവും അതിന്റെ നേതൃത്വത്തിലുള്ള സർക്കാരുകളും മാത്രമായിരുന്നു ഇതിന് അപവാദം.

അച്ചടക്കത്തിന്റെയും അടിച്ചമർത്തലിന്റെയും ചൂഷണത്തിന്റെയും ചട്ടവ്യവസ്ഥകൾക്കെതിരെ രാജ്യത്തെ ഏറ്റവും വലിയ തൊഴിൽമേഖലയിലെ കേന്ദ്ര-സംസ്ഥാന സർക്കാർ ജീവനക്കാർ നടത്തേണ്ടി വന്നത് ചെറുതല്ലാത്ത ചെറുത്തുനില്പാണ്. എന്നാൽ പൊതുമേഖലാ തൊഴിൽ രംഗത്തെ നീലക്കോളർ തൊഴിലാളികളിൽനിന്നും തികച്ചും ഭിന്നമായിരുന്നു വെള്ളക്കോളർ ജീവനക്കാരായ സർക്കാർ ഉദ്യോഗസ്ഥരുടെ സംഘടനാ പ്രവർത്തനവും സമരരൂപങ്ങളും. സമൂഹത്തിലെ മുഴുവൻ ജനവിഭാഗങ്ങൾക്കും എതിരായ മർദ്ദനോപാധിയായി സർക്കാർ ഉദ്യോഗസ്ഥവൃന്ദത്തെ നിലനിർത്താനുതകുന്ന പെരുമാറ്റച്ചട്ടമാണ് കോളനി ഭരണകൂടം നടപ്പാക്കിയത്. പില്ക്കാല സ്വതന്ത്ര ഇന്ത്യൻ ഭരണാധികാരികളും അതേ പെരുമാറ്റച്ചട്ടങ്ങൾ മാറ്റമില്ലാതെ പിന്തുടരുക വഴി സ്വതന്ത്രപരമാധികാര ജനതയ്ക്കുമേലുള്ള മർദ്ദകവൃന്ദമായി സർക്കാർ ഉദ്യോഗസ്ഥർ വിനിയോഗിക്കപ്പെട്ടു. 1905 ൽ ഈ നിയന്ത്രണവ്യവസ്ഥ രാഷ്ട്രീയപ്രസ്ഥാനങ്ങളിലെ പങ്കാളിത്തം, സാന്നിദ്ധ്യം, സഹായം എന്നിവയെല്ലാം പെരുമാറ്റ ദൂഷ്യമായി വ്യവസ്ഥപ്പെടുത്തപ്പെട്ടു. എന്നാൽ വിവിധ ഘട്ടങ്ങളിൽ രൂപപ്പെടുത്തുകയും പരിഷ്കരിക്കുകയും ചെയ്യപ്പെട്ട സർക്കാർ ഉദ്യോഗസ്ഥരുടെ പെരുമാറ്റച്ചട്ട വ്യവസ്ഥകൾ കേന്ദ്ര-സംസ്ഥാന സർക്കാർ സർവ്വീസുകളിൽപ്പെട്ട ജീവനക്കാർക്കുമേൽ ബാധകമാക്കിക്കൊണ്ട് അവരുടെ സംഘടനാ സ്വാതന്ത്ര്യവും രാഷ്ട്രീയ പൗരവകാശവും ഹനിക്കുകയായിരുന്നു സ്വതന്ത്രഭാരത ഭരണകർത്താക്കൾ.

അച്ചടക്കത്തിന്റെ പേരിലുള്ള സമ്മതി നിർമ്മിതിയുടെ ഏറ്റവും ഉചിതമായ ഉദാഹരണമാണ് അടിയന്തരാവസ്ഥക്കാലവും അടിയന്തരാവസ്ഥാനന്തരഘട്ടവും. കേരള സംസ്ഥാന രൂപീകരണത്തിനുശേഷം രണ്ട് പതിറ്റാണ്ട് കാലം ജീവനക്കാർക്കുമേൽ നിലനിന്ന അധീശത്വവാഴ്ചയുടെ തുടർച്ച തന്നെയായിരുന്നു അക്കാലത്തെ അനുഭവം. 1962 ൽ കേരള എൻ ജി ഒ യൂണിയൻ രൂപീകരണ ഘട്ടത്തിൽ മുന്നോട്ടുവയ്ക്കപ്പെട്ടത് പരിമിതമായ ലക്ഷ്യങ്ങൾ മാത്രമായിരുന്നു. സംഘടിക്കാനും അഭിപ്രായ പ്രകടനത്തിനുമുള്ള അവകാശ സംരക്ഷണമായിരുന്നു പ്രഥമ ലക്ഷ്യം. കൂട്ടായ വിലപേശലിനും സമരം ചെയ്യുന്നതിനും ഉൾപ്പെടെയുള്ള അവകാശങ്ങൾ പില്ക്കാലത്ത് നേടിയെടുക്കപ്പെട്ടതാണ്. അതാകട്ടെ വിപുലപ്പെട്ടു വന്ന പ്രവർത്തനങ്ങൾക്കൊപ്പം ഊട്ടം കൂടിയ ലക്ഷ്യവുമാണ്. കൃത്യവും അടിയുറച്ചതുമായ ട്രേഡ് യൂണിയൻ ബോധത്തോടെയുള്ള നിലപാടുകളിലേക്ക് ക്രമേണ എത്തപ്പെടുകയാണ് ചെയ്തത്. രണ്ട് ദശകങ്ങളെടുത്ത ഈ മാറ്റത്തിനിടയിലാണ് അടിയന്തരാവസ്ഥ പ്രഖ്യാപനവും തുടരനുഭവവും.

സ്വതന്ത്രഭാരതത്തിലെ സേവനമേഖല

സമയകൃത്യത, സേവനനിർവ്വഹണം, കാര്യക്ഷമത തുടങ്ങിയ രൂപത്തിൽ ഒരുതരം വ്യാജസമ്മതി നിർമ്മാണമാണ് അക്കാലത്ത് കേരളത്തിൽ സംഭവിച്ചത്. താരതമ്യേന മെച്ചപ്പെട്ട വേതന ആനുകൂല്യം കൈപ്പറ്റി വന്ന സർക്കാർ ജീവനക്കാരോട് പരിമിത വേതനം മാത്രം ലഭിച്ചിരുന്ന കർഷക-കർഷകേതര വിഭാഗത്തിനുണ്ടായിരുന്ന അസംതൃപ്തിയും പ്രകടമാക്കപ്പെട്ടു. ഗസറ്റഡ് ഉദ്യോഗസ്ഥർ ഉൾപ്പെടെ ജീവനക്കാർക്കിടയിൽ നിശ്ശബ്ദ സഹനത്തിന്റേതായ അധമബോധവും അധികാരപ്രീണനത്തിന്റേതായ അഭിമാനബോധവും ഒരേ സമയം പരിപാലിക്കപ്പെട്ടു. പ്രചാരത്തിലുണ്ടായിരുന്ന മാധ്യമങ്ങളാകെ പ്രതിലോമ ഘടകങ്ങൾക്ക് അമിത പ്രാധാന്യത്തോടെ പ്രചാരണം നല്കി. അടിച്ചമർത്തലിനും അതിക്രമത്തിനും വിധേയരായവരുടെ അല്പമാത്ര പ്രതിഷേധം പോലും ഇരുമ്പഴികൾക്കുള്ളിൽ തളച്ചിടപ്പെട്ടു. ഇതിന്റെയെല്ലാം ഫലമായാണ് 1978 ൽ രാജ്യമാകെ അടിയന്തരാവസ്ഥക്കെതിരായ ജനമുന്നേറ്റം ദൃശ്യമായപ്പോൾപോലും കേരളത്തിൽ അടിയന്തരാവസ്ഥാവാഴ്ചക്കാർക്ക് പിന്തുണയും അംഗീകാരവും അധികാരവും ഉറപ്പിക്കാനാകുന്ന സ്ഥിതി സംജാതമായത്. ഇന്ത്യയിൽ കൊളോണിയൽ കാലത്തും സ്വാതന്ത്ര്യാനന്തര കാലത്തും അച്ചടക്കത്തിന്റെ വാൾ ജീവനക്കാർക്കെതിരെ ഉയർത്തി വീശുമ്പോൾ ബ്രിട്ടനിൽപ്പോലും രാഷ്ട്രീയ പ്രക്രിയയിൽ ഏർപ്പെടാനും സംഘടിത പ്രവർത്തനങ്ങളിൽ പങ്കെടുക്കാനും മാത്രമല്ല സ്വകാര്യ സംരംഭങ്ങളിൽ ഏർപ്പെടാൻ ഉൾപ്പെടെയുള്ള അവകാശവും അവസരവും സർക്കാർ സേവനതുറയിലുള്ള ജീവനക്കാർക്ക് അനുവദിക്കപ്പെടുന്നു എന്ന വൈരുദ്ധ്യം നിലനില്ക്കുന്നു. കേന്ദ്ര-സംസ്ഥാന സർവ്വീസ് ജീവനക്കാർക്കു പുറമേ റെയിൽ, തുറമുഖം, വ്യവസായം, ഊർജ്ജ മേഖല, ബാങ്കിങ് മേഖല മുതലായിടങ്ങളിലും ഈ കറുത്ത നിയമങ്ങൾക്കിരയാക്കപ്പെട്ടവർ ഏറെയുണ്ട്.

1975–1977 കാലയളവിൽ 'രാഷ്ട്രസുരക്ഷിതത്വം' എന്ന കാരണത്തിന്റെ അടിസ്ഥാനത്തിൽ സർക്കാർ ജീവനക്കാരുടെ സംഘടനാ പ്രവർത്തനത്തെ നേരിടുന്ന സ്ഥിതിയും സംജാതമായി. കാര്യപ്രാപ്തിയില്ലാത്ത, കൂറില്ലാത്ത, അഴിമതിക്കാരായ, ഒരുപറ്റം എന്ന നിലയ്ക്കാണ് ഈ വിഷയത്തിൽ സുപ്രീംകോടതി വിധി പ്രസ്താവത്തിൽപ്പോലും ജീവനക്കാരെ സമീപിച്ചിരിക്കുന്നത്. ഈ സ്ഥിതി നേരിടാൻ രാഷ്ട്ര സുരക്ഷിതത്വം മുൻനിർത്തി നടപടികൾ സ്വീകരിക്കാനും നിയാമക അധികാരം സർക്കാരിൽ നിക്ഷിപ്തമാക്കാനുമാണ് ശ്രമിച്ചത്. സാമൂഹ്യസംസ്കാരത്തിനും സാമാന്യനീതിക്കും നിരക്കാത്ത നടപടിക്രമങ്ങളാണ് സ്വീകരിക്കപ്പെട്ടത്.

സർക്കാർ ജീവനക്കാരുടെ സംഘടനകൾക്ക് അംഗീകാരം നല്കുന്നതിനുള്ള രീതിക്ക് തുടക്കമിട്ടത് 1921 ലാണ്. ഗ്രേറ്റ് ബ്രിട്ടനിൽ ഇംഗ്ലീഷ് ഭരണാധികാരികളാണ് 1921 ഒക്ടോബർ 13 ന് ഇതുസംബന്ധിച്ച ആദ്യ

ഉത്തരവ് പുറപ്പെടുവിച്ചത്. 1899 ൽ ബ്രിട്ടീഷ് തപാൽ ജീവനക്കാരുടെ സംഘടനയ്ക്കുള്ള അംഗീകാരമാണ് ഈ വിധത്തിൽ നല്കപ്പെട്ടത്. തൊഴിൽ വിഭാഗം, ആകെ ജീവനക്കാരിൽ മൂന്നിലൊന്നിന്റെയെങ്കിലും പിന്തുണ, പ്രാതിനിധ്യശേഷി, പൊതുതാല്പര്യം മുതലായവയാണ് ഇതിന് നല്കപ്പെട്ട മാനദണ്ഡങ്ങൾ. 1906 ൽ ഇന്ത്യൻ ടെലിഗ്രാഫ് അസോസിയേഷനാണ് ഇപ്രകാരം ആദ്യം അംഗീകാരം നല്കപ്പെട്ടത്. 1919 ൽ ഫോർമെൻ അസോസിയേഷൻ ഓഫ് ഇന്ത്യയുടെ അംഗീകാര പ്രശ്നത്തോടെ ഈ രീതി സജീവമായി മാറി. ജീവനക്കാരുടെ താല്പര്യം, പ്രാതിനിധ്യം, പൊതുതാല്പര്യം എന്നിവയാണ് മാനദണ്ഡമാക്കപ്പെട്ടത്. 1921 ൽ ഇക്കാര്യത്തിലുള്ള ഇന്ത്യാ ഗവൺമെന്റ് നിർദ്ദേശം പ്രസിദ്ധീകൃതമായെങ്കിലും, ഇപ്പോഴും ഇക്കാര്യത്തിൽ സർക്കാരുകളുടെ ഏകപക്ഷീയ നിലപാടും അപ്രമാദിത്വവും തുടരുകയാണ്.

1917 നു ശേഷവും ഒന്നാം ലോകയുദ്ധത്തിനുശേഷവും സോവിയറ്റ് യൂണിയന്റെ സ്ഥാപനത്തിനുശേഷവും തൊഴിലാളിമേഖലയിൽ മാത്രമല്ല സർക്കാർ ജീവനക്കാരുടെ മേഖലയിലും വർദ്ധിച്ചതോതിൽ സംഘടനാസ്വഭാവം രൂപപ്പെട്ടുവന്നു. 1920 ആയപ്പോഴേക്കും ബംഗാൾ സംസ്ഥാന ജീവനക്കാരുടെ സംഘടന രൂപപ്പെട്ടു. ജീവനക്കാരുടെ ശമ്പളഘടന, സ്ഥാനക്കയറ്റം, പദവി എന്നിവയായിരുന്നു മുഖ്യസംഘടനാ അജണ്ട. 1923 ൽ ബംഗാൾ സർക്കാരിന്റെ അംഗീകാരത്തോടെ അഖിലബംഗാൾ മിനിസ്റ്റീരിയൽ ഓഫീസേഴ്സ് അസോസിയേഷൻ നിലവിൽ വന്നു. ഇതിന്റെ തുടർച്ചയായി റൈറ്റേഴ്സ് ബിൽഡിങ്സ് അസോസിയേഷൻ എന്ന പേരിൽ സെക്രട്ടേറിയറ്റ് ജീവനക്കാരുടെ സംഘടന രൂപീകൃതമായി.

1920 ൽ ആൽവിൻ കമ്മിറ്റി ശുപാർശ പ്രകാരം ബംഗാളിൽ ആദ്യ ശമ്പളകമീഷൻ നിയോഗിക്കപ്പെട്ടു. ആദ്യമായി ടൈംസ്കെയിൽ സമ്പ്രദായം സ്ഥിരം ജീവനക്കാർക്ക് ബാധകമാക്കി. 1920 ൽ തന്നെ ബംഗാൾ സെക്രട്ടേറിയറ്റ് അസോസിയേഷൻ രൂപീകൃതമായി. തുടർന്ന് സെക്രട്ടേറിയറ്റ് കേന്ദ്രീകൃതമായ സംഘടനകൾ അപ്രത്യക്ഷമാകുകയോ രൂപാന്തരപ്പെടുകയോ ചെയ്തുവെങ്കിലും ബംഗാൾ മിനിസ്റ്റീരിയൽ ഓഫീസേഴ്സ് അസോസിയേഷൻ ഇന്നും തുടരുകയും ശക്തിപ്പെടുകയും ചെയ്യുന്ന അവസ്ഥയാണുള്ളത്.

1946 ലെ റോയൽ ഇന്ത്യൻ നേവിയിലെ ശിപായിമാരുടെ കലാപവും, കമ്പിത്തപാൽ ജീവനക്കാരുടെ ദേശീയ പണിമുടക്കവും ഇത്തരത്തിൽ സർക്കാർ ജീവനക്കാരുടെ മേഖലയിലെ നിർണ്ണായക സമരരൂപങ്ങളായി മാറി. സ്വതന്ത്ര ഇന്ത്യയിലെ ആദ്യ ശമ്പളകമീഷൻ നിയമനത്തിലേക്ക് നയിച്ചത് ഈ സമരങ്ങളുടെ അനുഭവമാണ്. അതിന്റെ സ്വാധീനം സംസ്ഥാനങ്ങളിലെ ജീവനക്കാരുടെ സംഘടനാ രൂപീകരണത്തിലേക്കും സമരാവേശത്തിലേക്കും വ്യാപനത്തിലേക്കും ശാക്തീകരണത്തിലേക്കും നയിച്ചു.

സംസ്ഥാന ജീവനക്കാരുടെ സംഘടന രൂപീകരണം

1947 ൽ തന്നെ സ്വതന്ത്രഭാരതത്തിലെ സംസ്ഥാന ജീവനക്കാരുടെ ആദ്യ പ്രക്ഷോഭം മദ്രാസ് പ്രസിഡൻസിയിൽ നടന്നു. ഇതിന് നേതൃത്വം നല്കിയത് 1921 ൽ രൂപം പ്രാപിച്ച മദ്രാസ് പ്രൊവിൻഷ്യൽ എംപ്ലോയീസ് അസോസിയേഷനാണ്. കിരാതവും അടിച്ചമർത്തപ്പെടുന്നതുമായ കരിനിയമങ്ങളും കിരാതമായ വ്യവസ്ഥകളും പിൻവലിക്കാനും ജീവനക്കാരുടെ അന്തസ്സും പദവിയും പരിപാലിക്കപ്പെടാനുമുള്ള മുഖ്യമുദ്രാവാക്യമാണ് അന്ന് ഉന്നയിക്കപ്പെട്ടത്. 1947 സെപ്തംബർ 8 മുതൽ 13 വരെയുള്ള കാലയളവിൽ മദ്രാസ് എൻ ജി ഒ വാരം ആചരിക്കുകയും ചെയ്തത് ചരിത്രഭാഗം. സമരപോരാട്ടങ്ങളുടെ എണ്ണത്തിലും അവയുടെ ഫലത്തിലും നിർണ്ണായകമായ ഈ കാലയളവിന്റെ തുടർച്ചയാണ്, ആദ്യ കേന്ദ്ര ശമ്പളപരിഷ്കരണ കമീഷൻ നിയമനവും. ക്ഷാമബത്ത നിർണ്ണയം സംബന്ധിച്ച മാനദണ്ഡങ്ങൾ ഈ കമീഷൻ ശുപാർശ ചെയ്തു. ട്രേഡ് യൂണിയൻ സംഘടനാവകാശം, അടിമ സ്വഭാവം പുലർത്തുന്ന സർവ്വീസ് ചട്ടങ്ങൾ റദ്ദാക്കൽ, പെരുമാറ്റ ചട്ട പരിഷ്കരണം തുടങ്ങിയ മുദ്രാവാക്യങ്ങൾ പില്ക്കാല സർവ്വീസ് സംഘടനാ മുന്നേറ്റങ്ങൾക്ക് പ്രചോദകമായി.

1940 മുതൽ 1960 വരെയുള്ള കാലയളവ്, ഇന്ത്യയിലെ സർക്കാർ ജീവനക്കാരുടെ സംഘടനാചരിത്രത്തിൽ പൊതുവിലും സംസ്ഥാന ജീവനക്കാർക്കിടയിൽ വിശേഷിച്ചും സംഘടിതവും സമരോത്സുകവുമായിരുന്നു. 1945 ലെ ഒന്നാം അഡ്മിനിസ്ട്രേറ്റീവ് എൻക്വയറി കമ്മിറ്റി (റവ്ലാന്റ് കമ്മിറ്റി)നിയമനവും അവരുടെ ശുപാർശയും ശ്രദ്ധേയം. സേവന-വേതന നിബന്ധനകൾ, അതിജീവന വേതനം, സ്ഥിരനിയമനം, പെൻഷൻ അവകാശം, പ്രമോഷൻ അവസരം തുടങ്ങിയവയെല്ലാം മുദ്രാവാക്യങ്ങളായി ഉന്നയിക്കപ്പെട്ടു. അവധി വേതനം, ക്ഷാമബത്ത, ബോണസ് ആനുകൂല്യം മുതലായവ ഇതിനൊപ്പം കൂട്ടിച്ചേർക്കപ്പെട്ടു.

സംഘടനാ രൂപീകരണത്തിൽ മാത്രമല്ല, സംഘടനാ ഐക്യത്തിലും ബംഗാൾ മാർഗ്ഗദർശകമായി. 20 സംഘടനകൾ യോജിച്ച് ഗവൺമെന്റ് എംപ്ലോയീസ് ഫെഡറേഷൻ രൂപീകരിക്കാനും മുഖപത്രമായി *സർക്കാരി കർമ്മചാരി* ദ്വൈവാരിക പ്രസിദ്ധീകരിക്കാനും ഈ കാലത്താണ് കഴിഞ്ഞത്. സുധീർ ആചാര്യ ആദ്യ ജനറൽ സെക്രട്ടറിയും മൃണാൽ കാന്തിബസു പ്രസിഡന്റുമായാണ് സംയുക്ത സംഘടന രൂപപ്പെട്ടത്. സ്ഥിരനിയമനം, അടിസ്ഥാന ജീവനവേതനം, പിരിച്ചു വിടൽ നിരോധനം, ഭവനപദ്ധതികളുൾപ്പെടെ ക്ഷേമനടപടികൾ എന്നിവ മുഖ്യമുദ്രാവാക്യമായി ഉന്നയിക്കപ്പെട്ടു. 1949 ൽ കല്ക്കത്തയിൽ ഭാരത്സഭാ ഹാളിൽ ചേർന്ന ദേശീയ കൺവെൻഷൻ ഈ ആവശ്യങ്ങളും പെരുമാറ്റചട്ട ഭേദഗതിയും ഇതര സാമ്പത്തിക ആവശ്യങ്ങളും ഉന്നയിച്ച് പ്രക്ഷോഭം ആരംഭിക്കാനാണ് തീരുമാനിച്ചത്. 1949 ൽ നടന്ന റെയിൽവേ തൊഴിലാളികളുടെ അതിശക്തമായ ദേശീയ പണിമുടക്കവും സംഘടനാ മുന്നേറ്റത്തിൽ ദിശാസൂചികയായി.

1955-56 ഇന്ത്യൻ ട്രേഡ് യൂണിയൻ പ്രസ്ഥാനത്തിന്റെയും സർവ്വീസ് സംഘടനകളുടെയും ചരിത്രത്തിലെ നാഴികക്കല്ലാണ്. തുടർന്ന് 1957 ജൂലൈ 11, 12 തീയതികളിൽ ദില്ലിയിൽ നടന്ന ഇന്ത്യൻ ലേബർ കോൺഗ്രസ് 15-ാം സമ്മേളനവും ഏറെ നിർണ്ണായകമായി. തൊഴിലുടമകൾ, തൊഴിലാളികൾ, സർക്കാർ എന്നിങ്ങനെ ത്രികക്ഷി പ്രാതിനിധ്യത്തോടെ ചേർന്ന് ലേബർ കോൺഗ്രസ് അവശ്യാധിഷ്ഠിത മിനിമം വേതനം, വാണിജ്യവിലനിലവാരവും ജീവിതച്ചെലവും പരിഗണിച്ചുള്ള ക്ഷാമബത്ത എന്നിവ സംബന്ധിച്ച പ്രാഥമികതത്ത്വങ്ങൾക്ക് രൂപംനല്കി.

സർക്കാർ കേവലം സ്വകാര്യ തൊഴിലുടമയുടെ രീതി പിന്തുടരുകയല്ല മറിച്ച് മാതൃകാ തൊഴിലുടമയായി പ്രവർത്തിക്കണമെന്നും അടിസ്ഥാനവേതന നിയമ തത്ത്വം സർക്കാർ സേവനമേഖലയിലും ബാധകമാക്കണമെന്നുള്ള ഒന്നാം ശമ്പള കമീഷൻ പരാമർശം ഏറെ ശ്രദ്ധേയമായി. സാമ്പത്തികാനുകൂല്യങ്ങൾ ഉന്നയിച്ചുള്ള ചെറുതും വലുതും ഒറ്റയ്ക്കും കൂട്ടായതുമായ ഒട്ടേറെ പ്രക്ഷോഭങ്ങളാണ് കേന്ദ്ര-സംസ്ഥാന സർക്കാർ ജീവനമേഖലയിൽ തുടർന്നുണ്ടായത്. ഇതിനൊപ്പം തന്നെ പ്രതികാര നടപടികൾ, കരിനിയമങ്ങൾ, അടിച്ചമർത്തലുകൾ തുടങ്ങിയവയെല്ലാം സർക്കാർ ജീവനക്കാർക്കിടയിലെ സംഘടനാപ്രവർത്തനം തകർക്കാനും തളർത്താനുമായി എടുത്തുപയോഗിക്കാൻ ഭരണകർത്താക്കളും സന്നദ്ധമായി എന്നു കാണാം.

ആഭ്യന്തര സുരക്ഷിതത്വപാലനനിയമം (മിസ-MISA)ഇന്ത്യൻ പ്രതിരോധ പ്രക്രിയ ചട്ടം (ഡി ഐ ആർ-DIR),ആവശ്യസേവന പരിപാലനനിയമം (എസ്മ-ESMA), വിജിലൻസ്-പൊതുഅഴിമതി നിരോധന നിയമം (വി എ സി ബി എ-VACBA), തുടങ്ങിയവയെല്ലാം അധിനിവേശത്തിനായി വ്യത്യസ്ത അളവിലും രീതിയിലും പ്രയോഗിക്കപ്പെട്ടു. നിലവിലുണ്ടായിരുന്ന അപരിഷ്കൃത പെരുമാറ്റചട്ടങ്ങൾ, സ്വഭാവപരിപാലന വ്യവസ്ഥകൾ, അസംതൃപ്തമായ ശമ്പളഘടന നിരക്കുകൾ മുതലായവക്കെതിരെ എല്ലാ സംസ്ഥാനങ്ങളിലും ചെറുതും വലുതുമായ സംഘടനകൾ വിപുലപ്പെട്ടും ശക്തിപ്പെട്ടും വന്നു. ഇതിന്റെ അനിവാര്യമായ, അവിഭാജ്യമായ ഭാഗമായിട്ടാണ് കേരളത്തിലെ സർവ്വീസ് സംഘടനാരംഗവും വികസിച്ചത്.

സിവിൽ സർവ്വീസിന്റെ ഉത്ഭവവും വികാസപരിണാമവും

പൊതുസേവനമേഖലയിൽ സ്വാഭാവികമായും നിയമനിർമ്മാണം, നിയമ നിർവ്വഹണം, ഭരണ നിർവ്വഹണം, നീതി നിർവ്വഹണം തുടങ്ങിയ വിഭാഗങ്ങൾ ഉൾക്കൊള്ളുന്നു. എന്നാൽ പൊതുസേവന പ്രദാനമേഖല യായി പരിമിത അർത്ഥത്തിൽ വ്യവഹരിക്കുന്നത് ഭരണ നിർവ്വഹണ വിഭാ ഗത്തെയാണ്. തുടക്കത്തിൽ ഈ ഗണത്തിൽ നിയന്ത്രണവകുപ്പുകൾ, നീതിന്യായ സംവിധാനം എന്നിവയിലെ ഗസറ്റഡ് ജീവനക്കാരും ഉൾ പ്പെട്ടിരുന്നു. ക്രമേണ പൊലീസ്, നീതിന്യായം, എക്സൈസ്, ഫയർ ഫോഴ്സ്, ഫോറസ്ട്രി വിഭാഗങ്ങളിലെ ഉദ്യോഗസ്ഥർ അതാത് മേഖ ലകളിലായി ഏകോപിപ്പിക്കപ്പെട്ടു.

സർക്കാർ സേവനമേഖലയിലെ പ്രൊഫഷണൽ, സാങ്കേതിക-ശാസ്ത്ര-ഭരണനിർവ്വഹണ-അക്കാദമിക്-മാനേജ്മെന്റ് രംഗങ്ങളിലെ ഉദ്യോഗസ്ഥരാണ് തുടർന്ന് ഗസറ്റഡ് ഓഫീസർമാരുടെ പൊതുസംഘ ടനയിൽ ഏകോപിപ്പിക്കപ്പെട്ടത്. ഇന്നിപ്പോൾ മദ്ധ്യതല ഉദ്യോഗസ്ഥരുടെ ഏറ്റവും വലിയ പൊതുസംഘടനയായാണ് ഗസറ്റഡ് ജീവനക്കാരുടെ പ്രസ്ഥാനം നിലകൊള്ളുന്നത്.

ജനാധിപത്യ പ്രക്രിയയിൽ ജനാഭിലാഷം നിറവേറ്റുകയാണ് സേവന മേഖലയുടെ ലക്ഷ്യം. അതിനായി രൂപപ്പെടുത്തപ്പെട്ടതും നിലനില്ക്കു ന്നതുമായ നിർവ്വഹണ സംവിധാനമാണ് പൊതു സിവിൽ സർവ്വീസ്. തുടക്കം മുതൽ ഇപ്പോൾ വരെയും ശ്രദ്ധാപൂർവ്വം പരിപാലിക്കപ്പെടുന്ന രംഗമാണ് സിവിൽസർവ്വീസിന്റേത്. അതിൽ ഏറ്റവും മുഖ്യമായ രണ്ട് ഘടകങ്ങളാണ് അച്ചടക്കപൂർണ്ണമായ കാര്യക്ഷമതയും സംതൃപ്തമായ സേവന നിബന്ധനകളും മാനദണ്ഡങ്ങളും. കാലക്രമേണ ഈ രണ്ടു ഘടകങ്ങളിലും സംഭവിച്ച ദൗർബല്യങ്ങൾ പരിഹരിക്കാൻ മുൻകാല ചരിത്രപാഠങ്ങൾ പുതുതലമുറയ്ക്ക് സഹായകമാകും.

ആധുനിക രാഷ്ട്രവും സേവനരംഗവും

ശിഥിലവും ദുർബ്ബലവുമായിരുന്ന നാട്ടുരാജ്യ ഭരണക്രമത്തിൽനിന്ന് ദേശരാഷ്ട്ര (നേഷൻസ്റ്റേറ്റ്)സംവിധാനത്തിലേക്ക് രാജ്യങ്ങൾ പരിണമിച്ചു. തുടർന്ന് ആധുനിക ജനാധിപത്യ രാഷ്ട്രഭരണ സംവിധാനം പ്രാവർത്തികമായി. അതിൽ ഭൂരിപക്ഷവും ക്ഷേമരാഷ്ട്രങ്ങളായും അതിനുതകുന്ന ഭരണകാര്യ രാഷ്ട്രങ്ങളായും പരിവർത്തനപ്പെട്ടു. ഇതിൽ ഏതൊരു രാഷ്ട്രക്രമത്തിലും അനിവാര്യമായ ഘടകമാണ് സേവന സംവിധാനം. രാഷ്ട്രസമൂഹത്തിന്റെ സാമ്പത്തിക വികസന-ക്ഷേമ-സുരക്ഷ-ഭരണരംഗങ്ങളിൽ വ്യവഹരിക്കുന്നതാണ് ഈ സേവന മേഖല. പൊതുമരാമത്ത്, പ്രകൃതി വിഭവപരിപാലനം, പൊതുവിതരണം, ഭക്ഷ്യ-പോഷണ സുരക്ഷ, സമഗ്രക്ഷേമ സുരക്ഷ എന്നിവയിലും പ്രത്യേക പരിരക്ഷാ വിഭാഗങ്ങളുടെ ക്ഷേമ-സുരക്ഷ-വികസന രംഗങ്ങളിലും സേവനപ്രദാനം അനിവാര്യമായി മാറി. രാഷ്ട്രവ്യവഹാര മേഖലകൾ വിപുലവും വ്യാപകവും ആകുന്നതിനനുസരിച്ച് സേവന പ്രദാന രംഗവും വിപുലവും വ്യാപകവുമായി മാറി വന്നു.

ഭരണകൂടത്തിന്റെ സവിശേഷവും വ്യതിരക്തവുമായ ഘടകമാണ് സിവിൽ സർവ്വീസ്. സർക്കാർ എത്രതന്നെ സുസംഘടിതവും വ്യവസ്ഥാപിതവും ആയാലും അല്ലെങ്കിലും ഭരണകാര്യ നിപുണരും വിദഗ്ദ്ധരുമായ ഉദ്യോഗസ്ഥ ശ്രേണി അനിവാര്യവും അവിഭാജ്യവുമായ ഘടകമായി നിലനില്ക്കുന്നു. പൊതുസേവന മേഖലയെന്നത് ഭരണഘടനാ ദത്തവും നിയമപരവുമായ അധികാര അവകാശങ്ങളോടെയുള്ള ഉദ്യോഗസ്ഥ വൃന്ദമാണ്. പൊതുബോധം, വിവേചനാധികാരം, സ്വനിയന്ത്രണം, നൈപുണ്യവും വൈദഗ്ദ്ധ്യവും, സാമാന്യനീതി തത്വവും നിയമനടപടി ക്രമവും ഉൾപ്പെടെ സവിശേഷ ഘടകങ്ങളും സ്വഭാവവും പ്രകടമായുള്ള സംവിധാനമാണ് പൊതുസേവന മേഖല.

നയവും നിർവ്വഹണവും

ഭരണകാര്യ നടത്തിപ്പിൽ നയരൂപീകരണം രാഷ്ട്രീയ ഭരണാധികാരികളാണ് നിറവേറ്റുക. നയനിർവ്വഹണമാകട്ടെ ഉദ്യോഗസ്ഥ ഭരണകർത്താക്കളിലാണ് നിക്ഷിപ്തമായിരിക്കുക. അതുകൊണ്ടുതന്നെ ഈ രണ്ടു ഘടക വിഭാഗങ്ങൾ സംയോജിച്ചായിരിക്കും. ഭരണനിർവ്വഹണം സാദ്ധ്യമാക്കുക.

സേവനമേഖലയിൽ നിന്നുള്ളവർ വാസ്തവത്തിൽ നയനിർവ്വഹണത്തിന്റെ മുന്നുപാധിയായി നയരൂപീകരണത്തിനുതകുന്ന വിവരശേഖരണം, അഭിപ്രായ രൂപീകരണം, നയരൂപീകരണ പിന്തുണ എന്നിവയിലെല്ലാം ഇടപെടുന്നുണ്ട്. പലപ്പോഴും നയോപദേശകരായും നിർദ്ദേശകരായും നിയമതത്ത്വ സൂത്രധാരകരായും ഉദ്യോഗസ്ഥവൃന്ദം പ്രവർത്തിക്കുന്നുണ്ട്. പ്രേരകർ, പ്രചോദകർ, പ്രയോജകർ എന്നീ നിലകളിൽ അവർ പ്രവർത്തിക്കുന്നു. ഉപദേശ നിർദ്ദേശങ്ങൾക്കൊപ്പം നിരീക്ഷണ വിമർശ

നങ്ങൾക്കും അവർക്ക് അവസരം ലഭിക്കുന്നു. പിഴവുകളും അബദ്ധങ്ങളും ഒഴിവാക്കി മികച്ച നയങ്ങൾ രൂപീകരിക്കാനും പ്രതിബന്ധങ്ങൾ ഒഴിവാക്കി നയനിർവ്വഹണവും നിരീക്ഷണവും പരിഷ്കരണവും സാദ്ധ്യമാക്കുന്നതിനും ഉപാധിയാകുന്നത് ഉദ്യോഗസ്ഥ വൃന്ദങ്ങളാണ്.

ഇന്ത്യയിലെ പൊതുസേവനരംഗം

സത്യം, നീതി, സ്വാതന്ത്ര്യം എന്നിവ പൗരർക്ക് ഉറപ്പാക്കുന്നതായ ക്ഷേമരാഷ്ട്ര സംഘടനയാണ് ഭരണഘടന വിഭാവനം ചെയ്തിരിക്കുന്നത്. അതെങ്ങനെ നിയമനിർമ്മാണ-നിയമ നിർവ്വഹണ സംവിധാനം വഴി സാദ്ധ്യമാക്കാമെന്ന് രാഷ്ട്രനയ നിർദ്ദേശകതത്ത്വ വ്യവസ്ഥകൾ പരാമർശിക്കുന്നു. അതിനുള്ള ഉപകരണങ്ങളാണ് സിവിൽ സർവ്വീസ് വകുപ്പുകൾ, സ്ഥാപനങ്ങൾ, ജീവനക്കാർ എന്നിവ.

സ്വതന്ത്ര ഇന്ത്യ കൊളോണിയൽ സേവനശൃംഖലയുടെ പിൻപറ്റു മാത്രമാണ് സാദ്ധ്യമാക്കിയത്. കോളനി ഭരണകാലത്താകട്ടെ മുഖ്യമായും റവന്യൂ വിഭവ വിഭാഗവും നിയമക്രമപാലന വിഭാഗവും എന്നീ രണ്ടു ശാഖകളായിരുന്നു സിവിൽ സർവ്വീസിന്. ദിവാൻ സമ്പ്രദായത്തിൽ കളക്ടറും നിസാമത്ത് സമ്പ്രദായത്തിൽ മുൻസിഫ് മജിസ്ട്രേറ്റും നിർണ്ണായക സ്ഥാനം വഹിച്ചു പോന്നു. നാട്ടുരാജ്യഭരണ കാലത്താകട്ടെ സമ്പ്രതികാര്യക്കാരും ചട്ടദാളകരയാളരും പ്രവൃത്തികാര്യക്കാരും സർവ്വാധികാര്യക്കാരും രായസംപിള്ളയും എല്ലാം സേവന ശൃംഖലയിലെ കണ്ണികളായിരുന്നു. മുഹമ്മദ് ഗസ്നി ഇന്ത്യൻ ഭൂപ്രദേശങ്ങൾ ആക്രമിച്ചപ്പോഴൊക്കെ ആർജ്ജിച്ച സ്വത്ത് വിഭവ പരിപാലനാർത്ഥം ക്ഷേത്രോത്ഭവപാലകർ എന്ന ഉദ്യോഗസ്ഥരെ നിയോഗിച്ചതും ചരിത്രാംശം മാത്രം.

സൂക്ഷ്മ വിശകലനത്തിൽ ഇന്ത്യയെന്ന ക്ഷേമരാഷ്ട്രം ഫലത്തിൽ പ്രായോഗികമായി ഏറിയകൂറും ഒരു പൊലീസ് സ്റ്റേറ്റാണെന്നു കാണാം. അലംഘനീയമായ കൂറ്, അപ്രതിരോധ്യമായ ഘടന, അരോചകമായ അധീശത്വം എന്നിവയെല്ലാമാണ് ധാർമ്മികമായി സിവിൽ സർവ്വീസിനെ താങ്ങി നിർത്തുന്ന ഘടകങ്ങളെന്നും കാണാനാകും. പൊതു സ്വകാര്യ മേഖലയിൽ വർദ്ധിച്ച അളവിൽ നടത്തപ്പെടുന്ന സേവനപ്രദാന പ്രക്രിയ വർദ്ധിച്ച മേൽനോട്ടവും നിയന്ത്രണവും ആവശ്യപ്പെടുന്നു. പെർമിറ്റിങ്, ലൈസൻസിങ് മുതലായവ ഇതിന്റെ മുഖ്യഭാഗങ്ങളാണ്.

ഇന്നു നാം കാണുന്ന പ്രകാരമുള്ള സേവനതുറ ഇന്ത്യയിൽ പ്രാവർത്തികമാക്കാൻ തുടക്കമിട്ടത് ബ്രിട്ടീഷ് ഈസ്റ്റ് ഇന്ത്യ കമ്പനിയാണ്. 1600 ലെ ചാർട്ടർ ആക്ട് വഴി എലിസബത്ത് രാജ്ഞിയുടെ ഭരണകൂടം ഇതിനാവശ്യമായ നിയമചട്ടങ്ങളും ഉദ്യോഗസ്ഥ സംവിധാനവും ഉറപ്പാക്കി. ബഹുമാനപ്പെട്ട കമ്പനി അധികാരസ്ഥ നിയമനം കമ്പനി ഡയറക്ടർമാരുടെ ഉത്തരവാദിത്വമായിരുന്നു. ക്രമേണ ഈ അധികാരം വ്യാപാരികളിൽ നിന്ന് ഭരണകർത്താക്കളിലേക്ക് വഴി മാറി. അധികാരത്തിനൊപ്പം

അഴിമതിയും വർദ്ധിച്ചപ്പോൾ 1773 ൽ റഗുലേറ്റിങ് ആക്ട് പ്രാവർത്തികമാക്കപ്പെട്ടു.

1793 ൽ കോൺവാലീസ് പ്രഭുവിന്റെ കാലത്താണ് കൊമേഴ്സ്യൽ സേവന മേഖലയിൽനിന്ന് വ്യത്യസ്തമായി സിവിൽ സേവനമേഖലയിലേക്ക് നിയമനം നടത്തിത്തുടങ്ങിയത്. കമ്പനി ഉദ്യോഗസ്ഥന്മാർക്കിടയിലെ അഴിമതി തടയാനാണ് പൊതുസേവനാധികാരികളെ നിയമിച്ചു തുടങ്ങിയത്. മാത്രവുമല്ല 1793 ലെ ചാർട്ടർ ആക്ട് ഉദ്യോഗസ്ഥരുടെ സ്ഥാനക്കയറ്റം സീനിയോറിറ്റി അനുസരിച്ച് മാത്രമായിരിക്കണമെന്ന് നിഷ്കർഷിച്ചു. സ്വജനപക്ഷപാതിത്വം തടയാനായിരുന്നു ഇത്.

വെല്ലസ്ലി പ്രഭുവിന്റെ ഭരണകാലത്തിന്റെ സവിശേഷത സിവിൽ സേവന വിഭാഗത്തെ പരിശീലിപ്പിക്കാനായി ഇംഗ്ലണ്ടിലും ഇന്ത്യയിലും പരിശീലന കോളേജുകൾ ആരംഭിച്ചു എന്നതാണ്. സേവനമേഖലയിലെ കാര്യക്ഷമതയുടെ വർദ്ധനവിന് ഈ പരിശീലന കേന്ദ്രങ്ങൾ ഏറെ സഹായകമായി. സുസ്ഥിര സിവിൽ സർവ്വീസ് വികസിച്ചു വരാൻ ഇത് സഹായകമായി.

1883 ലെ ചാർട്ടർ ആക്ട് ആകട്ടെ സിവിൽ സർവ്വീസിലേക്ക് നാമനിർദ്ദേശം വഴിയുള്ള നിയമനം നിർത്തലാക്കി. പൊതുമത്സര പരീക്ഷ വഴിയുള്ള നിയമനം നടപ്പാക്കി. മതമോ, ജന്മസ്ഥലമോ, വർണ്ണവ്യത്യാസമോ പരിഗണിക്കാതെ ഇത്തരത്തിലുള്ള മത്സര പരീക്ഷകളിൽ എല്ലാ ബ്രിട്ടീഷ് പൗരന്മാർക്കും അവസരം കൊടുക്കാൻ ഇടയാക്കി.

തുടർന്ന് 1858 ലെ ബ്രിട്ടീഷ് ഗവൺമെന്റ് ഇന്ത്യൻ ഭൂവിഭാഗത്തിലെ ഭരണം ഏറ്റെടുക്കുകയും സിവിൽ സർവ്വീസിന് ഗണ്യമായ മാറ്റം സംഭവിക്കുകയും ചെയ്തു.

1858 ലെ ഗവൺമെന്റ് ഓഫ് ഇന്ത്യ ആക്ടും തുടർന്ന് 1861 ലെ ഇന്ത്യൻ സിവിൽ സർവ്വീസ് ആക്ടും സർക്കാർ ജീവനക്കാരുടെ തെരഞ്ഞെടുപ്പ്, നിയമനം, പ്രൊമോഷൻ മുതലായവയും നിയമാവകാശമാക്കി മാറ്റി. സിനീയോറിറ്റി മാനദണ്ഡം പ്രൊമോഷന് നിയമപരമാക്കി. 1886 ൽ ഇന്ത്യൻ പബ്ലിക് സർവ്വീസ് കമീഷൻ സ്ഥാപിതമായി. സർ. ചാൾസ് ആക്ടിൻസൺ പ്രഥമ ഐ പി എസ് സി ചെയർമാനായി നിയമിക്കപ്പെട്ടു. ഇന്ത്യക്കാർക്ക് സിവിൽ സർവ്വീസിലെ ഉയർന്ന തസ്തികകളിൽ അവകാശവും അർഹതയും ഉറപ്പാക്കാൻ ഇതുവഴി സാധിച്ചു. 1925 ൽ ഇന്ത്യയിൽ സ്ഥിരമായ പബ്ലിക് സർവ്വീസ് കമീഷൻ വ്യവസ്ഥാപിതമായി. ഇന്ത്യയിലെ സുപ്പീരിയർ സർവ്വീസ് സംബന്ധിച്ച റോയൽ കമീഷന്റെ റിപ്പോർട്ട് ഇതിന് സഹായകമായി മാറി. 1917 ലെ റോയൽ കമീഷൻ ശുപാർശ കാരണം ഇന്ത്യാക്കാർക്ക് സിവിൽ സർവ്വീസിൽ 25% തസ്തികകൾ മാറ്റിവയ്ക്കപ്പെട്ടു. 1925 ലെ റോയൽ കമീഷൻ റിപ്പോർട്ട് അടിസ്ഥാനമാക്കിയാണ് ഇന്ത്യക്കായി സ്ഥിരം പബ്ലിക് സർവ്വീസ് കമീഷൻ സ്ഥാപിതമായത്.

1907 ലെ വികേന്ദ്രീകരണ കമീഷൻ ഒട്ടേറെ ഭരണാധികാര-പരിഷ്

കരണ-വികേന്ദ്രീകരണ നിർദ്ദേശങ്ങൾ ഉന്നയിച്ചു. തുടർന്ന് 1919 ലെ ഗവൺമെന്റ് ഓഫ് ഇന്ത്യ ആക്ട് ദേശീയ-പ്രവിശ്യതലങ്ങളിൽ ത്രിതല ഭരണസംവിധാനത്തിന് ശുപാർശ ചെയ്തു. കോൺവാലീസ് പ്രഭുവിന്റെ കാലം മുതൽ ഉദ്യോഗസ്ഥ ശുപാർശയും മാർഗ്ഗദർശനവും ഭരണ നടത്തിപ്പിൽ സ്വീകരിച്ചു പോന്നു. ഈ ഉപദേശ-നിർദ്ദേശങ്ങൾ പലപ്പോഴും കടുത്ത വിമർശനങ്ങൾക്ക് വിധേയമായിട്ടുണ്ട്. പല സന്ദർഭങ്ങളിലും ഉപജാപകവൃന്ദമായി ഉപദേശകർ മാറുന്നതിനും ചരിത്രം സാക്ഷി. എന്നാൽ ഭരണ നിർവ്വഹണത്തിൽ ഉദ്യോഗസ്ഥ വൃന്ദത്തിന്റെ സ്വാധീനവും മേൽക്കൈയും നിയന്ത്രണവും തുടരുന്നതിൽ ഇക്കാലമത്രയും മാറ്റം ഉണ്ടായിട്ടില്ല.

സർക്കാരും ജീവനക്കാരും തമ്മിലുള്ള ബന്ധം രണ്ടു തരത്തിൽ വിന്യസിക്കപ്പെടുന്നു. ഒന്ന് തൊഴിലുടമ-തൊഴിലാളി ബന്ധമാണ്. മറ്റൊന്ന് തൊഴിലുടമ ഒന്നുകിൽ സർക്കാർ അല്ലെങ്കിൽ അധികൃതമാക്കപ്പെട്ട ഉദ്യോഗസ്ഥരായിരിക്കും. രണ്ടാമത്തെതാകട്ടെ പൊതുസമൂഹവും ജീവനക്കാരുമായുള്ള സേവനാവകാശി-സേവനദാതാവ് എന്ന നിലയിലുള്ള ബന്ധമാണ്. ഇവ രണ്ടും സർക്കാരിന് ജീവനക്കാരുമായുള്ള പാരസ്പര്യം ഉറപ്പാക്കുന്നതരം ബന്ധങ്ങളാണ്. അതാകട്ടെ അനുപേക്ഷണീയവും അനിവാര്യവും അഭിവാജ്യവുമായ ബന്ധമാണ്.

സമൂഹവും സർക്കാരും ജീവനക്കാരും

സർക്കാരും ജീവനക്കാരും തമ്മിലുള്ള ബന്ധത്തിലെ നിർണ്ണായക ഘടകമാണ് അതിന്റെ പരമാധികാര സ്വഭാവം. സർക്കാർ ജീവനം എന്നത് പരമാധികാര സംവിധാനത്തിന്റെ ഭാഗവും സർക്കാർ ജീവനക്കാർ അതിലെ ഘടകങ്ങളുമാണ്. രണ്ടാമത്തെ നിർണ്ണായകതത്ത്വം സംപ്രീതി തത്ത്വമാണ് (പ്ലഷർ ഡോക്ട്രിൻ). നിർദ്ദിഷ്ട രാഷ്ട്രാധികാരിയുടെ സംപ്രീതി നിലനില്ക്കുന്നിടത്തോളമാണ് സർക്കാർ ജീവനക്കാരന് സേവന തസ്തികയിൽ നിലനില്പ്. പ്രസ്തുത സംപ്രീതി ഇല്ലാതായാൽ ജീവനം ഉപേക്ഷിക്കപ്പെടേണ്ടി വരും എന്നതാണ് സംപ്രീതിതത്ത്വത്തിന്റെ കാതൽ. നിയതമായ സേവന മാനദണ്ഡ വ്യവസ്ഥകൾ ബാധകമായ ഒരു വ്യവസ്ഥയിൽ ഇത്തരം സംപ്രീതിതത്ത്വം വാസ്തവത്തിൽ പ്രാകൃതമാണ്. പക്ഷേ, ഭരണഘടനാപരമായി ഈ സംപ്രീതിതത്ത്വം ഇപ്പോഴും തുടരുകയാണ്, മാറ്റമില്ലാതെ മാറ്റാൻ ശ്രമിക്കാതെ.

ഇഷ്ടാനുസരണം തള്ളാനും കൊള്ളാനുമുള്ള അധികാരതത്ത്വമാണ് അടുത്തത്. വാസ്തവത്തിൽ സംപ്രീതിതത്ത്വത്തിന്റെ നിർവ്വഹണ തുടർച്ചയാണ് തള്ളാനും കൊള്ളാനുമുള്ള തൊഴിലുടമയുടെ ഇഷ്ടാനിഷ്ട അധികാരവും അവകാശവും. സിവിൽ സേവനരംഗത്തെ ജീവനക്കാർക്കുള്ള മറ്റൊരു സവിശേഷത ഭരണഘടന അനുച്ഛേദം 311 പ്രകാരമുള്ള പ്രത്യേക പരിരക്ഷകളും ഒഴിവുകഴിവുകളും ലഭിക്കുന്നതിനുള്ള അവകാശമാണ്. നിയമാനുശാസിയായ നടപടിക്രമ സാദ്ധ്യതയും

പരിരക്ഷയും ഇതുപോലെ സുപ്രധാനമായ ഒരു ഘടകമാണ്. നിയമനാവകാശവും തൊഴിൽ സ്ഥിരതയും സേവന കാലാവധിയും സംബന്ധിച്ച കൃത്യതയുടെ സവിശേഷതയും ഈ രംഗത്തിന് അവകാശപ്പെടാനാവും. സേവന മാനദണ്ഡങ്ങളും നിബന്ധനയും സംബന്ധിച്ച വ്യക്തതയും സ്ഥിരതയും സാമാന്യ നീതി തത്ത്വത്തിന്റെ പ്രാബല്യവും എടുത്തു പറയേണ്ടതുണ്ട്. അധാർമ്മികതയ്ക്കോ ചട്ടവിരുദ്ധതയ്ക്കോ നിയമ നിഷേധത്തിനോ ഇടയാക്കുന്ന ഏതൊരു സിവിൽ സർവ്വീസ് ബന്ധിത നടപടിയും നീതിന്യായ വിശകലന അവലോകന വിധേയമാക്കാനാവും എന്നത് നിർണ്ണായകമാണ്.

സിവിൽ സേവകർ എന്നതിനർത്ഥവ്യാപ്തി ഭരണഘടനാനുച്ഛേദം 12 ൽ കാണാനാകും. കേന്ദ്ര-സംസ്ഥാന-തദ്ദേശഭരണ സ്ഥാപനതലത്തിലുള്ള ഏതൊരു ഉദ്യോഗസ്ഥനും ഈ ഗണത്തിലുൾപ്പെടും. പൊതു സേവനതുറകളിൽ വ്യക്തിഗത തുല്യത, തുല്യ പരിഗണന അവസരതുല്യത എന്നിവ ഉറപ്പാക്കാനുള്ള ഭരണഘടനാ തത്ത്വവും ഇതിൽ ശ്രദ്ധേയമാണ്.

അമേരിക്കയിലോ ഇംഗ്ലണ്ടിലോ രാഷ്ട്രീയ അഭിപ്രായ പ്രകടനമോ ജനാധിപത്യപരമായ സംഘം ചേരലോ സിവിൽ സർവ്വീസിലെ നിയമനത്തിനോ പ്രൊമോഷനോ തടസ്സമാകുന്നതല്ല. എന്നാൽ അവ ഭരണകാര്യക്ഷമതയെ ബാധിക്കുവാൻ അനുവദിക്കുന്നതുമല്ല. എന്നാൽ ഇന്ത്യയിലാകട്ടെ, കേരളത്തിലാകട്ടെ രാഷ്ട്രീയാഭിമുഖ്യമോ അഭിപ്രായമോ സിവിൽ സർവ്വീസിലെ നിയമനത്തിനും പ്രൊമോഷനും തടസ്സമായോ പ്രതിബന്ധമായോ വർത്തിക്കുന്നത് കാണാം. വിശേഷിച്ച് കമ്യൂണിസ്റ്റ്, മാർക്സിസ്റ്റ്പ്രസ്ഥാനങ്ങളോടുള്ള ആഭിമുഖ്യം നിയമന തടസ്സകാരണമായി ദീർഘകാലം നിലനിന്നിരുന്നു. മലയാറ്റൂരും ഒ എൻ വിയും ജിയും പൊറ്റക്കാടും ഉൾപ്പെടെ പ്രഗത്ഭ സാഹിത്യ പ്രതിഭകൾ പോലും ഇത്തരം വിലക്കിന് ഇരകളായിരുന്നു എന്ന് ഓർമ്മിക്കുക.

തന്ത്രപ്രധാന തസ്തികകളിലെ നിയമനങ്ങളിൽ രാഷ്ട്രീയ ആഭിമുഖ്യം പരിശോധിക്കപ്പെടുന്ന രീതി ബ്രിട്ടനിലും അമേരിക്കയിലും ഫ്രാൻസിലും ഉണ്ടെന്നിരിക്കിലും പ്രസ്തുത ഉദ്യോഗസ്ഥരെ പുറത്താക്കുകയോ നിയമനം നിഷേധിക്കുകയോ ചെയ്യുന്നതിനുപകരം സമാനമായ ഇതര തസ്തികകളിൽ നിയമിക്കാറാണ് പതിവ്. ഇന്ത്യയിൽ ഇതിനു പകരം നിയമന നിഷേധവും പിരിച്ചുവിടലും ഉൾപ്പെടെയാണ് നടപ്പാക്കുന്നത്. എന്തു തന്നെയായാലും സിവിൽ സർവ്വീസിന്റെ മികവും ഗുണമേന്മയും ക്ഷമതയും നിലനിർത്തുന്നതിലേക്കായി അനിവാര്യമായ യോഗ്യതാ മാനദണ്ഡങ്ങൾ നിശ്ചയിക്കാനും തെരഞ്ഞെടുപ്പ് നടത്താനുമായി പബ്ലിക് സർവ്വീസ് കമീഷനെ തന്നെ പിന്നീട് ഭരണഘടനാപരമായി നിയോഗിക്കുകയുണ്ടായി. എന്നാൽ വിവേചനപരമായപരിഗണനകൾ ഇതിലേക്കായി രൂപപ്പെടുത്തുന്നതോ നിബന്ധനയാക്കുന്നതോ സമത്വതത്ത്വത്തിന് വിരുദ്ധമായിത്തീരുന്നു. ഉദ്യോഗാർത്ഥിയോട്

അഭിമുഖസമയത്ത് അനുചിതവും അനാവശ്യവുമായ ചോദ്യങ്ങൾ ഉന്നയിക്കുന്നതു തന്നെ ഇത്തരം ഭരണഘടനാവിരുദ്ധ വിവേചനമായിട്ടും തുല്യത ലംഘിക്കുന്നതായിട്ടും പരിഗണിക്കപ്പെടും.

സ്വഭാവവും മുൻകാല പെരുമാറ്റവും പരിശോധിച്ചും പരിഗണിച്ചും ഉദ്യോഗാർത്ഥികളെ നിയമിക്കുന്ന രീതിയും സിവിൽ സർവ്വീസിൽ നിലനിന്നു. ഒരാളെ സർക്കാർ സർവ്വീസിൽ നിയമിക്കുന്നതിനും നിലനിർത്തുന്നതിനും പുറത്താക്കുന്നതിനുമുള്ള മറ്റൊരു ഘടകമായി സർക്കാരിനോടുള്ള കൂറ് കരുതപ്പെടുന്നു. കൂറില്ലാത്ത ജീവനക്കാർ പദവി ദുരുപയോഗത്തിനും സർക്കാർവിരുദ്ധ നടപടികൾക്കും ഇടയാക്കാനും ഇടയുണ്ടെന്ന് കരുതപ്പെടുന്നു. ഇതിന്റെ തുടർച്ചയായാണ് ഒരാളുടെ രാഷ്ട്രീയാഭിപ്രായവും കൂറും സർക്കാർ സേവനത്തിനുള്ള നിയമനത്തിലെ വിവേചനഘടകമാക്കപ്പെടുന്നത്. എന്നാൽ ഭരണത്തിലിരിക്കുന്ന രാഷ്ട്രീയപാർട്ടിയോട് കൂറില്ലെന്നത് സർക്കാരിനോട് കൂറില്ലായ്മയായി കരുതാനാകുമോ? അത്തരം രാഷ്ട്രീയ നിലപാടോ ബന്ധമോ സർക്കാർ വിരുദ്ധതയായി കരുതേണ്ടതില്ലെന്ന് 1963 ൽ വി എസ് മേനോൻ കേസിൽ സുപ്രീം കോടതി തീർപ്പാക്കി. എന്നാൽ ചീഫ് ജസ്റ്റിസ് എം എസ് മേനോനും ജസ്റ്റിസ് മാധവൻ നായരും അടങ്ങിയ കേരള ഹൈക്കോടതി ബഞ്ച് 1964 ൽ ഇതിനു വിരുദ്ധമായി തികച്ചും ഇടുങ്ങിയ നിലപാട് എടുത്തുകൊണ്ട് രാഷ്ട്രീയാഭിമുഖ്യം സർക്കാർ സേവന നിയമനത്തിലെ മാനദണ്ഡമാക്കാമെന്ന് വിധിച്ചു. കെ ജോർജ് കേസിൽ കമ്യൂണിസ്റ്റ് പാർട്ടി ബന്ധം നിയമന നിഷേധകാരണമായി അവർ അംഗീകരിച്ചു. എന്നാൽ ഏതെങ്കിലും രാഷ്ട്രീയ പ്രത്യയശാസ്ത്രമോ അതിനോടുള്ള ആഭിമുഖ്യമോ എങ്ങനെ സർക്കാരിന് എതിരായ നിലപാടാകും എന്നതിന്റെ ആത്യന്തികയുക്തി നീതികരിക്കാൻ ന്യായാധിപർക്ക് ആകുന്നില്ല. ഇന്ത്യയിൽ, കേരളത്തിൽ എക്കാലവും ഈ രാഷ്ട്രീയാഭിമുഖ്യവും കൂറും, വിശേഷിച്ച് ഇടതുപക്ഷ, കമ്യൂണിസ്റ്റ് ആശയങ്ങളോടുള്ള ആഭിമുഖ്യം സർക്കാർ സർവ്വീസിൽ നിയമനം ലഭിക്കുന്നതിനും തുടരുന്നതിനും തടസ്സമായി പരിഗണിക്കപ്പെട്ടു വന്നു.

നിയമനത്തിലും പ്രൊമോഷനിലും സംവരണമെന്നത് ഇന്നത്തെ പോലെ മുമ്പും ചർച്ചാവിഷയമായിരുന്നു. നിയമനത്തിലെ സംവരണമെന്നത് ഏറക്കുറെ പൊതു സേവനമേഖലയിൽ സ്ഥിതീകരിക്കപ്പെട്ട തത്ത്വമായി മാറി. പ്രൊമോഷനിലെ സംവരണം എക്കാലത്തും തർക്കവിഷയമായിരുന്നു. സമീപകാലത്ത് അത് മൗലികാവകാശമല്ലെന്നും അതത് സംസ്ഥാന സർക്കാരുകൾക്ക് യഥാവിധി തീരുമാനിക്കാമെന്നും സുപ്രീംകോടതി വിധിച്ചിരിക്കുന്നു. എന്നാൽ പരിരക്ഷാത്മക സംവരണ നടപടിയുടെ ലക്ഷ്യം പട്ടികജാതി-പട്ടികവർഗ്ഗ, ദുർബ്ബല-പിന്നോക്ക വിഭാഗങ്ങൾക്ക് മതിയായ പ്രതിനിധ്യം പൊതുസേവനതുറയിൽ ഉണ്ടാക്കുകയും ഉറപ്പാക്കുകയും ചെയ്യുക എന്നതാണ്. അനുവദനീയ പരിരക്ഷാത്മക വിവേചനം മാത്രമാണിവിടെ വ്യവസ്ഥപ്പെടുന്നത്. ഇക്കാ

ര്യത്തിൽ നിർണ്ണായകമാകുമായിരുന്ന മണ്ഡൽ കമീഷൻ റിപ്പോർട്ടിന്റെ പ്രാബല്യം ഇന്ത്യൻ ബൂർഷ്വാസിയും വരേണ്യ വർഗ്ഗീയതയും ചേർന്ന് അട്ടിമറിച്ചു. ക്രീമിലയർ തത്ത്വം ഇക്കാര്യത്തിൽ ഒരു പരിധി വരെ നീതി പൂർവ്വകത ഉറപ്പാക്കാൻ സഹായകമായേക്കാം. എന്നാൽ വർഗ്ഗീയമായി സംവരണതത്ത്വത്തെ വിനിയോഗിക്കാനും പൊതുസേവനരംഗത്ത് ഭിന്നിപ്പും ശൈഥില്യവും സൃഷ്ടിക്കാനുള്ള ശ്രമം എക്കാലത്തും ഇന്ത്യയിൽ തുടർന്നിരുന്നു. സമീപകാലത്ത് ഈ പ്രവണതയ്ക്ക് ആക്കം വർദ്ധിച്ചിരിക്കുന്നതായും കാണാം.

സർക്കാർ സർവ്വീസിലെ നിയമന കാലാവധി മുൻകൂട്ടി ഉറപ്പാക്കാമെന്നത് അതിന്റെ ആകർഷക ഘടകമായിരുന്നു. വിരമിക്കൽ പ്രായം മുൻകൂട്ടി നിശ്ചയിക്കപ്പെട്ടിരിക്കുന്നതാണ് അതിനു കാരണം. എന്നാൽ സമീപകാലത്ത് ഈ വ്യവസ്ഥയും മാറിയിരിക്കുന്നു. ഓരോ മേഖലയിലും വ്യത്യസ്ത വിരമിക്കൽ പ്രായം ബാധകമാക്കുക വഴി വലിയതോതിൽ വിവേചനവും അസംതൃപ്തിയും രൂപപ്പെടാൻ ഇടയായിരിക്കുന്നു. യുക്തി സഹവും കാലോചിതവുമായി വിരമിക്കൽ പ്രായം നിർണ്ണയിക്കപ്പെടേണ്ടതും ഉറപ്പാക്കപ്പെടേണ്ടതും അനിവാര്യമാണ്. എന്നാൽ ആഗോളീകരണ നയനിർവ്വഹണഭാഗമായി പൊതുസേവനമേഖലയിലും സ്വയം വിരമിക്കലും തസ്തിക ചുരുക്കലും സുവർണ്ണഹസ്തദാനവും മറ്റും നടപ്പാക്കുകയാണല്ലോ. തൽഫലമായി വിരമിക്കൽ പ്രായം സംബന്ധിച്ച സ്ഥിരതയില്ലാതായി. ഇത് പൊതുസേവനരംഗത്തിന്റെ ആകർഷണീയത കുറയാൻ ഇടയാക്കിയിരിക്കുന്നു. ഇപ്രകാരം വിരമിക്കപ്പെടുന്നവരുടെ തസ്തികയിലേക്ക് പുതിയ നിയമനം നടത്താത്തതുമൂലവും മറ്റു കാരണങ്ങളാൽ പുതിയ ജീവനക്കാർ പൊതുസേവന മേഖലയിലേക്ക് ആകർഷിക്കപ്പെടാത്തതുമൂലവും സേവനരംഗത്ത് പുതുരക്തത്തിന്റെ അഭാവവും തന്മൂലമുള്ള ആയാസവും തുടരുന്നതിനും ഇടയാകുന്നു. ചുറുചുറുക്കുള്ള യുവതയുടെ അഭാവം പരിചയസമ്പന്നരായ മുതിർന്നവരുടെ അനുഭവശേഷി സേവനമേഖലയിൽ പ്രയോജനപ്പെടുത്തുന്നതിനും തടസ്സമാകുന്നു. പിരിച്ചുവിടപ്പെടുന്നതിനും വിരമിക്കലിനുമുള്ള മാനദണ്ഡങ്ങളും നിബന്ധനകളും ഏകീകൃതമോ യുക്തിസഹമോ കാര്യകാരണബദ്ധമോ അല്ലെന്നതും പൊതു സേവനമേഖലയിൽ അസ്വസ്ഥത സൃഷ്ടിക്കുന്നു.

പൊതുസേവനമേഖലയിലെ ജീവനക്കാർക്കെതിരായ ശിക്ഷാനടപടികളും അതിന്റെ നടപടിക്രമത്തിലും ഐക്യരൂപ്യവും ക്രമവ്യവസ്ഥയും ഉണ്ടാകണമെന്നതും സിവിൽ സർവ്വീസിന്റെ അനിവാര്യതയാണ്. നിയാമക നടപടിക്രമവും സാമാന്യ നീതിതത്ത്വവും ഇക്കാര്യത്തിൽ പാലിക്കപ്പെടുന്നുവെന്ന് ഉറപ്പാക്കണം. സേവനമേഖലയിൽ വ്യത്യസ്ത ജീവനക്കാർ വ്യത്യസ്ത തരത്തിൽ എല്ലാ നടപടികൾക്കും ഇരയാക്കപ്പെടുന്നു എന്നത് അഭികാമ്യമല്ല, നീതിപൂർവ്വവുമല്ല.

സേവനമേഖലയും മൗലികസ്വാതന്ത്ര്യവും

ഇന്ത്യൻ ഭരണഘടനാഭാഗം III അനുച്ഛേദം 19(1)വ്യവസ്ഥ ചെയ്യുന്നത് പ്രാഥമികമായി 7 സ്വാതന്ത്ര്യങ്ങളാണ്. അതിൽ സ്വത്ത് സമ്പാദന സ്വാതന്ത്ര്യം 44-ാം ഭരണഘടനാ ഭേദഗതി വഴി 1978 ൽ ഒഴിവാക്കപ്പെട്ടു. തുടർന്ന് നിലനില്ക്കുന്ന 6 സ്വാതന്ത്ര്യങ്ങൾ ആകട്ടെ യുക്തിസഹവും നിയാമകവുമായ നിയന്ത്രണ വ്യവസ്ഥകൾക്ക് വിധേയമാണ്. (അനുച്ഛേദം 19 (2)) എന്നാൽ അഭിപ്രായ പ്രകടനം, സംഘടന രൂപീകരണം, സംഘടിത വിലപേശൽ, സഞ്ചാര അവകാശം, പ്രൊഫഷണൽ പ്രാക്ടീസ് എന്നിവയടക്കമുള്ള സ്വാതന്ത്ര്യാവകാശങ്ങൾ എത്രകണ്ട് സിവിൽ സർവ്വീസിന് ബാധകമാണ്. 2002 ലെ തമിഴ്നാട് ജീവനക്കാരുടെ കേസിൽ സുപ്രീംകോടതി എടുത്ത നിലപാട് നിർണ്ണായകമാണ്. സർക്കാർ ജീവനക്കാർക്ക് ധാർമ്മികമായും ഭരണഘടനാപരമായും നിയമപരമായും ഈ സ്വാതന്ത്ര്യാവകാശങ്ങൾക്ക് അർഹതയില്ലന്നതായിരുന്നു കോടതി നിലപാട്. യുക്തിസഹമായ നിയന്ത്രണങ്ങൾ തീർച്ചയായും സിവിൽ സർവ്വീസിൽ ബാധകമാണ്. പരസ്യമായും പ്രത്യക്ഷമായും സർക്കാരിന്റെ നയത്തിനെതിരെ അഭിപ്രായ പ്രകടനം നടത്തുക, സർക്കാരിന്റെ നയങ്ങൾ അട്ടിമറിക്കാൻ വേണ്ടി സംഘടിക്കുക, നിയമക്രമ തകർച്ചയ്ക്ക് ഇടയാവും വിധം പെരുമാറുക എന്നിവ സർക്കാർ ജീവനക്കാർക്ക് അനുവദനീയമല്ല. എന്നാൽ കമ്യൂണിസ്റ്റ് ആശയ ഗതിയും ട്രേഡ്യൂണിയൻ ആഭിമുഖ്യവും സർക്കാർ വിരുദ്ധവും രാജ്യദ്രോഹവും ആയിത്തീരുമെന്ന അധികൃതരുടെയും ന്യായാധിപന്മാരുടെയും നിലപാട് സാധൂകരണം ഇല്ലാത്തതാണ്, നിലനില്ക്കാത്തതാണ് എന്ന് ബാലക്കോട്ടയ്യ കേസിലെ വിധി സൂചിപ്പിക്കുന്നു (1958 സുപ്രീംകോർട്ട്). 1963 ൽ ഒ കെ ഘോഷ് "അഭി", ഇ എക്സ് ജോസഫ് കേസിലെ വിധി പ്രസ്താവം ഇതിലും വിചിത്രമാണ്. രൂപീകൃതമായി 6 മാസം കഴിയാത്ത സംഘടനയിലോ സർക്കാർ അംഗീകാരം നിഷേധിച്ച സംഘടനയിലോ ജീവനക്കാർ അംഗത്വം എടുക്കുകയോ തുടരുകയോ ചെയ്യരുതെന്ന വ്യവസ്ഥ എത്രകണ്ട് ജനാധിപത്യപരവും നിഷ്പക്ഷവും ആണെന്ന വിശകലനവും അനിവാര്യമാണ്.

1960 ലെ അവശ്യസേവന പരിപാലന വിജ്ഞാപനമാണ് ഈ മേഖലയിലെ മറ്റൊരു പ്രധാന ഘടകം. പൊതുതാല്പര്യം മുൻനിർത്തി അനിവാര്യമെങ്കിൽ അവശ്യ സർവ്വീസുകളിൽ സംഘടനാ സ്വാതന്ത്ര്യവും പണിമുടക്കവും നിരോധിക്കാനുള്ള അധികാരം സർക്കാരിൽ നിക്ഷിപ്തമാക്കുന്ന പ്രസ്തുത കരിനിയമം തികച്ചും അധാർമ്മിക-അപ്രമാദിത്വ പരവുമാണ്. നിയമവിരുദ്ധമായി പ്രഖ്യാപിക്കപ്പെടുന്ന സമരത്തിൽ പങ്കെടുത്താൽ തടവുശിക്ഷയും പിരിച്ചു വിടലും ഉറപ്പാക്കപ്പെടുകയാണ് ഇവിടെ. അഭിപ്രായ പ്രകടനമോ പ്രസംഗമോ നടത്തുന്നതും പണിമുടക്കിലെ പങ്കാളിത്തവും കോടതി ഇവിടെ വ്യവച്ഛേദിച്ചാണ് പരിഗണിക്കുന്നത്. രാമേശ്വർ പ്രസാദ് കേസിൽ പരാമർശിക്കപ്പെട്ട സമാധാന

പരമായ പ്രകടനങ്ങൾക്കുള്ള അനുവാദംപോലും ഇപ്രകാരം അവശ്യ സർവ്വീസ് നിയമം വഴി നിരോധിക്കപ്പെടുകയാണ്. എന്നാൽ ഇതിനായുള്ള നിയമം ഭരണഘടനാപരമായിരിക്കണം എന്ന് നിഷ്കർഷിക്കപ്പെടുന്നു.

സംപ്രീതി തത്ത്വത്തിന്റെ പ്രത്യാഘാതം

തൊഴിലാളി-തൊഴിലുടമ ബന്ധത്തിലെ നിർണ്ണായക ഘടകമാണ് നിയമനത്തിനും പിരിച്ചുവിടലിനുമുള്ള പരമമായ അധികാരമെന്നത്. നിയമന കാലാവധിയുമായി ബന്ധപ്പെട്ടാണിത് നിലനില്ക്കുന്നത്. സത്സ്വഭാവം, സംപ്രീതിതത്ത്വം, കരാർ വ്യവസ്ഥ, നിയാമക വ്യവസ്ഥ എന്നിവ ആശ്രയിച്ചാണ് നിയമന കാലാവധി തുടരുന്നത്. ഇതിൽ ഏറ്റവും ഗുരുതരവും ഏകാധിപത്യപരവുമായി വിനിയോഗിക്കപ്പെടാവുന്നതാണ് സംപ്രീതി തത്ത്വം. ഡ്യൂറന്റേ ബിനെ പ്ലാസിറ്റോ എന്ന ലാറ്റിൻ പ്രയോഗമാണ് ബ്രിട്ടനിൽ ചക്രവർത്തിയുടെ സംപ്രീതി എന്ന നില യിലേക്ക് പരിവർത്തിതമായത്. നിയമ-ചട്ടങ്ങൾ എന്തു തന്നെ വ്യവസ്ഥ പ്പെടുത്തിയിരുന്നാലും സംപ്രീതി ഇല്ലാതാകുന്നതോടെ ജീവനക്കാരൻ പുറത്താക്കപ്പെടുമെന്നതാണ് ഇതിന്റെ അർത്ഥം. രാഷ്ട്രപരമാധികാര സ്ഥാനത്തിന് സംപ്രീതിരഹിത സ്ഥിതിയിൽ ജീവനക്കാരെ പിരിച്ചുവിടു കയല്ലാതെ മാർഗ്ഗമില്ലെന്നും ജീവനക്കാർക്ക് ഇതിനെതിരെ നീതിന്യായ പരിഹാരമാർഗ്ഗം തേടാനാവില്ലെന്നുമുള്ള സ്ഥിതി സംജാതമാകുന്നു. ഇംഗ്ലീഷ് നീതിശാസ്ത്രം നിലവിലിരുന്ന രാജ്യങ്ങളിലെല്ലാം ഈ സംപ്രീതിതത്ത്വം ബാധകമാക്കപ്പെട്ടിട്ടുണ്ട്. ഇത്തരം നിർബ്ബന്ധിത പിരിച്ചു വിടൽ ഘട്ടത്തിൽ മുൻകാല ആനുകൂല്യ അവകാശങ്ങൾക്കാ യിട്ടുള്ള നടപടി സ്വീകരിക്കാൻപോലും അവസരമില്ലാതാകുന്നു.

ഇന്ത്യൻ ഭരണഘടനയിൽ അനുച്ഛേദം 310 സംപ്രീതിതത്ത്വം വ്യവസ്ഥാപിതമാകുന്നു. യഥാക്രമം പ്രസിഡന്റ്, ഗവർണർ എന്നിവ രിലാണ് കേന്ദ്ര-സംസ്ഥാന സർക്കാരുകളെ സംബന്ധിച്ച് ഈ അധികാരം വിന്യസിക്കുക. എന്നാൽ പരമമായ തരത്തിൽ ഇത് ബാധകമാക്കാൻ അനുച്ഛേദം 311 പരിമിതിയാകുന്നു. തെളിയിക്കപ്പെടുന്ന സ്വഭാവദൂഷ്യം, കാര്യപ്രാപ്തിരാഹിത്യം, കൂറില്ലായ്മ എന്നിവയുടെ അടിസ്ഥാനത്തിൽ മാത്രമേ ഈ നടപടി സാദ്ധ്യമാകൂ. ഒരർത്ഥത്തിൽ ഇംഗ്ലീഷ് പ്ലഷർ ഡോക്ട്രിൻ വിപുലപ്പെടുത്തുകയും മറ്റൊരു അർത്ഥത്തിൽ പരിമിതപ്പെ ടുത്തുകയുമാണ് ഇന്ത്യയിലെ സ്ഥിതി. നിയമ നടപടിക്രമവും കേൾ ക്കപ്പെടാനുള്ള അവകാശവും പാലിച്ചുകൊണ്ടും മൗലിക പൗരാവകാശം സംരക്ഷിച്ചും കൊണ്ടു മാത്രമേ ഈ തത്ത്വം ബാധകമാക്കാൻ ഇന്ത്യയിൽ സാദ്ധ്യമാകുന്നുള്ളൂ.

1600 ലെ ചാർട്ടർ ആക്ടിൽ ഇംഗ്ലീഷ് ഈസ്റ്റ് ഇന്ത്യ കമ്പനിയുടെ ഉദ്യോഗാർത്ഥികൾക്കുമേൽ ബാധകമാക്കിയിരുന്നതാണ് പ്രസ്തുത തത്ത്വം. വില്യം IV ന്റെ ഭരണകാലത്ത് കമ്പനി ബോർഡ് അദ്ധ്യക്ഷന്റെ തീരുമാനം ചക്രവർത്തിയുടെ അധികാരത്തോടെ നടപ്പാക്കുകയായിരുന്നു

സ്ഥിതി. 1850 ലെ പബ്ലിക് സർവ്വൻസ് (ഇൻക്വയറി) നിയമം അനുസരിച്ച് യുക്തമായ അന്വേഷണ നിയമന പ്രകാരമേ നടപടി സ്വീകരിക്കാനാവുകയുള്ളൂ. എന്നാൽ സംപ്രീതിതത്ത്വത്തോടെ അന്വേഷണ നടപടിയില്ലാതെ തന്നെ ജോലിയിൽ നിന്നുമാറ്റി നിർത്താനോ പുറത്താക്കാനോ കഴിയുന്നതാണെന്ന സ്ഥിതി സംജാതമാകുന്നു.

1915 ലെ ഗവൺമെന്റ് ഓഫ് ഇന്ത്യ ആക്ടിന്റെ 130 ാം വകുപ്പ് അനുശാസിച്ചിരുന്ന സേവിങ് ക്ലാസ് പ്രകാരം പ്ലഷർ ഡോക്ട്രിന്റെ പ്രാബല്യം തുടർന്ന് 1919 വരെ നിലനിന്നു. പിന്നീട് ഈ നിയമത്തിന്റെ 96 ബി വകുപ്പ് പ്രകാരം 1920 ൽ രൂപപ്പെടുത്തിയ സിവിൽ സർവ്വീസ് (ക്ലാസിഫിക്കേഷൻ, കൺട്രോൾ ആന്റ് അപ്പീൽ) റൂൾ നിലവിൽ വന്നു. 1930 ൽ അവ പരിഷ്കരിക്കപ്പെട്ടു. തസ്തിക താഴ്ത്തുക, സസ്പെന്റ് ചെയ്യുക, പുറത്താക്കുക എന്നിവ ഉൾപ്പെടെ ശിക്ഷകൾ ഇതുമൂലം ബാധകമാക്കപ്പെട്ടു. എന്നാൽ പ്ലഷർ ഡോക്ട്രിൻ അനുസൃതമായുള്ള അധികാരം പരിമിതമാണെന്നും അല്ലെന്നുമുള്ള തർക്കം തുടർന്നു. അത് സർവ്വീസ് ചട്ടങ്ങൾക്ക് വിധേയമാണെന്നും അല്ലെന്നുമുള്ള നിലപാടുകൾ തുടർന്നു. 1954 ലെ ശ്യാംലാൽ കേസിൽ ജസ്റ്റിസ് ബക്‌ലാന്റിന്റെ സമീപനം അനുസരിച്ച് ചട്ട വിധേയമായി മാത്രമേ പിരിച്ചുവിടലിന് കഴിയൂ എന്നുള്ള നിലപാട് ശക്തമായി. 1929 ൽ റങ്കൂൺ കേസിലും സതീഷ് ചന്ദ്രദാസ് കേസിലും ജസ്റ്റിസ് കാസിലോ പ്രകടിപ്പിച്ച സമീപനം തുടരുകയാണ് ഉണ്ടായത്. പ്രിവി കൗൺസിൽ പിന്നീട് വിവിധ കേസുകളിൽ ഇതിനെതിരായ നിലപാട് സ്വീകരിച്ചതായി കാണാം. ഇതേ തത്ത്വങ്ങൾ 1935 ലെ ഗവൺമെന്റ് ഓഫ് ഇന്ത്യ ആക്ടിന്റെ 240, 241, 276, 277 എന്നീ വകുപ്പുകളിൽ പുനരാവിഷ്കരിക്കപ്പെട്ടു. ഇതിനു പുറമേ മുമ്പ് പരാമർശിക്കപ്പെട്ട വിധം മുൻകാല അവകാശ ആനുകൂല്യ കുടിശ്ശിക ഈടാക്കാനായി ജീവനക്കാരന് നീതിന്യായ നടപടി സ്വീകരിക്കുന്നതിന് സാദ്ധ്യതയുണ്ടോ എന്നതിൽ ബ്ലാക്ക്ബെൽ പ്രഭുവിന്റെ പ്രതികൂല സമീപനവും 1935 ലെ നിയമം വഴി മാറ്റം വന്നു. ഗണ്യമായ അളവിൽ പ്ലഷർ കം സ്റ്റാറ്റ്യൂട്ടറി വ്യവസ്ഥയായത് പരിണമിച്ച് 1947 ൽ ഇന്ത്യൻ ഇൻഡിപെന്റൻസ് ആക്ട് വഴി ഗവർണർ ജനറലിന് പ്രസ്തുത അധികാരങ്ങൾ കൈമാറപ്പെട്ടു.

മേൽ പരാമർശിച്ചതിൽ ഡോക്ട്രിൻ ഓഫ് പ്ലഷർ അപ്പാടെ നിലനിർത്തിക്കൊണ്ട് അനുച്ഛേദം 310(1) ഭരണഘടനയിൽ ഉൾചേർക്കപ്പെട്ടു (അതായത് 1935 ലെ നിയമത്തിന്റെ വകുപ്പ് 240(1)).എന്നാൽ 240(2),(3) ഉപവകുപ്പുകൾ അനുച്ഛേദം 311(1),(2)എന്നും ഉൾപ്പെടുത്തപ്പെട്ടു). എന്നാൽ അനുച്ഛേദം 309 മേല്പറഞ്ഞ അനുച്ഛേദങ്ങൾക്ക് ഉപരിയല്ലെന്ന് 1961 ൽ ബാബുറാം ഉപാദ്ധ്യായ കേസിൽ സുപ്രീംകോടതി വിധിച്ചു. പിന്നീട് 1964 ൽ മോട്ടിറാം കേസിൽ അനുച്ഛേദം 310, 311 എന്നിവ അനുസരിച്ചുള്ള പ്രസിഡന്റിന്റെയും ഗവർണറുടെയും അധികാരം ഭരണഘടനയുടെയോ ഇതര നിയമങ്ങളുടെയോ വ്യവസ്ഥകൾ പരിമിതപ്പെടുത്തില്ലെന്നും അവ

പരമവും അപ്രമാദിതവുമാണെന്നും സുപ്രീംകോടതി വിധി പ്രസ്താവിച്ചു. മാത്രവുമല്ല, ആയത് പ്രസിഡന്റ്, ഗവർണർ എന്നിവരുടെ തനത് അധികാരമായി നിർവ്വഹിക്കപ്പെടണമെന്നും നിരീക്ഷിക്കപ്പെട്ടു. ഏകഛത്രാധിപതികളുടെ കാലത്ത് രൂപപ്പെട്ട ഈ അധികാരം ജനാധിപത്യ ഭരണകാലത്തേക്കും പരിവർത്തിതമാക്കപ്പെട്ട് പ്രാബല്യത്തിൽ തുടരുകയായിരുന്നു. ഇത്തരമൊരു കിരാതമായ വ്യവസ്ഥ ഒരു ആധുനിക സമൂഹ വ്യവസ്ഥയിൽ തുടരണമോ എന്നത് ഗൗരവമായി ചർച്ച ചെയ്യപ്പെടണം.

പൊതുസേവനമേഖലക്കെതിരായ വെല്ലുവിളികൾ

ഭരണഘടന, നിയമങ്ങൾ, ചട്ടങ്ങൾ ഇവപ്രകാരമുള്ള പരിരക്ഷയ്ക്ക് അർഹത ഒരു പൊതു തസ്തികയിൽ പ്രവർത്തിക്കുന്ന പൊതു അധികാരസ്ഥർക്കാണ്. രാഷ്ട്രാധികാരം, നീതിന്യായാധികാരം എന്നിവ ഒഴികെ രാഷ്ട്ര പരമാധികാരത്തിൻകീഴിൽ നിയോഗിക്കപ്പെട്ട് പ്രവർത്തിക്കുന്ന ഉദ്യോഗസ്ഥരാണ് സിവിൽ സർവന്റ്സ്. സർക്കാർ ഖജനാവിൽ നിന്ന് ശമ്പളം പറ്റുന്നവരെ പൊതുവായി പൊതുസേവകർ എന്ന് പരാമർശിക്കാറുണ്ട്. കേന്ദ്ര-സംസ്ഥാന-തദ്ദേശഭരണ സ്ഥാപനങ്ങൾ, പൊതുമേഖലാ സ്ഥാപനങ്ങൾ, സ്വയംഭരണ സ്ഥാപനങ്ങൾ, അർദ്ധ സർക്കാർ സ്ഥാപനങ്ങൾ മുതലായവയിലെ ജീവനക്കാരാണ് ഇതിൽ പെടുന്നത്. സ്ഥിരമായോ, താല്ക്കാലികമായോ, ഭാഗികമായോ ഉള്ള സേവനത്തിന് നിയോഗിക്കപ്പെടുന്നവർ ഇതിൽ വരുന്നു. ഇതിലേക്കായി ആവശ്യമുള്ളവരെ തെരഞ്ഞെടുക്കുക, നിയമിക്കുക, നിയോഗിക്കുക, നിയന്ത്രിക്കുക, പരിപാലിക്കുക, പിരിച്ചു വിടുക എന്നിവയ്ക്കുള്ള അധികാരം രാഷ്ട്രത്തിൽ നിക്ഷിപ്തമായിരിക്കുന്നു. എന്നാൽ മിലിട്ടറി സർവ്വീസുകൾ ഇതിൽനിന്ന് പൂർണ്ണമായും ഒഴിവാക്കപ്പെട്ടിരിക്കുന്നതായി കാണാം. ഇതിനൊപ്പം ബ്രിട്ടീഷ് കാലത്തെ അനുവർത്തിച്ച് ഭരണഘടനാപരമായി തുടരുന്നതാണ് അഖിലേന്ത്യാ സർവ്വീസുകൾ (അനുച്ഛേദം 312). ഇതിലേക്കുള്ള ഉദ്യോഗസ്ഥരെയും ജീവനക്കാരെയും തെരഞ്ഞെടുക്കുന്നതിനായാണ് ഭരണഘടനാ സ്ഥാപനമായി പബ്ലിക് സർവ്വീസ് കമീഷനുകൾക്ക് രൂപംനല്കിയിരിക്കുന്നത്. എന്നാൽ പൊതു സേവനമേഖല തന്നെ തകർക്കും വിധം സമീപനം തുടരുന്ന ഇന്ന് പബ്ലിക് സർവ്വീസ് കമീഷനുകളെയും നിർജ്ജീവമാക്കാനും മറികടക്കാനും തക്ക തരത്തിലുള്ള സമീപനം സർക്കാരുകൾ പിന്തുടരുന്നത് ശ്രദ്ധേയമാണ്.

സമാനമായ സമീപനമാണ് സർവ്വീസ് സംബന്ധിയായ തകർക്കങ്ങൾ പരിഹരിക്കാനായി വ്യവസ്ഥാപിതമായ (അനുച്ഛേദം 323 എ) അഡ്മിനിസ്ട്രേറ്റീവ് ട്രിബ്യൂണലുകളുടെയും സ്ഥിതിയിലുള്ളത്. ഇത്തരം ട്രിബ്യൂണലുകൾ തുടരേണ്ടതുണ്ടോ എന്ന ചോദ്യം തന്നെ ഭരണാധികാരികൾ ഉന്നയിക്കുന്ന സ്ഥിതിയാണ് ഇന്ന് സംജാതമായിരിക്കുന്നത്.

പൊതുസേവനതുറയിലെ ജീവനക്കാരുടെ പെൻഷൻ ആനുകൂല്യ

ങ്ങളാണ് ചരിത്രപരമായ മറ്റൊരു ഘടകം. 1929 മുതൽ തുടരുന്നതാണ് നിയാമക പെൻഷൻ വ്യവസ്ഥ. മാറ്റിവയ്ക്കപ്പെട്ട വേതനമായാണ് പെൻഷൻ സമീകരിക്കപ്പെട്ടിരിക്കുന്നത്. ഭരണഘടനയുടെ 7-ാം പട്ടിക 1, 2 ഉള്ളടക്കങ്ങളിലെ യഥാക്രമം 71, 42 എന്നീ വിവരങ്ങൾക്കനുസരിച്ച് കേന്ദ്ര-സംസ്ഥാന സർക്കാർ സേവനരംഗത്തുള്ള ജീവനക്കാരുടെ പെൻഷൻ ആനുകൂല്യ നിർണ്ണയ ചുമതല അതത് സർക്കാരുകളിൽ നിക്ഷിപ്തമാണ്. എന്നാൽ 2003 ൽ നിർദ്ദേശിക്കപ്പെട്ടതും 2013 ൽ രൂപപ്പെട്ടതുമായ പി എഫ് ആർ ഡി എ നിയമപ്രകാരം ഈ ഉത്തരവാദിത്വം പെൻഷൻ ഫണ്ട് റഗുലേറ്ററി അതോറിറ്റിയിലേക്ക് കൈമാറ്റപ്പെട്ടിരിക്കുന്നു. ഇതിൽത്തന്നെ സ്റ്റേറ്റിന്റെ സഞ്ചിതനിധിയിൽനിന്ന് ശമ്പളവും പെൻഷനും ലഭ്യമാക്കേണ്ടതായ ജീവനക്കാരുടെ പെൻഷൻ നിർണ്ണയ-വിതരണ ചുമതല കേന്ദ്രാധികാരത്തിലേക്കും തുടർന്ന് മറ്റൊരു ഏജൻസിയിലേക്കും കൈമാറാൻ എടുത്ത തീരുമാനത്തിന്റെ സാധുത പരിശോധിക്കപ്പെടേണ്ടതുണ്ട്. ഭരണഘടനാപരമോ നിയമവിധേയമോ അല്ലാതെ അത്തരമൊരു ധാരണാപത്രത്തിന്റെ സാധുതയും ഉടമ്പടിയുടെ നിലനില്പും പരിശോധിക്കപ്പെടണം. സംസ്ഥാന സിവിൽ സർവ്വീസിന്റെ ഏറ്റവും പ്രധാന ആകർഷക ഘടകമായിരുന്ന നിയാമക പെൻഷൻ കൈയൊഴിയാനും പങ്കാളിത്ത പെൻഷൻ നടപ്പാക്കാനുമുള്ള തീരുമാനത്തെ പൊതുസേവനമേഖലയും ജീവനക്കാരും എങ്ങനെ പരിഗണിക്കുന്നു എന്നത് സർവ്വീസ് സംഘടനാ ചരിത്രത്തിലെ തന്നെ നിർണ്ണായകമായ ചോദ്യമാണ്. 2002 ലും തുടർന്ന് 2013 ലും കേരളത്തിലെ ഗസറ്റഡ് ജീവനക്കാരുടെ സംഘടിത പ്രസ്ഥാനം ഇക്കാര്യത്തിൽ പുലർത്തിയ ജാഗ്രത പ്രസക്തമാണ്. ഈ വിഷയം ഗൗരവബുദ്ധ്യാ വിശകലന വിധേയമാക്കി നയതീരുമാനങ്ങൾ രൂപപ്പെടുത്താനാകണം. ഇന്നത്തെ സ്ഥിതിയിലേക്ക് കേരളത്തിലെ സേവന രംഗം എത്തുന്ന പശ്ചാത്തലം കൂടി പരിശോധിക്കുന്നത് ഉചിതമായിരിക്കും.

പൊതുസേവന സംവിധാനം കേരളപ്പിറവിക്ക് മുമ്പ്

എ ഡി 4-ാം നൂറ്റാണ്ടിൽ ഇബ്നു ബത്തുത്ത സിന്തപ്പൂർ (കർണ്ണാടകം) മുതൽ കാവ്ലം (കൊല്ലം) വരെ നടത്തിയ യാത്രയുടെ വിവരണം നല്കുന്നതിൽനിന്ന് ഇന്നത്തെ മലബാർ പ്രദേശത്തെ ഗ്രാമ-നഗര പ്രദേശങ്ങളെപ്പറ്റി ഏകദേശരൂപം ലഭിക്കും. നഗര കാര്യഭരണം മുനിസിപ്പാലിറ്റികളിൽ നിക്ഷിപ്തമായിരുന്നു. മലബാർ ജില്ലയെ ഭരണസൗകര്യാർത്ഥം താലൂക്കുകളായും അവയെ പാരിഷുകൾ (അംശങ്ങൾ) ആയും വിഭജിച്ചിരുന്നു. ഭരണനടത്തിപ്പിന്റെ അടിസ്ഥാനതലം ദ്രാവിഡൻ തറ ആയിരുന്നു. ദേശങ്ങൾ എന്ന മറ്റൊരു തരംതിരിവും മലബാറിൽ പ്രാവർത്തികമായിരുന്നു. ബ്രിട്ടീഷ് ഭരണകാലത്ത് തറകളെ ഏകോപിപ്പിച്ച് ജില്ലാ ഭരണസ്ഥാപനത്തിനു കീഴിൽ ഹൊബാലികൾ രൂപീകൃതമായിരുന്നു.

1822-23 കാലത്ത് കമീഷണർ എച്ച് എസ് ഗ്രെമെയുടെ ഭരണനടപടിയുടെ ഭാഗമായി ഹൊബാലി സമ്പ്രദായം റദ്ദാക്കി അംശം സംവിധാനം പ്രാവർത്തികമാക്കി. 429 അംശങ്ങൾക്ക് "അധികാരി"കളെ ഭരണ ചുമതല ഏല്പിച്ചു. ദേശവാഴികളിൽ ഏറ്റവും പ്രാപ്തനെ അംശം അധികാരി സ്ഥാനത്ത് നിയോഗിച്ചു. പുറമേ ഒരു ഹെഡ്മാൻ, മേനോൻ എന്ന പേരിൽ കണക്കെഴുത്ത് ചുമതലക്കാരൻ, രണ്ടോ അതിലധികമോ കോല്ക്കാരന്മാർ, എന്നിവരേയും നിയമിച്ചു. അംശം പൊതുഭരണ കാര്യങ്ങൾ, പ്രാദേശിക ഭരണനടപടികൾ എന്നിവ അംശം അധികാരികൾ നിർവ്വഹിക്കുകയും ചെയ്തു വന്നു. ഇതിനാവശ്യമായ ജീവനക്കാരെ രാജ്യഭരണ-പ്രാദേശിക ഭരണ കർത്താക്കൾ യഥാകാലം അവരുടെ പ്രീതിക്ക് അനുസൃതമായി നിയോഗിച്ചിരുന്നു.

1793 മാർച്ച് 18 മുതൽ മലബാർ പ്രവിശ്യ പ്രഖ്യാപിക്കുകയും മൂന്നു മേഖലകളായി വിഭജിച്ച് സൂപ്പർവൈസർമാരെ നിയോഗിക്കുകയും ചെയ്തു. കോഴിക്കോട് സൂപ്പർവൈസർക്ക് മേൽനോട്ട അധികാരവും ചീഫ് മജിസ്ട്രേറ്റിന്റെ ചുമതലയും നല്കി അബർ ക്രോബി തിട്ടൂരം നല്കിയതായി കാണാം.

കൊച്ചി ഭരണക്രമം

തിരുവിതാംകൂറിലേയും മലബാറിലേയും എന്നതുപോലെ കൊച്ചിയിലും ഉടമസ്ഥത (ജന്മിത്വം) അതിനു തുടർച്ചയായ റവന്യൂ ലെവികൾ, രാജാവിന് അഥവാ നാടുവാഴിക്ക് ലഭിക്കേണ്ടതായ വിഹിതം (ജന്മിഭോഗവും രാജഭോഗവും) സർക്കാർ (പൊതു) ഉടമസ്ഥതയിൽപ്പെട്ട സ്ഥാവരജംഗങ്ങളുടെ പാലനവും വിനിയോഗവും മുതലായവ സംബന്ധിയായ നിർമ്മാണമേഖല, റവന്യൂ എന്നിവ ആയിരുന്നു ഭരണത്തിൽ സുപ്രധാനം. ഇതിനുപുറമേ നിയമക്രമപാലനവും മദ്യം ഉൾപ്പെടെ എക്സൈസ് ഭരണസംവിധാനവും വിപുലപ്പെട്ടു.

1762 മുതൽക്കാണ് ഭൂനികുതി സമ്പ്രദായം ഏർപ്പെടുത്തിയത്. അതിനുമുമ്പ് മാടമ്പിമാരിലൂടെ ലഭ്യമായിരുന്ന കണ്ടുകൃഷി, കെട്ടുതെങ്ങ് വിഹിതങ്ങളായിരുന്നു വരുമാന സ്രോതസ്സ്. 1762 നുശേഷം ഭരണകാര്യ-സൈനിക കാര്യങ്ങൾ വേർതിരിക്കപ്പെട്ടു. കേട്ടെഴുത്തും കണ്ടെഴുത്തും ഉൾപ്പെടെ റവന്യൂ കൃത്യങ്ങൾ ഭരണകാര്യ വൃത്തിയുടെ ഭാഗമായി മാറി. വൃക്ഷപാട്ടവും പയറ്റുപ്പാട്ടവും ബാധകമാക്കപ്പെട്ടു. ഇതിലേക്കായി നാടിനെ താലൂക്ക് എന്നും തുടർന്ന് പ്രവൃത്തിയെന്നും വിഭജിച്ചിരുന്നു. കൊച്ചി, കണയന്നൂർ, മുകുന്ദപുരം, തൃശൂർ, തലപ്പിള്ളി, ചിറ്റൂർ മുതലായവയായിരുന്നു പ്രധാന താലൂക്കുകൾ. ഭൂനികുതിക്കു പുറമേ വെള്ളക്കരവും ഈടാക്കിയിരുന്നതായി കാണാനാകും. പ്രവൃത്തി കാര്യക്കാരും താലൂക്ക് തഹസിൽദാരും റവന്യൂ ഡിവിഷനിൽ ശിരസ്താദാരും ഭരണനേതൃത്വം വഹിച്ചു. അവർക്കുകീഴിൽ നാമമാത്ര സേവന സംവിധാനമാണ് നിലവിലുണ്ടായിരുന്നത്.

അമ്പലപതി, ഊരായ്മ, ദേശപതി എന്നതാണ് തോമസ് മൺട്രോ 1817 ൽ വിവരിച്ച ഭരണാധികാരക്രമം. പ്രവൃത്തികാര്യക്കാരെ സേവനത്തിൽ സഹായിക്കാൻ കണക്കെഴുത്തിൽ മേനോൻ, ധനസൂക്ഷിപ്പിൽ ചന്ദ്രക്കാർ, ആധാരങ്ങളുടെ രംഗത്ത് പ്രമാണക്കാർ എന്നിവർ ഉണ്ടായിരുന്നു. മാസപ്പടി എന്ന പേരിൽ പ്യൂൺമാരേയും നിയോഗിച്ചിരുന്നതായി കാണാം.

ഒരു പ്രവൃത്തികാര്യവില്ലേജിന്റെ വിസ്തൃതി ഏകദേശം 20 ചതുരശ്ര മൈൽ ആയിരുന്നു. ഊട്ടുപുര സമ്പ്രദായവും ഊഴം സമ്പ്രദായവും പില്ക്കാലത്ത് നിർത്തലാക്കിക്കൊണ്ട് ദിവാൻ ശങ്കുണ്ണിമേനോൻ തീർപ്പാക്കിയതായും കാണാം. അടിസ്ഥാനപരമായി കൊച്ചിയിൽ 273 വില്ലേജുകൾ (പ്രവർത്തന സൗകര്യാർത്ഥം 165 റവന്യൂ വില്ലേജ്) 12 താലൂക്ക് എന്നിവയുണ്ടായിരുന്നു. ഭരണ സൗകര്യാർത്ഥം വടക്കേ മുഖമെന്നും തെക്കേ മുഖമെന്നും രണ്ട് ഡിവിഷനുകളായും വേർതിരിക്കപ്പെട്ടു. സർവ്വാധികാര്യക്കാർ ആയിരുന്നു ഓരോ റവന്യൂ ഡിവിഷനിലും ഭരണ നേതൃത്വം. 1813 ൽ കാര്യക്കാർ തസ്തിക നിർത്തലാക്കപ്പെട്ടു. 1822 ആയപ്പോൾ ദിവാൻ പേഷ്കാർ നിയമിതനായി. 1860 വരെ ദിവാൻ പേഷ്കാർ വടക്കേ മുഖത്തിന്റെയും ദിവാൻ നേരിട്ട് തെക്കേ മുഖത്തിന്റെയും ഭരണ ചുമതല വഹിച്ചുപോന്നു. 1878 ൽ തെക്കേ മുഖത്തിനും ഒരു ദിവാൻ പേഷ്കാർ നിയമിതനായി. 1895 മുതൽ റവന്യൂ, നീതിന്യായ അധികാരങ്ങൾ ദിവാൻ പേഷ്കാരിൽ തുടർന്നു. 1907 ൽ റവന്യൂ-മജിസ്റ്റീരിയൽ അധികാരങ്ങൾ വേർതിരിച്ചു. ഡിവിഷൻതല പേഷ്കാർ രീതി നിർത്തലാക്കി. പകരം ഒരു പേഷ്കാർ, ഒരു ജില്ലാ മജിസ്ട്രേറ്റ് എന്നിവരെ നിയോഗിച്ചു.

സിവിൽ ഭരണപരിഷ്കാരങ്ങൾ

1809 ൽ രാജപ്രമുഖനും ബ്രിട്ടീഷ് അധികൃതരും തമ്മിലുണ്ടാക്കിയ ഉടമ്പടി സിവിൽ ഭരണരംഗത്തും ഗൗരവമായി പ്രതിഫലിച്ചു. ധനകാര്യം, നികുതികാര്യം, നീതിനിർവ്വഹണം, കാർഷിക-ഉല്പാദന-വാണിജ്യ രംഗങ്ങൾ, പൊതു സമാധാനം, ക്ഷേമം എന്നിങ്ങനെയുള്ള മേഖലകളിൽ നിർണ്ണായക പരിഷ്കാരങ്ങൾ സംഭവിച്ചു. മദ്രാസ് ഗവൺമെന്റ് നിയോഗിച്ച റസിഡന്റ് സായ്പുമാരുടെ കീഴിലായി തിരുവിതാംകൂർ-കൊച്ചി ഭരണ നടത്തിപ്പ്.

രാജപ്രമുഖന്റെ ഭരണപരവും നയപരവും നീതിന്യായപരവുമായ പ്രതിപുരുഷനായിരുന്നു ദിവാൻ. മന്ത്രിയും മുഖ്യനിർവ്വഹണാധികാര്യസ്ഥനുമായിരുന്നു ദിവാൻ. മദ്രാസ് ഗവൺമെന്റുമായി ആശയവിനിമയം നടത്തിക്കൊണ്ടാണ് രാജപ്രമുഖൻ ദിവാനെ നിയമിച്ചിരിക്കുക. എന്നാൽ ദിവാന്റെ ഉത്തരവുകൾ എല്ലാം രാജപ്രമുഖന്റെ തീർപ്പിന് വിധേയമായിരുന്നു. രാജപ്രമുഖനും ബ്രിട്ടീഷ് സർക്കാരിനും ഇടയിലെ ബന്ധപ്പെടൽ ഉപാധിയും ദിവാൻ മാത്രമായിരുന്നു. നീതിന്യായ അധികാരികളെ ഒഴികെ

മറ്റ് അധികാര്യസ്ഥരുടെ നിയമനാധികാരം ഉൾപ്പെടെ ദിവാനിൽ നിക്ഷിപ്തമായിരുന്നു. രാജാവിന്റെ അംഗീകാരത്തിന് വിധേയമായ ബജറ്റു പ്രകാരം 500 മുതൽ 5000 രൂപവരെ ചെലവ് അനുവദിക്കാനും ദിവാന് അധികാരമുണ്ടായിരുന്നു. 2000 രൂപാവരെ അടിയന്തര ചെലവിനും മരാമത്ത് ചെലവിനും അനുവാദം നല്കാനും ഇതര നിർവ്വഹണാധികാരികളുടെ മേൽനോട്ടാധികാരവും ദിവാനിൽ നിക്ഷിപ്തമായിരുന്നു.

ഹജ്ജൂർ സെക്രട്ടേറിയറ്റായിരുന്നു ദിവാന്റെ അധികാരകേന്ദ്രം. നാലു മുഖ്യ ഭരണാധികാരികളിലൂടെയാണ് സെക്രട്ടേറിയറ്റ് നടത്തിപ്പ്. അവയാകട്ടെ (1) റവന്യൂ (2) മരാമത്ത് (3) നീതിന്യായം (4) തദ്ദേശഭരണ -നിയമ നിർമ്മാണം എന്നിവയായിരുന്നു. ദേവസ്വം, വനം, എക്സൈസ്, ജലസേചനം, നിർമ്മാണം, ഗതാഗതം, പൊലീസ്, ജയിൽ, രജിസ്ട്രേഷൻ, ആരോഗ്യ-ശുചിത്വം, വിദ്യാഭ്യാസം, വാർത്താവിനിമയം, സ്റ്റാമ്പ്, സ്റ്റേഷനറി, പ്രിന്റിങ് മുതലായ വകുപ്പുകൾ ഈ നാലു വിഭാഗങ്ങളിലായി വിന്യസിച്ചിരുന്നു. മുദ്രപത്രം, മുദ്രണം,സ്റ്റേഷനറി വിഭാഗങ്ങൾ എന്നിവ സെക്രട്ടേറിയറ്റിന്റെ നേരിട്ടുള്ള മേൽനോട്ടത്തിൽ സൂപ്രണ്ടന്റുമാർ വഴിയായി ഭരണം നിർവ്വഹിച്ചു പോന്നു. വലിയ സർവ്വാധികാരിയുടെ കീഴിൽ കൊച്ചി ഡിവിഷനും തുടർന്ന് തെക്കേ മുഖം, വടക്കേ മുഖം എന്നീ സബ് ഡിവിഷനുകളായി സർവ്വാധി കാര്യക്കാരുടെ കീഴിൽ നാലു കോവിലകത്തിൻ, വാതിലുകൾ (താലൂക്കുകൾ) സ്ഥാപിച്ച് കാര്യക്കാരേയും നിയോഗിച്ചു. എക്സിക്യൂട്ടീവ് ജുഡീഷ്യൽ അധികാരങ്ങൾ കാര്യക്കാരിൽ നിക്ഷിപ്തമായിരുന്നു.

നിയമ-നീതികാര്യത്തിൽ സർക്കാർ അഭിഭാഷകർ, ലോ-ഓഫീസർമാർ, നാണയ കമ്മട്ടം നടത്തിപ്പ് എന്നിവ ഉൾപ്പെടെ ദിവാന്റെ അധികാര പരിധിയിൽ തുടർന്നു. ദിവാൻ മുഖ്യഭരണാധികാരി, തുടർന്ന് മുഖ്യവകുപ്പ് അധികാരി, അതിൽ വകുപ്പു തലവൻ, നിർവ്വഹണാധികാരികൾ എന്ന നിലയിലായിരുന്നു ശ്യംഖലാ സംവിധാനം. കണക്കുകളുടെ പരിശോധനയ്ക്കായി കൺട്രോളർ ഓഫ് അക്കൗണ്ട്സ് ഉണ്ടായിരുന്നു. മരാമത്ത് വകുപ്പിൽ ചീഫ് എഞ്ചിനീയർ മുതൽ അസിസ്റ്റന്റ് എഞ്ചിനീയർമാർ വരെയും സൂപ്പർവൈസർ, ഓവർസിയർ, സബ് ഓവർസിയർ തസ്തികകളും ഉണ്ടായിരുന്നു. ഔദ്യോഗിക വാർത്താ വിനിമയം അഞ്ചൽ വകുപ്പിൽ നിക്ഷിപ്തമായിരുന്നു. 1791 ൽ അഞ്ചലോട്ടക്കാരും അഞ്ചൽ ആപ്പീസർമാരും നിലവിൽ വന്നു. അഞ്ചൽ സ്റ്റാമ്പും പുറപ്പെടുവിക്കപ്പെട്ടു. 1872 അഞ്ചൽ ഉരുപ്പിടികൾ പ്രാവർത്തികമായി. അഞ്ചൽ സൂപ്രണ്ടിനായിരുന്നു വകുപ്പിന്റെ അധികാരം.

തിരുവിതാംകൂറിലെ സേവനരംഗം

തിരുവിതാംകൂറിന്റെ ഭരണ മേലധികാരസ്ഥാനം മഹാരാജാവിൽ നിക്ഷിപ്തമായിരുന്നു. ഭൂപ്രഭുക്കന്മാർ പ്രാദേശിക ഭരണാധികാരികളായും നായർ പോരാളികൾ സൈനികരായും നിയോഗിക്കപ്പെട്ടു. തറകൾ,

നാടുകൾ, ദേശങ്ങൾ എന്നിങ്ങനെയായിരുന്നു ഭരണ ക്രമീകരണം. പുറമെ ദേവസ്വം, ബ്രഹ്മസ്വം എന്നിവയും പുലർന്നിരുന്നു. 1684 എ ഡിക്കു ശേഷം രാജ്യം, ജില്ല, ഉപജില്ല, വില്ലേജ് എന്ന നിലയിൽ പുനർക്രമീകരിക്കപ്പെട്ടു. 1729 ൽ മാർത്താണ്ഡവർമ്മയുടെ ഭരണ പരിഷ്കാരങ്ങൾ വഴി റവന്യൂ, വാണിജ്യം, ക്രമസമാധാനം, രഹസ്യാന്വേഷണം, മരാമത്ത് മുതലായ വിഭാഗങ്ങൾ സ്ഥാപിതമായി. മേൽ അധികാരസ്ഥരും കീഴുദ്യോഗസ്ഥരും എന്ന വിഭജനം നിലവിൽ വന്നു. പതിവ് കണക്ക് സമ്പ്രദായം വഴി പൊതുച്ചെലവ് ക്രമീകരിക്കപ്പെട്ടു. താലൂക്ക് അടിസ്ഥാനത്തിൽ മണ്ഡപത്തിൻ വാതിലുകളും വില്ലേജ് യൂണിയനുകളും സ്ഥാപിതമായി. 1754 നുശേഷം രാജ്യം മൂന്നു മുഖ്യഡിവിഷനുകളായി ഓരോ വലിയ സർവ്വാധികാര്യക്കാരുടെ ഭരണാധികാരത്തിലാക്കി. അവയെ വീണ്ടും വിഭജിച്ച് ഓരോ സർവ്വാധികാര്യക്കാർക്ക് ചുമതല നല്കപ്പെട്ടു. ചെറു വിഭാഗങ്ങളായ സബ് ഡിവിഷനുകൾ കാര്യകാർക്ക് കീഴിൽ നിലവിൽ വന്നു. മണിയം, കേൾവി, അധികാരം, പ്രവൃത്തി എന്നിങ്ങനെ ഘടകങ്ങളിൽ, മണിയക്കാർ, അധികാരികൾ, കേൾവിക്കാർ പ്രവൃത്തികാർ എന്നിവർ ചുമതലപ്പെടുത്തപ്പെട്ടു. 19-ാം നൂറ്റാണ്ടിന്റെ മദ്ധ്യകാലം വരെ ഈ നീതി തുടർന്നു. അതിനു ശേഷമാണ് ദളവ അഥവാ ദിവാൻ സമ്പ്രദായം നിലവിൽ വന്നത്. ചൂണ്ടക്കാർ, തൊറെക്കാർ, ബല്ലികാർ തുടങ്ങി കീഴ് ജീവനക്കാർ നിയോഗിക്കപ്പെട്ടു. തികച്ചും നീതി ന്യായാധികാരത്തോടെ മേല് വിചാരിപ്പുകാരും നിയുക്തരായി. പകുതിക്കച്ചേരി, പ്രവൃത്തിക്കച്ചേരി, താലൂക്ക് കച്ചേരി മുതലായ കാര്യാലയങ്ങൾ ഉണ്ടാവുകയും അവിടെ റൈറ്റർ, ഹെഡ് റൈറ്റർ മുതലായ ഉദ്യോഗസ്ഥരും നിയമിതരാവുകയും ചെയ്തു.

കേണൽ മൺറോ നടപ്പാക്കിയ ഭരണപരിഷ്കരണം വഴി ഹജ്ജൂർ കച്ചേരി മുഖ്യ ഭരണകേന്ദ്രമാക്കുകയും ധനം, റവന്യൂ, നീതിന്യായം, പൊലീസ്, മിലിട്ടറി, മരാമത്തു വകുപ്പുകളും നിലവിൽ വന്നു. തഹസിൽദാർ, സമ്പ്രതികൾ എന്നീ സ്ഥാനങ്ങളും നിയമിക്കപ്പെട്ടു. തുടർന്ന് ട്രഷറി, ഓഡിറ്റ് വിഭാഗങ്ങൾ നിലവിൽ വന്നു. ചൗക്കി (ഭൂനികുതി) പട്ടയപേര് (രജിസ്ട്രേഷൻ) വനം, വാണിജ്യം മുതലായ കൃത്യങ്ങളും ഏല്പിക്കപ്പെട്ടു. എന്നാൽ 1842-48 കാലയളവായപ്പോഴേക്കും രാജ്യ ഭരണാധികാരികളും ബ്രിട്ടീഷ് ഭരണാധികാരികളും പരസ്പര വിരുദ്ധ നിലപാടിൽ എത്തി. ദിവാൻ/ദളവ നിയമനം ഉൾപ്പെടെ തർക്കത്തിലായി. തമിഴ് ബ്രാഹ്മണർ മുഖ്യ ഭരണാധികാരികളായി നിയമിക്കപ്പെടുന്നത് വലിയ പ്രതിഷേധം ക്ഷണിച്ചു വരുത്തി. തിരുവിതാംകൂർ-തിരുവിതാംകൂർകാർക്ക് എന്ന നിലയിൽ മണ്ണിന്റെ മക്കൾ വാദം ശക്തിപ്പെട്ടു. ഇതിന്റെ തുടർച്ചയായിട്ട് ഭരണ നിർവ്വഹണത്തിൽ തിരുവിതാംകൂർകാർക്ക് മുഖ്യപങ്ക് ലഭിക്കുക, അവരിൽ തന്നെ നായർ, ഈഴവ വിഭാഗങ്ങൾക്ക് അർഹമായ പങ്ക് ലഭിക്കുക എന്ന മുദ്രാവാക്യം ഉന്നയിച്ചുകൊണ്ട് ട്രാവൻകൂർ മെമ്മോറിയൽ, മലയാളി മെമ്മോറിയൽ, നായർ മെമ്മോറിയൽ, ഈഴവ മെമ്മോ

റിയൽ തുടങ്ങിയ നിവേദനങ്ങൾ രൂപപ്പെട്ടു.

തുടർന്ന് മാധവരായരുടെ കാലത്തെ വമ്പിച്ച പരിഷ്കാരങ്ങൾ പ്രാവർത്തികമാകുന്നു. മൂലനിയമങ്ങളും നടപടിക്രമനിയമങ്ങളും രൂപപ്പെടുത്തുന്നു. സമഗ്രഭരണ നടത്തിപ്പിന് സാഹചര്യമുണ്ടാകുന്നു. ഓരോ പൗരർക്കും ചുരുങ്ങിയ സമയത്തിനുള്ളിലും ദൂരത്തിനുള്ളിലും ചികിത്സ, വിദ്യാഭ്യാസം, നീതിന്യായം, രജിസ്ട്രേഷൻ, തപാൽ സേവനങ്ങൾ തുടങ്ങിയവ ഉറപ്പാക്കുന്ന സേവനപരിഷ്കരണം നടപ്പാക്കപ്പെട്ടു. ശേഷയ്യ ശാസ്ത്രി ദിവാനായശേഷം സുപ്രധാനമായി വന്ന മാറ്റം ശമ്പള ആനുകൂല്യങ്ങൾ ഗണ്യമായി മെച്ചപ്പെട്ടു എന്നതാണ്. ഔദ്യോഗിക എഴുത്തുകുത്തുകൾ ഓലയിൽനിന്നും പേപ്പറിലേക്ക് (കടലാസിലേക്ക്) ഫയൽ കുറിപ്പുകളിലേക്കും മാറി. ദിവാൻ നാണുപിള്ളയുടെ കാലത്ത് ധനകാര്യ വിഭവ സമാഹരണം ഏറെ പുരോഗമിച്ചു. സുവിധിതമായ ഭൂസർവ്വേ, ഭൂരേഖ, രജിസ്ട്രേഷൻ വിഭാഗവും രൂപീകൃതമായി.

ശ്രീമൂലം തിരുനാൾ, ശ്രീ ചിത്തിരതിരുനാൾ എന്നിവരുടെ കാലമാകുമ്പോഴേക്കും അധികാരനിർവ്വഹണം കുറ്റമറ്റതാക്കുക, പൊതുസേവന നിയമം സ്വതന്ത്രമാക്കുക, അധികാര വികേന്ദ്രീകരണം പ്രാപ്തമാക്കുക, ജനപ്രാതിനിധ്യ സംവിധാനം നടപ്പാക്കുക, ഭരണ-നിയമ നിർവ്വഹണ ഉപദേഷ്ടാവിനെ നിയോഗിക്കുക തുടങ്ങിയ നടപടികളിലേക്ക് വിപുലപ്പെട്ടു.

നാട്ടുരാജ്യങ്ങളുടെ ഏകീകരണം, ഭാഷാ സംസ്ഥാന രൂപീകരണം തുടങ്ങിയ നടപടികൾ തിരുവിതാംകൂർ - കൊച്ചി - മലബാർ പ്രദേശങ്ങളിൽ നിലവിലിരുന്ന ഭരണകാര്യനിർവ്വഹണ സംവിധാനത്തിന്റെ ഉദ്ഗ്രഥനത്തിലേക്കും പുനർ സംവിധാനത്തിലേക്കും ആണ് നയിച്ചത്. വില്യം ലോഗൻ, നാഗമയ്യ, ടി കെ വേലുപിള്ള, സി അച്ചുതമേനോൻ എന്നിവർ തയ്യാറാക്കിയ ചരിത്ര രേഖകൾ സേവന-ഭരണ മേഖലകളിലെ ഈ പരിണാമം പഠിക്കാൻ അവലംബിക്കാവുന്നതാണ്.

സംസ്ഥാനത്തെ സർവ്വീസ് സംഘടനകളുടെ രൂപീകരണവും വളർച്ചയും

ഇരുപതാം നൂറ്റാണ്ടിന്റെ ആദ്യപാദത്തിൽത്തന്നെ ഇന്ത്യയിൽ സർക്കാർ ജീവനക്കാരുടെ സംഘടനകൾ ഉടലെടുത്തു. ആദ്യ സർക്കാർ ജീവനക്കാരുടെ സംഘടന 1906 ൽ രൂപംകൊണ്ട ഇന്ത്യൻ ടെലഗ്രാഫ് അസോസിയേഷൻ ആയിരുന്നു. 1920 ൽ വിവിധ സംസ്ഥാനങ്ങളിൽ സർക്കാർ ജീവനക്കാരുടെ സംഘടനകൾ ഉണ്ടായി. 1920 മാർച്ച് 31 ന് മദ്രാസ് എൻ ജി ഒ അസോസിയേഷൻ രൂപീകരിക്കപ്പെട്ടു. 1926 ൽ ഇന്ത്യൻ ട്രേഡ് യൂണിയൻ നിയമം അംഗീകരിച്ചു. ഇതിന്റെ ലക്ഷ്യങ്ങൾക്കെതിരെ ട്രേഡ് യൂണിയനുകൾ വലിയ പ്രതിഷേധം ഉയർത്തി. 1928 ഏപ്രിൽ മാസത്തിൽ ദക്ഷിണ റെയിൽവേ 3000 തൊഴിലാളികളെ പിരിച്ചു വിടുന്നതാണെന്ന് പ്രഖ്യാപിച്ചു. ഇതിനെതിരെ 1928 ജൂലൈ 28 ന് തുടങ്ങി 10 ദിവസം പണിമുടക്കി. 1930 ഫെബ്രുവരിയിലും പണിമുടക്ക് സംഘടിപ്പിക്കപ്പെട്ടു.

1939 നുശേഷം രണ്ടാം ലോകമഹായുദ്ധകാലത്ത് സമ്പൂർണ്ണ ഐക്യത്തോടു കൂടിയ ട്രേഡ് യൂണിയൻ സംഘടനയായിരുന്നു നിലവിലുണ്ടായിരുന്നത്. യുദ്ധം ആരംഭിച്ചതോടെ തൊഴിലാളികളുടെ സ്ഥിതി കൂടുതൽ പരിതാപകരമായി. ജോലി സമയം വർദ്ധിപ്പിച്ചു. കൂലി കൂട്ടാൻ തയ്യാറായില്ല. ഈ സാഹചര്യത്തിൽ തൊഴിൽ സമരങ്ങൾ പുതിയ രൂപം കൈക്കൊണ്ടു. 1940 മാർച്ച് 5 മുതൽ ക്ഷാമബത്ത ആവശ്യപ്പെട്ട് 1,75,000 തുണിമിൽ തൊഴിലാളികൾ പണിമുടക്കി. ഫാസിസത്തിനു മേൽ സോവിയറ്റ് യൂണിയൻ വിജയിച്ചതിനെ തുടർന്ന് യുദ്ധം അവസാനിക്കുമ്പോൾ ഇന്ത്യൻ തൊഴിലാളി വർഗ്ഗത്തിന്റെ ഉന്നമനത്തിനുവേണ്ടി നടത്തിയ പ്രവർത്തനത്തിന്റെ ഭാഗമായി ഇന്ത്യയിലെ ഏക കേന്ദ്ര തൊഴിലാളി യൂണിയൻ സംഘടനയായി എ ഐ ടി യു സി മാറി.

മദിരാശി സംസ്ഥാനത്ത് സംഘടിത പ്രസ്ഥാനം ആരംഭിക്കുന്നതിനു മുമ്പ് മലബാറിലെ സർക്കാർ ജീവനക്കാർ തങ്ങളുടെ ആവലാതികൾ

വെള്ളക്കാരായ ഓഫീസർമാരുടെ മുന്നിൽ ഉന്നയിക്കുന്നതിന് ഓഫീസ് പരിശോധനയ്ക്ക് എത്തുന്ന വെള്ളക്കാരായ ഉദ്യോഗസ്ഥരുടെ മുന്നിൽ തെയ്യവും തോറ്റവും കെട്ടി ആട്ടം നടത്തുന്ന രീതിയുണ്ടായിരുന്നു. ജീവനക്കാർ പരാതിയും പ്രശ്നങ്ങളും പാട്ടിലൂടെ ഉന്നയിക്കുമായിരുന്നു. തർജുമയിലൂടെ കാര്യം മനസ്സിലാക്കിയ ചില ഉദ്യോഗസ്ഥരെങ്കിലും പരാതികൾ പരിഹരിക്കാൻ ശ്രമിച്ചിരുന്നു.

1920 ൽ രൂപീകരിച്ച മദ്രാസ് എൻ ജി ഒ അസോസിയേഷന് 1924 ൽ അംഗീകാരം ലഭിച്ചിരുന്നു. പരിതാപകരമായ വേതനവ്യവസ്ഥയും മേലുദ്യോഗസ്ഥന്മാരുടെ അടിമകളായി പണിയെടുത്തിരുന്ന താഴ്ന്ന വിഭാഗം ജീവനക്കാരുടെ അവസ്ഥമൂലവും പരിതാപകരമായിരുന്നു സിവിൽ സർവ്വീസ്. സേവനവ്യവസ്ഥകൾ ഇല്ലാതിരുന്ന കാലത്ത് മേലുദ്യോഗസ്ഥരെ പ്രീതിപ്പെടുത്തുക മാത്രമായിരുന്നു ജോലിക്കയറ്റത്തിനുള്ള പോംവഴി. സംഘടന രൂപംകൊണ്ടെങ്കിലും ആവശ്യങ്ങൾ ഉയർത്തുന്നതിനും ജീവനക്കാരെ സംഘടിപ്പിക്കുന്നതിനും കഴിഞ്ഞിരുന്നില്ല. ഓഫീസറെ കാണാൻ കറുത്ത കോട്ടിട്ട് പോകണം. കോട്ടു തുന്നാൻ തുകയില്ലാത്തതിനാൽ ഒരു കോട്ടു തുന്നി ജീവനക്കാർ മാറി മാറി ഉപയോഗിച്ചിരുന്നു. 1939 ൽ മലബാർ അംശം ഉദ്യോഗസ്ഥ സംഘം നിലവിൽ വന്നു.

മദ്രാസിലെ പുതിയ സംഘടന ജീവനക്കാരുടെ അവകാശങ്ങൾ ഉന്നയിക്കുന്നതിനു പകരം ഇംഗ്ലണ്ടിലെ രാജാവിന്റെ ജന്മദിനം കൊണ്ടാടുക, മംഗളപത്രം ഗവർണർക്ക് സമർപ്പിക്കുക, സങ്കട ഹർജികൾ തൃപ്പാദങ്ങളിൽ സമർപ്പിക്കുക എന്നിവയായിരുന്നു ചെയ്തിരുന്നത്.

1947 ലെ മദിരാശി എൻ ജി ഒ പണിമുടക്കം

1946 ലെ മദ്രാസ് എൻ ജി ഒ സംഘടനയുടെ സമ്മേളനം എ ഐ ടി യു സി മുൻ പ്രസിഡന്റും ഇടക്കാലത്ത് കേന്ദ്രമന്ത്രിസഭാംഗവുമായിരുന്ന വി വി ഗിരിയാണ് ഉദ്ഘാടനം ചെയ്തത്. ശമ്പളപരിഷ്കരണം ആവശ്യപ്പെട്ട് പ്രമേയം അംഗീകരിച്ചു. പ്രക്ഷോഭങ്ങൾക്ക് രൂപംനല്കി. പ്രധാനമന്ത്രിയെ കാണുന്നതിനും കേന്ദ്ര ശമ്പള പരിഷ്കരണ കമീഷന്റെ പരിധിയിൽ സംസ്ഥാന ജീവനക്കാരെക്കൂടി ഉൾപ്പെടുത്തണമെന്ന നിവേദനം നല്കുന്നതിനും തീരുമാനിച്ചു. അവകാശപ്രക്ഷോഭത്തിന്റെ ഭാഗമായി 1946 സെപ്തംബറിൽ പ്രകടനവും പൊതുയോഗവും നടന്നു. സർക്കാർ മന്ത്രിസഭാ ഉപസമിതിയെ ശമ്പളപരിഷ്കരണം നടത്തുന്നതിന് നിയോഗിച്ചു. കേന്ദ്ര ജീവനക്കാരുടെ ഒന്നാം ശമ്പളപരിഷ്കരണ പ്രകാരം 1947 ജനുവരി ഒന്നു മുതൽ ശമ്പളം പരിഷ്കരിച്ചു. കേന്ദ്രത്തിലേതിനേക്കാൾ വളരെ താഴ്ന്ന പരിഷ്കരണമാണ് മദിരാശി മന്ത്രിസഭ ഉപസമിതി നിർദ്ദേശിച്ചത്.

ഇന്ത്യക്ക് സ്വാതന്ത്ര്യം കിട്ടിയതിന്റെ എട്ടാം ദിവസമായിരുന്നു (22.08.1947) മദ്രാസ് എൻ ജി ഒ അസോസിയേഷന്റെ സമ്മേളനം വിശാഖപട്ടണത്തു നടന്നത്. കേന്ദ്ര ശമ്പളപരിഷ്കരണ ശുപാർശ നടപ്പാക്കണമെന്നും അസോസിയേഷന് ട്രേഡ് യൂണിയൻ അവകാശം നല്കണ

മെന്നും സമ്മേളനം ആവശ്യപ്പെട്ടു. നിലവിലുള്ള സ്വഭാവ നടപടിചട്ടം സർക്കാർ ജീവനക്കാരെ അടിച്ചമർത്തുന്നതാണെന്നും, അതു മാറ്റി സർക്കാർ ജീവനക്കാരുടെ അന്തസ്സ് സംരക്ഷിക്കുന്ന സ്വഭാവ നടപടിചട്ടം വേണമെന്നും ആവശ്യപ്പെട്ടു. 1947 നവംബറിനുമുമ്പുശമ്പള പരിഷ്കരണത്തെ സംബന്ധിച്ച തീരുമാനമായില്ലെങ്കിൽ പ്രത്യേക കൺവെൻഷൻ ചേർന്ന് ഭാവി പരിപാടി തീരുമാനിക്കാൻ കേന്ദ്രകമ്മിറ്റിയെ സമ്മേളനം ചുമതലപ്പെടുത്തി.

1947 സെപ്തംബർ 08-13 വരെ എൻ ജി ഒ വാരമായി ആചരിച്ചു. റാലികൾ നടത്തി. പ്രതിപക്ഷം നിയമസഭയിൽ ഈ പ്രശ്നം ഉന്നയിച്ചു. 1947 ഒക്ടോബർ 18 ന് വെല്ലൂരിൽ ചേർന്ന കമ്മിറ്റി പണിമുടക്ക് ബാലറ്റ് നടത്താൻ തീരുമാനിച്ചു. 24 ജില്ലകളിൽ 23 ഉം പണിമുടക്കിന് അനുകൂലമായി വോട്ട് ചെയ്തു. ഇതിൽ പ്രകോപിതരായ സർക്കാർ, സംഘടനയുടെ അംഗീകാരം പിൻവലിക്കാതിരിക്കാൻ കാരണം കാണിക്കണം എന്നാവശ്യപ്പെട്ട് സംഘടനയ്ക്ക് 1947 നവംബർ 15 ന് നോട്ടീസ് നല്കി. നവംബർ 17 ന് സംഘടന മറുപടി നല്കി. മറുപടിയിൽ തൃപ്തരാകാത്ത സർക്കാർ, സംഘടനയുടെ പ്രസിഡന്റ്, ജനറൽ സെക്രട്ടറി, ട്രഷറർ എന്നിവരെ സസ്പെന്റ് ചെയ്തു. ഇതിൽ പ്രതിഷേധിച്ച് ഡിസംബർ 5 ന് ഒരു മണിക്കൂർ പണിമുടക്കാൻ ആഹ്വാനം നല്കി. ഇതിൽ പങ്കെടുക്കുമെന്ന് പ്രഖ്യാപിച്ച മദ്രാസ് സെക്രട്ടേറിയറ്റ് അസോസിയേഷന്റെ അംഗീകാരം റദ്ദാക്കി. സർക്കാർ സർവ്വീസ് അവശ്യ സർവ്വീസായി പ്രഖ്യാപിച്ചു.

ജിവനക്കാർക്ക് എതിരെയുള്ള കരിനിയമങ്ങൾക്ക് സർക്കാർ തുടക്കം കുറിച്ചതിന്റെ അനുഭവമായിരുന്നു ഈ നടപടികൾ. സെക്രട്ടേറിയറ്റ് അസോസിയേഷൻ അവസാന നിമിഷം സമരത്തിൽനിന്ന് പിന്മാറി. തുടർന്ന് അംഗീകാരം പുനഃസ്ഥാപിച്ചു. സെക്രട്ടേറിയറ്റ് ഒഴികെ മറ്റു വകുപ്പുകളിൽ ഒരു മണിക്കൂർ പണിമുടക്കം പൂർണ്ണമായിരുന്നു. ഡിസംബർ 7 ന് അസോസിയേഷൻ സെൻട്രൽ കമ്മിറ്റി യോഗം ചേർന്ന് ഡിസംബർ 15 മുതൽ അനിശ്ചിതകാല പണിമുടക്ക് നടത്താൻ തീരുമാനിച്ചു. സർക്കാരുമായി ചർച്ച നടത്തുന്നതിന് ഒരു കമ്മിറ്റി രൂപീകരിച്ചു. എന്നാൽ ചർച്ചയ്ക്കുള്ള എല്ലാ ശ്രമങ്ങളും പൊളിഞ്ഞു. പണിമുടക്കുന്നവർ ഭവിഷ്യത്ത് നേരിടേണ്ടി വരുമെന്ന് മുഖ്യമന്ത്രി പ്രസ്താവിച്ചു. പണിമുടക്കിനെ നേരിടാൻ സർക്കാർ തീരുമാനിച്ചു. ഡിസംബർ 10 ന് സർക്കാർ നിലപാട് വിശദീകരിച്ച് മുഖ്യമന്ത്രി റേഡിയോ പ്രഭാഷണം നടത്തി.

ജീവനക്കാരുടെ ആവശ്യങ്ങൾ സർക്കാർ നിരാകരിച്ചു. സർക്കാർ നിലപാടിനെതിരെ നടന്ന സമരം ജീവനക്കാരുടെ നിശ്ചയദാർഢ്യത്തിനും സംഘടനാ സൈ്ഥര്യത്തിനും മികച്ച ഉദാഹരണമാണ്. പണിമുടക്കുന്നവർക്ക് പകരം ജീവനക്കാരെ നിയമിക്കുമെന്നുള്ള ഭീഷണിയേയും, കരിങ്കാലി ഇൻക്രിമെന്റിനേയും എല്ലാം അവഗണിച്ച് ഡിസംബർ 15 ന് മുമ്പ് നിശ്ചയിച്ചതുപോലെത്തന്നെ പണിമുടക്കം നടന്നു. കോഴിക്കോട്

കളക്ടറേറ്റിലെ 143 ജീവനക്കാരിൽ 140 പേരും പണിമുടക്കി. പണിമുടക്കിനെതിരെ കെ കേളപ്പനെപ്പോലുള്ള കോൺഗ്രസ് നേതാക്കൾ രംഗത്തെത്തി. ഈ ഘട്ടത്തിൽ പണിമുടക്കിനെ സഹായിക്കാൻ എ കെ ജി അടുത്തു വന്നു. ഇന്നത്തെപ്പോലെ തന്നെ *ഇന്ത്യൻ എക്സ്പ്രസ്* പത്രത്തിന്റെ പ്രാദേശിക എഡിഷനുകളിൽ പണിമുടക്ക് പരാജയമെന്ന് പ്രചരിപ്പിച്ചതിനെതിരെ ജീവനക്കാർ പത്രം ബഹിഷ്കരിക്കുവാൻ തീരുമാനിച്ചു. ഇതിന്റെ ഫലമായി പത്രത്തിന്റെ പ്രചാരം 45% കുറയുകയുണ്ടായി. പണിമുടക്ക് ചില ഉറപ്പുകളുടെ പേരിൽ പിൻവലിക്കപ്പെട്ടു. പണിമുടക്കുകാലം രണ്ടു വർഷത്തിനു ശേഷം അവധിയായി പരിഗണിച്ചു. കോൺഗ്രസ് നേതൃത്വം കൊടുത്ത സ്വാതന്ത്ര്യാനന്തര സംസ്ഥാന സർക്കാരിന്റെ തൊഴിലാളി വിരുദ്ധ സമീപനം ഈ പണിമുടക്കോടെ ബോദ്ധ്യമായി.

അഖിലകേരള തിരുവിതാംകൂർ എൻ ജി ഒ അസോസിയേഷൻ

തിരുവിതാംകൂറിൽ ആധുനിക സിവിൽ സർവ്വീസിന് തുടക്കമിട്ടത് മാർത്താണ്ഡവർമ്മ മഹാരാജാവായിരുന്നു. മന്ത്രിമാരും ദിവാന്മാരുമായി തമിഴരും തെലുങ്കരും നിയമിക്കപ്പെട്ടിരുന്നു. ഉദ്യോഗനിയമനങ്ങളിൽ പ്രധാനമായും തമിഴ് ബ്രാഹ്മണരെയാണ് പരിഗണിച്ചിരുന്നത്. അതിനെതിരെ ആരംഭിച്ച മലയാളി മെമ്മോറിയലും ഈഴവ മെമ്മോറിയലും ആദ്യനാളുകളിലെ ബഹുജന പ്രസ്ഥാനമെന്ന നിലയിൽ ശ്രദ്ധിക്കപ്പെട്ടു. 1932 ലെ നിവർത്തന പ്രക്ഷോഭം രാഷ്ട്രീയാധികാരത്തിൽ ക്രിസ്ത്യാനികൾ, ഈഴവർ, മുസ്ലീങ്ങൾ എന്നിവരെക്കൂടി പരിഗണിക്കപ്പെടണമെന്ന മുദ്രാവാക്യം ഉയർത്തി. ജാതി അടിസ്ഥാനത്തിലുള്ള മുദ്രാവാക്യമായിരുന്നെങ്കിലും സാമൂഹ്യമാറ്റത്തിന്റെ ഭാഗമായതിനാൽ കോൺഗ്രസ് സോഷ്യലിസ്റ്റുകാർ ഈ പ്രമേയത്തെ പിന്തുണച്ചു. രണ്ടാം ലോകമഹായുദ്ധത്തെ തുടർന്ന് വളരെ കടുത്ത ബുദ്ധിമുട്ടുകളുടെ പശ്ചാത്തലത്തിലാണ് 1947 സെപ്തംബർ 10 ന് തിരുവനന്തപുരത്ത് ചെങ്കൽച്ചൂളയിൽ ചേർന്ന യോഗത്തിൽ വച്ച് അഖില തിരുവിതാംകൂർ എൻ ജി ഒ അസോസിയേഷൻ രൂപീകരിച്ചത്. തുടർന്ന് ജീവനക്കാരുടെ അടിയന്തരാവശ്യങ്ങൾ അംഗീകരിക്കണമെന്ന് ആവശ്യപ്പെടുന്ന നിവേദനം സർക്കാരിലേക്ക് നല്കി. എന്നാൽ കാറ്റഗറി സംഘടനകൾക്കേ പ്രവർത്തിക്കാൻ അവകാശമുള്ളൂയെന്നും നിർദ്ദേശവും ഇടതുസംഘടനാ പ്രവർത്തനം ശിക്ഷാർഹമായിരിക്കുമെന്ന ഉത്തരവുമാണന്ന് സർക്കാർ പുറപ്പെടുവിച്ചത്. പ്രവർത്തകസമിതിയിലെ 8 അംഗങ്ങളടക്കം നിരവധിപേർ സംഘടനയിൽനിന്ന് രാജിവച്ചു. എന്നാൽ സംഘടനയിലെ ഒഴിവുകൾ നികത്തി ആത്മാഭിമാനത്തോടെ പ്രവർത്തിക്കണമെന്ന ആഹ്വാനം സംഘടന നടത്തി. എന്നാൽ സംഘടനയുടെ അംഗീകാരം റദ്ദുചെയ്ത നടപടി പുനഃപരിശോധിക്കുന്നതിനു പകരം സംഘടനാ നേതാക്കളെ സസ്പെന്റ് ചെയ്യുകയാണുണ്ടായത്.

1948 ൽ അധികാരമേറ്റ സ്റ്റേറ്റ് കോൺഗ്രസ് മന്ത്രിസഭയുടെ പ്രധാനമന്ത്രിയായി സ്ഥാനമേറ്റ പട്ടം താണുപിള്ള ജീവനക്കാർക്ക്

നിവേദനം നല്കാനോ യോഗം ചേരാനോ പാടില്ലെന്ന ഭീഷണിയാണ് ഉയർത്തിയത്. പട്ടത്തിന്റെ ഇത്തരം പെരുമാറ്റം ഫലത്തിൽ അദ്ദേഹത്തിന്റെ സ്ഥാനചലനത്തിന് ഇടയാക്കി. സംഘടനയിൽ രാഷ്ട്രീയ ചേരിതിരിവ് ഈ ഘട്ടത്തിൽ പ്രത്യക്ഷപ്പെട്ടു. സംഘടനയുടെ മുൻനിര പ്രവർത്തകരായ 11 പേർക്കെതിരെ ശിക്ഷണ നടപടി എടുക്കുകയും എം കെ എൻ ചെട്ടിയാർ, ആർ കൃഷ്ണവാര്യർ, വി സോമനാഥൻ, പി നാണു, വി ഒ ചാക്കോ, ആർ രാഘവൻ നായർ എന്നിവരെ ഭരണം സ്തംഭിപ്പിക്കൽ പ്രവർത്തനം നടത്തിയെന്ന് ആരോപിച്ച് സർവ്വീസിൽനിന്നും പിരിച്ചുവിട്ടു. പി സോമനാഥൻ, എം കെ എൻ ചെട്ടിയാർ, കൃഷ്ണവാര്യർ എന്നിവരൊഴികെയുള്ളവർ മാപ്പ് എഴുതി നല്കി സർവ്വീസിൽ പ്രവേശിച്ചു. 1957 ൽ അധികാരത്തിൽ വന്ന ഇ എം എസ് സർക്കാരാണ് ഈ മൂന്നു നേതാക്കളേയും തിരികെ പ്രവേശിപ്പിച്ചത്. വി സോമനാഥൻ 1983 ൽ കെ ജി ഒ എ ജനറൽ സെക്രട്ടറിയാവുകയും ചെയ്തു.

1949 ജൂലൈ 1 ന് തിരു-കൊച്ചി സംസ്ഥാനം രൂപീകരിച്ചു. സംഘടനാ രൂപീകരണത്തെ തുടർന്നുള്ള സർവ്വീസ് സംയോജനം രണ്ടു നാട്ടുരാജ്യങ്ങളിലെ ജീവനക്കാർ തമ്മിൽ തർക്കമുണ്ടാകുന്നതിന് ഇടയാക്കി. തിരു-കൊച്ചി എൻ ജി ഒ ഫെഡറേഷൻ രൂപീകരിച്ചെങ്കിലും ഒരു സമരസംഘടനയായി വളരാൻ ഇതിനു കഴിഞ്ഞില്ല. തിരു-കൊച്ചിയിലെ സർക്കാരുകൾ അല്പായുസ്സുകളായിരുന്നു. ചില മേഖലകളിൽ നയങ്ങൾക്കെതിരെ പണിമുടക്കം നടന്നു. സ്റ്റേറ്റ് ട്രാൻസ്പോർട്ടിലെ പണിമുടക്കം അടിച്ചമർത്തുന്നതിനെതിരെ തൊഴിലാളികൾ പണിമുടക്കി. സർക്കാർ ചർച്ചയ്ക്ക് നിർബ്ബന്ധിതമാകുന്ന സ്ഥിതിയുണ്ടായി. മലബാറിൽ സംഘടനാപ്രവർത്തനത്തിൽ ഏർപ്പെടുന്ന നേതാക്കളെ തമിഴ്നാട്ടിലെ പാമ്പനിലേക്കും വിശാഖപട്ടണത്തിലേക്കും മറ്റും സ്ഥലം മാറ്റിയാണ് പീഡിപ്പിച്ചിരുന്നത്. എന്നിരുന്നാലും 1954-55 വർഷങ്ങളിൽ മദിരാശി എൻ ജി ഒ അസോസിയേഷൻ വീണ്ടും സജീവമായി.

ഉത്തരകേരള എൻ ജി ഒ അസോസിയേഷൻ

ഭാഷാടിസ്ഥാനത്തിൽ സംസ്ഥാനങ്ങൾ രൂപീകരിച്ചതോടെ മദിരാശി എൻ ജി ഒ അസോസിയേഷന്റെ ഭാഗമായി തുടരാൻ സാദ്ധ്യമല്ലാതായ മലബാറിലെ ജില്ലാ ഘടകം സമ്മേളനം ചേർന്ന് ഉത്തരകേരള എൻ ജി ഒ അസോസിയേഷൻ എന്ന പേർ സ്വീകരിച്ചു. പുതുതായി നടപ്പാക്കിയ സർവ്വീസ് സംയോജനവും വേതനത്തിലെ അന്തരവും ഫലത്തിൽ വലിയ അസംതൃപ്തി സൃഷ്ടിച്ചു. 1957 ൽ അധികാരത്തിൽ വന്ന ഇ എം എസ് സർക്കാർ കേരളത്തിലെ ഭരണരംഗത്ത് സ്വീകരിച്ച നയം ഏറെ പ്രശംസനീയമായിരുന്നു. തൊഴിൽ സംഘടനകൾക്ക് തങ്ങളുടെ ആവശ്യങ്ങൾ ചോദിക്കുന്നതിനുള്ള അവകാശം അനുവദിക്കുന്നതിന് മുൻഗണന നല്കി. ജീവനക്കാരുടെ സംയോജന പ്രശ്നങ്ങളുടെ കാര്യത്തിൽ 3 മേഖലകളിലേയും സംഘടനകളെ കൂട്ടിയോജിപ്പിച്ചുള്ള സംയുക്ത സമിതിയും രൂപീകരിച്ചു. 1957 സെപ്തംബറിൽ സർക്കാർ ശമ്പളകമ്മീഷനെ നിയമിക്കുകയും അതിന്റെ റിപ്പോർട്ടിലുള്ള അപാകതകൾക്കെ

തിരെ പ്രക്ഷോഭത്തിലേക്ക് സംഘടനകൾ നീങ്ങുകയും ചെയ്തു.

സർവ്വീസ് സംഘടനാ ഫെഡറേഷൻ

കേന്ദ്രാടിസ്ഥാനത്തിലുള്ള സംഘടനാ രൂപീകരണത്തിന് ഉത്തര കേരളാ എൻ ജി ഒ അസോസിയേഷന്റെ ഐക്യദാഹികളായ പ്രവർത്തകർ തിരുവനന്തപുരത്ത് എത്തി സംഘടനകളുടെ യോഗം വിളിച്ചു ചേർത്തു. 1958 ഒക്ടോബർ 12 ന് വി ജെ ടി ഹാളിൽ ചേർന്ന യോഗം 14 സംഘടനകളുടെ പ്രാതിനിധ്യത്തോടെയുള്ള സർവ്വീസ് സംഘടനാ ഫെഡറേഷൻ രൂപീകരിക്കുകയുണ്ടായി. ഈ ഫെഡറേഷനാണ് *കേരള സർവ്വീസ്* മാസിക 1959 സെപ്തംബർ ആരംഭിച്ചത്. ഈ മാസികയാണ് കേരള എൻ ജി ഒ യൂണിയന്റെ മുഖപത്രമായി ഇന്നും തുടരുന്നത്.

എൻ ജി ഒ യൂണിയൻ രൂപീകരണം

സ്വാതന്ത്ര്യാനന്തരവും ജീവനക്കാർക്ക് സംസ്ഥാന ഭരണകൂടങ്ങൾ സ്വീകരിച്ച പ്രതികാരനടപടികൾക്കെതിരായും, അവകാശ ബോധത്തോടെ ജീവനക്കാരെ സംഘടിപ്പിക്കുന്നതിനായി നടത്തിയ തീവ്രമായ പ്രവർത്തനമാണ് 1961 ൽ സംസ്ഥാന കൺവെൻഷനിലേക്കും അഡ് ഹോക്ക് കമ്മിറ്റി രൂപീകരണത്തിലേക്കും എത്തിച്ചേർന്നത്. ജീവനക്കാരെ പലതട്ടുകളാക്കിയും, പൊതുസംഘടനയിൽ പ്രവർത്തിക്കുന്നവരെ സർവ്വീസിൽനിന്ന് പുറത്താക്കിയും നടത്തി വന്ന തൊഴിലാളി ദ്രോഹ നടപടികൾ കുപ്രസിദ്ധമായിരുന്നു. ഇതിനെ ചെറുക്കുന്നതിന് ശക്തമായ, കൂടുതൽ ഇഴയടുപ്പമുള്ള സംഘടന രൂപീകരിക്കുന്നതിനുള്ള തയ്യാറെടുപ്പാണ് കൺവെൻഷനിലേക്ക് നയിച്ചത്. അഡ്ഹോക്ക് കമ്മിറ്റി എൻ ജി ഒ മാർക്ക് സംഘടനകൾ ഉണ്ടാകണമെന്ന് കണ്ടെത്തി. 1. ലോവർ ഗ്രേഡ് ജീവനക്കാർ 2. അദ്ധ്യാപകർ 3. രണ്ടിലും പെടാത്ത എൻ ജി ഒ മാർക്ക് മറ്റൊരു സംഘടനയും ഈ മൂന്നിനേയും കോർത്തിണക്കുന്നതിന് ഒരു ഫെഡറേഷനും വിഭാവനം ചെയ്തു. 1962 ഒക്ടോബർ മാസം 27, 28 തീയതികളിൽ തൃശൂരിൽ ചേർന്ന പ്രഥമ സംസ്ഥാനസമ്മേളനത്തിലാണ് എൻ ജി ഒ യൂണിയൻ രൂപീകരിക്കപ്പെടുന്നത്. കേരള എൻ ജി ഒ യൂണിയൻ രൂപീകരണശേഷം ഉടലെടുത്ത സവിശേഷ സാമൂഹ്യ രാഷ്ട്രീയ പശ്ചാത്തലം സംഘടനാ തലത്തിലും പ്രതിഫലിച്ചു. ഭിന്നാഭിപ്രായ ഏറ്റുമുട്ടലുകളിൽ കുറേയേറെ പ്രവർത്തകർ നിർജ്ജീവമായി. ചിലർ പിന്മാറി. വകുപ്പ് കാറ്റഗറി സംഘടനാ ആവിർഭാവവും ഏകോപനവും ഏറെ ചർച്ചാ വിധേയമായി. യോജിച്ച പ്ലാറ്റ് ഫോം എന്ന ആശയവും സമാനതലങ്ങളില ഏകോപനവും എന്ന സമീപനങ്ങൾ തുടർന്നു. എൻ ജി ഒ - ജി ഒ മേഖലകളിലും വകുപ്പുകളിലും സംഘടനാ രൂപങ്ങൾ പുലരാൻ ഇത് ഇടയാക്കി. യൂണിയൻ രൂപീകരണവും അവകാശ പ്രഖ്യാപനവും തുടർന്നുള്ള പ്രവർത്തനങ്ങളും 1967 ൽ സംസ്ഥാന ജീവനക്കാരുടെ ആദ്യത്തെ അനിശ്ചിതകാല പണിമുടക്കിലേക്ക് നയിച്ചു. എന്നാൽ വൈകാതെ യൂണിയനെ പിളർത്തുന്നതിനുള്ള നീക്കം ചില കേന്ദ്രങ്ങളിൽ രൂപംകൊള്ളുകയും, കാറ്റഗറി സംഘടനകൾ ഉയർത്തുന്ന ഭിന്നിപ്പിക്കൽ

തന്ത്രം മനസ്സിലാക്കി യൂണിയന് രൂപംനല്കിയവർ തന്നെ 1969 ൽ ജോയിന്റ് കൗൺസിൽ ഓഫ് സ്റ്റേറ്റ് സർവ്വീസ് ഓർഗനൈസേഷൻസ് എന്ന കാറ്റഗറി സംഘടനകളുടെ ഫെഡറേഷന് രൂപംനല്കിക്കൊണ്ടുമാണ് യൂണിയനെ പിളർത്തിയത്. ഇത്തരത്തിൽ പിളർത്തിയ ജോയിന്റ് കൗൺസിലിൽനിന്ന് കോൺഗ്രസ് രാഷ്ട്രീയാഭിമുഖ്യമുള്ളവർ എന്ന് അവകാശപ്പെട്ടവർ 1974 ഒക്ടോബർ 27 ന് എറണാകുളത്ത് ചേർന്ന് എൻ ജി ഒ അസോസിയേഷൻ രൂപീകരിച്ചു. അസോസിയേഷൻ വീണ്ടും ആന്റണി കോൺഗ്രസിന്റെ രാഷ്ട്രീയത്തിനനുസരിച്ചും, തുടർന്ന് മാതൃകോൺഗ്രസിലേക്ക് മടങ്ങിപ്പോകാത്തവരുടെ നേതൃത്വത്തിലും വീണ്ടും വീണ്ടും ഭിന്നിക്കുന്നതുമാണ് കണ്ടത്.

എഫ് എസ് ഇ ടി ഒ രൂപീകരണം

1973 ലെ പണിമുടക്കത്തിന് ആധാരമായ ഡിമാന്റ് ജോയിന്റ് കൗൺസിൽ ഒഴികെയുള്ള സംഘടനകൾ അംഗീകരിക്കുകയും വ്യത്യസ്ത സമരസമിതികളുടെ നേതൃത്വത്തിൽ പണിമുടക്കത്തിലേക്ക് വരികയും ചെയ്തു. വലിയതോതിലുള്ള പ്രതികാര നടപടികൾ സമരത്തിനു ശേഷവും തുടർന്നു. സമരസമിതികൾ വെവ്വേറെ അതിനെതിരെ പ്രക്ഷോഭവും പ്രവർത്തനവും സംഘടിപ്പിച്ചു. വിവിധ സംഘടനകളിലെ സമര വിരോധികൾ വിട്ടുനിന്നപ്പോഴും സംഘടനകളിലെ നല്ല പങ്കു ജീവനക്കാർ പണിമുടക്കിയ അനുഭവം സർവ്വീസ് മേഖലയിലും അദ്ധ്യാപക മേഖലയിലും സെക്രട്ടേറിയറ്റ് മുതലായ മേഖലകളിലും ഉണ്ടായി. 1973 ജൂൺ മാസത്തിൽ സംയുക്തമായി പ്രതികാരനടപടികൾക്കെതിരെ നടത്തിയ പൊതുപ്രവർത്തനമാണ് 1973 ഒക്ടോബറിൽ വിവിധ സർവ്വീസ് സംഘടനാ പ്രതിനിധികൾ ഒത്തുചേർന്ന് എഫ് എസ് ഇ ടി ഒ രൂപീകരിക്കുന്നതിലേക്ക് നയിച്ചത്. 19 സംഘടനകൾ അംഗസംഘടനകളായി ഉണ്ടായിരുന്നു. പിന്നെ പല സംഘടനകളും അന്യോന്യം ലയിക്കുകയും ചിലത് പൊതുധാരയിൽനിന്ന് വിട്ടുനില്ക്കുകയും ചെയ്തതുകൊണ്ടും ഫെഡറേഷനിൽനിന്ന് പിൻവാങ്ങി. പഞ്ചായത്ത്, നേഴ്സിങ്, ഗസറ്റഡ് മേഖലയിലെ സംഘടനകൾ പിന്നീട് അംഗസംഘടനകളായി. ഇന്ന്, ലയിച്ച് ഒന്നായവയടക്കം 9 സംഘടനകൾ അംഗങ്ങളായിട്ടുള്ള എഫ് എസ് ഇ ടി ഒ ആണ് കേരളത്തിലെ സർക്കാർ ജീവനക്കാരുടെ സമരസംഘടന. സംസ്ഥാനസർക്കാർ ജീവനക്കാരുടെ അഖിലേന്ത്യാ ഫെഡറേഷന്റെ ഘടക സംഘടനയും എഫ് എസ് ഇ ടി ഒ ആണ്.

കേരളത്തിലെ ഗസറ്റഡ് ജീവനക്കാർക്ക് ഏകീകൃത സംഘടന

കേരള സംസ്ഥാന രൂപീകരണത്തെ തുടർന്ന് സർവ്വീസ് സംയോജനം നടക്കുകയും എൻ ജി ഒ കളുടെ സംയുക്ത വേദിയായി എൻ ജി ഒ യൂണിയൻ രൂപംകൊള്ളുകയും ചെയ്തു. എന്നാൽ ഗസറ്റഡ് മേഖലയിൽ തിരുവിതാംകൂർ-കൊച്ചി മേഖലയിൽ ട്രാവൻകൂർ കൊച്ചിൻ ഗസറ്റഡ് ഓഫീസേഴ്സ് അസോസിയേഷനും മലബാറിൽ അലോട്ടഡ് ഓഫീസേഴ്സ് അസോസിയേഷനും തുടർന്നും പ്രവർത്തിച്ചു പോന്നിരുന്നു. മദ്രാസ് സർക്കാരിന്റെ ഭാഗമായിരുന്ന മലബാർ മേഖലയിൽ തിരുവിതാംകൂറിനെ അപേക്ഷിച്ച് ശമ്പളവും മറ്റ് ആനുകൂല്യങ്ങളും താരതമ്യേന കുറവായിരുന്നു. ഉയർന്ന തസ്തികകളിൽ ഇത് ഏറെ പ്രകടവുമായിരുന്നു. സർവ്വീസ് ഇന്റഗ്രേഷനും അതിൽ നിന്നുമുടലെടുത്ത പ്രശ്നങ്ങളും പരിഹരിക്കുന്നതിലുണ്ടായ കാലതാമസവുമാണ് ഒരു പൊതുസംഘടനയെന്ന കാഴ്ചപ്പാടിലേക്ക് എത്തിക്കുന്നതിൽ തടസ്സമായത്. മലബാറിലെ ഗസറ്റഡ് ജീവനക്കാരുടെ പ്രശ്നങ്ങൾ സർക്കാരിന്റെ ശ്രദ്ധയിൽപ്പെടുത്തി പരിഹരിക്കുന്നതിന് ഒരു പൊതുസംഘടന അനിവാര്യമാണെന്ന് ബോദ്ധ്യപ്പെട്ടതിന്റെ അടിസ്ഥാനത്തിൽ ഒരു അഡ്ഹോക്ക് കമ്മിറ്റി രൂപീകരിക്കാൻ തീരുമാനിച്ചു.

പഞ്ചായത്ത് ഡയറക്ടർ ആർ കേശവൻ നായർ പ്രസിഡന്റും കോ-ഓപ്പറേറ്റീവ് രജിസ്ട്രാർ ഓഫീസിലെ ഫൈനാൻഷ്യൽ അസിസ്റ്റന്റ് എൻ നാരായണൻ നായർ സെക്രട്ടറിയുമായി ഒരു അഡ്ഹോക്ക് കമ്മിറ്റി നിലവിൽ വന്നു. എക്സൈസ് ഡിപ്പാർട്ട്മെന്റിലെ ഡെപ്യൂട്ടി കമീഷണർ കെ എച്ച് നമ്പൂതിരിപ്പാട് വൈസ് പ്രസിഡന്റും പി ഡബ്ല്യൂ ഡിയിലെ അസിസ്റ്റന്റ് എഞ്ചിനീയർ കെ സി അലക്സാണ്ടർ ജോയിന്റ് സെക്രട്ടറിയും ബോർഡ് ഓഫ് റവന്യൂവിലെ ഫൈനാൻഷ്യൽ അസിസ്റ്റന്റ് എൻ രാമകൃഷ്ണപിള്ള ട്രഷററും ആയിരുന്നു.

ഈ അഡ്ഹോക്ക് കമ്മിറ്റിയുടെ നേതൃത്വത്തിൽ 1966 മെയ് മാസം

16-ാം തീയതി തിരുവനന്തപുരം ഗവൺമെന്റ് സർവ്വൻസ് കോ-ഓപ്പറേറ്റീവ് സൊസൈറ്റി ലിമിറ്റഡ് നമ്പർ 43 ന്റെ ഓഡിറ്റോറിയത്തിൽ വച്ച് ആദ്യയോഗം ചേർന്നു. ഈ യോഗത്തിൽ വെച്ചാണ് ടി സി ഗസറ്റഡ് ഓഫീസേഴ്സ് അസോസിയേഷനും അലോട്ടഡ് ഓഫീസേഴ്സ് അസോസിയേഷനും ലയിച്ച് കേരള ഗസറ്റഡ് ഓഫീസേഴ്സ് അസോസിയേഷൻ എന്ന സംഘടനയ്ക്ക് രൂപംനല്കാൻ തീരുമാനിച്ചത്. അതിന്റെ ആദ്യ ഭാരവാഹികളായി മേൽ പറഞ്ഞവരെ യോഗം തിരഞ്ഞെടുക്കുകയും ചെയ്തു. സംഘടനയുടെ ബൈലോയ്ക്ക് ഈ യോഗം അംഗീകാരം നല്കുകയും ചെയ്തു.

ഗസറ്റഡ് ഓഫീസർമാരിൽ അവകാശബോധം ഉണ്ടാക്കുകയും അവ ബന്ധപ്പെട്ട അധികാരികളുടെ മുന്നിൽ അവതരിപ്പിക്കുകയും അത് നേടിയെടുക്കുന്നതിനുമായി സംഘടിക്കുകയും ആ സംഘടനാബോധം സാമൂഹ്യബോധത്തിലേക്ക് വളർത്തിയെടുക്കാനും കഴിയുക എന്നതായിരുന്നു സംഘടനയുടെ ലക്ഷ്യമെന്ന് ബൈലോയിൽ വ്യക്തമാക്കുന്നു. ഈ വിഷയത്തിൽ സമാന ചിന്താഗതികളുള്ള സംഘടനകളുമായി യോജിച്ച് പ്രവർത്തിക്കാമെന്നും വ്യവസ്ഥ ചെയ്യുന്നു. സംഘടനയുടെ ആസ്ഥാനം തിരുവനന്തപുരം ആകുമെന്നും സർവ്വീസിലുള്ള മുഴുവൻ ഗസറ്റഡ് ഓഫീസർമാർക്കും അംഗത്വം എടുക്കാൻ കഴിയുന്ന സംഘടനയാണെന്നും വ്യവസ്ഥ ചെയ്യുന്നു.

ആദ്യം മൂന്നു രൂപയാണ് അംഗത്വ ഫീസായി നിശ്ചയിച്ചിരുന്നത്. അത് എല്ലാ വർഷവും ജൂൺ 30 ന് മുമ്പായി അടച്ചിരിക്കണം. ആ വർഷാവസാനത്തിനുമുമ്പ് ഫീസ് അടച്ചില്ലെങ്കിൽ അംഗത്വം നഷ്ടപ്പെടും. ഇപ്രകാരം ഒരിക്കൽ അംഗത്വം നഷ്ടപ്പെട്ടാൽ കുടിശ്ശിക തുക കൂടി അടച്ച് അംഗത്വം പുനഃസ്ഥാപിക്കാവുന്നതാണ്.

എല്ലാ വർഷവും ചേരുന്ന പൊതുയോഗമാണ് ഭാരവാഹികളെ തിരഞ്ഞെടുക്കേണ്ടത്. ഒരു പ്രസിഡന്റ്, വൈസ് പ്രസിഡന്റ്, സെക്രട്ടറി, ജോയിന്റ് സെക്രട്ടറി, ട്രഷറർ കൂടാതെ ആറു കമ്മിറ്റി അംഗങ്ങൾ ചേരുന്നതാണ് സംഘടനയുടെ കമ്മിറ്റി. ഓരോ റവന്യൂ ജില്ലാ കേന്ദ്രത്തിലും സംഘടനയുടെ ബ്രാഞ്ച് ആകാവുന്നതാണെന്നും നിഷ്കർഷിക്കുന്നു. അംഗത്വത്തിന്റെ കാലാവധി കലണ്ടർ ഇയർ ആയി തിട്ടപ്പെടുത്തിയിരുന്നു.

പൊതുയോഗം അംഗീകരിച്ച ഭരണഘടനയുടെ അടിസ്ഥാനത്തിൽ കേരള ഗസറ്റഡ് ഓഫീസേഴ്സ് അസോസിയേഷൻ എന്ന സംഘടനയ്ക്ക് അംഗീകാരം നല്കണമെന്ന് ആവശ്യപ്പെട്ട് സർക്കാരിന് 2.06.66 ൽ നിവേദനം നല്കി. ഈ സംഘടനയ്ക്ക് അംഗീകാരം ലഭിക്കുന്നതോടെ മറ്റു രണ്ടു സംഘടനകളുടെയും പ്രവർത്തനം നിലയ്ക്കുമെന്ന് വ്യക്തമാക്കിയിരുന്നു.

സംഘടനയുടെ ഭരണഘടന പരിശോധിച്ച സർക്കാർ രണ്ട് നിർദ്ദേശങ്ങൾ മുന്നോട്ടുവെച്ചു. ആവശ്യങ്ങൾ നേടുന്നതിനായി സർക്കാരിനെതിരെ പണിമുടക്ക് ഉൾപ്പെടെയുള്ള സമരപരിപാടികൾ നടത്തില്ലായെന്നത് ഭരണഘടനയിൽ ഉൾപ്പെടുത്തണം എന്നതായിരുന്നു ആദ്യത്തെ നിർദ്ദേശം. ഈ സംഘടനയിൽ അംഗങ്ങളായിട്ടുള്ളവർ മറ്റൊരു സംഘടനയിലും അംഗങ്ങളാകാൻ പാടില്ല എന്നതായിരുന്നു മറ്റൊരു നിർദേശം.

08.07.66 ൽ കൂടിയ മാനേജിങ് കമ്മിറ്റി ഈ വിഷയത്തെ സംബന്ധിച്ച് ചർച്ച ചെയ്തു. 1960 ലെ കേരള ഗവൺമെന്റ് സർവ്വൻസ് കോണ്ടക്ട് റൂൾസിലെ ചട്ടം 77(6)(3) ഈ വിഷയം നിർദ്ദേശിക്കുന്നതിനാൽ അതനുസരിച്ച് ഭരണഘടനയിൽ 19(എ) ആയി ഈ വ്യവസ്ഥ ചേർക്കാൻ തീരുമാനിച്ചു. 5000 ൽ കുറയാത്ത ഗസറ്റഡ് ഉദ്യോഗസ്ഥർ അംഗങ്ങളായി ചേരാൻ യോഗ്യതയുള്ളവർ ഉണ്ട് എന്നറിയിക്കാൻ തീരുമാനിച്ചു. 2002 പേർ ഇതിനകം സംഘടനയിൽ അംഗങ്ങളാകാൻ അപേക്ഷ സമർപ്പിച്ചിരുന്നു.

ഭരണഘടനയിൽ ഭേദഗതി വരുത്തുകയും വിശദീകരണം നല്കുകയും ചെയ്തതിന്റെ അടിസ്ഥാനത്തിൽ G O MS 309/66 dt.6.07.66 ആയി സംഘടനയ്ക്ക് അംഗീകാരം ലഭിച്ചു.

സംഘടന രൂപംകൊള്ളുന്ന കാലഘട്ടത്തിൽ സംസ്ഥാനത്ത് തിരഞ്ഞെടുക്കപ്പെട്ട സർക്കാർ ഉണ്ടായിരുന്നില്ല. സംസ്ഥാനം പ്രസിഡന്റ് ഭരണത്തിൽ കീഴിലായിരുന്നു. പൊതുരംഗത്തും പ്രത്യേകിച്ച് സർവ്വീസ് രംഗത്തും പ്രക്ഷോഭങ്ങളുടെ ഒരു പരമ്പര തന്നെ നടക്കുന്ന കാലഘട്ടമായിരുന്നു അത്. ജീവനക്കാരുടെ ശമ്പള പരിഷ്കരണമെന്ന ഡിമാന്റ് ഉയർത്തിക്കൊണ്ട് കേരള എൻ ജി ഒ യൂണിയന്റെ നേതൃത്വത്തിൽ അതിശക്തമായ പ്രക്ഷോഭപരിപാടികൾ സംഘടിപ്പിക്കപ്പെട്ടിരുന്നു. ഇത്തരം പ്രക്ഷോഭപരിപാടികളിൽ അണിചേർന്നില്ലെങ്കിലും ഇതിനെ സഹായിക്കുന്ന നിലപാടാണ് സംഘടന സ്വീകരിച്ചത്.

ശമ്പളപരിഷ്കരണ അപാകതയോടുള്ള സംഘടനാ നിലപാട്

ശമ്പളപരിഷ്കരണം നടപ്പിലാക്കിയപ്പോൾ മറ്റ് ജീവനക്കാരെപ്പോലെ ഗസറ്റഡ് ജീവനക്കാർക്കും തിരിച്ചടിയായിരുന്നു. 1000 രൂപയ്ക്ക് മേൽ ശമ്പളം വാങ്ങുന്നവർക്ക് ക്ഷാമബത്ത നിഷേധിച്ചു. ഇതിൽ സംഘടന ശക്തമായ പ്രതിഷേധം രേഖപ്പെടുത്തുകയും നിവേദനം നല്കാൻ തീരുമാനിക്കുകയും ചെയ്തു. സംസ്ഥാനത്ത് ജോലി ചെയ്യുന്ന ഐ എ എസ് ഓഫീസർമാർക്ക് കേന്ദ്രനിരക്കിൽ ക്ഷാമബത്ത ലഭിക്കുമ്പോഴാണ് ഇവിടെ ക്ഷാമബത്ത നിഷേധിച്ചുകൊണ്ട് സർക്കാർ ഉത്തരവായത്. മാത്രമല്ല, ശമ്പളപരിഷ്കരണത്തിന്റെ ഭാഗമായുള്ള സർവ്വീസ് വെയ്റ്റേജ് അനുവദിച്ചിരുന്നില്ല. ആ വിവരവും നിവേദനത്തിലൂടെ ഉന്നയിക്കാൻ 01.06.66 ൽ ചേർന്ന മാനേജിങ് കമ്മിറ്റി തീരുമാനിച്ചു. 1966 സെപ്തംബറിന് മുമ്പായി 3000 പേരെ അംഗങ്ങളായി ചേർക്കാനും തിരുവനന്തപുരത്തും കോഴിക്കോടും സഹകരണ സംഘങ്ങൾ ആരംഭിക്കാനും തീരുമാനിച്ചു.

എൻ ജി ഒ മാരുടെ പ്രക്ഷോഭത്തെ തുടർന്ന് ജീവനക്കാർക്ക് ശമ്പളപരിഷ്കരണത്തിന്റെ ഭാഗമായ സർവ്വീസ് വെയിറ്റേജ് അനുവദിച്ച് ഉത്തരവായെങ്കിലും പ്രതിമാസം 400 രൂപയ്ക്ക് മുകളിൽ ശമ്പളമുള്ളവർക്ക് അത് നിഷേധിച്ചു. സർവ്വീസിൽ 2.5 ലക്ഷം ജീവനക്കാരുള്ളതിൽ ഗസറ്റഡ് ഓഫീസർമാർ 7066 പേർ ആണെന്നും അതിൽ 400 രൂപയ്ക്ക് മുകളിൽ ശമ്പളം വാങ്ങുന്നവർ കേവലം 3000 പേർ മാത്രമേ ഉള്ളുവെന്നും,

അവർക്ക് വെയിറ്റേജ് അനുവദിക്കുന്നതു വഴി സർക്കാരിന് 12 ലക്ഷം രൂപയുടെ ചെലവു മാത്രമേ ഉള്ളുവെന്നും ചൂണ്ടിക്കാട്ടി നിവേദനം നല്കി. കൂടാതെ എല്ലാ ഗസറ്റഡ് ഓഫീസർമാർക്കും കേന്ദ്രനിരക്കിൽ ക്ഷാമ ബത്ത, ശമ്പള പരിഷ്കരണത്തിലെ അനോമലി പരിഹരിക്കാൻ സ്ഥിരം സംവിധാനം, സംസ്ഥാന സർവ്വീസിലെ സീനിയർ പോസ്റ്റുകൾ ഐ എ എസുകാർക്ക് നല്കുവാനുള്ള നീക്കം ഉപേക്ഷിക്കുക, സംസ്ഥാന സർവ്വീസിലുള്ളവരെ മാത്രം ഉൾപ്പെടുത്തി കേരള സിവിൽ സർവ്വീസ് രൂപീകരിക്കുക, സർവ്വീസിൽ 1000 രൂപയിൽ കൂടുതൽ ശമ്പളം വാങ്ങുന്നവർ 80 പേർ മാത്രമാണുള്ളത്. അവർക്ക് ക്ഷാമബത്ത അനുവദിക്കുക, പെൻഷൻ പ്രായം 58 ആക്കുക തുടങ്ങിയ ആവശ്യങ്ങളടങ്ങിയ നിവേദനം സർക്കാരിന് നല്കി. ഒപ്പം സംഘടന ശക്തിപ്പെടുത്തുന്നതിന്റെ ഭാഗമായി യൂണിറ്റുകൾ രൂപീകരിക്കാൻ 22.07.66 ൽ കൂടിയ കമ്മിറ്റി തീരുമാനിച്ചു. സർക്കാരിന് സമർപ്പിച്ച നിവേദനത്തെ സംബന്ധിച്ച് ചീഫ് സെക്രട്ടറി, ഫൈനാൻസ് സെക്രട്ടറി, ഗവർണറുടെ അഡ്വൈസർ എന്നിവരുമായി സംഘടനാ ഭാരവാഹികൾ ചർച്ച നടത്തി.

സംഘടനാക്കമ്മിറ്റി പ്രവർത്തനത്തിലേക്ക്

സംഘടനയുടെ 04.08.66 ൽ ചേർന്ന സംസ്ഥാനകമ്മിറ്റി സംഘടന ശക്തിപ്പെടുത്തുന്നതിന്റെ ഭാഗമായി ജില്ലാ യൂണിറ്റുകൾ രൂപീകരിക്കാൻ താഴെ പറയുന്നവരെ ചുമതലപ്പെടുത്തി.

1.	കൊല്ലം	കൃഷ്ണൻകുട്ടി നായർ,	ഇൻഡസ്ട്രീസ് ഓഫീസർ, കൊല്ലം
2.	ആലപ്പുഴ	കെ കൃഷ്ണൻകുട്ടി നായർ	എസ് ടി ഒ സ്പെഷ്യൽ ഗ്രേഡ് ആലപ്പുഴ
3.	കോട്ടയം	കൊച്ചപ്പ മേനോൻ	അസിസ്റ്റന്റ് എക്സൈസ് കമീഷണർ, കൊല്ലം
4.	എറണാകുളം	കെ ഗോവിന്ദൻ നായർ	എക്സിക്യൂട്ടീവ് എഞ്ചിനീയർ, പബ്ലിക് ഹെൽത്ത് ഇറിഗേഷൻ ഡിവിഷൻ, എറണാകുളം
5.	തൃശൂർ	കെ നാരായണൻകുട്ടി മേനോൻ	എ ഇ, ബി ആന്റ് ആർ തൃശൂർ
6.	പാലക്കാട്	എൻ പി സുകുമാരൻ	അസിസ്റ്റന്റ് ഡയറക്ടർ, എസ് യു ആർ വി, പാലക്കാട്
7.	കോഴിക്കോട്	നാണു പണിക്കർ	എഫ് എ ടു കളക്ടർ, കോഴിക്കോട്
8.	കണ്ണൂർ	പി എ എബ്രഹാം	ഐ എ സി, കണ്ണൂർ

സംസ്ഥാനകമ്മിറ്റി ഓഫീസ് തിരുവനന്തപുരത്തെ ഗവൺമെന്റ് സർവ്വന്റ്സ് സഹകരണസംഘത്തിന്റെ കെട്ടിടത്തിൽ പ്രതിമാസം 15 രൂപാ നിരക്കിൽ വാടക നല്കി പ്രവർത്തിക്കാനും ഓഫീസ് പ്രവർത്തനത്തിനായി ഒരു ക്ലാർക്കിനേയും ടൈപ്പിസ്റ്റിനേയും പ്രതിമാസം പതിനഞ്ച് രൂപാ വേതനത്തിലും പ്യൂണിന് 5 രൂപാ വേതനത്തിലും നിയമിക്കാനും തീരുമാനിച്ചു.

കാറ്റഗറി സംഘടനകൾ രൂപീകരിച്ച് പൊതുസംഘടനാ പ്രവർത്തനത്തെ ദുർബ്ബലപ്പെടുത്താൻ ഈ കാലയളവിൽ ചില നീക്കങ്ങൾ ഗസറ്റഡ് മേഖലയിലും ആരംഭിച്ചിരുന്നു. ഗസറ്റഡ് ഓഫീസർമാരിൽ ബഹുഭൂരിപക്ഷത്തേയും പ്രതിനിധാനം ചെയ്തിരുന്ന സംഘടന കെ ജി ഒ എ ആയതിനാൽ ഗസറ്റഡ് മേഖലയിൽ മറ്റ് സംഘടനകൾക്ക് അംഗീകാരം നല്കരുത് എന്ന് ആവശ്യപ്പെട്ട് നിവേദനം നല്കി. ജില്ലാ യൂണിറ്റുകൾ രൂപീകരിച്ച് ഇത്തരം പ്രവർത്തനങ്ങൾക്ക് തടയിടുന്നതിനും സംഘടന ശ്രദ്ധിച്ചിരുന്നു.

1966 ഡിസംബർ, സംസ്ഥാന സർവ്വീസിൽ ശക്തമായ പ്രക്ഷോഭം നടക്കുന്ന കാലഘട്ടമായിരുന്നു. ശമ്പളപരിഷ്കരണ പ്രക്ഷോഭത്തിന്റെ ഭാഗമായി സെക്രട്ടേറിയറ്റ് ജീവനക്കാരും സംയുക്ത സമരസമിതി രൂപീകരിച്ചുകൊണ്ട് പ്രക്ഷോഭത്തിൽ അണിചേർന്നു. ഡിസംബർ 5 മുതൽ അവകാശവാരം ആചരിക്കാനും അവസാനദിവസം നിരാഹാരമാചരിക്കാനും തീരുമാനിച്ചു. സെക്രട്ടേറിയറ്റ് പരിസരത്ത് നിരോധനാജ്ഞ പ്രഖ്യാപിച്ചുകൊണ്ട് സമരത്തെ തകർക്കാനാണ് ഗവർണർ ഭരണം ശ്രമിച്ചത്. ഇത് സമരത്തിന്റെ തീവ്രത വർദ്ധിപ്പിച്ചു. പ്രക്ഷോഭം സെക്രട്ടേറിയറ്റ് വളപ്പിനകത്ത് നടത്താൻ സംഘടനകൾ തീരുമാനിച്ചു. ഡിസംബർ 22-ാം തീയതി സത്യഗ്രഹസമരം ഉദ്ഘാടനം ചെയ്തു. കോ-ഓർഡിനേഷൻ കമ്മിറ്റി കൺവീനറായ ഇ പത്മനാഭനേയും മറ്റ് സത്യഗ്രഹികളേയും പൊലീസ് അറസ്റ്റുചെയ്തു.

ഈ വാർത്തയറിഞ്ഞ് ആയിരക്കണക്കിന് ജീവനക്കാർ സെക്രട്ടേറിയറ്റ് നടയിലേക്ക് ഒഴുകിയെത്തി. പ്രക്ഷോഭത്തിൽ പങ്കെടുത്തവരെ പൊലീസ് അറസ്റ്റുചെയ്തു. ഈ സംഭവത്തെ തുടർന്ന് കെ ജി ഒ എയുടെ മാനേജിങ് കമ്മിറ്റി അടിയന്തരമായി ചേർന്നു. സെക്രട്ടേറിയറ്റ് ജീവനക്കാരുടെ സത്യഗ്രഹത്തെ പൊലീസിനെ ഉപയോഗിച്ച് നീക്കം ചെയ്യിച്ചതിൽ സംഘടന ശക്തമായ പ്രതിഷേധം രേഖപ്പെടുത്തി.

ഈ യോഗത്തിൽ വച്ച് കോട്ടയത്തെ ഗസറ്റഡ് ഓഫീസർമാരുടെ യോഗം 30.12.66 ന് ചേരാനും അതിൽ സംസ്ഥാന ഭാരവാഹികൾ പങ്കെടുക്കാനും തീരുമാനിച്ചു.

ജില്ലാ യൂണിറ്റുകൾ രൂപീകരിക്കുന്നതിനെ സംബന്ധിച്ച് മാനേജിങ് കമ്മിറ്റി വിലയിരുത്തിയപ്പോൾ നടപടികൾ ഫലപ്രദമായി മുന്നോട്ടു വെച്ചിട്ടില്ല എന്നു കണ്ടതിനെത്തുടർന്ന് സംസ്ഥാനതലത്തിൽ ഇത് മോണിറ്റർ ചെയ്യാൻ കോട്ടയം കളക്ടറേറ്റിലെ ശിരസ്തദാർ ആയ ശ്രീ. നെടുങ്ങാടിയെ ചുമതലപ്പെടുത്തി. തൻവർഷം ഡിസംബറിൽത്തന്നെ ജില്ലാ യൂണിറ്റുകളുടെ യോഗം ചേരണമെന്നും നിർദ്ദേശിച്ചു. ജില്ലായൂണിറ്റുകൾ

രൂപീകരിക്കുന്നതുമായി ബന്ധപ്പെട്ട പ്രവർത്തനങ്ങൾ പല ജില്ലകളിലും നടന്നുവെങ്കിലും വേണ്ടത്ര രീതിയിൽ മുന്നോട്ടു പോയിരുന്നില്ല. കുറച്ചെങ്കിലും പ്രവർത്തനം നടന്നത് കോട്ടയം ജില്ലയിലാണ്.

1966 സംസ്ഥാന സർവ്വീസിലെ വിവിധ സംഘടനകൾ കേന്ദ്രനിരക്കിൽ ക്ഷാമബത്ത ആവശ്യപ്പെട്ടു പ്രക്ഷോഭം നടത്തുന്ന കാലയളവായിരുന്നു. സംഘടനയുടെ പൊതുയോഗം 24.07.66 ൽ തിരുവനന്തപുരത്തു ചേർന്ന് കേന്ദ്രനിരക്കിൽ ക്ഷാമബത്ത അനുവദിക്കണം എന്ന പ്രമേയം പാസാക്കി. സംസ്ഥാന ജീവനക്കാരുടെ ക്ഷാമബത്ത അവസാനമായി പരിഷ്കരിച്ചത് 01.10.1965 ൽ ആയിരുന്നു. എന്നാൽ കേന്ദ്രസർക്കാരും മദ്രാസ് സർക്കാരും ഇതിനിടയിൽ തങ്ങളുടെ ജീവനക്കാരുടെ ക്ഷാമബത്ത രണ്ടു പ്രാവശ്യം പരിഷ്കരിച്ചിരുന്നു. എടുത്തു പറയേണ്ടുന്ന ഒരു വസ്തുത 1000 രൂപയ്ക്കു മുകളിൽ ശമ്പളം വാങ്ങുന്നവർക്ക് ക്ഷാമബത്ത ലഭിച്ചിരുന്നില്ല എന്നതാണ്. ഇവർക്കുകൂടി ക്ഷാമബത്ത നല്കണമെന്ന് ആവശ്യപ്പെട്ട് നിരവധി നിവേദനങ്ങൾ സംഘടന നല്കുകയുണ്ടായി.

ശമ്പളപരിഷ്കരണ തീയതിക്കുമുമ്പ് താല്ക്കാലികമായി സ്ഥാനക്കയറ്റം ലഭിച്ചവരുടെ പേ ഫിക്സ് ചെയ്തപ്പോൾ, താല്ക്കാലിക തസ്തികകൾ ആണെന്നു വാദിച്ച് അഡ്വാൻസ് ഇൻക്രിമെന്റ് നിഷേധിക്കുന്ന സമീപനം എ ജി സ്വീകരിക്കുകയുണ്ടായി. ഈ നിലപാട് പുനഃപരിശോധിക്കണം എന്ന് ആവശ്യപ്പെട്ട് സർക്കാരിന് നിവേദനം നല്കി. കോടതി കേസ്, ഡി പി സി കൂടാനുള്ള കാലതാമസം, ഇന്റഗ്രേഷൻ സമയബന്ധിതമായി പൂർത്തിയാക്കാത്തത്, ഒഴിവുകൾ കൃത്യമായി തിട്ടപ്പെടുത്താത്തത് എന്നു തുടങ്ങിയ കാരണങ്ങൾമൂലമാണ് താല്ക്കാലിക സ്ഥാനക്കയറ്റം നല്കുന്നത്. ഇതിന് ബന്ധപ്പെട്ട ജീവനക്കാർ ഒരുതരത്തിലും കുറ്റക്കാരല്ല. ഈ സാഹചര്യത്തിൽ ഇൻക്രിമെന്റ് നിഷേധിച്ചുകൊണ്ട് ജീവനക്കാരെ ശിക്ഷിക്കുന്ന നടപടി ന്യായീകരിക്കാൻ കഴിയുന്നതല്ലായെന്ന് ചൂണ്ടിക്കാട്ടി നിവേദനം നല്കി.

സംഘടന നിരവധി നിവേദനങ്ങൾ നല്കിയിട്ടും സർക്കാരിന്റെ ഭാഗത്തുനിന്നും ഒരു അനുകൂല തീരുമാനവും ഉണ്ടായില്ല. തുടർന്ന് സംഘടനാനേതാക്കൾ ഗവർണറുടെ അഡ്വൈസറുമായി കൂടിക്കാഴ്ച നടത്തുകയും തങ്ങളുടെ ആവശ്യങ്ങൾ പരിഗണിച്ച് അനുകൂല ഉത്തരവ് ഉണ്ടാകണമെന്ന് ആവശ്യപ്പെടുകയും ചെയ്തു. പരിഹാരം ഉണ്ടാകാത്തതിനെത്തുടർന്ന് ഈ വിഷയങ്ങൾ ഗവർണർ ഭഗവാൻ സഹായിയെ നേരിൽ കണ്ട് ചർച്ച നടത്താൻ സമയം അനുവദിക്കണമെന്ന് ആവശ്യപ്പെട്ട് കത്ത് നല്കി. എന്നാൽ ഗവർണർ ഇത് നിരാകരിക്കുകയും ഈ വിഷയങ്ങൾ അഡ്വൈസറുമായി ചർച്ച ചെയ്യാൻ നിർദ്ദേശിക്കുകയുമാണ് ചെയ്തത്. ഗവർണറുടെ ഈ ജനാധിപത്യവിരുദ്ധമായ നടപടിയിൽ പ്രതിഷേധിച്ച് പ്രമേയം പാസാക്കുകയും അഡ്വൈസറുമായി ഒരിക്കൽ കൂടി ചർച്ച നടത്തുന്നതിന് പ്രസക്തിയില്ലായെന്ന് അറിയിക്കുകയും ചെയ്തു.

ജീവനക്കാരുടെ ക്ഷാമബത്ത പരിഷ്കരണവുമായി ബന്ധപ്പെട്ട്

സംസ്ഥാനത്ത് പ്രവർത്തിച്ചിരുന്ന ഡി എ കമീഷന് സമഗ്രമായ നിവേദനമാണ് സംഘടന നല്കിയത്. ശിവൻകുട്ടിനായരുടെ നേതൃത്വത്തിലുള്ള കമ്മിറ്റി സമഗ്രമായ നിവേദനം രൂപപ്പെടുത്തുകയും അതു മാനേജിങ് കമ്മിറ്റി ചർച്ച ചെയ്ത് കമീഷന് സമർപ്പിക്കുകയും ചെയ്തിരുന്നു. അതിന്മേലുള്ള ചർച്ചയ്ക്ക് കമീഷൻ ക്ഷണിക്കുകയും സംഘടനാ നേതാക്കൾ അതിൽ പങ്കെടുക്കുകയും ചെയ്തു.

സംസ്ഥാന ജീവനക്കാരുടെ അഖിലേന്ത്യാ പ്രസ്ഥാനം

1961 ൽ ഹൈദരാബാദിൽ വച്ച് രൂപംകൊണ്ട സംസ്ഥാന ഗവൺമെന്റ് ജീവനക്കാരുടെ അഖിലേന്ത്യാഫെഡറേഷന്റെ പ്രവർത്തനം ആദ്യനാളുകളിൽ വളരെ മന്ദഗതിയിലായിരുന്നു. ഭാഷാ സംസ്ഥാന രൂപീകരണത്തിനുശേഷം സർവ്വീസ് സംയോജനത്തെ തുടർന്നുണ്ടായ പ്രശ്നങ്ങളും വിവിധ തരത്തിലുള്ള സേവന-വേതന വ്യവസ്ഥകളും സംസ്ഥാന സർവ്വീസ് സംഘടനകളുടെ പ്രവർത്തന ദൗർബല്യവുമാണ് അഖിലേന്ത്യ ഫെഡറേഷന്റെ ഏകോപനത്തോടെയുള്ള പ്രവർത്തനങ്ങൾക്കും പ്രക്ഷോഭങ്ങൾക്കും കാരണമായത്. ഓരോ സംസ്ഥാനത്തേയും ജീവനക്കാർ അനുഭവിക്കുന്ന പ്രശ്നങ്ങൾ വ്യത്യസ്തമായിരുന്നെങ്കിലും ശമ്പളപരിഷ്കരണം, കേന്ദ്രനിരക്കിൽ ക്ഷാമബത്ത, ജോലി സ്ഥിരത, തൊഴിൽ സുരക്ഷിതത്വം തുടങ്ങിയ പ്രശ്നങ്ങൾ ഏറക്കുറെ സമാനമായിരുന്നു.

ഫെഡറേഷന്റെ ഒന്നാം ദേശീയ സമ്മേളനം 1966 നവംബർ 2 മുതൽ 5 വരെ തിരുവനന്തപുരത്ത് നടന്നു. ഈ സമ്മേളനം അംഗീകരിച്ച അഞ്ച് പ്രധാന ഡിമാന്റുകൾ ഉന്നയിച്ചുകൊണ്ട് 1966 ഡിസംബർ 6 ന് രാജ്യവ്യാപകമായി പ്രകടനദിനമായി ആചരിക്കാനും 1967 ജനുവരി 5 ന് ക്വിറ്റ് വർക്ക് നടത്താനും തീരുമാനിച്ചു. കേന്ദ്രനിരക്കിൽ ക്ഷാമബത്ത അനുവദിക്കുക, അവശ്യാധിഷ്ഠിത മിനിമം വേതനം അംഗീകരിക്കുക, പ്രതികാര നടപടികൾ പിൻവലിക്കുക, പിരിച്ചുവിട്ടവരെ തിരിച്ചെടുക്കുക, ജീവനക്കാരുടെ സംഘടനകൾക്ക് ട്രേഡ് യൂണിയൻ അവകാശങ്ങൾ അംഗീകരിക്കുക, കോത്താരി കമീഷൻ റിപ്പോർട്ട് നടപ്പിലാക്കുക എന്നിവയായിരുന്നു സമ്മേളനം അംഗീകരിച്ച ഡിമാന്റുകൾ. ഈ പ്രക്ഷോഭങ്ങൾ വിജയിപ്പിക്കുന്നതിന് ആവശ്യമായ പ്രവർത്തനങ്ങളിൽ ഏറ്റക്കുറച്ചിലുണ്ടെങ്കിലും പല സംസ്ഥാനങ്ങളിലും അത് നടന്നു. കേരള സംസ്ഥാനത്ത് അതിശക്തമായ പ്രവർത്തനമാണ് നടന്നത്.

ഡിസംബർ 6 ന്റെ പ്രകടനദിനത്തിന്റെ പ്രവർത്തനങ്ങളുടെ നേതൃത്വം കേരള എൻ ജി ഒ യൂണിയനായിരുന്നു. ഈ പ്രതിഷേധത്തിൽ പങ്കെടുക്കുന്നതിനെ വിലക്കിക്കൊണ്ടുള്ള പല നടപടികളും സർക്കാരിന്റെ ഭാഗത്തും ഉണ്ടായി. അതിനെ അവഗണിച്ചുകൊണ്ട് വൻ പ്രകടനങ്ങളും യോഗങ്ങളും നടത്തി പ്രകടനദിനം ജീവനക്കാർ വൻ വിജയമാക്കി തീർത്തു.

പ്രകടനദിനം വൻവിജയമായതോടെ ജനുവരി 5 ന്റെ പണിമുടക്ക് പൂർണ്ണമായിരിക്കും എന്നു മനസ്സിലാക്കിയ സർക്കാർ സർവ്വസന്നാഹ

ങ്ങളും ഉപയോഗിച്ച് പ്രതിഷേധങ്ങളെ നേരിടാൻ തീരുമാനിച്ചു. പണിമുടക്ക് നിരോധിച്ചുകൊണ്ടും പണിമുടക്കുന്നവർക്കും അതിനു പ്രേരിപ്പിക്കുകയോ സഹായിക്കുകയോ ചെയ്യുന്നവരെയും ശിക്ഷണ നടപടിക്ക് വിധേയമാക്കും എന്നു വ്യക്തമാക്കിയുള്ള സർക്കാർ ഓർഡിനൻസ് പുറപ്പെടുവിച്ചു. സർക്കാർ ജീവനക്കാർ പണിമുടക്കി ജോലിയിൽനിന്നും വിട്ടുനിന്നാൽ സർവ്വീസ് ബ്രേക്ക് ആകുമെന്നും മുൻകാല സർവ്വീസ് നഷ്ടപ്പെടുമെന്നും വ്യക്തമാക്കി ഉത്തരവ് പുറപ്പെടുവിച്ചു. പണിമുടക്ക് പ്രവർത്തനങ്ങൾക്ക് നേതൃത്വം നല്കിയ സംഘടനാനേതാക്കളെ കള്ളക്കേസ് ചുമത്തി അറസ്റ്റുചെയ്ത് ജയിലിലടച്ചു. നിരവധി ജീവനക്കാരെ സർവ്വീസിൽനിന്നും സസ്പെന്റ് ചെയ്തു. ജീവനക്കാർക്ക് എതിരെയുള്ള ഈ ദ്രോഹനടപടികൾ നിർത്തിവെക്കണമെന്നും എടുത്ത നടപടികൾ പിൻവലിക്കണമെന്നും കോ-ഓർഡിനേഷൻ കമ്മിറ്റി സർക്കാരിനോട് ആവശ്യപ്പെട്ടു. ഇതിനെത്തുടർന്ന് ജനുവരി 5 ന്റെ സൂചനാ പണിമുടക്കം അനിശ്ചിതകാല പണിമുടക്കായി നടത്താൻ തീരുമാനിച്ചുകൊണ്ട് സർക്കാരിന് നോട്ടീസ് നല്കി.

സർക്കാരിന്റെ എല്ലാവിധ മർദ്ദന സംവിധാനങ്ങളേയും അതിജീവിച്ച് ജനുവരി 5 ന് 85% ജീവനക്കാർ പണിമുടക്കിയതായി സർക്കാർ വൃത്തങ്ങൾതന്നെ വ്യക്തമാക്കി. പിറ്റേന്ന് 90% പേർ പണിമുടക്കിൽ പങ്കെടുത്തു. ഈ പണിമുടക്കിന് വലിയ ബഹുജന പിന്തുണ ലഭിച്ചു. വർഗ്ഗബഹുജന സംഘടനകൾ അനുഭാവപ്രകടനങ്ങളും ധർണ്ണകളും സംഘടിപ്പിച്ചു. 1967 ജനുവരി 17 നകം സമരം ഒത്തുതീർന്നില്ലെങ്കിൽ പണിമുടക്ക് നടത്തുമെന്ന് പൊതുമേഖലാ തൊഴിലാളി സംഘടനകൾ വ്യക്തമാക്കി. ഇ എം എസ് ഉൾപ്പെടെയുള്ള രാഷ്ട്രീയ നേതാക്കൾ, പൗരപ്രമുഖർ തുടങ്ങിയവർ സമരം ഒത്തുതീർപ്പാക്കാൻ ഗവർണറോട് അഭ്യർത്ഥിച്ചു. ഒത്തുതീർപ്പ് ചർച്ചയുടെ ഫലമായി 12 ദിവസം നീണ്ടുനിന്ന പണിമുടക്ക് പിൻവലിച്ചു.

1967 ലെ അനിശ്ചിതകാല പണിമുടക്കിനോടുള്ള നിലപാട്

സംഘടന അതിന്റെ ഒന്നാം വാർഷികം ആഘോഷിക്കുന്നതിന് മുമ്പ് തന്നെയാണ് സംസ്ഥാനത്ത് ഈ അനിശ്ചിതകാല പണിമുടക്ക് നടന്നത്. സർക്കാരിനെതിരെയുള്ള ഒരു പണിമുടക്ക് പ്രക്ഷോഭങ്ങളിലും സംഘടന പങ്കെടുക്കില്ല എന്ന ഉപാധി ബൈലോയുടെ ഭാഗമാക്കണമെന്ന സർക്കാർ തീരുമാനത്തെതുടർന്ന് അതു കൂടി ചേർത്തതിനാലാണ് സംഘടനയ്ക്ക് അംഗീകാരം ലഭിച്ചത്. അതിനാലാകണം ഉടൻതന്നെ ഒരു പ്രത്യക്ഷസമരത്തിലേക്ക് എടുത്തുചാടാതെ അതിനെ സഹായിക്കുന്ന നിലപാട് സ്വീകരിക്കാൻ സംഘടന തീരുമാനിച്ചത്.

06-01-67 ൽ കൂടിയ മാനേജിങ് കമ്മിറ്റി ഈ സമരത്തെ വിലയിരുത്തുകയും ജീവനക്കാരുടെ ആവശ്യങ്ങൾ ന്യായമാണെന്നും അത് ചർച്ചയിലൂടെ പരിഹരിച്ച് സമരം അവസാനിപ്പിക്കാൻ തയ്യാറാകണമെന്നും സർക്കാരിനോട് ആവശ്യപ്പെടാൻ തീരുമാനിച്ചു. സർവ്വീസ് സംഘടനാ

നേതാക്കളോടും ഇക്കാര്യത്തിൽ വിട്ടുവീഴ്ചാ മനോഭാവം സ്വീകരിക്കണമെന്നും അഭ്യർത്ഥിച്ചു. എല്ലാ രാഷ്ട്രീയ നേതാക്കളോടും ജീവനക്കാരുടെ സമരം ഒത്തുതീർപ്പാക്കാൻ നടപടി സ്വീകരിക്കണമെന്ന് ആവശ്യപ്പെട്ടു. തുടർന്ന് 11-01-17 ന് ചേർന്ന കമ്മിറ്റി പണിമുടക്കിനെക്കുറിച്ച് സമഗ്രമായി വിലയിരുത്തുകയും താഴെ പറയുന്ന ഒത്തുതീർപ്പ് വ്യവസ്ഥ മുന്നോട്ടുവെക്കാൻ തീരുമാനിക്കുകയും ചെയ്തു.

1. സമരം ചെയ്യുന്ന ജീവനക്കാർക്കെതിരെ സ്വീകരിച്ചിട്ടുള്ള എല്ലാ പ്രതികാര നടപടികളും പിൻവലിക്കണം.
2. കേന്ദ്രനിരക്കിൽ ക്ഷാമബത്ത അനുവദിക്കാൻ കമീഷൻ വേണ്ട. കേന്ദ്രനിരക്കിന്റെ 50% അടിയന്തരമായി നല്കി സമരം അവസാനിപ്പിക്കണം.
3. ശമ്പളപരിഷ്കരണത്തിലെ അനോമലി പരിഹരിക്കാൻ ഏകാംഗ കമീഷനെ നിയമിക്കണം.

സമരം ഒത്തുതീർപ്പായെങ്കിലും അതിലെ ചില ഒത്തുതീർപ്പ് വ്യവസ്ഥകളോട് സംഘടനയ്ക്ക് യോജിപ്പ് ഉണ്ടായിരുന്നില്ല. പ്രത്യേകിച്ച് ഡി എ കമീഷനെ നിയമിക്കാനുള്ള തീരുമാനത്തോട്. ക്ഷാമബത്ത അനുവദിക്കാൻ ഒരു സർക്കാർ തീരുമാനംമാത്രം മതിയാകും. ഈ ആവശ്യം കമീഷനെ നിയമിച്ച് നീട്ടിക്കൊണ്ടു പോയി നിഷേധിക്കാനുള്ള അടവ് മാത്രമാണെന്ന് സംഘടന വിലയിരുത്തി.

1967 ഫെബ്രുവരിയിൽ നടന്ന നിയമസഭാ തിരഞ്ഞെടുപ്പിൽ ഇ എം എസിന്റെ നേതൃത്വത്തിലുള്ള സപ്തകക്ഷിമുന്നണി സർക്കാർ അധികാരത്തിൽ വന്നു. പണിമുടക്കിൽ പങ്കെടുത്തതിന്റെയും സംഘടനാ പ്രവർത്തനത്തിന്റെയും പേരിൽ കഴിഞ്ഞ സർക്കാർ ശിക്ഷാ നടപടിക്ക് വിധേയരാക്കിയ മുഴുവൻ ജീവനക്കാരുടേയും ശിക്ഷകൾ റദ്ദ് ചെയ്തു. ആദ്യമായി സംസ്ഥാന ജീവനക്കാർക്ക് കേന്ദ്രനിരക്കിൽ ക്ഷാമബത്ത അനുവദിച്ചു. പ്രതിലോമകരമായ നിർദ്ദേശങ്ങൾ ഉൾക്കൊള്ളുന്ന മുൻ ശമ്പളപരിഷ്കരണ ഉത്തരവ് റദ്ദാക്കാനും പുതിയ കമീഷനെ നിയമിക്കാനും തീരുമാനിച്ചു. ഈ കമീഷന്റെ റിപ്പോർട്ടിന്റെ അടിസ്ഥാനത്തിൽ ജീവനക്കാർക്ക് മെച്ചപ്പെട്ട ശമ്പളപരിഷ്കരണം ലഭ്യമായി.

തിരഞ്ഞെടുപ്പ് പ്രക്രിയക്ക് നേതൃത്വം നല്കുന്ന ഉദ്യോഗസ്ഥരെന്ന നിലയ്ക്കാകണം, ഒരു മാസത്തിനുശേഷം മാത്രം സംഘടനയുടെ മാനേജിങ് കമ്മിറ്റി ചേർന്നത്. മുഖ്യമന്ത്രിയേയും മറ്റു മന്ത്രിമാരേയും നേരിൽ കണ്ട് ഗസറ്റഡ് ജീവനക്കാരുടെ പ്രശ്നങ്ങൾ ചർച്ച ചെയ്യാൻ തീരുമാനിച്ചു. 1967 മെയ് മാസം സംഘടനയുടെ കൺവെൻഷൻ തിരുവനന്തപുരത്ത് ചേരാനും തീരുമാനിച്ചു.

സംഘടനയുടെ സംസ്ഥാനതല കൺവെൻഷൻ 1967 ജൂൺ 10, 11 തീയതികളിൽ തിരുവനന്തപുരത്തെ ടാഗോർ സെന്റിനറി ഹാളിൽ കൂടാൻ തീരുമാനിച്ചു. സംഘടനയുടെ മുഴുവൻ അംഗങ്ങളേയും പങ്കെടുപ്പിച്ചുകൊണ്ടുള്ള കൺവെൻഷൻ ആയിരിക്കണമതെന്നും നിശ്ച

യിച്ചു. 10-ാം തീയതി 2 മണിക്ക് ആരംഭിച്ച് 11-ാം തീയതി പൊതു സമ്മേളനത്തോടെ അവസാനിക്കുന്ന പരിപാടികളാണ് തയ്യാറാക്കിയത്. പൊതുസമ്മേളന ഉദ്ഘാടനത്തിന് മുഖ്യമന്ത്രി ഇ എം എസിനെ ക്ഷണിക്കാനും തീരുമാനിച്ചു. കൺവെൻഷന്റെ വിജയകരമായ നടത്തിപ്പിനായി വിവിധ സബ്കമ്മിറ്റികളേയും തെരഞ്ഞെടുത്തു.

67 ജനുവരിയിലെ പണിമുടക്കിനെ പരാജയപ്പെടുത്താൻ ഗവർണർ ഭരണം സ്വീകരിച്ച നടപടികളിൽ പ്രധാനപ്പെട്ട ഒന്നായിരുന്നു പെൻഷൻ പ്രായം 55 ൽ നിന്നും 58 ആയി വർദ്ധിപ്പിച്ച നടപടി. കൂടാതെ പണിമുടക്കാതെ ജോലിക്ക് ഹാജരാവുന്നവർക്ക് ഒരു അഡ്വാൻസ് ഇൻക്രിമെന്റും അതിൽ തന്നെ ബിരുദം ഉള്ളവർക്ക് ഗ്രാജുവേറ്റ് ഇൻക്രിമെന്റും പ്രഖ്യാപിച്ചു. ഇ എം എസ് മുഖ്യമന്ത്രിയായി അധികാരം ഏറ്റതോടെ, നയപരമായ വിഷയങ്ങളിൽ ഗവർണർക്ക് തീരുമാനം എടുക്കാൻ അവകാശമില്ലെന്ന് പ്രഖ്യാപിച്ചുകൊണ്ട് മേൽ സൂചിപ്പിച്ച 3 ഉത്തരവുകളും പിൻവലിച്ചു. പെൻഷൻ പ്രായം കുറച്ചുകൊണ്ടുള്ള സർക്കാർ നടപടിക്കെതിരെ സംഘടന പ്രതിഷേധം രേഖപ്പെടുത്തി. കേന്ദ്രത്തിൽ ജീവനക്കാരുടെ പെൻഷൻപ്രായം 58 ആയതിനാൽ സംസ്ഥാനത്തും 58 വയസ്സ് ആയി നിലനിർത്തണമെന്നും സംഘടന ആവശ്യപ്പെട്ടു.

13.01.71 ൽ കൂടിയ എക്സിക്യൂട്ടീവ് കമ്മിറ്റി സംഘടന പ്രവർത്തനം ചിട്ടപ്പെടുത്തേണ്ടതിന്റെ ആവശ്യകതയെ സംബന്ധിച്ച് ഗൗരവമായി ചർച്ച നടത്തുകയുണ്ടായി. എല്ലാ വ്യാഴാഴ്ചയും 6 മണിക്ക് എക്സിക്യൂട്ടീവ് യോഗം കൂടണമെന്ന് തീരുമാനിച്ചു. കേന്ദ്രസർക്കാർ ജീവനക്കാരുടെ സംഘടനയായ കോൺഫെഡറേഷൻ ഓഫ് സെൻട്രൽ ഗവൺമെന്റ് എംപ്ലോയീസ് അസോസിയേഷനുമായി സഹകരിച്ച് പ്രവർത്തിക്കുന്നതിനുള്ള സാദ്ധ്യത ആരായാനും തീരുമാനിച്ചു.

31-01-71 ൽ സംഘടനയുടെ പൊതുയോഗം ചേരാനും കഴിഞ്ഞ ജനറൽ ബോഡിക്കു ശേഷമുള്ള പ്രവർത്തനത്തെ സംബന്ധിച്ച റിപ്പോർട്ട് ചർച്ചയ്ക്കുവെക്കാനും തീരുമാനിച്ചു.

കെ ജി ഒ എ സംഘടനാവികാസം

കേന്ദ്രജീവനക്കാരുടെ ശമ്പളം പരിഷ്കരിക്കാൻ നിയമിതനായ മൂന്നാംശമ്പളകമീഷന്റെ ഇടക്കാല റിപ്പോർട്ടിൽ ജീവനക്കാർക്ക് നിലവിൽ നല്കി വരുന്ന ക്ഷാമബത്തയ്ക്ക് ഒപ്പം വിലസൂചികയുടെ അടിസ്ഥാനത്തിൽ ഇടക്കാലാശ്വാസം നല്കാൻ ശുപാർശ ചെയ്യുകയും കേന്ദ്രസർക്കാർ അത് അംഗീകരിക്കുകയും ചെയ്തു. ഇതിനെത്തുടർന്ന് കേന്ദ്രനിരക്കിൽ ക്ഷാമബത്ത ലഭിച്ചുകൊണ്ടിരുന്ന സംസ്ഥാന ജീവനക്കാർക്കും ഇടക്കാലാശ്വാസം നല്കണമെന്ന ആവശ്യം ഉയർന്നു. ഈ ആവശ്യം നേടിയെടുക്കുന്നതിന് ഭരണ പ്രതിപക്ഷ ഭേദമെന്യേ എല്ലാ സംഘടനകളും ചേർന്ന് ജോയിന്റ് ആക്ഷൻ സമിതിക്ക് രൂപംനല്കുകയും

അതിന്റെ നേതൃത്വത്തിൽ പ്രക്ഷോഭം ആരംഭിക്കുകയുംചെയ്തു. കെ ജി ഒ എ ഈ ആക്ഷൻ കമ്മിറ്റിയിൽ അംഗമായില്ലെങ്കിലും ഈ പ്രക്ഷോഭത്തിന് സർവ്വവിധ പിന്തുണയും പ്രഖ്യാപിച്ചു. 04.02.71 ൽ ചേർന്ന മാനേജിങ് കമ്മിറ്റിയോഗം ഈ പ്രക്ഷോഭത്തിന് പിന്തുണ പ്രഖ്യാപിച്ചുകൊണ്ടുള്ള പ്രമേയം പാസാക്കി. ഒപ്പം താഴെ പറയുന്ന കാര്യങ്ങൾ ഉൾക്കൊള്ളിച്ചുക്കൊണ്ടുള്ള നിവേദനം സർക്കാരിന് സമർപ്പിക്കാനും തീരുമാനിച്ചു.

(1) കേന്ദ്രസർക്കാർ അംഗീകരിച്ച നിരക്കിൽ എല്ലാ ജീവനക്കാർക്കും ഇടക്കാലാശ്വാസം നല്കണം.
(2) 600 രൂപയും അതിനു മുകളിലും അടിസ്ഥാന ശമ്പളമുള്ളവർക്ക് ഇടക്കാലാശ്വാസം നിഷേധിക്കാനുള്ള നീക്കം അവസാനിപ്പിക്കണം. 01.07.68 മുതൽ നടപ്പിലാക്കിയ ശമ്പളപരിഷ്കരണം ഇവർക്കു കൂടി ബാധകമാക്കണം.
(3) കേന്ദ്രസർക്കാർ 1250/ രൂപയും അതിന് മുകളിൽ അടിസ്ഥാനശമ്പളം ഉള്ളവർക്കും ഇടക്കാലാശ്വാസം നല്കി. അതിനാൽ മുഴുവൻ ജീവനക്കാർക്കും അടിസ്ഥാനശമ്പളത്തിന്റെ പരിധി നിശ്ചയിക്കാതെ ഇടക്കാലാശ്വാസം നല്കണം.
(4) സംസ്ഥാന സർക്കാർ ഐ എ എസ്/ഐ പി എസ് ഓഫീസർമാരുടെ തസ്തികകളുടെ എണ്ണം വർദ്ധിപ്പിക്കുകയും അവർക്ക് അലവൻസുകൾ കൂട്ടി കൊടുക്കുകയും ചെയ്യുന്നു. എന്നാൽ സാമ്പത്തിക പ്രതിസന്ധി പറഞ്ഞ് ഗസറ്റഡ് ഓഫീസർമാർക്ക് ഈ ആനുകൂല്യം നിഷേധിക്കരുത്.

ക്ഷാമബത്ത അടിയന്തരമായി അനുവദിക്കണമെന്നും നിവേദനത്തിലൂടെ ആവശ്യപ്പെടാൻ തീരുമാനിച്ചു. ക്ഷാമബത്ത നിഷേധിക്കാൻ സർക്കാർ പുറപ്പെടുവിച്ച കുറിപ്പിൽ ലിവിങ് ഇൻഡക്സ് ഇപ്പോൾ 210 ആണെന്നും 225 എത്തിയാലേ ക്ഷാമബത്ത അനുവദിക്കാൻ കഴിയൂയെന്നു നിർദ്ദേശിക്കുന്നു. എന്നാൽ 1970 ഡിസംബറിലെ ഇന്ത്യൻ ലേബർ ജേർണലിലെ വസ്തുതകൾ ചൂണ്ടിക്കാട്ടിയാണ് സംഘടന മേൽവാദത്തെ ഖണ്ഡിക്കുന്നത്. ഈ ജേർണലിലെ പേജ് 1841 ൽ ലിവിങ് ഇൻഡക്സ് 230 ആണെന്നും അതിനാൽ ക്ഷാമബത്ത അടിയന്തരമായി അനുവദിക്കണമെന്നും ആവശ്യപ്പെടുന്നു.

1971 ലെ പണിമുടക്കിനോട് ഐക്യദാർഢ്യം

സർക്കാരിന്റെ നിഷേധാത്മക നിലപാടിൽ പ്രതിഷേധിച്ചുകൊണ്ട് 1971 ഫെബ്രുവരി 10 മുതൽ അനിശ്ചിതകാലത്തേക്ക് പണിമുടക്കാൻ ആക്ഷൻ കൗൺസിൽ തീരുമാനിച്ചു. സംസ്ഥാനത്ത് അദ്ധ്യാപകരും ജീവനക്കാരും ഒറ്റക്കെട്ടായി പങ്കെടുക്കുന്ന ആദ്യ പണിമുടക്കായിരുന്നു ഇത്. എന്നാൽ കെ ജി ഒ എ ഈ പണിമുടക്കിൽ പങ്കെടുക്കാൻ തീരുമാനിച്ചില്ലെങ്കിലും എല്ലാവിധ പിന്തുണയും പണിമുടക്കിന് വാഗ്ദാനം ചെയ്തു. 09.02.71 ന് സംഘടനയുടെ മാനേജിങ് കമ്മിറ്റി ചേർന്ന് വളരെ ശ്രദ്ധേയമായ പ്രമേയം അംഗീകരിച്ചു. ജീവനക്കാരുടെ ന്യായമായ അവ

കാശമായ ഇടക്കാലാശ്വാസത്തെ നിഷേധിക്കുന്ന സർക്കാർ നടപടിയെ സംഘടന ശക്തമായി അപലപിച്ചു. ജീവനക്കാരെ ഒന്നടങ്കം സമരത്തിലേക്ക് തള്ളിവിട്ടത് സർക്കാരാണെന്ന വസ്തുത ഉന്നയിച്ചു. സർക്കാരിന്റെ ഇത്തരത്തിലുള്ള നടപടിയിൽ സംഘടനയ്ക്കുള്ള ഉൽക്കണ്ഠയും അമർഷവും രേഖപ്പെടുത്തി. ഗസറ്റഡ് ജീവനക്കാർ സമരത്തിൽ പങ്കെടുക്കുന്നില്ലെങ്കിലും സമരം വിജയിപ്പിക്കുന്നതിന് എല്ലാവിധ സഹായസഹകരണങ്ങളും ചെയ്യാൻ തീരുമാനിച്ചു.

അതനുസരിച്ച് താഴെ പറയുന്ന നിർദ്ദേശങ്ങൾ സർവ്വീസിലെ മുഴുവൻ ഗസറ്റഡ് ഉദ്യോഗസ്ഥരും പാലിക്കണമെന്ന് സംഘടന ആവശ്യപ്പെട്ടു.

(1) പത്താം തീയതി മുതൽ ഓഫീസ് പ്രവർത്താനാരംഭത്തിനു മുമ്പ് ഓഫീസിൽ ഹാജരാകരുത്.

(2) ഓഫീസിൽ കയറുന്നതിന് തടസ്സമുണ്ടായാൽ പൊലീസ് സംരക്ഷണം ആവശ്യപ്പെടരുത്.

(3) സമരത്തിൽ ഏർപ്പെട്ടിരിക്കുന്ന ഉദ്യോഗസ്ഥരെക്കുറിച്ച് സ്റ്റേറ്റ്മെന്റ് അയയ്ക്കുക മുതലായ നടപടികൾ കൈക്കൊള്ളരുത്.

(4) സമരത്തിൽ ഏർപ്പെട്ടിരിക്കുന്ന ജീവനക്കാർക്ക് കഴിവുള്ള സാമ്പത്തിക സഹായം ചെയ്യുക.

അവശ്യസർവ്വീസുകളെ പണിമുടക്കിൽനിന്നും ഒഴിവാക്കാൻ സമരസമിതിയും അഭ്യർത്ഥിച്ചു.

10-ാം തീയതി കമ്മിറ്റി കൂടി പണിമുടക്കിന്റെ സാഹചര്യങ്ങളെ വിലയിരുത്തി. സംഘടനയുടെ അഭ്യർത്ഥന മാനിച്ച് ഗസറ്റഡ് ഓഫീസർമാർ ഓഫീസ് പ്രവർത്തനത്തിൽനിന്നും വിട്ടുനിന്നതിൽ സംഘടന സംതൃപ്തി രേഖപ്പെടുത്തി. ഓഫീസ് പ്രവർത്തിപ്പിക്കുന്നതിനും ഓഫീസിൽ കയറുന്നതിനുമായി എത്തിയ ഗസറ്റഡ് ഉദ്യോഗസ്ഥർ ജീവനക്കാരുടെ അഭ്യർത്ഥന മാനിച്ച് മടങ്ങിപ്പോയതിലും യാതൊരു പ്രകോപനങ്ങളും ഉണ്ടാകാതിരുന്നതിലും സംഘടനയുടെ അഭിവാദ്യം അവർക്ക് അർപ്പിച്ചു. പണിമുടക്കിലേർപ്പെട്ടിരിക്കുന്ന ജീവനക്കാരുടെ ആവശ്യം സർവ്വീസിലെ മുഴുവൻ ജീവനക്കാരുടെ ആവശ്യമാണെന്നും അതിനാൽ തുടർന്നുള്ള ദിവസങ്ങളിലും ഇതേ നിലപാട് തുടരണമെന്നും ആവശ്യപ്പെടുന്ന പ്രമേയം കമ്മിറ്റി ഏകകണ്ഠമായി അംഗീകരിച്ചു.

11-ാം തീയതി കൂടിയ കമ്മിറ്റി സമരം അടിയന്തരമായി ഒത്തുതീർപ്പാക്കാൻ സർക്കാരിനോട് ആവശ്യപ്പെടാൻ തീരുമാനിച്ചു. അതിനായി മുഖ്യമന്ത്രി, മറ്റു മന്ത്രിമാർ എന്നിവരുമായി ചർച്ച നടത്താൻ പ്രസിഡന്റ്, സെക്രട്ടറി, ജോയിന്റ് സെക്രട്ടറി എന്നിവരെ ചുമതലപ്പെടുത്തി. ഒപ്പം ഈ വിഷയത്തിൽ സംഘടനയുടെ പിന്തുണ അറിയിച്ചുകൊണ്ട് ആക്ഷൻ കൗൺസിൽ കൺവീനറായ വി പി ജോസഫിനെ നേരിൽ കാണാനും തീരുമാനിച്ചു.

പണിമുടക്കിൽ സംഘടന നേരിട്ട് പങ്കെടുത്തില്ലെങ്കിലും പണിമുടക്ക് വിജയിപ്പിക്കുന്നതിന് ആവശ്യമായ എല്ലാ സഹായങ്ങളും ചെയ്തിരുന്നു. ഓരോ ദിവസവും മാനേജിങ് കമ്മിറ്റി കൂടി പണിമുടക്കിന് അവലോകനം

ചെയ്യുകയും തങ്ങളുടെ നിലപാട് ആവർത്തിച്ച് വ്യക്തമാക്കുകയും ചെയ്തിരുന്നു. പണിമുടക്കിൽ സർക്കാർ സ്വീകരിക്കുന്ന സമീപനത്തെ കുറ്റപ്പെടുത്തുകയും ജീവനക്കാരെ പണിമുടക്കിലേക്ക് തള്ളവിട്ടത് സർക്കാരാണെന്ന് പരസ്യമായി വ്യക്തമാക്കുകയും ചെയ്തിരുന്നു. പണിമുടക്ക് ഒത്തുതീർപ്പിലെത്തിക്കാൻ മുഖ്യമന്ത്രി അടക്കമുള്ളവരെ കണ്ട് ചർച്ച നടത്തുകയും ചെയ്തു. അതിലും ഫലം കാണാത്തതിനാൽ പണിമുടക്ക് അവസാനിപ്പിക്കാൻ സർക്കാർ മുൻകൈ എടുക്കണമെന്നും പണിമുടക്ക് നീളുന്നതുമൂലം ജനങ്ങൾക്കുണ്ടാകുന്ന കഷ്ടനഷ്ടങ്ങൾക്ക് സർക്കാരാണ് ഉത്തരവാദിയെന്നും ചൂണ്ടിക്കാട്ടി പത്രപ്രസ്താവന നല്കുകയും ചെയ്തു.

സംസ്ഥാന പ്രസിഡന്റായിരുന്ന വേലപ്പൻ നായരെ കാലിക്കറ്റ് യൂണിവേഴ്സിറ്റിയുടെ കൺട്രോളർ ഓഫ് എക്സാമിനേഷൻസ് ആയി നിയമിച്ചു. തുടർന്ന് അദ്ദേഹം സംസ്ഥാന പ്രസിഡന്റിന്റെ ചുമതലയിൽ നിന്നും 30.03.71 ൽ ഒഴിഞ്ഞു. 14.05.71 ൽ കൂടിയ കമ്മിറ്റി എസ് കേശവൻനായരെ പ്രസിഡന്റായി തിരഞ്ഞെടുത്തു. തിരുവനന്തപുരം ജില്ലയ്ക്കുപുറമെ മറ്റ് എല്ലാ റവന്യൂജില്ലകളിലും ജില്ലാ യൂണിറ്റുകൾ രൂപീകരിക്കാനും മെമ്പർഷിപ്പ് പ്രവർത്തനം ആരംഭിക്കാനും തീരുമാനിച്ചിരുന്നു. ഇതിൻപ്രകാരം ജില്ലകളിൽ അഡ്ഹോക്ക് കമ്മിറ്റികൾ രൂപീകരിച്ച് പ്രവർത്തനം 71 മാർച്ചിൽ തന്നെ ആരംഭിച്ചിരുന്നു. ജില്ലാ യൂണിറ്റുകളുടെ മീറ്റിങ് ജൂൺ-ജൂലൈ മാസങ്ങളിൽ വിളിച്ചു ചേർക്കാനും തീരുമാനിച്ചു. പാലക്കാട് ജില്ലാ യൂണിറ്റിന്റെ ചുമതല എ കെ ശിവരാമന് ആയിരുന്നു. 02.08.71 ൽ ജില്ലാ യൂണിറ്റിന്റെ മീറ്റിങ് കൂടുന്ന കാര്യം മാനേജിങ് കമ്മിറ്റിയെ അറിയിച്ചിരുന്നു. പാലക്കാട് ജില്ലാ യൂണിറ്റിന്റെ പ്രവർത്തനത്തെ സംബന്ധിച്ച് മാനേജിങ് കമ്മിറ്റിയിൽ ചർച്ച വന്നിട്ടുണ്ട്.

സംഘടനയുടെ പ്രവർത്തനം കുറച്ചുകൂടി വിപുലീകരിക്കുന്നതിന്റെ ഭാഗമായി ആസ്ഥാനം, ഫാർമസ്യൂട്ടിക്കൽ ജില്ലാ കോ-ഓപ്പറേറ്റീവ് സൊസൈറ്റിയുടെ കെട്ടിടത്തിൽ പ്രതിമാസം 75 രൂപയ്ക്കു വാടകയ്ക്ക് ലഭ്യമാക്കാൻ തീരുമാനിച്ചു. മാത്രമല്ല തമ്പാനൂർ വില്ലേജിൽ സർവ്വേ നമ്പർ 213 ൽ 25 സെന്റ് സ്ഥലം സംഘടനയ്ക്കായി അനുവദിക്കണമെന്ന് ആവശ്യപ്പെട്ട് സർക്കാരിലേക്ക് നിവേദനം നല്കുകയുണ്ടായി.

സംസ്ഥാന സർവ്വീസിലെ ജീവനക്കാർ ഒന്നടങ്കം ഒരു പ്രക്ഷോഭരംഗത്ത് അണിനിരന്നതിനാലാകാം കെ ജി ഒ എ യുടെ പ്രവർത്തനം ഇക്കാലയളവിൽ വളരെ ചടുലമായി മുന്നോട്ടുപോയിരുന്നത്. ഏകദേശം എല്ലാ ആഴ്ചയിലും മാനേജിങ് കമ്മിറ്റികൾ ചേർന്നിരുന്നു. ജില്ലാ യൂണിറ്റുകളുടെ പ്രവർത്തനത്തെ അവലോകനം ചെയ്തിരുന്നു. ജില്ലാ യൂണിറ്റ് മീറ്റിങ്ങുകളിൽ സംസ്ഥാന ഭാരവാഹികൾ പങ്കെടുക്കാൻ ശ്രദ്ധിച്ചിരുന്നു. മാനേജിങ് കമ്മിറ്റി മീറ്റിങ്ങുകളിലെ ഹാജർ ഉറപ്പിക്കാൻ ശ്രമിച്ചിരുന്നു. മൂന്ന് കമ്മിറ്റിയിൽ തുടർച്ചയായി ഹാജരാകാതിരുന്ന സംസ്ഥാന വൈസ് പ്രസിഡന്റായിരുന്ന എസ് ശ്രീധരകൈമളെ കമ്മിറ്റിയിൽനിന്ന് നീക്കം ചെയ്തിരുന്നു. സി കെ എൻ നായരെ ഈ ഒഴിവിൽ വൈസ് പ്രസിഡന്റാക്കാനും പി ജനാർദ്ദന അയ്യരെ കമ്മിറ്റിയിൽ ഉൾപ്പെടുത്താനും 13.08.71 ൽ കൂടിയ കമ്മിറ്റി തീരുമാനിച്ചു.

തുടർന്നുള്ള ഏതാനും വർഷങ്ങൾ തികച്ചും ഔപചാരിക രീതിയിലുള്ള പ്രവർത്തനങ്ങളും നിവേദക സംഘശൈലിയും പിന്തുടരുകയാണ് ഉണ്ടായത്. ശ്രദ്ധിക്കപ്പെടുന്ന വിധം പ്രക്ഷോഭ പ്രചാരണ പ്രവർത്തനങ്ങൾ ഉണ്ടായില്ല.

സംഘടനയുടെ വാർഷിക പൊതുയോഗം 04.01.76 ൽ തിരുവനന്തപുരത്തെ ടി ബി അസോസിയേഷൻ ഹാളിൽ ചേർന്നു. അന്ന് പ്രസിഡന്റായി കെ സദാനന്ദനും ജനറൽ സെക്രട്ടറിയായി പി ജനാർദന അയ്യരുമാണ് പ്രവർത്തിച്ചിരുന്നത്. സമ്മേളന സമയത്ത് ജനാർദന അയ്യർക്ക് ഡബ്ല്യൂ എച്ച് ഒയിൽ ഒരു അസൈൻമെന്റ് ലഭിച്ചു പോയിരുന്നതിനാൽ അദ്ദേഹത്തിന് സമ്മേളനത്തിൽ പങ്കെടുക്കാൻ കഴിഞ്ഞിരുന്നില്ല. അദ്ദേഹത്തിന്റെ അഭാവത്തിൽ ജോയിന്റ് സെക്രട്ടറിയായിരുന്ന നരേന്ദ്രനാണ് സമ്മേളനത്തിൽ വാർഷിക റിപ്പോർട്ട് അവതരിപ്പിച്ചത്. സമ്മേളനം താഴെ പറയുന്നവരെ ഭാരവാഹികളായി തെരഞ്ഞെടുത്തു.

പ്രസിഡന്റ്	:	കെ സദാനന്ദൻ, കൺട്രോളർ ഓഫ് സ്റ്റേഷണറി
വൈസ് പ്രസിഡന്റ്	:	വൈ ജോർജ്, ജോയിന്റ് ഡയറക്ടർ ഓഫ് ട്രഷറി
ജനറൽ സെക്രട്ടറി	:	എൻ രാജേന്ദ്രൻ, റിസർച്ച് ഓഫീസർ
ജോയിന്റ് സെക്രട്ടറി	:	എം പത്മനാഭൻ നായർ ഡെപ്യൂട്ടി ഡയറക്ടർ, ആനിമൽ ഹസ്ബന്ററി
ട്രഷറർ	:	പി നാരായണൻ നായർ, എഫ് എ
കമ്മിറ്റി അംഗങ്ങൾ	:	1. സി ജെ ജോസഫ്, എസ് ഒ, സെക്രട്ടറിയറ്റ് 2. എസ് സയ്ദ് ഖാൻ, ജോയിന്റ് ഡയറക്ടർ, പഞ്ചായത്ത്. 3. കെ ആർ രാജശേഖരൻ നായർ ജി എം, എക്സൈസ് 4. ഡോ. ശിവരാമൻ, ഡയറക്ടർ, ടി ബി സെന്റർ 5. കെ തുളസീധരൻ, ഇ ഇ, പി ഡബ്ല്യു ഡി 6. കെ മാധവൻ, എസ് എസ്, ഡി പി ഐ. 7. കെ രാമദാസ്, ഡെപ്യൂട്ടി ഡയറക്ടർ, ട്രഷറി 8. എം എ വർഗീസ് 9. പി അച്ചുതക്കുറുപ്പ്, ആർ ഒ, ഗവൺമെന്റ് അനാലിറ്റിക്കൽ ലാബ് 10. എസ് രാമചന്ദ്രൻപിള്ള

സൂപ്രണ്ടിങ് എഞ്ചിനീയർ, പി ഡബ്ല്യു ഡി
11. ഇ എ ബാബു, സബ് എഡിറ്റർ

അടിയന്തരാവസ്ഥ കാലഘട്ടം സർക്കാർ ജീവനക്കാരെ സംബന്ധിച്ചിടത്തോളം പീഡനങ്ങളുടെയും മർദ്ദനങ്ങളുടെയും നാളുകളായിരുന്നു. സംഘടനാ നേതാക്കളായ ഇ പത്മനാഭൻ, പി ആർ രാജൻ എന്നിവരെ അറസ്റ്റുചെയ്തു ജയിലിലാക്കി. ജീവനക്കാരുടെ ജോലിസമയം ചില വകുപ്പുകളിൽ രാവിലെ 9 മുതൽ വൈകിട്ട് 7 മണിവരെയാക്കി. ജോലി സമയത്ത് ജീവനക്കാർ പുറത്തുപോകാതിരിക്കാൻ ഗെയിറ്റുകൾ അടച്ചുപൂട്ടിയിട്ടു. ആഹാരം കഴിക്കുന്നതിനുള്ള സമയം അരമണിക്കൂറായി വെട്ടിക്കുറച്ചു. രണ്ടാം ശനിയാഴ്ചയുൾപ്പെടെ ശിവരാത്രി, വിജയദശമി, ദീപാവലി എന്നീ അവധി ദിവസങ്ങൾ പ്രവൃത്തി ദിവസങ്ങളാക്കി. ജോലിക്കിടയിൽ സംസാരിക്കാൻപോലും പാടില്ലയെന്ന 'നാവടക്കൂ പണിയെടുക്കു' എന്ന മുദ്രാവാക്യം അക്ഷരാർത്ഥത്തിൽ നടപ്പിലാക്കി. 48 വയസ്സു കഴിഞ്ഞ ജീവനക്കാരനെ കാരണംപോലും കാണിക്കാതെ സർവ്വീസിൽനിന്നും പിരിച്ചുവിടാനുള്ള ചട്ടം 60 എ കെ എസ് ആർ ൽ ഉൾപ്പെടുത്തി.

12.01.76 ൽ കൂടിയ സംസ്ഥാനകമ്മിറ്റി രണ്ടാം ശനിയാഴ്ച വീണ്ടും അവധി ദിവസമാക്കണമെന്ന് ആവശ്യപ്പെട്ട് നിവേദനം നല്കാൻ തീരുമാനിച്ചു. നിലവിൽ രണ്ടു വർഷത്തിലൊരിക്കൽ നല്കി വരുന്ന സ്റ്റാഗ്നേഷൻ ഇൻക്രിമെന്റ് വാർഷിക ഇൻക്രിമെന്റായി പുനഃസ്ഥാപിക്കണമെന്ന് ആവശ്യപ്പെടാനും തീരുമാനിച്ചു. സംഘടനാ പ്രവർത്തനത്തെ കൂടുതൽ ചടുലമാക്കുന്നതിനും ചിട്ടപ്പെടുത്തുന്നതിനുമാവശ്യമായ തീരുമാനങ്ങൾ ഈ കമ്മിറ്റി കൈക്കൊണ്ടു. എല്ലാ മാസത്തിന്റെയും ആദ്യ ആഴ്ച എക്സിക്യൂട്ടീവ് കമ്മിറ്റി കൂടുക, സംഘടനയ്ക്ക് ഒരു

കെ ജി ഒ എ സംസ്ഥാന കമ്മിറ്റി ഓഫീസ് പഴയ കെട്ടിടം.

എബ്ലം രൂപീകരിക്കുക, മെമ്പർഷിപ്പ് പ്രവർത്തനവും ഫണ്ട് പ്രവർത്തനവും ഊർജ്ജിതപ്പെടുത്തുക, അംഗങ്ങളുടെ വ്യക്തിഗത പ്രശ്നങ്ങളിൽ ഇടപെട്ട് പരിഹാരം കാണുക, വിദഗ്ദ്ധരെ പങ്കെടുപ്പിച്ചുകൊണ്ട് സെമിനാറുകൾ സംഘടിപ്പിക്കുക എന്നിവയാണ് അതിൽ പ്രധാനപ്പെട്ടവ.

സർവ്വീസ് സംഘടനാരംഗത്തെ പ്രവർത്തനത്തിനൊപ്പം സാംസ്കാരിക പ്രവർത്തനം കൂടി അനിവാര്യമാണ് എന്ന് കണ്ടതിന്റെ അടിസ്ഥാനത്തിൽ ഒരു ഫൈനാർട്സ് ക്ലബ് രൂപീകരിക്കാൻ തീരുമാനിച്ചു. അതിന്റെ ബൈലോ രൂപീകരിക്കാനും മറ്റ് നിർദ്ദേശങ്ങൾ സമർപ്പിക്കാനും ഇ എ എം ബാബുവിനെ കമ്മിറ്റി ചുമതലപ്പെടുത്തി. ജീവനക്കാർക്ക് താമസസൗകര്യം ലഭ്യമാക്കാൻ എല്ലാ ജില്ലാ കേന്ദ്രങ്ങളിലും ക്വാർട്ടേഴ്സുകൾ നിർമ്മിക്കണമെന്ന് ആവശ്യപ്പെട്ടു. ഹൗസിങ് ലോണുകൾ വളരെ കുറച്ചുപേർക്ക് മാത്രമാണ് അനുവദിച്ചിട്ടുള്ളതെന്നും അത് കൂടുതൽ ജീവനക്കാർക്ക് അനുവദിക്കാൻ ആവശ്യമായ നടപടി സ്വീകരിക്കണമെന്നും സർക്കാരിനോട് ആവശ്യപ്പെട്ടു. പൊതുമരാമത്ത് വകുപ്പിലെ ജോലിഭാരം പരിഗണിച്ച് വകുപ്പ് പുനഃസംഘടിപ്പിക്കണമെന്ന് ആവശ്യപ്പെട്ട് നിവേദനം സമർപ്പിച്ചു. സർക്കാരിലേക്ക് നല്കുന്ന നിവേദനങ്ങളെ സംബന്ധിച്ചും ചില മാനദണ്ഡങ്ങൾ സ്വീകരിക്കാൻ കമ്മിറ്റി തീരുമാനിച്ചു. പ്രധാന വിഷയങ്ങൾ ഉൾക്കൊള്ളുന്ന നിവേദനങ്ങൾ മാനേജിങ് കമ്മിറ്റി ചർച്ച ചെയ്തതിനുശേഷം മാത്രമേ നല്കാൻ പാടുള്ളൂയെന്ന് തീരുമാനിച്ചു. അടിയന്തര പ്രാധാന്യമുള്ള നിവേദനങ്ങൾ ഏറ്റവും കുറഞ്ഞത് മൂന്ന് ഭാരവാഹികളെങ്കിലും കൂടി ആലോചിച്ചു വേണം തയ്യാറാക്കാൻ. മറ്റ് കാര്യങ്ങളിൽ സെക്രട്ടറിക്ക് പ്രസിഡന്റുമായി ചർച്ച ചെയ്ത് നടപടി സ്വീകരിക്കാമെന്നും തീരുമാനിച്ചു.

1976-77 കാലഘട്ടത്തിൽ കമ്മിറ്റി കൂടുന്നതിന് 2,3 മാസത്തെ ഇടവേളകൾ എടുത്തിരുന്നു. കൂടാതെ കമ്മിറ്റിയിലെ ഹാജർ കുറവുമായിരുന്നു. ഇതിനെ സംബന്ധിച്ച് 22.04.77 ൽ കൂടിയ കമ്മിറ്റി വളരെ ഗൗരവമായി ചർച്ച ചെയ്യുകയും കടുത്ത ആശങ്ക രേഖപ്പെടുത്തുകയും ചെയ്തു. ഇതിന്റെ ഗൗരവം കമ്മിറ്റി അംഗങ്ങളെ അറിയിക്കാനും തീരുമാനിച്ചു. സംഘടനാപ്രവർത്തനം ജില്ലകളിൽ ശക്തിപ്പെടുത്താനും അംഗത്വം വർദ്ധിപ്പിക്കാനും കുടിശ്ശിക പിരിച്ചെടുക്കാനും തീരുമാനിച്ചു.

സംഘടനാ പ്രവർത്തനത്തിൽ ക്രമാനുഗതമായ വളർച്ച

തുടക്കത്തിൽ 60-70 ഉന്നത ഉദ്യോഗസ്ഥർ, ആദ്യ അംഗത്വ പ്രക്രിയയിൽ 1111 പേർ, 1984 ൽ 3783 അംഗങ്ങൾ 1986 ൽ 6529 അംഗങ്ങൾ 1988 ൽ 10341 അംഗങ്ങൾ എന്ന ജില്ലയിൽ വളർന്ന കെ ജി ഒ എ 2015 ൽ 20777 അംഗങ്ങളെന്ന നിലയിൽ വളർന്നു. 1988 ൽ 8442 വരിക്കാരുള്ള കെ ജി ഒ എ ന്യൂസ് 2015 എത്തുമ്പോൾ 20080 വരിക്കാരായി വർദ്ധിച്ചു. 1984 ലെ പരിപാടി പ്രമേയങ്ങളിൽ സെക്രട്ടേറിയറ്റ് ധർണ്ണയിൽ പങ്കെടുത്തത് 142 പേരാണെങ്കിൽ 2015 ൽ അത് 952 പേരിലെത്തി. 1980 സ്റ്റുഡന്റ്സ് സെന്ററിൽ കൺവെൻഷനിൽ 45 പേരാണ് പങ്കെടുത്തതെങ്കിൽ സുവർണ്ണ

ജൂബിലി സമ്മേളന പ്രതിനിധി പങ്കാളിത്തം 654 എന്നതാണ്. അറിയപ്പെടുന്നവരും അല്ലാത്തവരുമായ ഒട്ടേറെ പേരുടെ കഠിന യത്നത്തിന്റെ ഫലമാണ് ഈ ഘടനാപരമായ വളർച്ച.

ജീവനക്കാരുടെ സ്ഥലംമാറ്റം ഒരു പൊതുമാനദണ്ഡത്തിന്റെ അടിസ്ഥാനത്തിൽ നടത്തണമെന്ന് ആവശ്യപ്പെട്ട് നിവേദനം നല്കി. അടിയന്തരാവസ്ഥക്കാലത്ത് ജീവനക്കാർക്കെതിരെ സ്വീകരിച്ച എല്ലാ ശിക്ഷാനടപടികളും പിൻവലിക്കണമെന്നും സർവ്വീസ് ചട്ടങ്ങളിൽ വരുത്തിയ ഭേദഗതി റദ്ദാക്കണമെന്നും സർക്കാരിനോട് ആവശ്യപ്പെട്ടു.

സംഘടനയുടെ ജില്ലാ യൂണിറ്റുകൾ പ്രവർത്തനം ആരംഭിച്ചിരുന്നെങ്കിലും പല ജില്ലകളിലും അവയുടെ പ്രവർത്തനത്തിന് ഏറ്റക്കുറച്ചിലുകൾ ഉണ്ടായിരുന്നു. ജില്ലാ യൂണിറ്റുകളുടെ പ്രവർത്തനത്തെ വിശകലനം ചെയ്യാനും പോരായ്മകൾ നികത്താനും മെച്ചപ്പെടുത്തുന്നതിനാവശ്യമായ കർമ്മപദ്ധതി തയ്യാറാക്കാനും മാനേജിങ്കമ്മിറ്റി തീരെ ശ്രദ്ധിച്ചിരുന്നില്ല. ഗസറ്റഡ് ജീവനക്കാരുടെ പൊതുവായ പ്രശ്നങ്ങൾക്ക് പ്രാമുഖ്യം നല്കിക്കൊണ്ട് സർക്കാരിലേക്ക് നിവേദനം നല്കി പ്രശ്നപരിഹാരമുണ്ടാക്കാനാണ് പ്രധാനമായും സംഘടന ശ്രദ്ധിച്ചിരുന്നത്. സംസ്ഥാന ജീവനക്കാരുടെ പോരാട്ടങ്ങൾക്ക് സർവ്വവിധ പിന്തുണയും നല്കാനും ഗസറ്റഡ് ഓഫീസർമാർ ഇത്തരം പ്രക്ഷോഭങ്ങൾക്ക് എല്ലാവിധ സഹായ സഹകരണങ്ങളും നല്കാമെന്ന് പരസ്യമായി പ്രഖ്യാപിക്കാനും തീരുമാനിച്ചു.

1980 ൽ അധികാരമേറ്റ ഇടതുപക്ഷമുന്നണി സർക്കാരിന്റെ നയപരമായ തീരുമാനങ്ങളുടെ ഫലമായി സംസ്ഥാന സിവിൽ സർവ്വീസിൽ ഗണ്യമായ വിപുലീകരണം ഉണ്ടായി. തൽഫലായി സംഘടനാ സമര അനുഭവ സമ്പത്തുള്ള ഒട്ടേറെ പേർ ഗസറ്റഡ് മേഖലയിൽ ഉദ്യോഗസ്ഥരായി എത്തി. തുടർന്നുള്ള സംഘടനാപരിണാമത്തിൽ ഇവയുടെ സ്വാധീനവും നിലപാടുകളും നിർണ്ണായകമായി മാറി. വൈ ജോർജ്, വി സോമനാഥൻ, സി ജെ ജോസഫ്, പി ആർ രാജൻ തുടങ്ങിയവരുടെ പങ്ക് പരമ പ്രധാനമാണെന്ന് കാണാം.

1982 ലെ നിർണ്ണായക പൊതുയോഗം

1982 ഫെബ്രുവരി 14, 15 തീയതികളിൽ തിരുവനന്തപുരത്ത് വി ജെ ടി ഹാളിൽ ചേർന്ന പൊതുയോഗം സംഘടനാചരിത്രത്തിലെ നിർണ്ണായകയോഗമായിരുന്നു. ജില്ലാ യൂണിറ്റുകളുടെ പ്രവർത്തനം ശാക്തീകരിക്കാൻ തീരുമാനിക്കുകയും അതിനുള്ള കർമ്മപദ്ധതി ഈ യോഗം ആവിഷ്കരിക്കുകയും ചെയ്തു. ഈ സമ്മേളനത്തിൽവെച്ചാണ് ഒരു അവകാശരേഖ അംഗീകരിക്കുകയും അത് നേടിയെടുക്കുന്നതിനുള്ള പ്രവർത്തനപരിപാടിക്ക് രൂപംനല്കുകയും ചെയ്തത്. വാർഷിക സമ്മേളനങ്ങളിൽ ജില്ലകളിൽനിന്നുള്ള പ്രതിനിധികളെക്കൂടി ഉൾപ്പെടുത്തുന്ന തരത്തിൽ ബൈലോ ഭേദഗതിയും സമ്മേളനം അംഗീകരിച്ചു.

ശമ്പളപരിഷ്കരണം, ഇടക്കാലാശ്വാസം, ക്ഷാമബത്ത കുടിശ്ശിക

എന്നീ ആവശ്യങ്ങൾ ഉന്നയിച്ചുകൊണ്ട് ജീവനക്കാർ പ്രക്ഷോഭം ശക്തിപ്പെടുത്തുന്ന ഘട്ടത്തിലാണ് സർക്കാർ ലീവ് സറണ്ടർ ആനുകൂല്യം മരവിപ്പിച്ചുകൊണ്ടും പ്രോവിഡന്റ് ഫണ്ട് വായ്പകൾക്ക് നിയന്ത്രണം ഏർപ്പെടുത്തിക്കൊണ്ടും ഉത്തരവ് ഇറക്കിയത്. ഈ ഉത്തരവ് പിൻവലിക്കണമെന്ന് ആവശ്യപ്പെട്ട് 1982 ഫെബ്രുവരി 1 ന് പ്രകടനം നടത്തിയ ജീവനക്കാരെ പൊലീസ് ക്രൂരമായി മർദ്ദിക്കുകയും സ്ത്രീ ജീവനക്കാരെ അടക്കം അറസ്റ്റു ചെയ്യുകയും ഉണ്ടായി. ഫെബ്രുവരി 15 നകം ഈ വിവാദ ഉത്തരവ് പിൻവലിച്ചില്ലെങ്കിൽ 17-ാം തീയതി മുതൽ അനിശ്ചിതകാല പണിമുടക്ക് നടത്താൻ ഐക്യസമരസമിതി തീരുമാനിച്ചു. ഐക്യസമരസമിതിയുടെ നേതൃത്വത്തിൽ സമരം മുന്നോട്ടു പോകണമെന്ന ആശയം അവതരിപ്പിച്ചത് കേരള ഗസറ്റഡ് ഓഫീസേഴ്സ് അസോസിയേഷനായിരുന്നു. പണിമുടക്കിൽ നേരിട്ട് പങ്കെടുക്കാൻ സാധിക്കാത്തതിനാൽ പണിമുടക്ക് കാലത്ത് ചട്ടപ്പടി ജോലി ചെയ്താൽ മതി എന്ന തീരുമാനം സംസ്ഥാനകമ്മിറ്റി കൈക്കൊണ്ടു. പണിമുടക്ക് സമ്പൂർണ്ണമാകും എന്ന ബോദ്ധ്യപ്പെടലിന്റെ അടിസ്ഥാനത്തിൽ സർക്കാർ സംഘടനാ പ്രതിനിധികളെ ചർച്ചയ്ക്ക് വിളിച്ചു. ഡിമാന്റുകൾ ഭാഗികമായി അംഗീകരിക്കുകയും പണിമുടക്കിനാഹ്വാനം ചെയ്ത ഭരണാനുകൂല സംഘടനകൾ പണിമുടക്കിൽനിന്നും പിന്മാറുകയും ചെയ്തതോടെ പണിമുടക്ക് മാറ്റിവെക്കാൻ സമരസമിതി തീരുമാനിച്ചു. സംഘടന പടിപടിയായി പ്രക്ഷോഭരംഗത്തേക്ക് വരുന്നതിന്റെ സൂചനയായി ചട്ടപ്പടി ജോലി സമരത്തെ വിലയിരുത്താം.

1983 ലെ തൃശൂർ സമ്മേളനം

ബൈലോ ഭേദഗതിയെത്തുടർന്ന് എല്ലാ ജില്ലകളിൽനിന്നും പ്രതിനിധികൾ പങ്കെടുത്ത സംഘടനയുടെ ആദ്യ സമ്മേളനമാണ് 1983 മെയ് 21,22 തീയതികളിൽ തൃശ്ശൂരിൽ വച്ച് ചേർന്നത്. സംസ്ഥാനസമ്മേളനം വിജയകരമായി നടത്തുന്നതിനു വേണ്ടി സംഘാടകസമിതി രൂപീകരിച്ച് നടത്തിയ ആദ്യസമ്മേളനം എന്ന പ്രത്യേകതയും ഈ സമ്മേളനത്തിനുണ്ട്. ബിഷപ്പ് ഡോ. പൗലോസ് മാർ പൗലോസ് ആയിരുന്നു സംഘാടകസമിതി ചെയർമാൻ. അന്നത്തെ കേരള ഗവർണർ ജി രാമചന്ദ്രൻ ആയിരുന്നു സമ്മേളനം ഉദ്ഘാടനംചെയ്തത്. മറ്റു സഹോദര സംഘടനാപ്രതിനിധികളേയും ട്രേഡ് യൂണിയൻ നേതാക്കളേയും പങ്കെടുപ്പിച്ചുകൊണ്ടുള്ള സുഹൃദ് സമ്മേളനം ആദ്യമായി സംഘടിപ്പിച്ചതും ഈ സമ്മേളനത്തിൽ വച്ചാണ്. സംഘടനയുടെ ഐക്യത്തിന്റെയും ശക്തിയുടെയും പ്രതീകമായ ശുഭ്രപതാകയ്ക്ക് രൂപംനല്കിയതും ഈ സമ്മേളനമാണ്. അസോസിയേഷന്റെ നയങ്ങളും പരിപാടികളും തീരുമാനങ്ങളും യഥാസമയം ജീവനക്കാരിൽ എത്തിക്കാൻ ഒരു പ്രസിദ്ധീകരണം വേണമെന്ന തീരുമാനം കൈക്കൊണ്ടതും ഈ സമ്മേളനമാണ്.

നാലാം ശമ്പളകമീഷനെ ഏപ്രിലിൽ തീരുമാനിക്കുമെന്ന് സംഘടനാ നേതാക്കന്മാരുമായി നടന്ന ചർച്ചയിൽ സർക്കാർ നല്കിയ ഉറപ്പ്

ബഹു. മുഖ്യമന്ത്രി ഇ കെ നായനാർ 1987 ജൂൺ 6 ന് കെ ജി ഒ എയുടെ പുതിയ സംസ്ഥാനകമ്മിറ്റി ഓഫീസ് ഉദ്ഘാടനം ചെയ്യുന്നു

പാലിക്കാത്തതിൽ സർവ്വീസ് മേഖലയിൽ വലിയ പ്രക്ഷോഭത്തിന് തയ്യാറെടുക്കുന്ന സാഹചര്യത്തിലാണ് സമ്മേളനം നടന്നത്. ഈ പ്രക്ഷോഭപ്രവർത്തനങ്ങൾ വിജയിപ്പിക്കുന്നതിനാവശ്യമായ തീരുമാനങ്ങളാണ് സമ്മേളനം കൈക്കൊണ്ടത്. ഇതിന്റെ ഭാഗമായി ഇടക്കാലാശ്വാസം അനുവദിക്കുക, ക്ഷാമബത്ത കുടിശ്ശിക അനുവദിക്കുക, ബോണസ് നല്കുക, പേസ്ലിപ്പ് സമ്പ്രദായം നിർത്തലാക്കുക തുടങ്ങിയ ഡിമാന്റുകൾ ഉന്നയിച്ചുകൊണ്ട് 1983 ഡിസംബർ 11 ന് ഗസറ്റഡ് ഓഫീസർമാർ ബാഡ്ജ് ധാരണം നടത്തി പ്രതിഷേധദിനമായി ആചരിച്ചു. ഈ ആവശ്യങ്ങൾ ഉന്നയിച്ചുകൊണ്ട് 25.04.1984 ൽ സെക്രട്ടേറിയറ്റ് പടിക്കലേക്ക് മാർച്ചും ധർണ്ണയും നടത്തി. ഈ മാർച്ചിലും ധർണ്ണയിലും എല്ലാ ജില്ലകളിലും നിന്നുള്ള പ്രവർത്തകർ പങ്കെടുത്തു. സമ്മേളന തീരുമാനപ്രകാരം അസോസിയേഷൻ സംഘടിപ്പിച്ച ആദ്യ സെക്രട്ടേറിയറ്റ് മാർച്ചായിരുന്നു ഇത്.

1984 കോഴിക്കോട് സമ്മേളനം

1984 മെയ് 20, 21 തീയതികളിൽ കോഴിക്കോട്ട് ചേർന്ന സംസ്ഥാന സമ്മേളനം സംഘടനയുടെ വളർച്ച വ്യക്തമാക്കുന്ന ഒന്നായിരുന്നു. കഴിഞ്ഞ സമ്മേളനം അംഗീകരിച്ച പതാക ഉയർത്തിക്കൊണ്ടാണ് സമ്മേളനനടപടികൾക്ക് ആരംഭം കുറിച്ചത്. മാത്രമല്ല നടപ്പ് വർഷത്തിനുള്ളിൽ അന്തർദ്ദേശീയ, ദേശീയ, പ്രാദേശിക രംഗങ്ങളിലെ തൊഴിലാ

ളികൾ നേരിടുന്ന പ്രശ്നങ്ങളിൽ സംഘടനയുടെ നയവും നിലപാടും വ്യക്തമാക്കുന്ന സംഘടനാ പ്രമേയം ആദ്യമായി ചർച്ചയ്ക്കായി അവതരിപ്പിച്ചതും ഈ സമ്മേളനത്തിലാണ്. സംസ്ഥാന സർവ്വീസിലെ മിഡിൽ മാനേജ്മെന്റ് തലത്തിൽ പ്രവർത്തിക്കുന്ന പ്രൊഫഷണലുകളേയും സയന്റിഫിക്, അക്കാദമിക് രംഗത്തുള്ളവരേയും ഭരണരംഗത്തുള്ളവരേയും വർഗ്ഗരാഷ്ട്രീയം പഠിപ്പിക്കുകയെന്ന സാഹസികമായ ഉദ്യമത്തിനാണ് സംഘടന അതിലൂടെ തുടക്കം കുറിച്ചത്. ഇതിലൂടെ ഗസറ്റഡ് ഓഫീസർമാർക്ക് മാത്രമായി തങ്ങളുടെ അവകാശ സമരപോരാട്ടങ്ങൾ വിജയിപ്പിക്കാൻ കഴിയില്ലെന്നും മറ്റു വിഭാഗം ജീവനക്കാരോട് ഒപ്പം അണിചേർന്നുകൊണ്ട് കൂട്ടായി പ്രക്ഷോഭ പരിപാടികളിലൂടെ മാത്രമേ നേട്ടങ്ങൾ ഉണ്ടാക്കാൻ കഴിയൂ എന്ന ബോധത്തിലേക്കു അവരെ കൊണ്ടുവരാൻ കഴിഞ്ഞു.

നാലാം ശമ്പളകമീഷന്റെ കാലാവധി 1984 ജൂൺ 30 വരെ സർക്കാർ നീട്ടി നല്കുകയും കമീഷൻ അതിന്റെ പ്രവർത്തനം ഇതിനകംതന്നെ പൂർത്തീകരിക്കുകയും ചെയ്തിരുന്നു. ശമ്പളപരിഷ്കരണം വീണ്ടും താമസിപ്പിക്കുക എന്ന ലക്ഷ്യം വച്ച് വീണ്ടും കമീഷന്റെ കാലാവധി നീട്ടാൻ സർക്കാർ നീക്കങ്ങളാരംഭിച്ചു. ഇതിനെതിരെ കമീഷൻ ചെയർമാൻ ജസ്റ്റിസ് ഗോപാലൻ നമ്പ്യാർ രംഗത്തു വരികയും റിപ്പോർട്ട് സർക്കാർ നേരിട്ട് സ്വീകരിച്ചില്ലെങ്കിൽ തപാലിൽ അയയ്ക്കുമെന്ന് പരസ്യമായി പ്രഖ്യാപിക്കുകയും ചെയ്തു. ഇതോടെ വെട്ടിലായ സർക്കാർ ജൂൺ 30-ാം തീയതി കമീഷൻ റിപ്പോർട്ട് ഏറ്റുവാങ്ങി.

കമീഷൻ റിപ്പോർട്ട് സ്വീകരിച്ച സർക്കാർ മാസങ്ങളോളം അതിന്മേൽ ഒരു നടപടിയും സ്വീകരിച്ചില്ല. ശമ്പളകമീഷൻ പ്രവർത്തിക്കുന്നു എന്നു പറഞ്ഞ് ജീവനക്കാർക്ക് അവകാശപ്പെട്ട ക്ഷാമബത്തപോലും സർക്കാർ നിഷേധിച്ചു. അപ്രകാരം ആറു ഗഡു ക്ഷാമബത്ത സർക്കാർ കുടിശ്ശികയാക്കി. ഇതിൽ പ്രതിഷേധിച്ചുകൊണ്ട് സംസ്ഥാന സർവ്വീസിലെ മുഴുവൻ സംഘടനകളും 1985 ഫെബ്രുവരി 20 മുതൽ പണിമുടക്കുവാൻ തീരുമാനിച്ചു. അസോസിയേഷൻ ഈ പണിമുടക്കിൽ അണിചേർന്നുകൊണ്ട് പണിമുടക്ക് വിജയിപ്പിക്കാൻ തീരുമാനിച്ചു.1985 ഫെബ്രുവരി 15 ന് സർക്കാർ വിളിച്ചു ചേർത്ത സംഘടനാ പ്രതിനിധികളുമായുള്ള ചർച്ചയെത്തുടർന്ന് പണിമുടക്ക് മാറ്റിവെക്കുകയുണ്ടായി.

1985 ലെ കൊല്ലം സമ്മേളനം

1985 മെയ് 25, 26 ന് കൊല്ലത്തു നടന്ന സമ്മേളനം സംഘടനയുടെ കെട്ടുറപ്പ് വിളിച്ചോതുന്ന ഒന്നായിരുന്നു. തൊഴിലാളിവർഗ്ഗ ബോധം ഉൾക്കൊണ്ട് ഒരു അനിശ്ചിതകാല പണിമുടക്കിൽ പങ്കെടുക്കാൻ തക്ക നിലയിലേക്ക് സംഘടന ഇതിനകം വളർന്നുകഴിഞ്ഞിരുന്നു. സർക്കാരിനെതിരെ പണിമുടക്കില്ലെന്ന നിയമാവലി വ്യവസ്ഥ നീക്കം ചെയ്യുന്ന ഭേദഗതി അംഗീകരിച്ചുകൊണ്ടാണ് സമ്മേളനം പൂർത്തീകരിച്ചത്. ഗസറ്റഡ് ജീവനക്കാരുടെ സംഘടന ഇപ്രകാരം വളർച്ച പ്രാപിച്ചത്

അന്നത്തെ ഭരണാധികാരികളിൽ ചിലരെയൊക്കെ വിറളി പിടിപ്പിച്ചു. അതിന്റെ പ്രതിഫലനം കൊല്ലം സമ്മേളനത്തിൽ ദൃശ്യമായി. അസോസിയേഷന് കക്ഷിരാഷ്ട്രീയം ഉണ്ടെന്ന് ആരോപിച്ച് ഒന്ന്, രണ്ട് പ്രതിനിധികൾ സമ്മേളനത്തെ അലങ്കോലപ്പെടുത്താൻ ശ്രമിച്ചു. സംഘടനാനേതാക്കളുടെ സന്ദർഭോചിതമായ ഇടപെടൽകൊണ്ടാണ് അവർക്ക് സമ്മേളനനഗരിയിൽനിന്നും ഒഴിഞ്ഞുപോകാൻ സാധിച്ചത്.

കുറച്ചുനാളുകൾക്കുശേഷം ഈ സംഘടനയ്ക്കു രാഷ്ട്രീയം ആരോപിച്ച് ഇറങ്ങിപ്പോയവർ ഭരണകക്ഷി രാഷ്ട്രീയക്കാരുടെ പോഷക സംഘടനയായി അവതരിക്കുന്നതാണ് കണ്ടത്. പ്രലോഭനങ്ങൾ കൊണ്ടും ഭീഷണികൊണ്ടും ജീവനക്കാരെ വശത്താക്കാനുള്ള ഇക്കൂട്ടരുടെ ശ്രമം അമ്പേ പരാജയപ്പെട്ടു.

ശമ്പളപരിഷ്കരണത്തിന്റെ കാലാവധി രണ്ടു വർഷം കഴിഞ്ഞിട്ടും കമീഷൻ റിപ്പോർട്ട് സമർപ്പിച്ച് വർഷം ഒന്നു കഴിഞ്ഞിട്ടും സർക്കാർ തീരുമാനം എടുക്കാത്തതിൽ പ്രതിഷേധിച്ച് ജീവനക്കാരുടെ സംഘടനകൾ ഒന്നടങ്കം 1985 ജൂലൈ 16 ന് സൂചനാ പണിമുടക്ക് നടത്തുവാനും തുടർന്ന് ആഗസ്ത് 7 മുതൽ അനിശ്ചിതകാല പണിമുടക്ക് നടത്തുവാനും തീരുമാനിച്ചു. കേരള ഗസറ്റഡ് ഓഫീസേഴ്സ് അസോസിയേഷൻ ആദ്യമായി പങ്കെടുത്ത സൂചനാ പണിമുടക്ക് ആയിരുന്നു അത്. മെച്ചപ്പെട്ട പ്രതികരണമായിരുന്നു ഗസറ്റഡ് ജീവനക്കാരിൽ ഈ പണിമുടക്കിനോട് ഉണ്ടായിരുന്നത്.

തുടർന്ന് ആഗസ്തിൽ നടന്ന അനിശ്ചിതകാല പണിമുടക്കിലും സംഘടന പങ്കെടുത്തു. അസോസിയേഷന്റെ ചരിത്രത്തിലെ സുപ്രധാന സംഭവമായിരുന്നു ഇത്. ഗസറ്റഡ് ഓഫീസർമാർ ഒരു അനിശ്ചിതകാല പണിമുടക്കിന്റെ ഭാഗമാകുന്നത് ആദ്യമായിട്ടായിരുന്നു. അതിനാൽ തന്നെ മറ്റു ജീവനക്കാരോട് സ്വീകരിക്കാത്ത പ്രതികാര നടപടികളാണ് സംഘടനാ നേതാക്കളോട് സ്വീകരിച്ചത്. സംഘടനയുടെ സംസ്ഥാന കമ്മിറ്റി അംഗവും സെക്രട്ടേറിയറ്റിലെ അഡീഷണൽ സെക്രട്ടറിയുമായിരുന്ന സി ജെ ജോസഫിനെ സർവ്വീസിൽനിന്നും പിരിച്ചുവിട്ടുകൊണ്ടാണ് പ്രതികാരനടപടികൾക്ക് തുടക്കം കുറിച്ചത്. സംസ്ഥാന പ്രസിഡന്റായിരുന്ന എൻ ഭഗീരഥൻ അടക്കമുള്ള സംഘടനാ നേതാക്കളെ വിദൂര സ്ഥലങ്ങളിലേക്ക് സ്ഥലം മാറ്റി. നിരവധി ഗസറ്റഡ് ഓഫീസർമാരെ പണിമുടക്കിൽ പങ്കെടുത്തതിന്റെ പേരിൽ പ്രതികാര നടപടികൾക്ക് വിധേയമാക്കി. 1987 ൽ അധികാരത്തിലെത്തിയ നായനാർ സർക്കാരാണ് കെ എസ് ആർ 60 എ റദ്ദാക്കുകയും സർവ്വീസിൽനിന്നും പിരിച്ചുവിടപ്പെട്ട സി ജെ ജോസഫിനെ തിരിച്ചെടുത്ത് മുഴുവൻ സർവ്വീസ് ആനുകൂല്യങ്ങളും നല്കിയത്.

1986 കണ്ണൂർ സമ്മേളനം

സംഘടനയുടെ കരുത്ത് വിളിച്ചോതുന്ന സമ്മേളനമായിരുന്നു 1986 മെയ് 25, 26 തീയതികളിൽ കണ്ണൂരിൽ ചേർന്ന 20-ാം സംസ്ഥാന

സമ്മേളനം. സംഘടന രണ്ടു പണിമുടക്കങ്ങളിൽ പങ്കെടുത്തതിനുശേഷ മുള്ള ആദ്യ സമ്മേളനം. കക്ഷിരാഷ്ട്രീയം ആരോപിച്ച് സംഘടനയെ തകർക്കാൻ ശ്രമിച്ചവർക്കുള്ള വ്യക്തമായ മറുപടികൂടിയായി ഈ സമ്മേ ളനം. സംഘടനാ പ്രവർത്തനം വിപുലപ്പെടുത്തുന്നതിന്റെ ഭാഗമായി ബൈലോ ഭേദഗതി കൗൺസിൽ അംഗീകരിച്ചു.സംസ്ഥാന വൈസ് പ്രസി ഡന്റുമാരുടെ എണ്ണം രണ്ടായും സെക്രട്ടറിമാരുടെ എണ്ണം മൂന്നായും വർ ദ്ധിപ്പിച്ചു. ഭാരവാഹികളെ കൂടാതെ കമ്മിറ്റി അംഗങ്ങളുടെ സംഖ്യ 29 ആയും വർദ്ധിപ്പിച്ചു. 161 സംസ്ഥാന കൗൺസിലർമാരിൽ 128 പേർ സമ്മേളനത്തിൽ പങ്കെടുത്തു. പ്രതിനിധി സമ്മേളനം ഉദ്ഘാടനം ചെയ്തത് സി അനന്തകൃഷ്ണൻ ഐ എ എസ് (റിട്ട. ചീഫ് സെക്രട്ടറി) ആയിരുന്നു. സഹോദരസംഘടനാ നേതാക്കളായ കെ വി ദേവദാസ്, ടി കെ ബാലൻ, ജെ ഫ്രാൻസിസ്, വി കെ ഗോപിനാഥൻ നായർ, കുഞ്ഞിരാമൻ നമ്പ്യാർ, അരുവിപ്പുറം പ്രഭാകരൻ എന്നിവർ സമ്മേ ളനത്തെ അഭിവാദ്യംചെയ്തു. സർവ്വീസിൽനിന്നും പിരിച്ചുവിടപ്പെട്ട സി ജെ ജോസഫിനെ തിരിച്ചെടുക്കണമെന്ന പ്രമേയം അംഗീകരിക്കുകയും അദ്ദേഹത്തിനുള്ള റിലീഫ് ഫണ്ട് ഈ സമ്മേളനത്തിൽ വച്ച് നല്കു കയും ചെയ്തു.

സമ്മേളനം അംഗീകരിച്ച പരിപാടി പ്രമേയത്തിന്റെ അടിസ്ഥാ നത്തിൽ 1986 ജൂലൈ 16 ന് ജില്ലാ കേന്ദ്രങ്ങളിൽ ധർണ്ണ നടത്താൻ തീരു മാനിച്ചു. പ്രീഡിഗ്രി ബോർഡ് സമരത്തെ പിന്തുണയ്ക്കാനും നിലവി ലുള്ള മിഷനറിയെ കാര്യക്ഷമമാക്കാതെ പൊടുന്നനവെ എടുത്തിട്ടുള്ള തീരുമാനം പുനഃപരിശോധിക്കണമെന്ന് ആവശ്യപ്പെട്ട് നിവേദനം നല് കാനും തീരുമാനിച്ചു. 100 രൂപയുടെ ബോണ്ട് നല്കി ബിൽഡിങ് ഫണ്ട് രൂപീകരിക്കുന്നതിനും അത് അടിയന്തരമായി സ്വരൂപിക്കാനും നിശ്ചയിച്ചു. സി ജെ ജോസഫിനെ പിരിച്ചുവിട്ട കേസിൽ ഹൈക്കോടതിയിൽ ഹാജ രാകുന്നതിന് സുപ്രീംകോടതി വക്കീലിനെ ഏർപ്പെടുത്താനും നിശ്ചയിച്ചു.

താലൂക്ക് കമ്മിറ്റികൾ രൂപീകരിച്ചുകൊണ്ട് സംഘടനയുടെ പ്രവർ ത്തനം മെച്ചപ്പെടുത്താൻ ജില്ലാകമ്മിറ്റികളോട് നിർദ്ദേശിച്ചു. സംഘടന യ്ക്ക് സ്വന്തമായി ഒരു ആസ്ഥാനത്തിനായി തിരുവനന്തപുരത്തുള്ള അദ്ധ്യാപകഭവന് എതിർവശത്തുള്ള ഏഴ് സെന്റ് സ്ഥലവും കെട്ടിടവും വാങ്ങി. സംസ്ഥാന പ്രസിഡന്റിനെ ഇടുക്കിയിലേക്ക് സ്ഥലം മാറ്റിയതിൽ പ്രതിഷേധിച്ച് എല്ലാ ജില്ലകളിലും പ്രതിഷേധ പ്രകടനങ്ങൾ നടന്നു. മുഖ്യമന്ത്രിയെ കണ്ട് നിവേദനം നല്കി. സർക്കാരിന്റെ ഭാഗത്തുനിന്നും അനുകൂല സമീപനം ഉണ്ടാകാത്തതിൽ പ്രതിഷേധിച്ച് മുഖ്യമന്ത്രിക്ക് കമ്പി സന്ദേശം അയയ്ക്കുകയും തിരുവനന്തപുരത്ത് പത്രസമ്മേളനം നടത്തുകയും ചെയ്തു. ഓരോ വകുപ്പിന്റെയും പ്രശ്നങ്ങൾ പ്രത്യേ കമായി ചർച്ച ചെയ്യാൻ അവ ക്രോഡീകരിച്ച് സംസ്ഥാനകമ്മിറ്റിയുടെ ശ്രദ്ധയിൽ കൊണ്ടുവന്ന് പരിഹാരം കാണുന്നതിനായി സബ്ജക്ട് കമ്മിറ്റികളും രൂപീകരിക്കപ്പെട്ടു. എറണാകുളത്ത് ചേർന്ന സംസ്ഥാന കൗൺസിൽ യോഗം പെൻഷൻ പ്രായം 58 ആക്കണമെന്ന പ്രമേയം

അംഗീകരിച്ചു. ഒപ്പം സംസ്ഥാനത്തെ അദ്ധ്യാപകർക്ക് ജൂണിൽ പെൻഷൻ പറ്റാൻ അവസരം നല്കുന്നതുപോലെ ജീവനക്കാർക്ക് സാമ്പത്തിക വർഷാവസാനം പെൻഷനാകാൻ അനുവദിക്കണമെന്നും കൗൺസിൽ ആവശ്യപ്പെട്ടു.

1987 തിരുവനന്തപുരം സമ്മേളനം

സംസ്ഥാനത്ത് ഭരണമാറ്റത്തിനുശേഷം തിരുവനന്തപുരത്ത് വച്ച് 1987 ജൂൺ 6, 7, 8 തീയതികളിൽ സംഘടനയുടെ സംസ്ഥാന സമ്മേളനം ചേർന്നു. ജൂൺ 6-ാം തീയതി അസോസിയേഷന്റെ ഓഫീസ് കെട്ടിടം ബഹു.മുഖ്യമന്ത്രി ഇ കെ നായനാർ ഉദ്ഘാടനം ചെയ്തതോടെയാണ് സമ്മേളന നടപടികൾ ആരംഭിച്ചത്. സാർവ്വദേശീയ-ദേശീയ സ്ഥിതിഗതികളെ വളരെ വസ്തുനിഷ്ഠമായി വിലയിരുത്തുന്ന സമഗ്രമായ ഒരു സംഘടനാ പ്രമേയം ആദ്യമായി അവതരിപ്പിച്ചു ചർച്ചചെയ്തത് ഈ സമ്മേളനത്തിലായിരുന്നു. ഒരു ചെറു ന്യൂനപക്ഷം ബഹുഭൂരിപക്ഷത്തെ ചൂഷണംചെയ്യുന്ന സാമൂഹ്യവ്യവസ്ഥയാണ് നിലനില്ക്കുന്നതെന്നും ഇതിനെതിരെ സാമൂഹ്യമാറ്റത്തിനുവേണ്ടി വർഗ്ഗവീക്ഷണത്തോടെയുള്ള പ്രവർത്തനങ്ങൾ ഏറ്റെടുക്കേണ്ടതാണെന്നും സംഘടന പ്രമേയത്തിലൂടെ വ്യക്തമാക്കി.

1988 പാലക്കാട് സമ്മേളനം
സംഘടനയ്ക്ക് സംസ്ഥാന സെക്രട്ടറിയേറ്റ്

പാലക്കാട്ട് ചേർന്ന ഈ സമ്മേളനത്തിൽ വച്ച് സംഘടനയുടെ നിയമാവലി ഭേദഗതി ചെയ്യുകയും ജില്ലാ സെക്രട്ടറിമാരെ സംസ്ഥാനകമ്മിറ്റിയിലെ എക്സ് ഒഫിഷ്യോ അംഗങ്ങളാക്കുകയും ചെയ്തു. കൂടാതെ എട്ട് സംസ്ഥാന ഭാരവാഹികൾ ഉൾപ്പെടുന്ന 15 അംഗ സംസ്ഥാന സെക്രട്ടേറിയറ്റ് രൂപീകരിക്കാനും നിയമാവലി ഭേദഗതി ചെയ്തു.

1987 മാർച്ചിൽ അധികാരമേറ്റ ഇടതുപക്ഷ സർക്കാർ ജീവനക്കാരുടെ ആവശ്യങ്ങളോടു തികച്ചും അനുഭാവപൂർണ്ണമായ സമീപനമാണ് സ്വീകരിച്ചത്. അഞ്ചാം ശമ്പളകമീഷന്റെ ഘടനയെ സംബന്ധിച്ചും പരിഗണനാ വിഷയങ്ങളെ സംബന്ധിച്ചും ജീവനക്കാരുടെ സംഘടനകളുമായി ചർച്ച നടത്തിയതിനുശേഷമാണ് സർക്കാർ തീരുമാനം എടുത്തത്. ശമ്പളപരിഷ്കരണത്തിൽ അഞ്ചുവർഷ തത്ത്വം പാലിക്കുമെന്നും 1988 ജൂലൈ 1 മുതൽ ജീവനക്കാരുടെ ശമ്പളം പരിഷ്കരിക്കുമെന്നും സർക്കാർ വ്യക്തമാക്കുകയുണ്ടായി.

അവകാശദിനവും ജില്ലാ ധർണ്ണയും

സംസ്ഥാന ജീവനക്കാർക്ക് മിനിമം ബോണസ് അനുവദിക്കുക, 2500 രൂപയ്ക്കു മുകളിൽ ശമ്പളം ഉള്ളവർക്ക് ബോണസിനു തുല്യമായ തുക ഫെസ്റ്റിവൽ അഡ്വാൻസായി അനുവദിക്കുക എന്നീ ആവശ്യങ്ങൾ

ഉന്നയിച്ചുകൊണ്ട് 1989 ജൂലൈ 27 ന് അവകാശദിനമായി ആചരിച്ചു. അന്നേ ദിവസം ഗസറ്റഡ് ജീവനക്കാർ ബാഡ്ജ് ധരിച്ചാണ് ഓഫീസിൽ ഹാജരായത്. ഇതേ ആവശ്യങ്ങൾ ഉന്നയിച്ചുകൊണ്ട് ആഗസ്ത് 4 ന് ജില്ലാ ആസ്ഥാനത്തും തിരുവനന്തപുരത്ത് സെക്രട്ടേറിയറ്റിനു മുന്നിലും നടത്തിയ ധർണ്ണ സംഘടനയുടെ വളർച്ചയെ വിളിച്ചോതുന്ന ഒന്നായി മാറി.

ഒരു ശമ്പളകമീഷൻ സംസ്ഥാനത്ത് പ്രവർത്തിക്കുന്ന വേളയിൽ 300 രൂപ ഇടക്കാലാശ്വാസം അനുവദിക്കുക, ക്ഷാമബത്ത രൊക്കം പണമായി നല്കുക തുടങ്ങിയ ഡിമാന്റുകൾ ഉന്നയിച്ചുകൊണ്ട് കോൺഗ്രസ് അനുകൂല സംഘടനകൾ പ്രക്ഷോഭമാരംഭിച്ചു. അതിന്റെ ഭാഗമായി 1988 നവംബർ 17 മുതൽ അനിശ്ചിതകാല പണിമുടക്കവർ പ്രഖ്യാപിച്ചു. തികച്ചും രാഷ്ട്രീയ പ്രേരിതമായ ഈ പണിമുടക്ക് തള്ളിക്കളയണം എന്ന വ്യക്തമായ നിലപാട് സംഘടന സ്വീകരിച്ചു. ജനാധിപത്യ മര്യാദയനുസരിച്ച് സർക്കാർ നവംബർ 15 ന് സംഘടനാ പ്രതിനിധികളെ ചർച്ചയ്ക്ക് വിളിച്ചു. കെ ജി ഒ എ യെ പ്രതിനിധീകരിച്ച് സെക്രട്ടറിയും വൈസ് പ്രസിഡന്റും ചർച്ചയിൽ പങ്കെടുത്തു. പക്ഷേ, സംഘടനാ നിലപാടിന് വിരുദ്ധമായ നിലപാട് സ്വീകരിക്കുകയും പണിമുടക്കിനെ അനുകൂലിച്ച് പത്രപ്രസ്താവന നടത്തുകയുംചെയ്ത വയനാട് ജില്ലാ പ്രസിഡന്റിനെ സംഘടനയുടെ പ്രാഥമിക അംഗത്വത്തിൽനിന്നും നീക്കംചെയ്യുകയുണ്ടായി.

അഞ്ചാം ശമ്പളകമീഷന് സംഘടന സമഗ്രമായ നിവേദനം നല്കുകയും 1987 ഡിസംബർ 7 ന് കമീഷനുമായി ചർച്ച നടത്തുകയും ചെയ്തു.

അലോപ്പതി ഡോക്ടർമാരിൽ കാറ്റഗറി വികാരം ഉണർത്തി നമ്മുടെ അംഗത്വത്തിൽനിന്നും വേർപെടുത്താനുള്ള ബോധപൂർവ്വമായ ശ്രമം ചില കോണുകളിൽനിന്നും അവരെ ഈ കാലയളവിലുണ്ടായി. 1983 ൽ ഉണ്ടായ കണ്ണൻ-കോശി സംഭവത്തിന്റെ പേരിൽ കാറ്റഗറി സംഘടന പ്രക്ഷോഭത്തിനിറങ്ങിയത് 1987 ൽ. ചികിത്സയിലിരിക്കെ രോഗി മരണമടഞ്ഞതിനു മുൻ സർക്കാർ ഡോക്ടർമാരായ കണ്ണൻ-കോശി എന്നിവർക്കെതിരെ ചാർജ് ചെയ്ത ക്രിമിനൽ കേസ് പിൻവലിക്കണമെന്നായിരുന്നു ആവശ്യം. കെ ജി ഒ എ നല്കിയ നിവേദനത്തിന്റെ അടിസ്ഥാനത്തിൽ കേസുകൾ പിൻവലിച്ചപ്പോൾ ആയുർവ്വേദ-ഹോമിയോ ഹൗസ് സർജന്മാർക്ക് അലോപ്പതിയിൽ ഒരു മാസത്തെ കോഴ്സ് നല്കാൻ തീരുമാനിച്ചിരുന്നു എന്ന് പ്രചരിപ്പിച്ച് പ്രക്ഷോഭം അഴിച്ചുവിട്ടു. ഇതിലെ കാപട്യം തുറന്നു കാട്ടാനും യഥാർത്ഥ വസ്തുതകൾ ഡോക്ടർമാരെ ബോദ്ധ്യപ്പെടുത്താനും കെ ജി ഒ എയ്ക്കു കഴിഞ്ഞു.

സബ്ജക്ട് കമ്മിറ്റികളുടെ രൂപീകരണത്തിനുശേഷം വകുപ്പിലെ പ്രശ്നങ്ങൾ സമഗ്രമായി പഠിക്കാനും പ്രശ്നപരിഹാരത്തിനുവേണ്ടി ഇടപെടാനും കഴിഞ്ഞിരുന്നു. തിരുവനന്തപുരം ജില്ലാ കമ്മിറ്റി വനിതാ സബ്കമ്മിറ്റി രൂപീകരിച്ച് പ്രവർത്തിച്ചു തുടങ്ങിയിരുന്നപ്പോൾ. എല്ലാ

ജില്ലകളിലും വനിതാ സബ്കമ്മിറ്റി രൂപീകരിക്കുന്നതിനെ സംബന്ധിച്ച് തീരുമാനമെടുത്തു. താലൂക്ക്-ഏരിയാ കമ്മിറ്റികൾ രൂപീകരിച്ച പ്രവർത്തനം ആരംഭിച്ചെങ്കിലും നിയമാവലിയിൽ ആവശ്യമായ ഭേദഗതികൾ വരുത്തിയിരുന്നില്ല.

1989 എറണാകുളം സമ്മേളനം
ഏരിയാ കമ്മിറ്റി രൂപീകരണം

സംഘടനയുടെ 23-ാം സംസ്ഥാനസമ്മേളനം 1989 മെയ് 1, 2, 3 തീയതികളിൽ എറണാകുളത്തു വച്ച് ചേർന്നു. ഈ സമ്മേളനത്തിൽ സംഘടനയുടെ നിയമാവലി ഭേദഗതി ചെയ്ത് ഏരിയാ/താലൂക്ക് കമ്മിറ്റികൾ രൂപീകരിക്കുന്നതിനുള്ള വകുപ്പുകൾ കൂട്ടിച്ചേർത്തു. പ്രതിനിധി സമ്മേളനം ധനകാര്യ മന്ത്രി വി വിശ്വനാഥമേനോൻ ഉദ്ഘാടനം ചെയ്തു.

അഞ്ചാം ശമ്പളകമീഷൻ അതിന്റെ റിപ്പോർട്ട് 1989 മെയ് 31 ന് സർക്കാരിന് സമർപ്പിച്ചു. റിപ്പോർട്ട് സംഘടനകളുമായി ചർച്ചചെയ്യണമെന്ന് ആവശ്യപ്പെട്ടുകൊണ്ട് ആഗസ്ത് 25 ന് അവകാശദിനമായി ആചരിച്ചു. ജില്ലാ കമ്മിറ്റികൾക്ക് ഓഫീസ് വേണം എന്ന തീരുമാനം ഈ പ്രവർത്തനവർഷത്തിൽ പൂർത്തീകരിക്കാൻ സാധിച്ചു. കൊല്ലം, എറണാകുളം, കോഴിക്കോട് എന്നീ ജില്ലാ കമ്മിറ്റികൾ ഈ വർഷം സ്വന്തമായി ഓഫീസ് കെട്ടിടം വാങ്ങി.

1990 ആലപ്പുഴ സമ്മേളനം

1990 മെയ് 19, 20, 21 തീയതികളിൽ അസോസിയേഷന്റെ 24-ാം വാർഷിക സമ്മേളനം ആലപ്പുഴയിൽ ചേർന്നു. ഈ സമ്മേളനത്തിൽ വച്ച് സംഘടനയുടെ നിയമാവലി സമഗ്രമായി ഭേദഗതിചെയ്തു. താലൂക്ക്/ഏരിയാ കമ്മിറ്റികൾ സ്വതന്ത്രമായി പ്രവർത്തിക്കാനുതകുന്ന തരത്തിൽ ഭേദഗതി വരുത്തുകയും അതിനാവശ്യമായ വകുപ്പുകൾ കൂട്ടിച്ചേർക്കുകയും ചെയ്തു. കൂടാതെ ജില്ലാകമ്മിറ്റിയുടെ അംഗസംഖ്യ 15 ൽനിന്നും 20 ആക്കി ഉയർത്തി. സമ്മേളനം സാമൂഹ്യക്ഷേമ വകുപ്പുമന്ത്രി കെ ആർ ഗൗരിയമ്മയാണ് ഉദ്ഘാടനം ചെയ്തത്.

ഈ സമ്മേളനം കേന്ദ്രവിഹിതം നേടിയെടുത്തു സംസ്ഥാന ജീവനക്കാർക്ക് കേന്ദ്ര-പാരിറ്റി അനുവദിക്കണമെന്ന പ്രമേയവും അംഗീകരിച്ചു. റേഷനരി വിലവർദ്ധനക്കെതിരെ 1990 ജൂലൈ 18 ന് ഗസറ്റഡ് ഓഫീസേഴ്സ് അസോസിയേഷന്റെ നേതൃത്വത്തിൽ സായാഹ്ന ധർണ്ണ സംഘടിപ്പിച്ചു. ശമ്പളപരിഷ്കരണത്തിലെ അനോമലി പരിഹരിക്കണമെന്ന് ആവശ്യപ്പെട്ട് ഒക്ടോബർ മാസം 10ാം തീയതി നടത്തിയ ധർണ്ണയിൽ ഓഫീസർമാരുടെ വൻ പങ്കാളിത്തമുണ്ടായിരുന്നു.

യു ജി സി സ്കീം സംസ്ഥാനത്ത് നടപ്പിലാക്കുന്നതിനെക്കുറിച്ച് പഠിച്ച് റിപ്പോർട്ട് നല്കാൻ നിയോഗിച്ച എം എ ഉമ്മൻ കമീഷൻ എഞ്ചിനീയറിങ് കോളേജ് അദ്ധ്യാപകർക്കും മെഡിക്കൽകോളേജ് അദ്ധ്യാപകർക്കും എ ഐ സി ടി ഇ സ്കീം നടപ്പിലാക്കുന്നതിനും കൂടി ശുപാർശ

നല്കിയെങ്കിലും പോളിടെക്നിക് അദ്ധ്യാപകരെ അതിൽ ഉൾപ്പെടുത്തിയിരുന്നില്ല. പോളിടെക്നിക് അദ്ധ്യാപകർക്കുകൂടി എ ഐ സി ടി ഇ സ്കീം അനുവദിക്കണമെന്ന് ആവശ്യപ്പെട്ട് 1990 ജൂൺ 27 ന് സെക്രട്ടേറിയറ്റ് പടിക്കൽ ധർണ്ണ നടത്തി. കൂടാതെ ഹോമിയോ-ആയുർവ്വേദ മെഡിക്കൽ കോളേജ് അദ്ധ്യാപകരെ അവഗണിച്ചതിൽ പ്രതിഷേധിച്ച് ജൂൺ 3 ന് സെക്രട്ടേറിയറ്റിനു മുമ്പിൽ വമ്പിച്ച ധർണ്ണയും സംഘടിപ്പിച്ചു.

വർഗ്ഗീയതക്കെതിരായ പ്രതിരോധം

രാജ്യത്തെ വർഗ്ഗീയശക്തികൾ അഴിഞ്ഞാടിയ കാലമായിരുന്നു ഈ കാലയളവ്. ഇതിനെതിരെ കേന്ദ്ര ട്രേഡ് യൂണിയനുകളുടെ തീരുമാനപ്രകാരം സംസ്ഥാനങ്ങളിൽ കൺവെൻഷനുകൾ ചേരാനും വർഗ്ഗീയതക്കെതിരെ പ്രചരണം നടത്താനും തീരുമാനിച്ചിരുന്നു. തിരുവനന്തപുരത്ത് സെപ്തംബർ 29 ന് ചേർന്ന കൺവെൻഷനുകളിൽ സംഘടനയുടെ പ്രതിനിധികളും പങ്കെടുത്തു. ബാബറി മസ്ജിദ് രാമക്ഷേത്രമാക്കാൻ വേണ്ടി എൽ കെ അദ്വാനിയുടെ നേതൃത്വത്തിൽ ഗുജറാത്തിൽ നിന്നും അയോദ്ധ്യയിലേക്ക് രഥയാത്ര നടത്തി. യാത്ര ഒക്ടോബർ 30 ന് അയോദ്ധ്യയിൽ എത്താനാണ് തീരുമാനിച്ചത്. യാത്രയിലുടനീളം വർഗ്ഗീയ കലാപങ്ങൾ അഴിച്ചുവിട്ടാണ് യാത്ര പുരോഗമിച്ചത്. ഇതിനെതിരെ ഒക്ടോബർ 30 ന് കേരളത്തിൽ മനുഷ്യച്ചങ്ങല തീർത്തു. ഇതിൽ സംഘടനയുടെ അംഗങ്ങളും പങ്കെടുത്തു.

വി പി സിങ് സർക്കാരിനെ താഴെയിറക്കി കൂറുമാറ്റക്കാരുടെ പിന്തുണയോടെ അധികാരത്തിലെത്തിയ പ്രധാനമന്ത്രി ചന്ദ്രശേഖർ എല്ലാ ജനാധിപത്യ സംവിധാനങ്ങളെയും നോക്കുകുത്തിയാക്കി സർക്കാരിനെ പിരിച്ചുവിട്ടുകൊണ്ട് സ്വേച്ഛാധിപത്യ വാഴ്ചയ്ക്ക് തുടക്കം കുറിച്ചു. നിയമസഭയിൽ മൂന്നിൽ രണ്ട് ഭൂരിപക്ഷമുണ്ടായിരുന്ന തമിഴ്നാട് സർക്കാരിനേയും ഗവർണറുടെ റിപ്പോർട്ടുപോലുമില്ലാതെ പിരിച്ചുവിട്ടപ്പോൾ ജനവികാരം ആളിക്കത്തി. രാജ്യത്ത് ആകമാനം 1991 ഫെബ്രുവരി 6 ന് പ്രതിഷേധറാലികളും ബന്ദുകളും നടത്താൻ തീരുമാനിച്ചു. ഇതിന്റെ ഭാഗമായി കേരളത്തിൽ നടന്ന ബന്ദിൽ ഗസറ്റഡ് ജീവനക്കാരും ജോലിക്ക് ഹാജരാകാതെ ബന്ദ് വിജയിപ്പിക്കുന്നതിൽ സഹകരിച്ചു.

ഗൾഫ് യുദ്ധകാലത്ത് ഇന്ത്യ എന്നും തുടർന്നു പോകുന്ന ചേരിചേരാനയം അട്ടിമറിച്ച് അമേരിക്കയ്ക്ക് അനുകൂല സമീപനം സ്വീകരിച്ചുകൊണ്ട് അമേരിക്കൻ പോർ വിമാനങ്ങൾക്ക് ഇന്ത്യയിൽ ഇന്ധനം നിറയ്ക്കാൻ സൗകര്യം ഒരുക്കുകയും സൈനികർക്ക് ആവശ്യമായ ഭക്ഷണവും മറ്റ് സാധനങ്ങളും കയറ്റി അയയ്ക്കാൻ അന്നത്തെ സർക്കാർ നടപടി സ്വീകരിക്കുകയും ചെയ്തു. ഇതിൽ പ്രതിഷേധിച്ച് ഇന്ത്യയിലെമ്പാടും യുദ്ധവിരുദ്ധ റാലികൾ നടന്നു. ഫെബ്രുവരി 18 ന് കേരളത്തിൽ നടന്ന യുദ്ധവിരുദ്ധ റാലിയിൽ വമ്പിച്ചതോതിൽ ഗസറ്റഡ് ജീവനക്കാരും പങ്കെടുത്തു.

സാക്ഷരതാ പ്രസ്ഥാനവും അധികാര വികേന്ദ്രീകരണവും

അവകാശ സംരക്ഷണ പോരാട്ടങ്ങൾക്ക് ഒപ്പം തങ്ങളുടെ നിലനില്പിനെ പ്രതികൂലമായി ബാധിക്കുന്ന നയങ്ങൾക്കെതിരെയുള്ള പ്രക്ഷോഭവും സാമൂഹ്യ പ്രതിബദ്ധതയോടെയുള്ള പ്രവർത്തനവും സംഘടന സജീവമായി ഏറ്റെടുത്തു. മൂന്നാം ലോകരാജ്യങ്ങൾക്ക് ആകെ മാതൃകയായ കേരളത്തെ ലോകശ്രദ്ധയിലേക്ക് വീണ്ടും ആകർഷിച്ച സാക്ഷരതാ പ്രവർത്തനം വിജയിപ്പിക്കുന്നതിനും നേതൃത്വം നല്കിയ സംഘടനകളിൽ കെ ജി ഒ എ മുൻപന്തിയിലായിരുന്നു. സംസ്ഥാന ജില്ലാതലങ്ങളിൽ കോർഡിനേറ്റർ, റിസോഴ്സ് പേഴ്സൺ, സംഘാടക തലങ്ങളിൽ കെ ജി ഒ എ പ്രവർത്തകർ നേതൃത്വം നല്കി.

അധികാര വികേന്ദ്രീകരണത്തിന്റെ ഭാഗമായി ജില്ലാ കൗൺസിലുകൾ നിലവിൽ വന്നതോടെ അതിന്റെ പ്രവർത്തനം കാര്യക്ഷമമാക്കുന്നതിന് നിർണ്ണായക പങ്കാണ് സംഘടന വഹിച്ചത്. ഓഫീസർമാരുടെ ഇടയിൽ നിലനിന്നിരുന്ന സംശയങ്ങൾ ദൂരീകരിക്കുന്നതിനും സർക്കാർ കൈകാര്യം ചെയ്തിരുന്നതും കൈമാറ്റം ചെയ്യപ്പെട്ടതുമായ വകുപ്പിലെ ജീവനക്കാരെ ഇതിന്റെ ഭാഗമാക്കുന്നതിനും സംഘടനയ്ക്ക് കഴിഞ്ഞു. ഇതിന്റെ ഭാഗമായി 1991 മാർച്ച് 9 ന് തിരുവനന്തപുരത്ത് സെമിനാർ സംഘടിപ്പിച്ചു. തുടർന്ന് ഈ വിഷയത്തിൽ എല്ലാ ജില്ലകളിലും സെമിനാറുകൾ സംഘടിപ്പിച്ചു.

1991 തൃശൂർ സമ്മേളനം

അസോസിയേഷന്റെ 25-ാം വാർഷിക സമ്മേളനം 1991 ഏപ്രിൽ 20, 21 തീയതികളിൽ തൃശൂരിൽ ചേർന്നു. സംസ്ഥാനം ഒരു തിരഞ്ഞെടുപ്പിലേക്കു നീങ്ങുന്ന സാഹചര്യത്തിലാണ് സമ്മേളനം രണ്ടു ദിവസമാക്കി ചുരുക്കി ഏപ്രിലിൽ ചേർന്നത്. സമ്മേളനം സി ഐ ടി യു ജനറൽ സെക്രട്ടറി കെ എൻ രവീന്ദ്രനാഥ് ഉദ്ഘാടനം ചെയ്തു.

ലോകസഭാ തിരഞ്ഞെടുപ്പിനൊപ്പം കേരള നിയമസഭയിലേക്കു നടന്ന തിരഞ്ഞെടുപ്പിൽ ഐക്യജനാധിപത്യമുന്നണി അധികാരത്തിൽ വന്നു. അധികാരമേറ്റ നാൾ മുതൽ സംഘടനാ പ്രവർത്തകരെ തിരഞ്ഞുപിടിച്ച് വൈരനിര്യാതന ബുദ്ധിയോടെ തലങ്ങും വിലങ്ങും സ്ഥലം മാറ്റി. അസുഖം ബാധിച്ചവരേയും വനിതാ ജീവനക്കാരേയുമടക്കം മാനുഷിക പരിഗണനപോലും നല്കാതെ വിദൂര സ്ഥലങ്ങളിലേക്ക് സ്ഥലം മാറ്റി. ഇതിൽ പ്രതിഷേധിച്ചുകൊണ്ട് 1991 സെപ്തംബർ 25 ന് സെക്രട്ടേറിയറ്റിനു മുമ്പിൽ വമ്പിച്ച കൂട്ട ധർണ്ണ നടത്തി. കൂടാതെ സ്ഥലംമാറ്റ മാനദണ്ഡങ്ങൾ സംരക്ഷിക്കണമെന്ന് ആവശ്യപ്പെട്ടുകൊണ്ട് കെ ജി ഒ എ, എൻ ജി ഒ യൂണിയൻ, ജോയിന്റ് കൗൺസിൽ, എൻ ജി ഒ സെന്റർ, എൻ ജി ഒ ഫ്രണ്ട്, എൻ ജി ഒ അസോസിയേഷൻ, എന്നീ ഏഴ് സംഘടനകളുടെ സംസ്ഥാന നേതാക്കളും സംസ്ഥാന എക്സിക്യൂട്ടീവ് അംഗങ്ങളും 1992 ഫെബ്രുവരി 10 ന് സെക്രട്ടേറിയറ്റിനു മുമ്പിൽ രാവിലെ 09 മുതൽ

വൈകുന്നേരം 7 മണിവരെ ഉപവാസം നടത്തി.

ആറാം ശമ്പളപരിഷ്കരണത്തെക്കുറിച്ചും കേന്ദ്രപാരിറ്റി നടപ്പിലാക്കുന്നത് സംബന്ധിച്ചും ധനകാര്യമന്ത്രി വിളിച്ച സംഘടനാ പ്രതിനിധികളുടെ ചർച്ചയിൽ നമ്മുടെ സംഘടനയെ വിളിക്കാത്തതിൽ പ്രതിഷേധിച്ച് ഒക്ടോബർ 24 ന് കറുത്ത തുണികൊണ്ട് വായ്മൂടിക്കെട്ടി സെക്രട്ടേറിയറ്റിനു മുന്നിലേക്ക് പ്രകടനവും ധർണ്ണയും നടത്തുകയും പത്രസമ്മേളനം നടത്തി പ്രതിഷേധം അറിയിക്കുകയും ചെയ്തു. കേന്ദ്രപാരിറ്റി അനുവദിക്കുന്നതിനൊപ്പം പെൻഷൻ പ്രായം 58 ആക്കണമെന്നും സ്ഥലമാറ്റ മാനദണ്ഡങ്ങൾ പാലിക്കണമെന്നും ആവശ്യപ്പെട്ട് ഫെബ്രുവരി 13 ന് അവകാശദിനമായി ആചരിച്ചു. അന്നേദിവസം ഡിമാന്റുകൾ അടങ്ങിയ ബാഡ്ജുകൾ ധരിച്ചാണ് ഓഫീസർമാർ ജോലിക്ക് ഹാജരായത്.

ഉദാരീകരണ നയത്തിന്റെ തുടക്കം

സംഘടനാ പ്രവർത്തനത്തിന് കൂച്ചുവിലങ്ങിടുക എന്ന ലക്ഷ്യം വെച്ച് 1991 ഡിസംബർ 16 ന് സർക്കാർ സർക്കുലർ പുറപ്പെടുവിച്ചു. ഇത് പ്രകാരം ഓഫീസുകളിൽ നോട്ടീസ് വിതരണം നടത്തുന്നതുപോലും നിരോധിച്ചു. സംഘടനാ പ്രവർത്തനത്തെ അനധികൃത പ്രവർത്തനമായിട്ടാണ് ഗവൺമെന്റ് ചിത്രീകരിച്ചത്. ഇതിൽ പ്രതിഷേധിച്ച് 1992 ജനുവരി 1 ന് എല്ലാ ജില്ലകളിലും ഓഫീസ് കേന്ദ്രങ്ങളിൽ എല്ലാ ഓഫീസുകളിലും നോട്ടീസ് വിതരണവും പ്രതിഷേധ പ്രകടനവും നടത്തി.

പുത്തൻ സാമ്പത്തിക നയങ്ങൾ രാജ്യത്ത് നടപ്പിലാക്കുന്നതിന്റെ ഫലമായി രാജ്യത്തിന്റെ സാമ്പത്തിക പരമാധികാരം ഐ എം എഫ് ലോക ബാങ്ക് തുടങ്ങിയവയ്ക്ക് അടിയറവെക്കുന്നതിനെതിരെ കേന്ദ്ര ട്രേഡ് യൂണിയനുകളും കേന്ദ്ര-സംസ്ഥാന ജീവനക്കാരും സംയുക്തമായി ആഹ്വാനം ചെയ്ത 1991 നവംബർ 29 ന്റെ പണിമുടക്കിൽ ഗസറ്റഡ് ജീവനക്കാരും പങ്കെടുത്തു. ഈ പണിമുടക്കിനോട്, "വികസന വിരുദ്ധർ" എന്ന മുദ്രാവാക്യം ഉയർത്തി നിഷേധാത്മക സമീപനമാണ് ഐ എൻ ടി യു സി, ബി എം എസ് തുടങ്ങിയ സംഘടനകൾ സ്വീകരിച്ചത്.

വിദ്യാഭ്യാസ കച്ചവടത്തിനെതിരെയും സ്വകാര്യമേഖലയിൽ മെഡിക്കൽകോളേജ് അനുവദിക്കാനുള്ള നീക്കത്തിനെതിരെയും വിദ്യാർത്ഥികൾ നടത്തിയ പ്രക്ഷോഭത്തെ അതിശക്തമായാണ് പൊലീസ് അടിച്ചമർത്താൻ തയ്യാറായത്. വിദ്യാർത്ഥികൾക്കുനേരെ മാത്രമല്ല സി പി ഐ (എം) സംസ്ഥാനകമ്മിറ്റി ഓഫീസിനു നേരെ വെടിവെക്കാനും, എം പിമാരെ അടക്കം മർദ്ദിക്കാനും പൊലീസ് തയ്യാറായി. ഈ പൊലീസ് ഭീകരവാഴ്ചയിൽ പ്രതിഷേധിച്ചുകൊണ്ട് 1991 ഡിസംബർ 9 ന് കേരളത്തിൽ ബന്ദ് പ്രഖ്യാപിച്ചു. ഇതിൽ ഭൂരിപക്ഷം ഗസറ്റഡ് ഓഫീസർമാരും ജോലിയിൽനിന്ന് വിട്ടുനിന്ന് പ്രതിഷേധം രേഖപ്പെടുത്തി.

അധികാരവികേന്ദ്രീകരണത്തിന് മാതൃകയായ ജില്ലാ കൗൺസിലുകളെ നോക്കുകുത്തികളാക്കിയതിനുശേഷം ജനങ്ങളുടെ പ്രശ്ന

ങ്ങൾക്ക് പരിഹാരം ഉണ്ടാക്കുന്നു എന്ന വ്യാജേന മുഖ്യമന്ത്രി നടത്തിയ സ്പീഡ് പ്രോഗ്രാം തീർത്തും ജീവനക്കാരെ അധിക്ഷേപിക്കുന്ന പ്രോഗ്രാം ആയി മാറി. ഇതിൽ പ്രതിഷേധിച്ചുകൊണ്ട് ഗസ്റ്റഡ് ജീവനക്കാരെ അധിക്ഷേപിക്കുന്ന നിലപാട് മുഖ്യമന്ത്രി തിരുത്തണം എന്ന് ആവശ്യപ്പെട്ട് പത്രപ്രസ്താവന നടത്തി.

പാലക്കാട് ജില്ലാകമ്മിറ്റി ഓഫീസിന്റെ ഉദ്ഘാടനം 26.03.92 ന് നടത്തി. ആലപ്പുഴ ജില്ലാകമ്മിറ്റി കെട്ടിടം നിർമ്മിക്കുന്നതിന് സ്ഥലം വാങ്ങുകയുണ്ടായി. സംഘടനയുടെ നേതൃനിരയിൽ ദീർഘകാലം പ്രവർത്തിച്ച സഖാക്കളായ എൻ ഭഗീരഥൻ, പി വൈ ജേക്കബ്, വി രാജ ശേഖരൻ എന്നിവർ ഈ വർഷം പെൻഷൻ പറ്റി പിരിയുകയുണ്ടായി.

1992 കോഴിക്കോട് സമ്മേളനം
സംഘടനയ്ക്ക് വനിതാ പ്രസിഡന്റ്

സംഘടനയുടെ 26-ാം സംസ്ഥാനസമ്മേളനം 1992 മെയ് 23, 24, 25 തീയതികളിൽ കോഴിക്കോട് നടന്നു. സമ്മേളനം സി ഐ ടി യു അഖിലേന്ത്യ സെക്രട്ടറി എം കെ പാന്ഥെ ആണ് ഉദ്ഘാടനംചെയ്തത്.

പ്രസിഡന്റ് എൻ ഭഗീരഥൻ റിട്ടയർ ചെയ്തതിനെത്തുടർന്ന് വൈസ് പ്രസിഡന്റ് ആയിരുന്ന എഴ്സലാ ഫ്രാൻസിസിനെ ഈ സമ്മേളനം പ്രസിഡന്റായി തിരഞ്ഞെടുത്തു. സംസ്ഥാന സർവ്വീസ് സംഘടനാരം ഗത്തെ ആദ്യ വനിതാ പ്രസിഡന്റ് അങ്ങനെ കെ ജി ഒ എയ്ക്ക് അവകാശപ്പെട്ടതായി. 1992 മാർച്ച് 5, 6 തീയതികളിൽ കൊൽക്കത്തയിൽ ചേർന്ന കേന്ദ്ര ട്രേഡ് യൂണിയൻ സ്പോൺസറിങ് കമ്മിറ്റിയുടെ അഖി ലേന്ത്യാ കൺവെൻഷൻ പുത്തൻ സാമ്പത്തിക നയങ്ങൾക്കെതിരെ 1992 ജൂൺ 16 ന് അഖിലേന്ത്യാ വ്യാപകമായി പണിമുടക്കം നടത്താൻ തീരുമാനിച്ചു. അതിനാൽ ഈ സംസ്ഥാനസമ്മേളനം അംഗീകരിച്ച പ്രധാന പ്രമേയങ്ങളിൽ ഒന്ന് ഈ പണിമുടക്കം വിജയിപ്പിക്കുക എന്നതു തന്നെയായിരുന്നു. പണിമുടക്ക് വിജയിപ്പിക്കുന്നതിനു ആവശ്യമായ പ്രവർത്തനങ്ങൾ ഏറ്റെടുക്കുകയും വലിയൊരു വിഭാഗം ഗസറ്റഡ് ജീവ നക്കാർ പണിമുടക്കിൽ പങ്കെടുക്കുകയും ചെയ്തു.

1992 സെപ്തംബർ 1 ന് പേ ഇക്വലൈസേഷൻ കമ്മിറ്റി അതിന്റെ റിപ്പോർട്ട് സർക്കാരിന് സമർപ്പിച്ചു. നിലവിലെ ഒറ്റ സ്കെയിലിനു പോലും കേന്ദ്രപാരിറ്റി അനുവദിച്ചില്ല എന്നു മാത്രമല്ല നിലവിലുള്ള പല ആനു കൂല്യങ്ങളും നിഷേധിക്കണമെന്ന ശുപാർശയാണ് കമ്മിറ്റി സമർപ്പിച്ചത്. ഇതിനെതിരെ 1992 ഒക്ടോബർ 28 ന് സൂചനാ പണിമുടക്ക് നടത്തു വാനും അതിന്റെ ഭാഗമായി 16, 17, 18 തീയതികളിൽ സംസ്ഥാനത്തുടനീളം വാഹനപ്രചരണ ജാഥ നടത്തുവാനും സംഘടന തീരുമാനിച്ചു. സംഘടനയുടെ ചരിത്രത്തിൽ ഇദംപ്രഥമമായാണ് ഇത്തരമൊരു വാഹനപ്രചരണ യാത്ര സംഘടിപ്പിക്കുന്നത്. സംഘടന ലക്ഷ്യമിട്ട രീതിയിൽ ഒരു പങ്കാളിത്തം ഈ പണിമുടക്കിലുണ്ടായില്ല എന്ന വിലയിരുത്തലാണ് നടത്തിയിട്ടുള്ളത്.

സൂചനാ പണിമുടക്കിനുശേഷവും പേ ഇക്വലൈസേഷൻ കമ്മിറ്റി

റിപ്പോർട്ട് സംഘടനകളുമായി ചർച്ച ചെയ്യാനോ നടപ്പിലാക്കാനോ സർക്കാർ തയ്യാറായില്ല. ഇതിൽ പ്രതിഷേധിച്ചുകൊണ്ട് 1993 ഫെബ്രുവരി 9 മുതൽ അനിശ്ചിതകാല പണിമുടക്ക് നടത്തുവാൻ അദ്ധ്യാപക സർവ്വീസ് സംഘടന ഐക്യസമരസമിതിയും കെ ജി ഒ എയും സംയുക്തമായി തീരുമാനിച്ചു. പണിമുടക്ക് പ്രവർത്തനങ്ങൾ സജീവമായി മുന്നോട്ടു പോയപ്പോൾ ജീവനക്കാരിൽനിന്നും തങ്ങൾ ഒറ്റപ്പെടും എന്നു തിരിച്ചറിഞ്ഞ സെറ്റോ സംഘടനകൾ ആദ്യം മാർച്ച് 4 മുതലും പിന്നീട് ഫെബ്രുവരി 23 മുതലും അനിശ്ചിതകാല പണിമുടക്ക് ആരംഭിക്കുന്നുവെന്ന് പ്രഖ്യാപിച്ചു. പിന്നീട് അവർ ഫെബ്രുവരി 17 മുതൽ പണിമുടക്കാൻ തീരുമാനിച്ചു. യോജിച്ച പണിമുടക്ക് എന്ന ലക്ഷ്യം വച്ച് അദ്ധ്യാപക സർവ്വീസ് സംഘടനാ സമരസമിതിയും പണിമുടക്ക് ഫെബ്രുവരി 17 ലേക്ക് മാറ്റി.

ഫെബ്രുവരി 15 ന് സംഘടനാ പ്രതിനിധികളുമായി സർക്കാർ ചർച്ച നടത്തി. പ്രധാനമായും മുന്നണിയുടെ പ്രതിനിധികളെയാണ് ചർച്ചയ്ക്ക് ക്ഷണിച്ചിരുന്നത്. അദ്ധ്യാപക സർവ്വീസ് സംഘടനാ പ്രതിനിധികൾക്കൊപ്പം കെ ജി ഒ എ ജനറൽ സെക്രട്ടറിയും ചർച്ചയിൽ പങ്കെടുത്തു. പേ ഇക്വലൈസേഷൻ റിപ്പോർട്ടിന്മേൽ സംഘടനകൾക്കും വ്യക്തികൾക്കും പരാതി നല്കാൻ മാർച്ച് 31 വരെ സമയം നല്കുമെന്നു ചർച്ചയിൽ സർക്കാർ വ്യക്തമാക്കി. ആറാം ശമ്പളപരിഷ്കരണത്തെക്കുറിച്ച് വ്യക്തമാക്കാനോ നിഷേധിച്ച ആനുകൂല്യങ്ങൾ പുനഃസ്ഥാപിക്കുമെന്നു ഉറപ്പു നല്കാനോ സർക്കാർ സന്നദ്ധമാകാതിരുന്ന സാഹചര്യത്തിൽ കെ ജി ഒ എ ജനറൽ സെക്രട്ടറി ഉൾപ്പെടെ അദ്ധ്യാപക സർവ്വീസ് സംഘടനാ പ്രതിനിധികൾ ചർച്ച ബഹിഷ്കരിച്ച് ഇറങ്ങിപ്പോന്നു. പണിമുടക്ക് സമ്പൂർണ്ണമാകുമെന്ന് ബോദ്ധ്യമായ സർക്കാർ, കുടിശ്ശികയായ രണ്ടാമത്തെ ഗഡു ക്ഷാമബത്ത കൂടി പ്രഖ്യാപിച്ചു. ഇതോടെ സെറ്റോ സംഘടനകൾ പണിമുടക്കിൽനിന്നും പിന്മാറി. ജീവനക്കാരുടെ യോജിച്ച പ്രക്ഷോഭം സാദ്ധ്യമല്ലാതെ വന്നപ്പോൾ അദ്ധ്യാപക സർവ്വീസ് സമരസമിതിയും പണിമുടക്കു മാറ്റിവെച്ചു.

10-ാം ധനകാര്യ കമീഷന് മുന്നിൽ സമഗ്രമായ നിവേദനം തയ്യാറാക്കി സംഘടന സമർപ്പിക്കുകയും കമീഷൻ കേരളം സന്ദർശിക്കുമ്പോൾ ചർച്ച നടത്തണമെന്ന് ആവശ്യപ്പെടുകയും ചെയ്തു.

1993 തിരുവനന്തപുരം സമ്മേളനം

കേന്ദ്ര പാരിറ്റിയും പേ ഈക്വലൈസേഷനും

സംസ്ഥാനത്ത് തുടർച്ചയായുണ്ടായ രണ്ടു വെള്ളപ്പൊക്കക്കെടുതികളിൽപ്പെട്ടവർക്ക് മരുന്നുകൾ ശേഖരിച്ചു നല്കിയും, ഭക്ഷ്യസാധനങ്ങൾ എത്തിച്ചും, സാമ്പത്തിക സഹായം നല്കിയും സംഘടന ദുരിതാശ്വാസ പ്രവർത്തനങ്ങൾ നടത്തി. അസോസിയേഷന്റെ 27-ാം സംസ്ഥാന സമ്മേളനം 1993 മെയ് 16, 17, 18 തീയതികളിൽ തിരുവനന്തപുരത്തു ചേർന്നു. പ്രതിനിധി സമ്മേളനം ഇ എം എസ് നമ്പൂതിരിപ്പാട്

ഉദ്ഘാടനംചെയ്തു. സുഹൃദ് സമ്മേളനം പ്രതിപക്ഷനേതാവ് വി എസ് അച്യുതാനന്ദനും പൊതുസമ്മേളനം ഇ കെ നായനാരും ഉദ്ഘാടനം ചെയ്തു. കേരളം നേരിടുന്ന വികസനപ്രശ്നങ്ങൾ എന്ന വിഷയത്തെ ആസ്പദമാക്കി ധനകാര്യമന്ത്രി ഉമ്മൻചാണ്ടി പ്രഭാഷണം നടത്തുകയുണ്ടായി.

പുത്തൻ സാമ്പത്തികനയങ്ങൾ നടപ്പാക്കി, രാജ്യത്തിന്റെ സ്വാശ്രയത്വവും സ്വാതന്ത്ര്യവും പരമാധികാരവും സാമ്രാജ്യത്വശക്തികൾക്ക് അടിയറവയ്ക്കുന്ന കേന്ദ്രസർക്കാരിന്റെ നയങ്ങൾക്കെതിരെ കേന്ദ്ര ട്രേഡ് യൂണിയനുകൾ ആഹ്വാനംചെയ്ത സെപ്തംബർ 9 ന്റെ പണിമുടക്കം വിജയിപ്പിക്കുക എന്ന പ്രമേയം സമ്മേളനം അംഗീകരിച്ചു. പേ ഇക്വലൈസേഷൻ ശുപാർശകൾ അതേപടി അടിച്ചേല്പിക്കാൻ 09.09.93 ന് ചേർന്ന മന്ത്രിസഭായോഗം തീരുമാനിച്ചു. ഇതിൽ പ്രതിഷേധിച്ച് 19.09.93 നടത്തിയ സൂചനാ പണിമുടക്കം വൻവിജയമായിരുന്നു. ഈ പണിമുടക്കിൽ പങ്കെടുത്തതിന്റെ പേരിൽ സംഘടനയുടെ പ്രവർത്തകനായ അച്ചുതൻ പിള്ളയെ സർവ്വീസിൽനിന്നും സസ്പെന്റ് ചെയ്തു.

സൂചനാ പണിമുടക്കിലൂടെ ജീവനക്കാർ പ്രകടിപ്പിച്ച വികാരം മനസ്സിലാക്കി തീരുമാനം തിരുത്താൻ സർക്കാർ തയ്യാറാകാത്തതിൽ പ്രതിഷേധിച്ച് നവംബർ 16 മുതൽ അനിശ്ചിതകാല പണിമുടക്ക് നടത്താൻ അദ്ധ്യാപക സർവ്വീസ് സംഘടനാ സമരസമിതിയോടൊപ്പം കെ ജി ഒ എയും തീരുമാനിച്ചു. പണിമുടക്ക് വിജയിപ്പിക്കുന്നതിന് തനതായ പ്രവർത്തനത്തിന്റെ ഭാഗമായി ഏരിയാതലത്തിൽ സമരസമിതിയും ഓഫീസ് തലത്തിൽ സ്ട്രൈക്ക് കമ്മിറ്റിയും രൂപീകരിച്ചു. ഇതിനിടയിൽ എൻ ജി ഒ അസോസിയേഷൻ ഡിസംബർ 07 മുതൽ അനിശ്ചിതകാല പണിമുടക്കം പ്രഖ്യാപിക്കുകയും പിന്നീട് അത് നവംബർ 24 ലേക്ക് മാറ്റുകയും ചെയ്തു. സംസ്ഥാനത്ത് സമ്പൂർണ്ണമായ പണിമുടക്കം ഇക്കാര്യത്തിൽ അനിവാര്യമാണ് എന്ന ബോദ്ധ്യത്തിന്റെ അടിസ്ഥാനത്തിൽ അദ്ധ്യാപക സർവ്വീസ് സമരസമിതിയും പണിമുടക്ക് തീയതി 24 ലേക്ക് മാറ്റി. നവംബർ 23 ന് ചില ആനുകൂല്യങ്ങൾ പുനഃസ്ഥാപിച്ചുകൊണ്ട് സർക്കാർ പ്രസ്താവനയിറക്കിയതോടെ സെറ്റോ സംഘടനകൾ സമരത്തിൽനിന്നും പിന്മാറി. എന്നാൽ മാസ്റ്റർ സ്കെയിൽ, ലീവ്സറണ്ടർ, അഞ്ചുവർഷതത്ത്വം തുടങ്ങിയ നിരവധി പ്രശ്നങ്ങൾ അവശേഷിച്ചിരുന്നതിനാൽ, അദ്ധ്യാപക സംഘടന ഐക്യസമരസമിതിയും കെ ജി ഒ എയും നവംബർ 24 ന് പ്രതിഷേധ സൂചകമായി പണിമുടക്കി.

കേന്ദ്രപാരിറ്റി തങ്ങൾക്കുമാത്രം പൂർണ്ണമായി നടപ്പാക്കുക എന്ന ഡിമാന്റ് ഉന്നയിച്ചുകൊണ്ട് ഇതിനിടയിൽ ആരോഗ്യവകുപ്പിലെ ഡോക്ടമാർ 05.11.93 മുതൽ അനിശ്ചിതകാല പണിമുടക്കാരംഭിച്ചു. വിഭാഗീയ പണിമുടക്ക് വിജയിക്കില്ലെന്നും കേന്ദ്രപാരിറ്റി മുഴുവൻ ജീവനക്കാരുടെയും ആവശ്യമാണെന്നും അതിനാൽ യോജിച്ച പ്രക്ഷോഭത്തിന് തയ്യാറാവുകയാണ് വേണ്ടതെന്ന കെ ജി ഒ എ നിർദ്ദേശം ഡോക്ടർമാരുടെ കാറ്റഗറി സംഘടന തള്ളി. പ്രക്ഷോഭത്തിന് ഈ സംഘടന രൂപീകരിച്ച മാർഗ്ഗത്തോട് യോജിപ്പ് ഇല്ലാതിരുന്നിട്ടു കൂടി

സംഘടനയുടെ അംഗങ്ങൾ കരിങ്കാലികളാകാതെ പണിമുടക്കിൽ അണിചേരാൻ തീരുമാനിച്ചു. പണിമുടക്കിയ ഡോക്ടർമാരെ അവശ്യ സർവ്വീസ് നിയമ പ്രകാരം അറസ്റ്റുചെയ്തു കരുണാകരൻ സർക്കാർ ജയിലിലാക്കി. ഇപ്രകാരം അറസ്റ്റുചെയ്യപ്പെട്ടവരെ ജാമ്യത്തിൽ ഇറക്കുന്നതിനാവശ്യമായ സഹായങ്ങൾ സംഘടനയാണ് ചെയ്തത്.

വിവിധ വകുപ്പുകളിൽ നിരവധി തസ്തികകൾ വെട്ടിക്കുറയ്ക്കാനുള്ള നടപടികളുടെ പരമ്പരതന്നെ അന്നത്തെ സർക്കാർ സ്വീകരിച്ചു. ഇതിനെതിരെ അത്തരം വകുപ്പുകളിൽ പണിമുടക്ക് ഉൾപ്പെടെയുള്ള പ്രക്ഷോഭ നടപടികൾക്ക് സംഘടന നേതൃത്വം നല്കി.

സംസ്ഥാന സർക്കാർ ജീവനക്കാരുടെ അഖിലേന്ത്യാ ഫെഡറേഷന്റെ 8-ാം ദേശീയ സമ്മേളനം 93 ഡിസംബർ 28 മുതൽ 31 വരെ കൊല്ക്കത്തയിൽ ചേർന്നു. ഈ ഫെഡറേഷനിൽ കെ ജി ഒ എ അംഗ സംഘടന ആയതിനാൽ സംഘടനയുടെ പ്രസിഡന്റ്, ജനറൽ സെക്രട്ടറി, ട്രഷറർ, സെക്രട്ടറി എന്നിങ്ങനെ നാലു സൗഹാർദ്ദ പ്രതിനിധികൾ ആ സമ്മേളനത്തിൽ പങ്കെടുത്തു. സർവ്വീസ് സംഘടനാരംഗത്ത് നമ്മുടെ സംഘടന നടത്തുന്ന പ്രവർത്തനങ്ങൾക്കുള്ള അംഗീകാരമായിരുന്നു അത്.

1994 തിരൂർ സമ്മേളനം

സംഘടനയുടെ 28-ാം സംസ്ഥാനസമ്മേളനം 1994 മെയ് 7, 8, 9 തീയതികളിൽ തിരൂർ വാഗൺ ട്രാജഡി മെമ്മോറിയൽ ടൗൺ ഹാളിൽ നടന്നു. പ്രശസ്ത ചരിത്രകാരൻ ഡോ. കെ എൻ പണിക്കർ സമ്മേളനം ഉദ്ഘാടനം ചെയ്തു. തുഞ്ചത്തെഴുത്തച്ഛന്റെ മണ്ണിൽ ചേർന്ന ഈ സമ്മേളനത്തിന്റെ സാംസ്കാരികസമ്മേളനം അക്ഷരാർത്ഥത്തിൽ ഈ രംഗത്തെ പ്രതിഭകളുടെ അപൂർവ്വ സംഗമമായിരുന്നു. പ്രൊഫ. സുകുമാർ അഴീക്കോട് സാംസ്കാരികസമ്മേളനം ഉദ്ഘാടനം ചെയ്തു. പ്രൊഫ. എം എൻ വിജയൻ, പ്രൊഫ. ഒ എൻ വി കുറുപ്പ്, കടമ്മനിട്ട രാമകൃഷ്ണൻ, പ്രൊഫ. വി മധുസൂദനൻ നായർ തുടങ്ങിയവർ പങ്കെടുത്ത സാംസ്കാരിക സായാഹ്നം പ്രൗഢഗംഭീരമായിരുന്നു. സാംസ്കാരിക ചിത്രപ്രദർശനം പ്രശസ്ത കാർട്ടൂണിസ്റ്റ് അബു എബ്രഹാം ഉദ്ഘാടനം ചെയ്യുകയും സഫ്ദർ ഹഷ്മിയുടെ സഹധർമ്മിണി മാലശ്രീ ഹാശ്മി പങ്കെടുക്കുകയും ചെയ്തു.

"അധികാര വികേന്ദ്രീകരണവും ബ്യൂറോക്രസിയും" എന്ന വിഷയത്തിൽ സിമ്പോസിയം നടന്നു. അഞ്ചുവർഷതത്ത്വം നിലനിർത്തി ശമ്പളം പരിഷ്കരിക്കുന്നതിന് ശമ്പളകമീഷനെ നിയമിക്കണമെന്ന പരിപാടി പ്രമേയം സംഘടന അംഗീകരിച്ചു. തിരൂർ സമ്മേളനം സംഘടനയുടെ വളർച്ചയുടെ പ്രധാനപ്പെട്ട കാൽവെപ്പായിരുന്നു. സംസ്ഥാനജീവനക്കാരുടെ അവകാശങ്ങൾ ശാസ്ത്രീയമായി ദീർഘ വീക്ഷണത്തോടെ ആവിഷ്കരിക്കാനും സാർവ്വദേശീയ-ദേശീയ സംഭവവികാസങ്ങളെ ട്രേഡ് യൂണിയൻ കാഴ്ചപ്പാടോടെ വിലയിരുത്തി ജീവനക്കാരെയും തൊഴിലാളികളെയും ബാധിക്കുന്ന വിപത്തുകൾ തിരിച്ചറിയാനും അത്തരം വെല്ലു

വിളികളെ നേരിടാനും അവകാശങ്ങൾ നേടാനും തക്ക പാകത്തിൽ സംഘടന വളർന്നിരിക്കുന്നു എന്ന സൂചനയാണിത് നല്കിയത്.

സമ്മേളനം അംഗീകരിച്ച പരിപാടി പ്രമേയത്തിന്റെ അടിസ്ഥാനത്തിൽ അഞ്ചുവർഷതത്ത്വം പാലിച്ചുകൊണ്ട് ജീവനക്കാരുടെ ശമ്പളം പരിഷ്കരിക്കാൻ കമീഷനെ നിയമിക്കുക, ക്ഷാമബത്ത കുടിശ്ശിക അനുവദിക്കുക, തസ്തിക വെട്ടിക്കുറയ്ക്കൽ നടപടി അവസാനിപ്പിക്കുക എന്നീ ആവശ്യങ്ങൾ ഉന്നയിച്ചുകൊണ്ട് മുഖ്യമന്ത്രിക്ക് ഭീമഹർജി നല്കാൻ സംഘടന തീരുമാനിച്ചു. ഓരോ ഓഫീസറുമായും സീറ്റ്-ടു-സീറ്റ് ക്യാമ്പയിൻ രണ്ടു മാസക്കാലം നടത്തി. 9292 ആഫീസർമാർ ഒപ്പിട്ട ഭീമഹർജി ആഗസ്ത് 20 ന് മുഖ്യമന്ത്രിക്ക് നല്കി 21.08.94 ൽ മുഖ്യമന്ത്രിക്ക് നല്കിയ നിവേദനത്തിൽ ആവശ്യപ്പെട്ട ഒരു കാര്യവും അംഗീകരിക്കാൻ കഴിയില്ല എന്ന മറുപടിയാണ് പക്ഷേ, സർക്കാർ നല്കിയത്.

ശമ്പളപരിഷ്കരണം എന്ന ഡിമാന്റിനോട് അദ്ധ്യാപക സർവ്വീസ് സംഘടന ഐക്യസമരസമിതിയിലെ ചില സംഘടനകൾക്ക് പൊതുയോജിപ്പിൽ എത്താൻ കഴിഞ്ഞിരുന്നില്ല. അതിനാൽ, ബോണസ്, കുടിശ്ശിക ക്ഷാമബത്ത, വിലക്കയറ്റം എന്നീ പ്രശ്നങ്ങൾ ഉന്നയിച്ച് ആഗസ്ത് 6-ാം തീയതി ഐക്യസമരസമിതിയുടെ നേതൃത്വത്തിൽ ധർണ്ണ നടത്താൻ തീരുമാനിച്ചിരുന്നു. ശമ്പളപരിഷ്കരണമെന്ന ആവശ്യം കൂടി ചേർത്ത് സംയുക്തമായി ധർണ്ണ നടത്താം എന്ന സംഘടനയുടെ നിർദ്ദേശത്തിന്മേൽ സമരസമിതി മൗനം പാലിക്കുകയാണ് ചെയ്തത്. അതിനാൽ ആ ആവശ്യങ്ങൾ ഉന്നയിച്ചുകൊണ്ട് കെ ജി ഒ എ തനതായി ആഗസ്ത് 25 ന് ജില്ലാ കേന്ദ്രത്തിൽ ധർണ്ണ നടത്തി.

പ്രക്ഷോഭത്തിന്റെ നാളുകൾ

01-07-93 മുതൽ കുടിശ്ശികയുടെ 3 ഗഡു ക്ഷാമബത്ത അനുവദിക്കുക എന്ന പ്രധാന ഡിമാന്റുയർത്തി അദ്ധ്യാപക സർവ്വീസ് സംഘടന ഐക്യസമരസമിതിയുടെ നേതൃത്വത്തിൽ നവംബർ 22 മുതൽ അനിശ്ചിതകാല പണിമുടക്കം നടത്താൻ തീരുമാനിച്ചു. ശമ്പളപരിഷ്കരണമെന്ന ആവശ്യം ഒരു അനിശ്ചിതകാല പണിമുടക്കിന്റെ ഡിമാന്റായി ഉയർത്താത്തതിൽ സംഘടനയുടെ വിമർശനം സമരസമിതി നേതാക്കളെ അറിയിച്ചു. എന്നിരുന്നാലും 8 ഡിമാന്റുകളിൽ യോജിപ്പിലെത്താനുള്ള അവസരമായി കണ്ട് ഈ പണിമുടക്കിൽ അണിചേരാൻ സംഘടന തീരുമാനിച്ചു. യോജിച്ച പ്രചരണത്തിന് സാദ്ധ്യത ഇല്ലാത്ത സാഹചര്യത്തിൽ സംഘടന തനതായി പ്രകടനവും പ്രചാരണവും പ്രവർത്തനവും നടത്താനും തീരുമാനിച്ചു. നവംബർ 8 ന് സർക്കാർ ക്ഷാമബത്ത പ്രഖ്യാപിച്ചതിനെത്തുടർന്ന് പണിമുടക്ക് മാറ്റിവെക്കാൻ സമരസമിതി തീരുമാനിച്ചു. എന്നാൽ ശമ്പള പരിഷ്കരണ കാര്യത്തിൽ സർക്കാർ നയം വ്യക്തമാക്കാത്തതിലും കുടിശ്ശിക ക്ഷാമബത്ത പൂർണ്ണമായി അനുവദിക്കാത്തതിലും പ്രതിഷേധിച്ചുകൊണ്ട് കെ ജി ഒ എ ജില്ലാകേന്ദ്രങ്ങളിൽ നവംബർ 9-ാം തീയതി ഉപവാസസമരം സംഘടിപ്പിച്ചു.

ഇതേ ആവശ്യങ്ങൾ ഉന്നയിച്ചുകൊണ്ട് 1995 ജനുവരി 18 ന് അവ

കാശദിനം ആചരിച്ചു. ഇതിനിടയിൽ ശമ്പളപരിഷ്കരണമെന്ന ആവശ്യം കൂടുതൽ സംഘടനകൾ മുന്നോട്ടു വച്ചു. ഈ സാഹചര്യത്തിൽ ഈ ആവശ്യം ഉന്നയിച്ചുകൊണ്ട് അടിയന്തര പ്രക്ഷോഭം ആവശ്യമാണെന്ന വിലയിരുത്തൽ സമരസമിതിയിൽ ഉണ്ടായി. എന്നാൽ 29.12.94 ൽ കൂടിയ അദ്ധ്യാപക സർവ്വീസ് സംഘടന ഐക്യസമരസമിതിയുടെ നേതൃത്വം വഹിച്ച ജോയിന്റ് കൗൺസിൽ ഈ ആവശ്യത്തോട് യോജിച്ചില്ല. അതിനാൽ എൻ ജി ഒ യൂണിയൻ, കെ എസ് ടി എ, കെ ജി ഒ എ തുടങ്ങിയ 12 സംഘടനകൾ സംയുക്തമായി ശമ്പളപരിഷ്കരണാവശ്യം ഉന്നയിച്ചുകൊണ്ട് 1995 ഫെബ്രുവരി 09 ന് സെക്രട്ടേറിയറ്റിനു മുമ്പിലും ജില്ലാ കേന്ദ്രത്തിലും വമ്പിച്ച കൂട്ട ധർണ നടത്തി. കെ ജി ഒ എ നേരത്തേ എടുത്ത നിലപാടിന് ലഭിച്ച വ്യക്തമായ അംഗീകാരമായിരുന്നു ഇത്.

01.01.1995 ലെ ക്ഷാമബത്ത അടിസ്ഥാന ശമ്പളത്തിന്റെ 125% ആയി ഉയർന്നു. ഈ കാലയളവിൽ പെൻഷൻ പറ്റുന്ന ജീവനക്കാർക്ക് വമ്പിച്ച നഷ്ടമാണ് ഉണ്ടായിക്കൊണ്ടിരുന്നത്. വാങ്ങുന്ന ശമ്പളത്തിന്റെ 44% മാത്രം ആനുകൂല്യങ്ങൾ കൈപ്പറ്റിക്കൊണ്ട് പെൻഷൻ പറ്റുന്ന ദുഃസ്ഥിതിയായിരുന്നു. ഇതു പരിഹരിക്കാൻ ക്ഷാമബത്തയുടെ 75% അടിസ്ഥാന ശമ്പളത്തിൽ ലയിപ്പിച്ച് പെൻഷൻ ആനുകൂല്യം കണക്കാക്കണമെന്ന് ആവശ്യപ്പെട്ട് സംഘടന മുഖ്യമന്ത്രിയെ നേരിൽ കണ്ടു നിവേദനം നല്കി. 1994 സെപ്തംബർ 29 ന് നടത്തിയ ദേശീയ പണിമുടക്കിൽ ഗസറ്റഡ് ജീവനക്കാരും പങ്കെടുത്തു.

23.10.04 ന് സംസ്ഥാന കമ്മിറ്റി ഓഫീസ് കെട്ടിടം പുതുക്കി പണിയാൻ തീരുമാനിച്ചു. 10 ലക്ഷം രൂപ ചെലവു വരുന്ന എസ്റ്റിമേറ്റ് അംഗീകരിക്കുകയുണ്ടായി.

1995 തിരുവനന്തപുരം സമ്മേളനം
ആക്ഷൻ കൗൺസിൽ രൂപീകരണം

അസോസിയേഷന്റെ 29-ാം സംസ്ഥാന സമ്മേളനം 1995 മെയ് 20, 21 തീയതികളിൽ തിരുവനന്തപുരത്തു ചേർന്ന സമ്മേളനം പ്രതിപക്ഷ നേതാവ് വി എസ് അച്യുതാനന്ദൻ ഉദ്ഘാടനംചെയ്തു. ശമ്പളപരിഷ്കരണം നീണ്ടുപോകുന്ന സാഹചര്യത്തിൽ ഇടക്കാലാശ്വാസം അനുവദിക്കണമെന്ന ആവശ്യം കൂടി മുന്നോട്ടു വെക്കാൻ സമ്മേളനം തീരുമാനിച്ചു. സംസ്ഥാന സർവ്വീസിലെ ബഹുഭൂരിപക്ഷം സംഘടനകളും ഈ തീരുമാനത്തോടു യോജിച്ചു എന്നാൽ ചില സംഘടനകൾ ശമ്പളപരിഷ്കരണം ആവശ്യമില്ലായെന്നും കേന്ദ്രശമ്പളകമീഷൻ റിപ്പോർട്ട് വരുമ്പോൾ അതു സംസ്ഥാന ജീവനക്കാർക്കും നടപ്പിലാക്കിയാൽ മതിയെന്നും അതിനാൽ കേന്ദ്രകമ്മീഷൻ ശുപാർശ ചെയ്ത ഇടക്കാലാശ്വാസം ഇവിടെയും ആവശ്യപ്പെട്ടാൽ മതിയെന്നുമുള്ള നിലപാട് സ്വീകരിച്ചു. ഇത്തരം നിലപാട് ജീവനക്കാരുടെ താല്പര്യത്തിന് നിരക്കുന്നതായിരുന്നില്ല.

ഈ സാഹചര്യത്തിൽ ശമ്പളപരിഷ്കരണത്തിനുവേണ്ടി നിലകൊള്ളുന്ന സംഘടനകൾ ചേർന്ന് ആക്ഷൻ കൗൺസിൽ ഓഫ് സ്റ്റേറ്റ്

എംപ്ലോയീസ് ആന്റ് ടീച്ചേഴ്സ് എന്ന പേരിൽ പുതിയ സമരസംഘടനയ്ക്കു രൂപം നല്കി. കെ ജി ഒ എയ്ക്കു പുറമേ എൻ ജി ഒ യൂണിയൻ, കെ എസ് ടി എ തുടങ്ങിയ സംഘടനകൾ ഇതിൽ അംഗങ്ങളായി. കെ ജി ഒ എ ജനറൽ സെക്രട്ടറി ആക്ഷൻ കൗൺസിലിന്റെ കൺവീനർമാരിൽ ഒരാളായി തെരഞ്ഞെടുക്കപ്പെട്ടു. ഈ സമരസമിതിയുടെ നേതൃത്വത്തിൽ 1995 ആഗസ്ത് 24 ന് ജില്ലാ ആസ്ഥാനങ്ങളിൽ പ്രതിഷേധപ്രകടനം നടത്തി.

ആക്ഷൻ കൗൺസിലിന്റെ രൂപീകരണത്തോടുകൂടി പ്രക്ഷോഭം ശക്തിയാർജ്ജിച്ചു. 1995 നവംബർ 15 മുതൽ അനിശ്ചിതകാല പണിമുടക്ക് നടത്താൻ തീരുമാനിച്ചു. അതിന്റെ പ്രാരംഭ പ്രവർത്തനമെന്ന നിലയിൽ സെപ്തംബർ 19 ന് പഞ്ചായത്തുതലത്തിൽ സായാഹ്ന ധർണ്ണകൾ നടത്തി. ഒക്ടോബർ 30, 31 നവംബർ 1 തീയതികളിൽ സ്ഥാപനങ്ങൾ കേന്ദ്രീകരിച്ച് കാൽനട പ്രചരണജാഥയും നവംബർ 6, 7, 8 തീയതികളിൽ ജില്ലാടിസ്ഥാനത്തിൽ പ്രചരണ വാഹന ജാഥയും നടത്തി. നവംബർ 10 ന് ജില്ലാ കേന്ദ്രങ്ങളിൽ ജീവനക്കാരുടെ വമ്പിച്ച റാലികൾ നടന്നു. ഈ പ്രവർത്തനങ്ങൾക്ക് ആകെ നേതൃത്വം നല്കിയത് ആക്ഷൻ കൗൺസിലായിരുന്നു. ഈ പ്രക്ഷോഭപ്രവർത്തനങ്ങളിലെല്ലാം തന്നെ ഗസറ്റഡ് ഓഫീസർമാരുടെ മെച്ചപ്പെട്ട പങ്കാളിത്തം ഉണ്ടായിരുന്നു.

നവംബർ 13 ന് സംഘടനകളെ ചർച്ചയ്ക്കു സർക്കാർ ക്ഷണിച്ചു. പണിമുടക്കു നോട്ടീസിൽ ഉന്നയിച്ചിട്ടുള്ള വിഷയങ്ങളിൽ തീരുമാനം എടുക്കാൻ ഒരാഴ്ച സമയം വേണമെന്ന നിലപാട് പരിഗണിച്ച്

1989 എറണാകുളം സമ്മേളന നഗറിൽ സംസ്ഥാന പ്രസിഡന്റ് എൻ ഭഗീരഥൻ പതാക ഉയർത്തുന്നു

പണിമുടക്കം നവംബർ 23 ലേക്ക് മാറ്റി. ഇതിനിടയിൽ ക്ഷാമബത്ത ഗഡുക്കൾ അനുസരിച്ചു 100 രൂപ ഇടക്കാലാശ്വാസം പ്രഖ്യാപിച്ച് സർക്കാർ തീരുമാനം പുറത്തു വന്നു. ഈ സാഹചര്യത്തിൽ പണിമുടക്ക് പിൻവലിച്ചു.

1996 കോട്ടയം സമ്മേളനം

ഇടതുപക്ഷ സമീപനവും സിവിൽ സർവ്വീസും

സംഘടനയുടെ 30-ാം സംസ്ഥാനസമ്മേളനം 1996 മെയ് 25, 26 തീയതികളിൽ കോട്ടയത്തു ചേർന്നു. സമ്മേളനം സി ഐ ടി യു ജനറൽ സെക്രട്ടറി കെ എൻ രവീന്ദ്രനാഥ് ഉദ്ഘാടനംചെയ്തു. ഇടതുപക്ഷ ജനാധിപത്യമുന്നണി അധികാരത്തിലെത്തിയശേഷമുള്ള സമ്മേളനം. പൊതുസമ്മേളനം ഗ്രാമ-വികസന-സാംസ്കാരിക വകുപ്പുമന്ത്രി ടി കെ രാമകൃഷ്ണൻ ഉദ്ഘാടനംചെയ്തു. ശമ്പളപരിഷ്കരണ നടപടികൾ ആരംഭിക്കുക, ഇടക്കാലാശ്വാസം അനുവദിക്കുക, ക്ഷാമബത്ത കുടിശ്ശിക അനുവദിക്കുക, ക്ഷാമബത്ത കൂടി കണക്കിലെടുത്തു പെൻഷൻ ആനുകൂല്യങ്ങൾ നല്കുക എന്നീ ആവശ്യങ്ങൾ ഉൾക്കൊള്ളുന്ന പരിപാടി പ്രമേയം സമ്മേളനം അംഗീകരിച്ചു. ലളിതവും ആർഭാടരഹിതവുമായ രീതിയിൽ രണ്ടു ദിവസമായി നടത്തിയ ഈ സമ്മേളനം അതിന്റെ ഉള്ളടക്കത്തിലും സംഘാടനത്തിലും അച്ചടക്കത്തിലും വളരെ മെച്ചപ്പെട്ടതായിരുന്നു.

ശമ്പളപരിഷ്കരണം, ഇടക്കാലാശ്വാസം തുടങ്ങിയ ആവശ്യങ്ങൾ ഉന്നയിച്ച് ആക്ഷൻ കൗൺസിലിന്റെ ഘടക സംഘടനകളുടെ നേതാക്കൾ സെക്രട്ടേറിയറ്റ് നടയിൽ 17.08.96 ന് ധർണ നടത്തുകയും ജില്ലാ കേന്ദ്രങ്ങളിൽ ഉച്ചയ്ക്ക് പ്രകടനം നടത്തുകയും ചെയ്തു. ഇതേ ആവശ്യങ്ങൾ ഉന്നയിച്ചുകൊണ്ട് 24.09.96 ന് ജില്ലാ കേന്ദ്രങ്ങളിൽ കൂട്ട ധർണയും നടത്തി.

ഇതേ ആവശ്യങ്ങൾ ഉന്നയിച്ചുകൊണ്ട് നവംബർ 19 ന് പണിമുടക്കാൻ ആക്ഷൻ കൗൺസിൽ തീരുമാനിച്ചു. ഇതിന്റെ ഭാഗമായി ജില്ലാ-താലൂക്ക് കൺവെൻഷനുകളും കാൽനട ജാഥയും സംഘടിപ്പിച്ചു. കേന്ദ്രശമ്പളപരിഷ്കരണത്തിനു ശേഷം ശമ്പളപരിഷ്കരണം സംസ്ഥാനത്തും അനുവദിക്കണമെന്ന് ആവശ്യപ്പെട്ട് സെറോയും കൗൺസിലും ജോയിന്റ് കൗൺസിലും യഥാക്രമം നവംബർ 6, 13 തീയതികളിൽ പണിമുടക്കു പ്രഖ്യാപിച്ചു. പിന്നീട് ഇവർ സംയുക്തമായി നവംബർ 12 ലേക്ക് പണി മുടക്ക് പ്രഖ്യാപനം മാറ്റി. ചരിത്രത്തിൽ ആദ്യമായി സർക്കാർ ഏകദിന പണിമുടക്കിനു മുമ്പായി സംഘടനാ പ്രതിനിധികളെ നവംബർ 11 ന് ചർച്ചയ്ക്കു വിളിച്ചു. നിർദ്ദിഷ്ട ശമ്പള കമീഷന്റെ അന്വേഷണ പരിധിയിൽ കേന്ദ്ര അഞ്ചാം ശമ്പളകമീഷൻ ശുപാർശകൂടി ഉൾപ്പെടുത്താമെന്ന് ധനമന്ത്രി വ്യക്തമാക്കി. ഡിമാന്റുകൾ തമ്മിൽ വ്യത്യസ്തത നിലനില്ക്കുന്നതിനാൽ തീരുമാനം കൈക്കൊള്ളാൻ സാവകാശം വേണമെന്ന് അദ്ദേഹം ആവശ്യപ്പെട്ടു. ഈ നിർദ്ദേശത്തെതുടർന്ന് ആക്ഷൻ കൗൺസിൽ പ്രഖ്യാപിത സമരത്തിൽനിന്നും പിന്മാറി. എന്നാൽ

മറ്റു സംഘടനകൾ, ജോയിന്റ് കൗൺസിൽ ഉൾപ്പെടെ സമരം നടത്തി. ഇതിനിടയിൽ 11 ന്റെ ചർച്ചയുടെ അടിസ്ഥാനത്തിൽ മൂന്നംഗ കമ്മിറ്റിയെ നിയോഗിച്ചുകൊണ്ട് 10% ഇടക്കാലാശ്വാസം അനുവദിച്ച് സർക്കാർ ഉത്തരവായി.

സംസ്ഥാന കമ്മിറ്റി ഓഫീസ്

1996 ജനുവരി 1 ന് ഇ എം എസ് ശിലാസ്ഥാപനം നിർവ്വഹിച്ച ഓഫീസ് കെട്ടിടത്തിന്റെ പണി സമയബന്ധിതമായി പൂർത്തിയാക്കാൻ കഴിഞ്ഞു. (തിരുവനന്തപുരം ജില്ലാ പ്രസിഡന്റ് മിനീന്ദ്രൻ കൺവീനറും സി കെ വിജയൻ നായർ, ആർ കെ രഘുനാഥൻ, കെ ബാലകൃഷ്ണൻ നായർ, ജനറൽ സെക്രട്ടറി എന്നിവർ അംഗങ്ങളുമായ കമ്മിറ്റിക്കായിരുന്നു നിർമ്മാണ ചുമതല). സംസ്ഥാനകമ്മിറ്റി ഓഫീസിന്റെ ഉദ്ഘാടനം 22.12.96 ൽ ബഹു. മുഖ്യമന്ത്രി ഇ കെ നായനാർ നിർവ്വഹിച്ചു. കെ ജി ഒ എ അംഗങ്ങളിൽനിന്നും സമാഹരിച്ച തുകകൊണ്ടാണ് കെട്ടിടം നിർമ്മിച്ചിട്ടുള്ളത്.

1997 കൊല്ലം സമ്മേളനം

1997 ൽ കൊല്ലത്ത് ചേർന്ന സംസ്ഥാന സമ്മേളനത്തിൽ മെമ്പർഷിപ്പ് വരിസംഖ്യ 20 രൂപയായി വർദ്ധിപ്പിക്കുന്നതിനും ജില്ലകളിൽ ഭാരവാഹികൾ ഉൾപ്പെടെ 11 പേരടങ്ങുന്ന സെക്രട്ടേറിയറ്റ് രൂപീകരിക്കുന്നതിനും മെമ്പർഷിപ്പിന് ആനുപാതികമായി ഏരിയ-ജില്ലാ-സംസ്ഥാന വിഹിതം ക്രമീകരിക്കുന്നതിനും ബൈലോ ഭേദഗതി ചെയ്തു. ട്രേഡ് യൂണിയൻ ഐക്യപ്രസക്തി ഉയർത്തിപ്പിടിച്ച സമ്മേളനമായിരുന്നു കൊല്ലത്ത് നടന്നത്. "അധികാരവികേന്ദ്രീകരണം പ്രശ്നവും സാദ്ധ്യതകളും" എന്ന പുസ്തകവും കൊല്ലം സമ്മേളനത്തിൽ പ്രകാശനം ചെയ്തു. ഹോമിയോ മെഡിക്കൽ കോളേജുകൾ, പോളിടെക്നിക്കുകൾ എന്നിവിടങ്ങളിലെ അദ്ധ്യാപകർക്ക് യു ജി സി - എ ഐ സി ടി ഇ ശമ്പളഘടന ബാധകമാക്കുന്നതിനുള്ള ആവശ്യം കൂടുതൽ ശക്തമായി ഉന്നയിക്കാനും ശ്രമിച്ച ഘട്ടമാണിത്. സർക്കാരിന്റെ സാംസ്കാരിക നയരൂപീകരണത്തിൽ ഗൗരവപൂർണ്ണമായി ഇടപെടുന്നതിനും സംഘടനയ്ക്ക് കഴിഞ്ഞു.

1998 പാലക്കാട് സമ്മേളനം

1998 ൽ ഇ എം എസിന്റെ നിര്യാണശേഷം നടന്ന ആദ്യ സമ്മേളനം പാലക്കാട് ചേർന്നു. ജനകീയാസൂത്രണ അധികാരവികേന്ദ്രീകരണ പ്രക്രിയയിലെ മാതൃകാപരമായ ഇടപെടലുകളും പ്രവർത്തനങ്ങളുമായിരുന്നു ഇക്കാലളയവിൽ ശ്രദ്ധേയമായിരുന്നത്.

1999 കണ്ണൂർ സമ്മേളനം

സമ്മേളനത്തിൽ തദ്ദേശ സ്വയംഭരണ സ്ഥാപനങ്ങളുടെ മാതൃകാ

പ്രോജക്ടുകളുടെ അവതരണത്തോടെ നടന്ന അനുബന്ധ പ്രദർശനവും ചർച്ചയും ശ്രദ്ധേയമായി.

കേന്ദ്രമന്ത്രിസഭയുടെ തീരുമാനമായി നടപ്പാക്കപ്പെട്ട ലോട്ടറി നിരോധനത്തിനെതിരായ ചെറുത്തുനില്പും ഹയർ സെക്കന്ററി അദ്ധ്യാപകരുടെ സേവന വേതന ആവശ്യങ്ങൾ നേടുന്നതിനായുള്ള പ്രക്ഷോഭവും ആയിരുന്നു. 1999 ലെ നിർണ്ണായകഘടകങ്ങൾ. കാർഗിൽ-ഒറീസ ഐക്യദാർഢ്യ പ്രവർത്തനങ്ങളും തെരഞ്ഞെടുക്കപ്പെട്ട ഗ്രാമ-ബ്ലോക്ക്-ജില്ലാ പഞ്ചായത്തുകളുടെ ഭാവി ഭരണപ്രവർത്തനം സംബന്ധിച്ച് കില-കോസ്റ്റ് ഫോർഡ് സഹകരണത്തോടെ സംഘടിപ്പിച്ച ശില്പശാലയും ഏറെ ശ്രദ്ധിക്കപ്പെട്ടു. പുതിയ നൂറ്റാണ്ടിനെയും സഹസ്രാബ്ദത്തെയും വരവേല്ക്കാനായുള്ള 'മാനവീയം' പരിപാടിയുടെ മുഖ്യ സംഘാടകരായി മാറാനും കെ ജി ഒ എ യ്ക്ക് കഴിഞ്ഞു. ഇതിന്റെ ഭാഗമായി കുട്ടികളെ ഉൾപ്പെടെ പങ്കെടുപ്പിച്ച് നടത്തിയ ദ്വിദിന കുടുംബസംഗമങ്ങൾ ഏറെ പ്രചോദനം സൃഷ്ടിച്ചു. ക്ഷേമ-സാങ്കേതിക-റവന്യൂ രംഗങ്ങളിലെ ഉദ്യോഗസ്ഥർക്കായി ഓറിയന്റേഷൻ-കരിയർ ഇംപ്രൂവ്മെന്റ് പരിപാടികളും സംഘടന നടപ്പിലാക്കി. സ്വയം തൊഴിൽ സംരംഭകർക്കായുള്ള പ്രത്യേക ശില്പശാലയും കോസ്റ്റ് ഫോർഡ് സഹകരണത്തോടെ സംഘടിപ്പിച്ചു. മലപ്പുറത്ത് രൂപീകൃതമായ കമ്പ്യൂട്ടർ ക്ലബ്ബും ബി ഡി ഒ പരീക്ഷാർത്ഥികൾക്കായുള്ള പരിശീലനവും വേറിട്ട പരിപാടികളായി മാറി.

2000 തൃശൂർ സമ്മേളനം

2000 മെയ് 11 ദേശീയ പണിമുടക്കം ഇന്ധന വിലവർദ്ധനയ്ക്കെതിരായ ഒക്ടോബർ 4 ന്റെ പണിമുടക്ക് കേന്ദ്രജനവിരുദ്ധ ഭരണ നയങ്ങൾക്കെതിരെ നവംബർ 9 ന്റെ കുടംബധർണ്ണ, ഡിസംബർ 12 ന് ദേശീയ വൈദ്യുതി ബില്ലിനെതിരെ ഇലക്ട്രിസിറ്റി ജീവനക്കാർ നടത്തിയ പണിമുടക്കം, സ്വകാര്യവല്ക്കരണ നയങ്ങൾക്കെതിരെ 2001 ജനുവരി 10 ന് സംസ്ഥാന ജീവനക്കാർ നടത്തിയ ദേശീയ പണിമുടക്കം എന്നിവയാൽ ഏറെ ശ്രദ്ധേയവും ആവേശകരവും ആയിരുന്നു ഇക്കാലയളവ്. എന്നാൽ തൊഴിലാളിവഞ്ചന മുഖമുദ്രയാക്കിയ ഏതാനും സർവ്വീസ് സംഘടനകളുടെ ചേരുവ നടത്തിയ 2001 ഫെബ്രുവരി 14 ന്റെ പണിമുടക്കം ജീവനക്കാർ നിഷ്കരുണം തള്ളിക്കളഞ്ഞതും അനുഭവമായി. ബി ജെ പി സർക്കാരിന്റെ ജനവിരുദ്ധ ബജറ്റിനെതിരെ നടത്തിയ 2001 മാർച്ച് 12 ന്റെ പൊതുപണിമുടക്കും ആവേശകരമായ അനുഭവമായി മാറി.

പഞ്ചായത്ത് ജനപ്രതിനിധി ശില്പശാലയും ഓഡിറ്റ് കമ്മീഷൻ ശില്പശാലയും കാര്യക്ഷമമായ സിവിൽ സർവ്വീസിനായുള്ള പരിശ്രമങ്ങളും ഏറ്റെടുത്തുകൊണ്ടുള്ള കാലവുമായിരുന്നു ഇത്. സർക്കാർ ഡോക്ടർമാരുടെ സ്വകാര്യ പ്രാക്ടീസിനെതിരായ അതിശക്തമായ നിലപാട് രൂപീകരിക്കുന്നതിനുള്ള സംഘടനാ ഇടപെടലും നിർണ്ണായകമായി. അഖിലേന്ത്യാ സ്റ്റേറ്റ് ഗവൺമെന്റ് എംപ്ലോയീസ് ഫെഡറേഷന്റെ ആഭിമുഖ്യത്തിൽ മധുരയിൽ ചേർന്ന ദേശീയ വനിതാ സമ്മേളനം ആദ്യ

സംരംഭമായിരുന്നു. 2001 ജനുവരി 27, 28 തീയതികളിൽ നടന്ന വനിതാ സമ്മേളനത്തിൽ എസ് സുജാതയും ഡോ. കെ ടി ശ്രീലതയും പങ്കെടുത്തു.

2001 എറണാകുളം സമ്മേളനം

സംസ്ഥാനം അധികാരവികേന്ദ്രീകരണമടക്കം നടത്തിയ ഇടതുപക്ഷ മുന്നേറ്റത്തെ തകർക്കുന്നതിനുള്ള ധവള പത്രത്തോടെയുള്ള യു ഡി എഫ് നീക്കത്തെ പ്രതിരോധിക്കുന്ന നയസമീപനം ഈ സമ്മേളനം കൈക്കൊണ്ടു.

2002 ആലപ്പുഴ സമ്മേളനം

യു ഡി എഫ് സർക്കാരിന്റെ സിവിൽ സർവ്വീസിനെ തകർക്കുന്നതിനുള്ള നീക്കത്തെ പ്രതിരോധിക്കുന്ന 32 ദിവസത്തെ ഐതിഹാസിക പണിമുടക്കത്തെത്തുടർന്ന് നടന്ന സമ്മേളനം FSETO യിൽ അംഗത്വമെടുക്കുന്നതിനുള്ള തീരുമാനത്തോടെയാണ് സമാപിച്ചത്.

2003 കാസർഗോഡ് സമ്മേളനം

സമരപോരാട്ടങ്ങളുടെ നാൾവഴികൾ

അന്യാദൃശ്യമായ മുദ്രാവാക്യമാണ് 38-ാം വാർഷികസമ്മേളനം മുന്നോട്ടു വെച്ചത്. സിവിൽ സർവ്വീസിനെ സംരക്ഷിക്കുക മാത്രമല്ല ശമ്പളപരിഷ്കരണം നേടിയെടുക്കുവാൻ പ്രക്ഷോഭത്തിനു തയ്യാറാകുക എന്നതായിരുന്നു മുഖ്യപ്രമേയം. യു ഡി എഫ് സർക്കാർ 2002 ൽ തുടക്കമിട്ടതും സമാനതകളില്ലാത്ത സമരപോരാട്ടത്തിലൂടെ തടയപ്പെട്ടതുമായ നയങ്ങൾ കൂടുതൽ പ്രതിരോധിക്കാനും പൊതു സേവനമേഖലയും ജീവനക്കാരുടെ അവകാശങ്ങളും സംരക്ഷിക്കാനും ഉൾപ്പെടെ നിർണ്ണായക തീരുമാനങ്ങൾ എടുത്തുകൊണ്ടായിരുന്നു സംഘടന 2003 പിന്നിട്ടത്. ഭരണമാറ്റംമൂലം അംഗത്വത്തിലും പ്രവർത്തനത്തിലും സൃഷ്ടിച്ച മാന്ദ്യത്തെ മറികടന്നുകൊണ്ടുള്ള പ്രക്ഷോഭപ്രവർത്തനങ്ങൾ ചിട്ടപ്പെടുത്താൻ കഴിഞ്ഞിരുന്നു. കെ ജി ഒ എ ന്യൂസ് വായനക്കാരുടെ എണ്ണം 90% എത്തിക്കാനുള്ള പരിശ്രമവും തുടങ്ങി. ജില്ലാതല പ്രവർത്തകകൺവെൻഷനുകൾ വഴി തീരുമാനങ്ങൾ ക്യാമ്പയിൻ ചെയ്യാനും കുടുംബസംഗമങ്ങൾ സംഘടിപ്പിച്ച് പ്രവർത്തനങ്ങൾക്ക് ആക്കം വർദ്ധിപ്പിക്കാനും കഴിഞ്ഞ പ്രവർത്തന വർഷമായിരുന്നു 2003. എഫ് എസ് ഇ ടി ഒ അംഗ സംഘടനയെന്ന നിലയിൽ സംയുക്ത പ്രക്ഷോഭപ്രവർത്തനങ്ങളുടെ ഘട്ടം ഇതോടെ ആരംഭിക്കുകയും ചെയ്തു.

പുതിയ സാഹചര്യത്തിലെ സംഘടനാ പ്രവർത്തനങ്ങൾക്ക് സഹായകമാകുന്ന വിധം സംഘടനാചരിത്രം, സാമൂഹ്യ വെല്ലുവിളികൾ, ട്രേഡ് യൂണിയൻ കടമകൾ എന്നീ ഘടകങ്ങൾ ഉൾക്കൊള്ളിച്ചു കൊണ്ടുള്ള സംസ്ഥാന ജില്ലാ പഠനക്യാമ്പുകൾ പ്രസ്തുത വർഷം സംഘടിപ്പിച്ചു. സംഘടനാ നേതൃശേഷി വർദ്ധിപ്പിക്കുന്നതിൽ ഈ പഠന ബോധന

പ്രക്രിയ ഏറെ സഹായകമായി. ഒപ്പം സംസ്ഥാന-ജില്ലാ-ഏരിയാതല സംഘടന ചിട്ടപ്പെടുത്തലിനും സഹായകമായി.

സംഘടനാ പ്രവർത്തകർക്കിടയിലെ മാനവിക ബന്ധം ഒരിക്കൽ കൂടി വെളിപ്പെടുത്തിയ വർഷമായിരുന്നു 2003. ഔദ്യോഗിക യാത്രയ്ക്കിടയിൽ 16.12.2003 ന് ഹൈദരാബാദിൽ വച്ച് വാഹനാപകടത്തിൽ അന്തരിച്ച ഇ കെ പുരുഷോത്തമന്റെ (കെ ജി ഒ എ ഇടുക്കി ജില്ലാ ജോയിന്റ് സെക്രട്ടറിയും കൃഷിവകുപ്പ് ഡെപ്യൂട്ടി ഡയറക്ടറും) കുടുംബത്തെ സഹായിക്കാനും സംരക്ഷിക്കാനുമായി ഏറ്റെടുത്ത ഉത്തരവാദിത്വം മാതൃകാപരമായി നിറവേറ്റാൻ സംഘടനയ്ക്ക് കഴിഞ്ഞു. പണിമുടക്കുമാരണ ഉത്തരവും കോടതിവിധിയും നേരിട്ട് പിരിച്ചുവിടലിന് ഉൾപ്പെടെ വിധേയരായ തമിഴ്നാട് ജീവനക്കാർക്ക് ഐക്യദാർഢ്യം പ്രഖ്യാപിക്കാനും ധന സഹായനിധി സമാഹരിക്കാനും ഉള്ള പ്രവർത്തനവും സംഘടന ഏറ്റെടുത്തു.

അഖിലേന്ത്യാ ഫെഡറേഷന്റെ ആഹ്വാന പ്രകാരം ട്രേഡ് യൂണിയൻ ജനാധിപത്യാവകാശ പുനഃസ്ഥാപനം, സ്വകാര്യവല്ക്കരണവും ഡൗൺസൈസിങ്ങും തടയുക, തൊഴിൽനിയമ അട്ടിമറി ചെറുക്കുക, പിരിച്ചുവിടൽ പ്രതികാരനടപടികൾ അവസാനിപ്പിക്കുക തുടങ്ങിയ ആവശ്യങ്ങൾ ഉന്നയിച്ച് 2003 സെപ്തംബർ 13 അഖിലേന്ത്യാ അവകാശദിനമായി ആചരിച്ചു. സർക്കാർ ജീവനക്കാർക്ക് നിയമ പരമായോ, ധാർമ്മികമായോ, മൗലികമായോ, പണിമുടക്കാൻ അവകാശമില്ലെന്ന സുപ്രീംകോടതി വിധി 2003 ആഗസ്ത് 6 ന് പ്രസ്താവിക്കപ്പെട്ടു. അഴിമതി ആരോപണത്താൽ ഇംപീച്ച്മെന്റിന്റെ വക്കോളമെത്തിയ ജസ്റ്റിസ് എ ആർ ലക്ഷ്മണൻ ഉൾപ്പെട്ട സുപ്രീംകോടതി ബഞ്ച് ലോകബാങ്ക്-ഐ എം എഫ് ചട്ടുകമായി മാറി. ടെസ്മ നിയമത്തിന്റെ ഭരണഘടനാ സാധുതയോ തമിഴ്നാട് ജീവനക്കാരുടെ കവർന്നെടുക്കപ്പെട്ട ആനുകൂല്യമോ ആയിരുന്നില്ല അന്നത്തെ കോടതി വിധിക്കാധാരം മറിച്ച് ആഗോളീകരണ അജണ്ടയായിരുന്നു അവർക്ക് മുഖ്യം. ആഗസ്ത് 7 ന് തന്നെ സംസ്ഥാനവ്യാപകമായി തനതായും കൂട്ടായുമുള്ള പ്രതിഷേധ പ്രകടനങ്ങൾ നടന്നു. മുതിർന്ന അഭിഭാഷകനായ അഡ്വക്കേറ്റ് പിരപ്പൻകോട് ശ്രീധരൻ നായർ, അഡ്വ. തലേക്കുന്നിൽ ബഷീർ, എം കൃഷ്ണൻ എന്നിവരെ പങ്കെടുപ്പിച്ച് സംസ്ഥാനതല സെമിനാർ കെ ജി ഒ എ സംഘടിപ്പിച്ചത് ഏറെ ശ്രദ്ധിക്കപ്പെട്ടു. തുടർന്ന് 2003 സെപ്തംബർ 2 ന് പണിമുടക്ക് അവകാശസംരക്ഷണ സംയുക്ത വേദി രൂപീകരിക്കപ്പെട്ടു. 5 ലക്ഷം ജീവനക്കാരുടെ ഒപ്പ് ശേഖരിച്ച് ഭീമഹർജി ഇന്ത്യൻ പ്രസിഡന്റിന് സമർപ്പിക്കപ്പെട്ടു. ഒപ്പുശേഖരണ ട്രെയിൻ ജാഥ ഏറെ ശ്രദ്ധേയമായി. ഗാന്ധിജയന്തി ദിനമായ ഒക്ടോബർ 2 ന് പ്രതീകാത്മകമായി സഹനസമര മാതൃകയിൽ ഭീമഹർജി ഗവർണർക്ക് കൈമാറി. അതിനു മുന്നോടിയായി നടന്ന രാജ്ഭവൻ മാർച്ച് ജീവനക്കാരുടെ അടങ്ങാത്ത പ്രതിഷേധ വേദിയായി മാറി. ആഗോളവല്ക്കരണ വിരുദ്ധ പ്രക്ഷോഭങ്ങൾ ദേശീയ പ്രതിഷേധമായി മാറുകയും ഡബ്ല്യു എഫ് ടി യുവിന്റെ ആഹ്വാനപ്രകാരം 2003

സെപ്തംബർ 9 സാർവ്വദേശീയ ആഗോളവല്ക്കരണ വിരുദ്ധദിനമായി ആചരിക്കുകയും ചെയ്യുന്നതിലേക്ക് എത്തി. ഇതിന്റെ ഭാഗമെന്നോണം മുംബൈയിൽ 2004 ജനുവരി 16 മുതൽ 21 വരെ നടന്ന ലോക സോഷ്യൽ ഫോറത്തിൽ കെ ജി ഒ എ പ്രതിനിധി പങ്കെടുക്കുകയും അതിനു മുന്നോടിയായി 2003 ഡിസംബർ 21 മുതൽ 23 വരെ തൃശ്ശൂരിൽ നടന്ന സംഗമത്തിൽ സജീവ പങ്കാളിത്തം ഉറപ്പാക്കുകയും ചെയ്തിരുന്നു.

2004 കല്പറ്റ സമ്മേളനം

വയനാട് ജില്ല സംസ്ഥാന സമ്മേളനത്തിന് ആതിഥേയത്വം വഹിക്കുക എന്ന നിലയിലേക്ക് സംഘടന വളർന്നു. ഒട്ടേറെ അനുബന്ധ പരിപാടികളോടെ സമ്മേളനം വൻ വിജയമായി. ശമ്പളപരിഷ്കരണത്തിനു വേണ്ടിയുള്ള യോജിച്ച പോരാട്ടങ്ങളുടെ വർഷമായിരുന്നു 2004-05. വാഹനജാഥ, സെക്രട്ടേറിയറ്റ് മാർച്ച്, സൂചനാ പണിമുടക്കം ഉൾപ്പെടെയുള്ളവയിൽ കെ ജി ഒ എയുടെ നേതൃത്വവും പങ്കാളിത്തവും നിർണ്ണായകമായിരുന്നു. ജീവനക്കാരുടെ യോജിച്ച പോരാട്ടത്തിന്റെ ഗുണഫലം വെളിപ്പെടുത്തിത്തരുന്നതായിരുന്നു ഈ കാലഘട്ടം. സൂര്യനെല്ലി ദുരന്തമേറ്റു വാങ്ങിയ പെൺകുട്ടിയെ അവമതിച്ചും പ്രതികളെ സാധൂകരിച്ചും നീതിഹത്യ നടത്തിയ ഹൈക്കോടതി ന്യായവിധിക്കെതിരായ പ്രതിഷേധവും ഈ കാലയളവിൽ സംഘടന സജീവമായി ഏറ്റെടുത്തിരുന്നു. കലാ- സാംസ്കാരിക വേദികളുടെ രൂപീകരണത്തിലും പ്രവർത്തനത്തിലും കൂടി സംഘടന സജീവമായി ഇടപെട്ട വർഷമായിരുന്നു അത്. അതിനൊപ്പംതന്നെ ട്രേഡ് യൂണിയൻ ഐക്യസമരസമിതിയുടെ നേതൃത്വത്തിൽ നടന്ന ദേശീയ പണിമുടക്കങ്ങൾ വിജയിപ്പിക്കുന്നതിലും ശ്രദ്ധേയമായ പങ്ക് വഹിച്ചു.

2005 തിരുവനന്തപുരം സമ്മേളനം

ജില്ലയിലൊട്ടാകെ 10 അനുബന്ധ സമ്മേളനങ്ങളോടെ പ്രൗഢമായ സമ്മേളനമായി ഈ സമ്മേളനം മാറി. ശമ്പള പരിഷ്കാരം നേടിയെടുക്കുന്നതിനും സർക്കാരിന്റെ പ്രതികാരനടപടികളെ നേരിടുന്നതിനുമുള്ള അനുസ്യൂതമായ പ്രക്ഷോഭങ്ങൾക്കും നേതൃത്വം നല്കി.

2006 കോഴിക്കോട് സംസ്ഥാന സമ്മേളനം

ഇരുളടഞ്ഞ ഒരു കാലഘട്ടം കൂടി പിന്നിട്ടാണ് 2006 ൽ കെ ജി ഒ എ ഉൾപ്പെടെ ജീവനക്കാരുടെ സംഘടനകൾ കടന്നുവന്നത്. നാടിനെ ബഹുകാതം പിന്നോട്ടടിച്ച കേന്ദ്ര-സംസ്ഥാന നയങ്ങളെ അതിജീവിച്ച സാമൂഹ്യമുന്നേറ്റത്തിന്റെ ഘട്ടമായിരുന്നു അത്. അതിനനുസരിച്ചുള്ള പരിപാടി പ്രമേയ ഉള്ളടക്കമാണ് 40-ാം സംസ്ഥാനസമ്മേളനം അംഗീകരിച്ചത്. കേന്ദ്ര-സംസ്ഥാന സാമ്പത്തിക ബന്ധങ്ങൾ പുനരാവിഷ്കരിക്കുക, ജനോന്മുഖ സിവിൽ സർവ്വീസ് കെട്ടിപ്പടുക്കുന്നതിനുള്ള പോരാട്ടങ്ങളിൽ പങ്കാളികളാകുക എന്ന ആഹ്വാനമാണ് സംഘടന ഉന്ന

യിച്ചത്. തൊഴിലെടുക്കുന്ന സ്ത്രീകളുടെ അവകാശങ്ങൾ സംരക്ഷിക്കുക എന്ന പ്രത്യേക പ്രമേയവും കാലഘട്ടത്തിന്റെ സവിശേഷത തിരിച്ചറിഞ്ഞ് സംഘടന മുന്നോട്ടു വച്ചു. ദേശീയ സർക്കാരിന്റെ ജനവിരുദ്ധ-വിദേശകാര്യ-ആഭ്യന്തര നയങ്ങൾക്കെതിരായും വർഗ്ഗീയ-മതമൗലിക വാദ ശക്തിക്കെതിരായുമുള്ള ചെറുത്തുനില്പിനൊപ്പം സുസ്ഥിര സാമൂഹ്യ-സാമ്പത്തിക വികാസവും തൊഴിലുറപ്പും വരുമാന വർദ്ധനവും ഉറപ്പാക്കുകയെന്ന ലക്ഷ്യം മുൻനിർത്തിയുള്ള ഒട്ടേറെ പ്രവർത്തനങ്ങൾ ഏറ്റെടുക്കാനും ഈ കാലയളവിൽ സംഘടന സന്നദ്ധമായി. ഇന്ധനവില വർദ്ധനവിനും പെൻഷൻ സ്വകാര്യവല്ക്കരണത്തിനുമെതിരെ പണിമുടക്കം ഉൾപ്പെടെ പ്രതിഷേധ പരിപാടികളിലും സ്വാശ്രയ പ്രൊഫഷണൽ വിദ്യാഭ്യാസ നിയമ നിർമ്മാണം, പാലസ്തീൻ ഐക്യദാർഢ്യം തുടങ്ങിയവയിലും സംഘടന പങ്ക് വഹിച്ചു. സാമ്രാജ്യത്വശക്തികളുടെ കാർമ്മികത്വത്തിൽ നടത്തിയ സദ്ദാം ഹുസൈൻ വധശിക്ഷ നടത്തിപ്പിനെതിരായ ആഗോളവല്ക്കരണത്തിനെതിരെ ട്രേഡ് യൂണിയൻ ഇന്റർനാഷണൽ ഓഫ് പബ്ലിക് ആന്റ് അലൈഡ് എംപ്ലോയീസിന്റെ ആഹ്വാനമനുസരിച്ച് സംഘടിപ്പിക്കപ്പെട്ട 2007 ജനുവരി 10 ന്റെ ഐക്യദാർഢ്യ ദിനാചരണത്തിലും നമ്മുടെ സംഘടന വലിയപങ്ക് ഏറ്റെടുത്ത് നിർവ്വഹിച്ചു. ജനോന്മുഖ സിവിൽ സർവ്വീസ് കെട്ടിപ്പടുക്കുക എന്ന ലക്ഷ്യം മുൻനിർത്തി കെ ജി ഒ എ, എൻ ജി ഒ യൂണിയൻ സംയുക്താടിസ്ഥാനത്തിൽ സംഘടിപ്പിച്ച സംസ്ഥാന-ജില്ലാ ശില്പശാലകളും ഓഫീസ്തല ഗുണമേന്മാ പ്രവർത്തനവും ശ്രദ്ധേയമായിരുന്നു. ഭരണനയ രൂപീകരണരംഗങ്ങളിലെ വിദഗ്ദ്ധരുടെ പിന്തുണയും നേതൃത്വവും ഈ പരിപാടിയിൽ ഉറപ്പിക്കാനായതും നേട്ടമായി. 11-ാം പഞ്ചവത്സരപദ്ധതി മുൻനിർത്തി വികസനമേഖലാടിസ്ഥാനത്തിൽ സംഘടിപ്പിച്ച ശില്പശാലകളും തയ്യാറാക്കപ്പെട്ട കരട് സമീപനരേഖകളും ഈ രംഗത്ത് ഗസറ്റഡ് ജീവനക്കാർ നല്കിയ സംഭാവനയുടെ നിർദ്ദേശങ്ങളായി കണക്കാക്കാം. ഇതിന്റെ ഭാഗമായി തയ്യാറാക്കിയ രേഖ മന്ത്രിസഭാതലത്തിലും വകുപ്പുതലങ്ങളിലും അടിസ്ഥാന സമീപനരേഖയായി തന്നെ ഉപയോഗപ്പെടുത്തപ്പെട്ടു. എങ്ങനെയാണ് ഒരു സിവിൽ സർവ്വീസ് സംഘടനയ്ക്ക് ഭരണ-വികസന-ക്ഷേമമേഖലകളിൽ നിർണ്ണായകമായി ഇടപെടാനാകുക എന്നതിന്റെ കൂടി തെളിവായി ഈ പ്രവർത്തനഘട്ടം മാറി.

2007 കോട്ടയം സമ്മേളനം

കേന്ദ്രസർക്കാരിന്റെ ജനവിരുദ്ധനയങ്ങൾക്കെതിരായ പോരാട്ടം ശക്തമായി തുടരുകയും ഒപ്പം സംസ്ഥാനത്ത് ജനപക്ഷബദലിന്റെ ഭാഗമായി ഉത്തമ ജനസേവനത്തിനുതകുന്ന ജനപക്ഷ സിവിൽ സർവ്വീസ് രൂപപ്പെടുത്തലിനുള്ള നാനാവിധ പ്രവർത്തനങ്ങളുടെ തുടർച്ചയാണ് പിന്നീടുള്ള ഘട്ടത്തിൽ ചൂണ്ടിക്കാണിക്കാവുന്നത്. സേവനമേഖലയിലെ സ്ത്രീകളുടെ അവകാശങ്ങൾ അംഗീകരിച്ച് നടപ്പിലാക്കുക എന്ന ഗൗരവപൂർണ്ണമായ പ്രവർത്തനത്തിന്റെ പ്രസക്തി

പിന്നീടുള്ള വർഷങ്ങളിലെ അനുഭവം ആവർത്തിച്ച് ഉറപ്പാക്കുന്നതും നാം കണ്ടു. സിവിൽ സർവ്വീസ് കാര്യക്ഷമതയുടെ നിർണ്ണായക നിർവ്വഹണം എന്ന നിലയിൽ ഏറ്റെടുത്ത സർവ്വീസ് അദാലത്ത് തികച്ചും പ്രായോഗികമായ സമീപനത്തിന് തെളിവായി. ഫയൽ തീർപ്പാക്കുക, ക്ഷേമപദ്ധതി നടപ്പാക്കുക, വികസന പ്രവൃത്തികൾ സാധൂകരിക്കുക തുടങ്ങിയവക്ക് പുറമേ സേവനാവകാശ ശാക്തീകരണം മുൻനിർത്തിയുള്ള സർവ്വീസ് പാർലമെന്റും നാം മാതൃകാപരമായി സംഘടിപ്പിച്ചു. കോട്ടയം സമ്മേളനത്തിന്റെ മുഖ്യ സംഘാടകനായിരുന്ന അന്നത്തെ ജില്ലാ പഞ്ചായത്ത് പ്രസിഡന്റ് ടി കെ സുഗുണൻ ഇന്ന് നമ്മോടൊപ്പമില്ല.

വളർച്ചയുടെ കുതിപ്പ്

ഭരണകാര്യ നിർവ്വഹണ പരിഷ്കരണവും സേവനപരിഷ്കരണവും സംബന്ധിച്ചുള്ള ഒട്ടേറെ നിർദ്ദേശങ്ങൾ രൂപപ്പെടുത്താനായി. കെ ജി ഒ എ സംസ്ഥാനകമ്മിറ്റി ആസ്ഥാനത്ത് പുതിയതായി പണിതു ചേർത്ത ഓഡിറ്റോറിയത്തിന്റെ ഉദ്ഘാടനം 2007 സെപ്തംബർ 10 ന് സുകോമൾ സെൻ നിർവ്വഹിച്ചു. നൂതന നിർമ്മാണ സാങ്കേതികവിദ്യ പ്രയോജനപ്പെടുത്താനുള്ള വൈദഗ്ദ്ധ്യം പ്രകടമാകുന്നതായിരുന്നു ഹാൾ നിർമ്മാണം. കെ ജി ഒ എ സംസ്ഥാന സെക്രട്ടേറിയറ്റ് അംഗമായിരുന്ന സണ്ണി എബ്രഹാമിന്റെ മേൽനോട്ടത്തിലായിരുന്നു ഈ നിർമ്മാണ പ്രവർത്തനം.

2008 എറണാകുളം സമ്മേളനം

2 ദിവസമായി ബിസിനസ് സമ്മേളനമാണ് നിശ്ചയിച്ചതെങ്കിലും ശ്രദ്ധേയവും എല്ലാ അംഗങ്ങൾക്കും മെയിൽ ഐ ഡി അടക്കം നല്കിക്കൊണ്ടും ചിട്ടയായി സംഘടിപ്പിച്ച സമ്മേളനമായി മാറി. വനിതകളെ കൂടുതലായി സംഘടനാരംഗത്ത് അണിനിരത്തുന്നതിലേക്കായി ഏരിയാതലംവരെ വനിതാകമ്മിറ്റി പ്രാവർത്തികമാക്കാനും സാംസ്കാരിക പ്രവർത്തനഭാഗമായി കെ ജി ഒ എ ന്യൂസിനെ ശക്തിപ്പെടുത്താനും ജില്ലാതലത്തിൽ ലൈബ്രറി സജ്ജീകരിക്കാനും ഉൾപ്പെടെയുള്ള പ്രധാന പ്രവർത്തനവും ഈ കാലയളവിൽ നടപ്പാക്കി.

2009 കൊല്ലം സമ്മേളനം

കേരളത്തിന്റെ വികസന മുൻഗണനകൾ എന്ന വിപുലമായ ചർച്ചയും അതിന്റെ രേഖയും അടക്കം ശ്രദ്ധേയമായ സമ്മേളനമായി അത് മാറുകയുണ്ടായി.

2010 പാലക്കാട് സമ്മേളനം

കേരളത്തിന്റെ കാർഷിക വളർച്ചയെക്കുറിച്ചുള്ള എക്സിബിഷനും സെമിനാറുകളും സമ്മേളനത്തെ ശ്രദ്ധേയമാക്കി. സംഘടനാവിപുലീകരണത്തിന്റെ ഭാഗമായി സംസ്ഥാനകമ്മിറ്റി, സെക്രട്ടേറിയറ്റ്,

ഭാരവാഹികൾ എന്നിവയിലെ എണ്ണം ഉയർത്തി നിശ്ചയിക്കാൻ തീരുമാനിച്ചുകൊണ്ടാണ് പാലക്കാട് സമ്മേളനം ചേർന്നത്. നിലവിലുണ്ടായിരുന്ന ബൈലോയിൽ കാലാനുസൃതമാറ്റങ്ങൾ വരുത്തുന്നതിനും ശ്രദ്ധിച്ചു. 44-ാം സമ്മേളനത്തിലെ ഒരു സവിശേഷത സംസ്ഥാനവനിതാനയം നടപ്പാക്കുക, സമൂഹത്തിലെ സ്ത്രീപദവി ഉയർത്തുക, വനിതാ ജീവനക്കാരുടെ സവിശേഷ ആവശ്യങ്ങൾ അംഗീകരിക്കുക എന്നത് ഔദ്യോഗിക പ്രമേയമായി അവതരിപ്പിച്ചുകൊണ്ടുള്ള തുടർപ്രവർത്തനത്തിലേക്ക് പോകാനായി എന്നതാണ്. ആസിയൻ കരാർ, കടൽ മത്സ്യബന്ധന നിയന്ത്രണ-പരിപാലന നിയമം ഉൾപ്പെടെയുള്ള ജനകീയ പ്രശ്നങ്ങളോട് ജീവത്തായി പ്രതികരിക്കാനും ഈ ഘട്ടത്തിൽ സംഘടനയ്ക്ക് കഴിഞ്ഞു. മാതൃകാപരമായ തൊഴിൽബന്ധം എങ്ങനെ പുലർത്താമെന്നും സംതൃപ്തമായ പൊതുസേവനമേഖല പരിപാലിക്കാമെന്നും തെളിയിച്ച ഇടതുപക്ഷ ഭരണകാലത്ത് ഒരു സർക്കാരിനു കീഴിൽ രണ്ട് ശമ്പളപരിഷ്കരണം എന്ന തരത്തിൽ അഞ്ചുവർഷ ശമ്പളപരിഷ്കരണ തത്ത്വം പാലിക്കപ്പെടുമെന്നും ബോദ്ധ്യപ്പെടുത്തിയ കാലമായിരുന്നു അത്.

ഗസറ്റഡ് ഉദ്യോഗസ്ഥരുടെ സാമൂഹ്യ പ്രതിബദ്ധതയുടെ നിദർശമായിരുന്നു അടുത്ത ഘട്ടത്തിലെ കെ ജി ഒ എ വികാസം. സമഗ്രവികസനം ലക്ഷ്യമിട്ടുള്ള സംസ്ഥാന ബജറ്റ് നിർദ്ദേശങ്ങൾ പ്രാവർത്തികമാക്കുന്നതിന് നേതൃത്വം നല്കുക, സിവിൽ സർവ്വീസിന്റെ കാര്യക്ഷമത വർദ്ധിപ്പിക്കുക, കേന്ദ്രസർക്കാരിന്റെ ജനവിരുദ്ധനയങ്ങൾക്കെതിരെ അണിനിരക്കുക, ജനപക്ഷ ബദലിനെ സംരക്ഷിക്കുക എന്ന മുഖ്യമുദ്രാവാക്യം ഉയർത്തിക്കൊണ്ടുള്ള പ്രവർത്തന കാലയളവായിരുന്നു അത്. ഒപ്പംതന്നെ സ്ത്രീപദവിക്കും തുല്യനീതിക്കും സ്ത്രീസൗഹൃദഓഫീസ് നിർവ്വഹണത്തിനുള്ള പ്രവർത്തനങ്ങളും ഏറ്റെടുത്തു. തൊഴിലും വീടും നീർത്തടാധിഷ്ഠിത മാസ്റ്റർപ്ലാൻ സമയബന്ധിതമായി പൂർത്തിയാക്കുന്നതിനുള്ള സമഗ്ര പ്രവർത്തനങ്ങളിലും പങ്കാളികളായി.

മൂന്ന് വൻമേഖലാ കൺവെൻഷനുകൾ വിളിച്ചു ചേർത്ത് പ്രവർത്തകരെ സജ്ജമാക്കിയാണ് നിർവ്വഹണം സാധിതമാക്കിയത്. കെ ജി ഒ എ മുഖപത്രമായ *കെ ജി ഒ എ ന്യൂസി*ന്റെ രജതജൂബിലിയാഘോഷവും ഇതിനൊപ്പം നടന്നു. അധികാര വികേന്ദ്രീകരണ അനുഭവങ്ങൾ, സെമിനാർ, സംസ്ഥാനതല ജോബ് ഫെസ്റ്റ്, മാതൃകാ പ്രവേശനപരീക്ഷ മുതലായവ ഇതിനോടനുബന്ധിച്ച് നടത്തി. മുൻകാല നേതാക്കളുടെ അനുഭവക്കുറിപ്പുകൾ ന്യൂസിന്റെ ഈടുവയ്പായി മാറി.

രജതജൂബിലി ലക്കത്തിന്റെ പ്രകാശനം തൃശ്ശൂരിൽ ചേർന്ന ചടങ്ങിൽ സ്പീക്കർ കെ രാധാകൃഷ്ണൻ നിർവ്വഹിച്ചു. കെ ജി ഒ എ യുടെ പരിവർത്തനത്തിന് നേതൃത്വം വഹിച്ച പി ആർ രാജൻ എം പി പ്രത്യേകപതിപ്പ് ഏറ്റുവാങ്ങി. പ്രശസ്ത മാധ്യമ പ്രവർത്തകൻ വെങ്കിടേഷ് രാമകൃഷ്ണൻ മുഖ്യപ്രഭാഷണം നടത്തി. രജതജൂബിലി സ്മരണികയും തുടർന്ന് പ്രസിദ്ധീകൃതമായി. സംഘടനയുടെ രൂപവികാസം, പ്രവർത്തന സ്വഭാവം, ചരിത്രം മുതലായവയ്ക്കു പുറമേ കാലികപ്രസക്ത വിഷയ

ങ്ങൾ കൂടി ഉൾക്കൊള്ളുന്നതായി മാറി രജതജൂബിലി പരിപാടികൾ. ജൂബിലി പതിപ്പിന്റെ പ്രകാശനം പി കെ ശ്രീമതി ടീച്ചർ, മുൻ മാനേജർ ആർ കെ രഘുനാഥന് നല്കി നിർവ്വഹിച്ചു.

പ്രത്യേകം പരാമർശിക്കപ്പെടേണ്ട രണ്ടു കാര്യങ്ങൾ ഡബ്ല്യു എഫ് ടി യു 16-ാം കോൺഗ്രസിൽ എ ഐ എസ് ഇ ജി എഫിനെ പ്രതിനിധീകരിച്ച് എഫ് എസ് ഇ ടി ഒ ജനറൽ സെക്രട്ടറി എ ശ്രീകുമാർ പങ്കെടുത്തു എന്നതും അഖിലേന്ത്യാ ഫെഡറേഷൻ രജത ജൂബിലി ആഘോഷങ്ങൾ വിജയവാഡയിൽ ചേർന്നതുമാണ്. കെ ജി ഒ എയുടെ നാലംഗ പ്രതിനിധി സംഘത്തിൽ ടി കെ സുഭാഷ്, കെ ശിവകുമാർ, കെ കെ ശ്യാമള, എസ് എഡിസൻ എന്നിവർ പങ്കെടുത്തു. സിവിൽ സർവ്വീസിനെ തകർക്കുന്ന പ്രതിലോമനയങ്ങൾക്കെതിരായ ഐക്യവും പോരാട്ടവും ശക്തിപ്പെടുത്താനാണ് അഖിലേന്ത്യാ സമ്മേളനം തീരുമാനിച്ചത്. നവംബർ 18 ന് അഖിലേന്ത്യാ പ്രതിഷേധദിനമായി ആചരിക്കാനും തീരുമാനിച്ചു. 2011 ഫെബ്രുവരിയിൽ അഖിലേന്ത്യാ ഫെഡറേഷന്റെ ആഭിമുഖ്യത്തിൽ മൂന്നാമത് വനിതാസമ്മേളനം ചേർന്നു. 16 സംസ്ഥാനങ്ങളിൽനിന്ന് 19 സംഘടനയുടെ പ്രതിനിധികൾ പങ്കെടുത്ത കല്ക്കത്ത സമ്മേളനത്തിൽ കെ ജി ഒ എയെ പ്രതിനിധീകരിച്ച് 8 അംഗസംഘം പങ്കെടുത്തു.

വനിതാരംഗത്തെ ഇടപെടലുകളുടെ കൃത്യമായ സൂചനയാണ് എം ആർ ജയഗീതയ്ക്ക് ട്രയിൻ യാത്രയ്ക്കിടയിലുണ്ടായ അതിക്രമത്തിനെതിരെ നാം ഏറ്റെടുത്ത പ്രതിഷേധവും തുടർ നടപടികളും. ഇതിന്റെ തുടർച്ചയായാണ് "സ്ത്രീസുരക്ഷ- തൊഴിലിടങ്ങളിലും പൊതുസ്ഥലങ്ങളിലും" എന്ന വിഷയം മുൻനിർത്തി നടത്തിയ സംസ്ഥാന വനിതാ കൺവെൻഷൻ. നേതൃത്വവും പങ്കാളിത്തവും ഉള്ളടക്കവും മെച്ചപ്പെടുത്തിക്കൊണ്ടുള്ള പരിപാടിയാക്കിയത് മാറ്റാനായി. സാമൂഹ്യ വിഷയങ്ങളിൽ വർഗ്ഗപരമായ വീക്ഷണം ഉറപ്പാക്കാൻ സംഘടനാപരമായി തെളിഞ്ഞ കാഴ്ചപ്പാടും നിലപാടും ഉണ്ടാകണം. ഇതിനുതകുന്നവിധം മുൻകാല നേതാക്കളുടെ അനുഭവം പങ്കുവച്ചുകൊണ്ടുള്ള സംഗമങ്ങൾ സംഘടിപ്പിക്കാനും പുതിയ പ്രവർത്തകരേയും നേതാക്കളേയും ആവേശം കൊള്ളിക്കാനും സംഘടന ശ്രദ്ധവെച്ചതും കാണാം. ഈ സാമൂഹ്യബോധത്തിന്റെ പ്രകടമായ വെളിപ്പെടുത്തലായി ആശയപ്രചാരണ ഉപാധികളായ *എംപ്ലോയീസ് ഫോറം, ചിന്തവാരിക, സി ഐ ടി യു സന്ദേശം, വോയിസ് ഓഫ് വർക്കിങ് വിമൻ* എന്നിവയുടെ പ്രചാരവും സംവാദവും ഉറപ്പാക്കാൻ സംഘടന നടത്തിയ ശ്രമം. പുതിയതായി സർവ്വീസിൽ നിയമിക്കപ്പെടുന്നവർക്ക് ഭരണകാര്യ നിയമക്രമങ്ങൾ ഉൾക്കൊള്ളുന്ന വിഷയങ്ങളിൽ മാർഗദർശനക്ലാസും ഡിപ്പാർട്ട്മെന്റ് ടെസ്റ്റുകൾക്കുള്ള പരിശീലന കോഴ്സും വഴി കൃത്യനിർവ്വഹണരംഗത്തും നിർണ്ണായക പിന്തുണ ഉറപ്പാക്കാൻ സംഘടനയ്ക്ക് കഴിഞ്ഞു. എന്നാൽ ഇടതുപക്ഷ സർക്കാരിന്റെ കാലത്ത് സംജാതമായ സംതൃപ്ത സാഹചര്യം കാലഹരണപ്പെടുകയും ജീവനക്കാരോട് ശത്രുതാപരമായ സമീപനം സ്വീകരിച്ച യു ഡി എഫ് സർക്കാരിന്റെ ദുർനയങ്ങളുടെ കെടുതികൾ രൂക്ഷമാകുകയും ചെയ്യുന്ന സ്ഥിതിയാണ് പിന്നീടുണ്ടായത്. സ്വാഭാവികമായും

പ്രതിരോധത്തിന്റെയും അവകാശ പരിപാലനപ്രക്ഷോഭത്തിന്റെയും ഗതിക്രമത്തിലേക്ക് വഴിമാറുന്ന കാലയളവാണ് തുടർന്നുണ്ടായത്. തസ്തികനിരോധനം, ശമ്പളതുല്യതയില്ലാതാക്കൽ, തുടർച്ചാനുമതി നിഷേധം തുടങ്ങിയവയ്ക്കെതിരായ ശക്തമായ പ്രക്ഷോഭങ്ങൾക്കാണ് പിന്നീട് സംഘടന നേതൃത്വം വഹിച്ചത്.

2011 തിരുവനന്തപുരം സമ്മേളനം

ശ്രദ്ധേയമായ ഒട്ടേറെ അനുബന്ധ പ്രവർത്തനങ്ങളിലൂടെ സമ്മേളനത്തിലേക്ക് എത്തുമ്പോൾ നേരിയ ഇടതുപക്ഷത്തിൽ യു ഡി എഫ് അധികാരത്തിലെത്തിയിരുന്നു. വരാൻ പോകുന്ന കറുത്ത ദിനങ്ങളെ പ്രതിരോധിക്കേണ്ടതിന്റെ ആവശ്യകത ബോദ്ധ്യപ്പെടുന്ന നിലയിൽത്തന്നെ സമ്മേളനം സംഘടിപ്പിക്കപ്പെട്ടു.

2012 മലപ്പുറം സമ്മേളനം

94 ന് ശേഷം മലപ്പുറത്ത് അന്നത്തെ അനുഭവങ്ങൾ/ അയവിറക്കാൻ കഴിയുന്ന നിലയിൽ മികച്ച സമ്മേളനമായിത്തന്നെ നടന്നു.

2013 ഇടുക്കി (തൊടുപുഴ) സമ്മേളനം
പ്രതിരോധവും പ്രതിഷേധവും

46 വർഷത്തെ സംഘടനാ ചരിത്രത്തിൽ ആദ്യമായി ഇടുക്കി ജില്ല സംസ്ഥാന സമ്മേളനം ഏറ്റെടുത്ത് വമ്പിച്ച വിജയമാക്കി മാറ്റിയ കാഴ്ചയാണ് സംഘടനാ ചരിത്രത്തിലെ പ്രസ്താവ്യ ഘടകം. ജലവിഭവം, ഊർജ്ജം, ഗതാഗതം, പട്ടികവർഗ്ഗ ക്ഷേമം, സ്ത്രീസംരക്ഷണവും തൊഴിലിടങ്ങളിലെ പരിരക്ഷയും ഉൾപ്പെടെ വിഷയങ്ങൾ ചർച്ചാവിധേയമാക്കുകയും പാരിസ്ഥിതികചൂഷണം പരമാവധി കുറച്ചുകൊണ്ട് ഹരിത സമ്മേളനമാക്കി സംഘടിപ്പിക്കുകയും ചെയ്തു എന്നതും പരാമർശിക്കപ്പെടണം. സംസ്ഥാന ജീവനക്കാർക്ക് അഞ്ചുവർഷതത്ത്വം പാലിച്ചുള്ള 10-ാം ശമ്പളപരിഷ്കരണം നടപ്പാക്കണമെന്ന പ്രമേയം മുദ്രാവാക്യമായി അംഗീകരിച്ച ആദ്യ സംഘടനയെന്ന നിലയും കെ ജി ഒ എ യ്ക്ക് അവകാശപ്പെടാം. മുല്ലപ്പെരിയാർ അണക്കെട്ടിന്റെ സുരക്ഷാപ്രശ്നം, അന്തർ സംസ്ഥാന നദീസംയോജന വിഷയം തുടങ്ങിയ സാമൂഹ്യ പ്രശ്നങ്ങളിൽ നിർണ്ണായകവും സാങ്കേതികവും ആയ ഇടപെടലുകൾ സംഘടന നടത്തിയ ഘട്ടവുമായിരുന്നു അത്. "എ സ്റ്റെപ്പ്" എന്ന പേരിൽ അടിമാലിയിൽ തുടക്കമിട്ട പട്ടിക വർഗ്ഗ വികസന പിന്തുണപദ്ധതിയും ഏറെ ശ്രദ്ധേയമായി.

സംസ്ഥാന ജില്ലാതലങ്ങളിൽ പഠനക്യാമ്പുകൾ നടത്തി പ്രവർത്തകരെ സമരസജ്ജമാക്കിയും സംഘടനാ മിഷനറി എണ്ണയിട്ട് ചലിപ്പിച്ചുമാണ് സൂചനാപണിമുടക്കത്തിലേക്കും പങ്കാളിത്ത പെൻഷൻ പദ്ധതി പിൻവലിപ്പിക്കുന്നതിനും നിയാമക പെൻഷൻ സംരക്ഷിക്കുന്നതിനുമുള്ള അനിശ്ചിതകാല പ്രക്ഷോഭത്തിലേക്കും സംഘടനയെ നയിച്ചത്. ആറ്

ദിവസത്തെ പണിമുടക്കത്തിന്റെ പരിണതി നിയാമക പെൻഷൻ പരിരക്ഷയ്ക്കായുള്ള അവകാശം ജീവനക്കാരിൽ വേരുറപ്പിക്കാനും അധികാരികളെ സമ്മർദ്ദത്തിലാക്കാനും കഴിഞ്ഞുവെന്നതാണ്. എന്നാൽ മാനുഷിക മര്യാദ തൊട്ടുതീണ്ടാത്ത ഭരണവർഗ്ഗം ഒത്തുതീർപ്പു ധാരണകൾ അട്ടിമറിക്കുന്ന സമീപനം തുടരുകയായിരുന്നു. 100 മണിക്കൂർ സഹനസമര സത്യഗ്രഹത്തിലൂടെയാണ് ജീവനക്കാർ ഇതിനോട് പ്രതികരിച്ചത്. 2013 ഏപ്രിൽ 1 കരിദിനമായി ആചരിച്ചാണ് സംസ്ഥാനത്തെ ജീവനക്കാർ പങ്കാളിത്ത പെൻഷൻ നടപടിയോട് പ്രതികരിച്ചത്. രണ്ടു പതിറ്റാണ്ടുകൾക്കിടയിൽ 14 പണിമുടക്കങ്ങൾ എന്ന ചരിത്രവും നാം കണ്ടു. ആഗോളീകരണ വിരുദ്ധ പോരാട്ടങ്ങൾ നിർണ്ണായകമായ 2013 ഫെബ്രുവരി 20, 21 ലെ ദേശീയ പണിമുടക്കം വിജയിപ്പിക്കുന്നതിൽ നിർണ്ണായക ശക്തിയായും സംഘടന വർത്തിച്ചു.

ഭക്ഷണം, വെള്ളം, മരുന്ന്, വിദ്യാഭ്യാസം, പാർപ്പിടം തുടങ്ങിയ അടിസ്ഥാനാവശ്യങ്ങൾ ഉന്നയിച്ച് സാർവ്വദേശീയ പ്രക്ഷോഭദിനമായി 3.10.12 ആചരിക്കുവാനുള്ള ഡബ്ല്യു എഫ് ടി യു ആഹ്വാനം പ്രാവർത്തികമാക്കുന്നതിൽ സംഘടനയുടെ വലിയ പങ്കാളിത്തമുണ്ടായി. ശമ്പളപരിഷ്കരണ അപാകങ്ങൾക്കെതിരെ കൃഷിവകുപ്പ് ജീവനക്കാരെയും പ്രതികാരബുദ്ധ്യായുള്ള ചട്ടവിരുദ്ധ സ്ഥലംമാറ്റ നടപടികളിൽ പ്രതിഷേധിച്ച് തനതായും പൊതുസംഘടനകളെയും അണിനിരത്തിയുമുള്ള പ്രവർത്തനങ്ങൾ സംഘടന ഏറ്റെടുക്കുകയും ചെയ്തു. വിദ്യാഭ്യാസരംഗത്തെ അശാസ്ത്രീയതകൾക്കെതിരെ വിപുലമായ വേദിയൊരുക്കിക്കൊണ്ട് കേരള വിദ്യാഭ്യാസ സമിതിക്ക് രൂപം നല്കാനും പ്രാവർത്തികമാക്കാനും ശ്രമം നടത്തുകയുംചെയ്തു. രാജ്യത്തിനാകെ മാതൃകയായി മാറിയ കുടുംബശ്രീയെ തകർക്കുന്ന സർക്കാർ നടപടിക്കെതിരെ ഒരാഴ്ച തുടർന്ന രാപ്പകൽ സമരത്തിന് ആളും അർത്ഥവും ഒരുക്കി സർവ്വവിധ പിന്തുണയും നല്കാനും സംഘടനയ്ക്ക് കഴിഞ്ഞു.

മേഖലാ കൺവെൻഷനുകൾ സംഘടിപ്പിച്ച് ജീവനക്കാരെ സജ്ജമാക്കിയാണ് തുടർന്നുള്ള ശമ്പളപരിഷ്കരണ പ്രക്ഷോഭം നയിച്ചത്. തിരുവനന്തപുരം, തൃശ്ശൂർ, കോഴിക്കോട് കൺവെൻഷനുകൾ കൃത്യതയോടെ സംഘടിപ്പിക്കാൻ കഴിഞ്ഞു. ശമ്പളപരിഷ്കരണം-പെൻഷൻ സംരക്ഷണം എന്നിവ മുൻനിർത്തിയുള്ള സംയുക്ത പ്രക്ഷോഭസംഘാടനത്തിലേക്കാണ് തുടർന്ന് സംഘടന മുന്നേറിയത്. സിവിൽ സർവ്വീസ് ബോർഡ് രൂപീകരണം, ഓട്ടോണോമസ് കോളേജ് നിർദ്ദേശം, ജലനയനിർവ്വഹണം, 14-ാം ധനകമീഷൻ നിർദ്ദേശം, അധികാര വികേന്ദ്രീകരണ-ആസൂത്രണ വികേന്ദ്രീകരണ പ്രക്രിയ മുതലായവയെക്കുറിച്ചുള്ള പ്രതികരണങ്ങൾ സജ്ജമാക്കാനും പ്രാവർത്തികമാക്കാനുമുള്ള പ്രവർത്തനമാണ് പിന്നീട് സംഘടന ഏറ്റെടുത്ത് ഏർപ്പെട്ടിരുന്നത്. കേരള അഡ്മിനിസ്ട്രേറ്റീവ് സർവ്വീസ് രൂപീകരിച്ച് ഏകപക്ഷീയ പ്രഖ്യാപനം നടപ്പാക്കാൻ സർക്കാരും ചീഫ് സെക്രട്ടറിയും മുതിർന്നപ്പോൾ ശാസ്ത്രീയവും പ്രായോഗികവും ആയ ഘടനയും കൃത്യതയോടെയുള്ള തെരഞ്ഞെടുപ്പു മാർഗ്ഗവും നിർദ്ദേശിച്ചുകൊണ്ട് മറ്റ് സംഘടനകളേയും

ഏകോപിപ്പിച്ച് സംഘടന നേതൃത്വം നല്കിയ ക്യാമ്പയിന്റെ ഫലമായി ഉത്തരവു തന്നെ പിൻവലിക്കാനും തീരുമാനം പുനഃപരിശോധിക്കാനും പരിഷ്കരിച്ച് നടപ്പാക്കാനും സർക്കാർ നിർബ്ബന്ധിതമായി. വർഗ്ഗീയ ഭീകരവാദികൾ സർവ്വീസ് മേഖലയിലുള്ളവരെയും കൊലക്കത്തിക്കിരയാക്കുന്നു എന്ന സ്ഥിതി ഈ ഘട്ടത്തിലുണ്ടായി. കെ എം സി എസ് യു സംസ്ഥാന കൗൺസിൽ അംഗം നാരായണൻ നായരുടെ വധം ഞെട്ടിപ്പിക്കുന്നതായിരുന്നു. അദ്ദേഹത്തിന്റെ കുടുംബത്തെ സഹായിക്കുന്നതുൾപ്പെടെ മാതൃകാപരമായ പ്രവർത്തനമാണ് എഫ് എസ് ഇ ടി ഒ കൂട്ടായ്മ ഏറ്റെടുത്തത്. കെ ജി ഒ എ യുടെ പരിവർത്തന ഘട്ടത്തിൽ സംഘടനയ്ക്ക് മാതൃകാപരവും ചരിത്രപരവുമായ നേതൃത്വം നല്കി. പി ആർ രാജന്റെ നിര്യാണം സൃഷ്ടിച്ച ആഘാതത്തിന്റെ ഘട്ടവുമായത് മാറി. പരിസരശുചീകരണം പകർച്ചപ്പനി പ്രതിരോധപ്രവർത്തനം മുതലായവയിൽ നിർണ്ണായക ഇടപെടലുകൾക്ക് നേതൃത്വം നല്കാനും സംഘടന സന്നദ്ധമായി.

2014 തൃശൂർ സമ്മേളനം

സമൂഹത്തിലെ പാർശ്വവല്കൃതരായ പട്ടികജാതി, വനിതാ, ഭിന്നശേഷിയുള്ളവർ എന്നിവരുടെ പ്രശ്നങ്ങൾക്ക് മുൻഗണന നല്കി സമ്മേളനത്തോടനുബന്ധിച്ച് നടന്ന പ്രവർത്തനങ്ങൾ ഏറെ പ്രശംസിക്കപ്പെടുകയുണ്ടായി.

2015 കണ്ണൂർ സമ്മേളനം

സംഘടനയുടെ പ്രവർത്തനം 50-ാം വർഷത്തിലേക്ക് കടക്കുന്ന ഘട്ടത്തിൽ നിർണ്ണായക സംഭാവന നല്കിയ കണ്ണൂർ സമ്മേളനം മികച്ച നിലയിൽ സംഘടിപ്പിക്കുകയുണ്ടായി.

2016 തിരുവനന്തപുരം സുവർണ്ണ ജൂബിലി സമ്മേളനം

50 വർഷം പൂർത്തിയാക്കിയ സംഘടനയുടെ കരുത്തും സംഘാടക മികവും സഹോദരസംഘടനകളുടെ ഐക്യദാർഢ്യവും വിളിച്ചോതുന്ന നിലയിലുള്ള വളർച്ച വ്യക്തമാക്കുന്ന അനുഭവമാണ് സമ്മേളനം നല്കിയത്.

കേരളത്തിലെ ജീവനക്കാരുടെ പ്രക്ഷോഭങ്ങൾ

ആയിരത്തി തൊള്ളായിരത്തി അറുപത്തിനാല് സെപ്തംബർ 11 മുതൽ കേരളം ഗവർണർ ഭരണത്തിലായി. 1964-65 കാലഘട്ടങ്ങളിൽ ശമ്പളപരിഷ്കരണവുമായി ബന്ധപ്പെട്ട് വലിയ പ്രക്ഷോഭമായിരുന്നു സംസ്ഥാന ജീവനക്കാരുടെ മേഖലയിൽ നടന്നത്. ശമ്പളകമ്മീഷൻ നല്കിയ റിപ്പോർട്ടിന്മേൽ ചർച്ചയോ മേൽ നടപടിയോ ഉണ്ടാകാത്ത സാഹചര്യത്തിൽ 1966 ജനുവരി 10 ന് ജീവനക്കാർ എൻ ജി ഒ യൂണിയന്റെ നേതൃത്വത്തിൽ രാജ്ഭവൻ മാർച്ച് നടത്താൻ തീരുമാനിച്ചു.

1966 ഫെബ്രുവരി 4 ന് ശമ്പളകമ്മീഷന്റെ റിപ്പോർട്ടിലെ അപാകതകളെക്കുറിച്ച് ഗവർണറുടെ അഡ്വൈസർ സംഘടനാ പ്രതിനിധികളുമായി ചർച്ച നടത്താൻ തീരുമാനിച്ചു. എൻ ജി ഒ യൂണിയൻ ഉൾപ്പെടെ എല്ലാ സംഘടനകളും ചർച്ചയിൽ പങ്കെടുത്തു. ചർച്ച പ്രഹസനമായിരുന്നു. ഇതിനെത്തുടർന്ന് മെയ് 24 മുതൽ അനിശ്ചിത കാലത്തേക്ക് പണിമുടക്കാൻ കോ-ഓർഡിനേഷൻ കമ്മിറ്റി തീരുമാനിച്ചു. ഏപ്രിൽ 24 മുതൽ പ്രചരണവാരവും, മെയ് ഒന്നു മുതൽ ചട്ടപ്പടി ജോലിസമരവും തീരുമാനിച്ചു.

കേരളത്തിലെ സർക്കാർ ജീവനക്കാരുടെ സമരത്തോടൊപ്പം പല ഘട്ടങ്ങളിലും അണിചേർന്നിരിക്കുകയും മാനസികപിന്തുണ നല്കുകയും ചെയ്ത കേരളത്തിലെ ഗസറ്റഡ് ജീവനക്കാർ ഒരു പൊതുസംഘടന, സംഘടനാ രൂപീകരണത്തിനുള്ള ശ്രമങ്ങൾ നേരത്തെ ആരംഭിച്ചിരുന്നു. തുടർന്ന് 01.06.1966 ൽ ചേർന്ന കമ്മിറ്റി കേരളത്തിലെ സർക്കാർ ജീവനക്കാരുടെ ശമ്പളപരിഷ്കരണവുമായി ബന്ധപ്പെട്ട് കെ ജി ഒ എയുടെ നിവേദനത്തെപ്പറ്റി ഗവർണറുടെ അഡ്വൈസറെ കണ്ട് സംസാരിക്കുന്നതിന് കെ ടി നമ്പൂതിരിപ്പാട്, നാരായണൻ നായർ, രാമകൃഷ്ണപിള്ള, അലക്സാണ്ടർ, ശിവൻകുട്ടി നായർ എന്നിവർ ഉൾക്കൊള്ളുന്ന കമ്മിറ്റിയെ നിയോഗിച്ചു.

ശമ്പളകമീഷൻ റിപ്പോർട്ടിൽ മാറ്റം വരുത്തേണ്ട വെയിറ്റേജ്, ക്ഷാമബത്ത വർദ്ധനവ് എന്നിവയാണ് മെമ്മോറാണ്ടത്തിൽ പ്രധാനമായും വിശദീകരിച്ചിരുന്നത്. എന്നാൽ അഡ്വൈസറെ കണ്ടതിൽ പ്രത്യേകിച്ച് ഗുണമെന്നും ഉണ്ടായില്ല. അപേക്ഷ പരിഗണിക്കാൻ കഴിയില്ല എന്ന മറുപടിയാണ് അഡ്വൈസർ നല്കിയത്. ഗസറ്റഡ് ജീവനക്കാരുടെ ശമ്പളവർദ്ധനവ് സംബന്ധിച്ച് വിവിധ സംഘടനകൾ എതിർപ്പ് ഉയർത്തിയിട്ടുണ്ട്. മാത്രമല്ല, സാമ്പത്തിക ഭാരം കൂടുമെന്നതിനാൽ കെ ജി ഒ എയുടെ ആവശ്യങ്ങൾ പരിഗണിക്കാൻ കഴിയില്ല എന്ന വാദമാണ് അഡ്വൈസർ ചർച്ചയിൽ സ്വീകരിച്ചത്.

1966 മെയ് 24 മുതൽ അനിശ്ചിതകാല പണിമുടക്ക് നടത്തുവാൻ എൻ ജി ഒ കോ-ഓർഡിനേഷൻ കമ്മിറ്റി തീരുമാനിച്ചിരുന്നു. സമര പ്രവർത്തനങ്ങൾ ഊർജ്ജസ്വലമായി നടന്നു വന്നിരുന്ന കാലഘട്ടത്തിൽ സംഘടനകളുമായി ഗവർണർ ചർച്ചയ്ക്ക് തയ്യാറായിരുന്നു. സംഘടനകളുമായി ചർച്ചയ്ക്ക് ശേഷം മെയ് 13 ന് സർക്കാരിന്റെ വാർത്താക്കുറിപ്പിൽ ശമ്പളകമീഷന്റെ പല നിഗമനങ്ങളും തെറ്റായിരുന്നു എന്നും സമ്മതിക്കുകയുണ്ടായി. കേന്ദ്രനിരക്കിൽ ക്ഷാമബത്ത അനുവദിക്കാൻ തയ്യാറായില്ല. എന്നാൽ റിപ്പോർട്ടിൽ ചില മാറ്റങ്ങൾ വരുത്തിയ സാഹചര്യത്തിൽ സമരം താല്ക്കാലികമായി മാറ്റി വെക്കണമെന്ന് എൻ ജി ഒ യൂണിയൻ സംസ്ഥാന കൗൺസിൽ തീരുമാനിച്ചു. കോ-ഓർഡിനേഷൻ കമ്മിറ്റിയോട് ആലോചിക്കാതെ പണിമുടക്ക് മാറ്റിയതിൽ പല സംഘടനകളും പ്രതിഷേധിച്ചു. യൂണിയൻ പ്രവർത്തകരും പല സ്ഥലങ്ങളിലും ഈ തിരുമാനത്തെ എതിർത്തു. കോഴിക്കോട് ജില്ലാ കൗൺസിൽ സംസ്ഥാന കൗൺസിൽ തീരുമാനത്തിൽ പ്രതിഷേധിച്ച് പ്രമേയവും പാസാക്കി. സി വിജയഗോവിന്ദൻ, കെ എം ജി പണിക്കർ എന്നിവരുടെ പിന്തുണയോടെയാണ് പ്രമേയം പാസാക്കിയത്. ശമ്പള പരിഷ്കരണവുമായി ബന്ധപ്പെട്ട് പണിമുടക്ക് മാറ്റിവെച്ചതിനെ സംബന്ധിച്ച എതിർപ്പ് പരിഗണിച്ച് എൻ ജി ഒ യൂണിയൻ സംസ്ഥാന കൗൺസിൽ അംഗങ്ങൾ പങ്കെടുത്ത നിരാഹാര സത്യഗ്രഹം ജൂൺ 8 ന് നടത്തുവാൻ തീരുമാനിച്ചു. ഈ സമരത്തിനെ നേരിടാൻ, സമരം ചെയ്താൽ സർവ്വീസ് ബ്രേക്ക് ആകുമെന്ന റൂൾ 14 സർവ്വീസ് റൂളിൽ എഴുതി ചേർത്തു.

18.06.1966 നു ചേർന്ന കെ ജി ഒ എ സംസ്ഥാനകമ്മിറ്റി യോഗം ഗസറ്റഡ് ജീവനക്കാരുടെ ആവശ്യങ്ങൾ അംഗീകരിക്കാത്ത ഗവർണർ ഭരണത്തിന്റെ നിലപാടിൽ പ്രതിഷേധം രേഖപ്പെടുത്തി. ഗസറ്റഡ് ഓഫീസർമാരുടെ ന്യായമായ ഡിമാന്റ് എൻ ജി ഒ മാരുടെ പ്രതിഷേധം കൊണ്ടുമാത്രം മാറ്റിവെക്കാൻ പാടുള്ളതല്ല. വളരെ കുറച്ചു പേർക്ക് മാത്രം വർദ്ധന ഉണ്ടാവുമെന്നതാണ് സംഘടന സമർപ്പിച്ച പ്രൊപ്പോസലിന്റെ ഭാഗമായി സംഭവിക്കുക. ഗസറ്റഡ് ഓഫീസർമാരുടെ ഡിമാന്റ് ന്യായമാണോ, അല്ലയോ എന്നാണ് പരിശോധിക്കേണ്ടത്. ഒരു വിഭാഗം ജീവനക്കാർ എതിർത്തതുകൊണ്ട് ന്യായമായ ആവശ്യങ്ങൾ നടപ്പാക്കാതിരിക്കുന്നത് ശരിയല്ല എന്ന ചർച്ചയാണ് സംസ്ഥാന കമ്മിറ്റിയിൽ ഉയർന്നുവന്നത്. സാമ്പത്തിക ബാദ്ധ്യത കൂടുതൽ അല്ലാത്തതുകൊണ്ടും

എൻ ജി ഒ മാരെ പോലെ ജി ഒ മാർക്കും പ്രശ്നങ്ങൾ ഉള്ളതിനാൽ ഉന്നയിച്ച ആവശ്യം വീണ്ടും സർക്കാരിന് മുന്നിൽ ശക്തിയായി ആവർത്തിച്ച് ഉന്നയിക്കാൻ തീരുമാനിച്ചു. 1000 രൂപയിൽ കൂടുതൽ ശമ്പളം വാങ്ങുന്ന ഗസറ്റഡ് ഓഫീസർമാർക്ക് ഡി എ നിരസിച്ചിരുന്നു. ഒരു ചെറുവിഭാഗം ജീവനക്കാരുടെ ഡി എ തടയുന്നത് നിയമപരമല്ല എന്നതായിരുന്നു.

സംഘടനാ നിലപാട്

വെയിറ്റേജ് സംബന്ധിച്ച് പുതിയ സർക്കാർ ഉത്തരവ് പ്രകാരം നേരത്തെ നല്കിയ മെമ്മോറാണ്ടത്തിൽ ഭേദഗതി ചെയ്യാൻ തീരുമാനിച്ചു. അങ്ങനെയുള്ള 7060 ഗസറ്റഡ് ഓഫീസർമാരിൽ 3000 പേർ മാത്രമാണ് 400 രൂപയ്ക്ക് മുകളിൽ ശമ്പളം വാങ്ങുന്നത്. അതേ സർവ്വീസിലുള്ള 2,50,000 ജീവനക്കാരിൽ കേവലം 3000 ഗസറ്റഡ് ജീവനക്കാർക്ക് മാത്രമാണ് ഗ്രാറ്റിവിറ്റിയുടെ ഭാഗമായി ആനുകൂല്യവും ഇല്ലാതാകുന്നത്. പേഴ്സണലായി ജോലിയിൽ തുടരുന്ന ഗസറ്റഡ് ജീവനക്കാർക്ക് 05/07/1966 ലെ ജി ഒ (പി)297/68/ഫിൻ പ്രകാരം വലിയ നഷ്ടം സംഭവിക്കുന്നു. 1000 രൂപയ്ക്ക് മുകളിൽ ശമ്പളം വാങ്ങുന്നവരുടെ ഡി എ എല്ലാ ജീവനക്കാർക്കും ലഭിക്കുന്ന രീതിയിൽ നല്കണമെന്ന് ആവശ്യപ്പെടാൻ തീരുമാനിച്ചു. കേന്ദ്രനിരക്കിൽ ഡി എ നല്കണമെന്ന ആവശ്യവും ഉന്നയിച്ചു. സർക്കാർ വകുപ്പുകളിൽ ഇന്ത്യൻ അഡ്മിനിസ്ട്രേറ്റീവ് സർവ്വീസുകാരുടെ ഇറക്കുമതി സാമ്പത്തികച്ചെലവ് കൂടുതൽ വർദ്ധിപ്പിക്കുന്നതിനാൽ അത് റദ്ദ് ചെയ്യണം. ഇത്തരം ഇന്ത്യൻ അഡ്മിനിസ്ട്രേറ്റീവ് സർവ്വീസ് (ഐ എ എസ്) ഓഫീസർമാരെ വകുപ്പുകളിൽ നിയമിക്കുന്നത് മറ്റു ഓഫീസർമാരുടെ പ്രവർത്തന മനോവീര്യം കെടുത്തുകയാണ് ചെയ്യുന്നത്. കേരള സിവിൽ സർവ്വീസ് നിലവിലുള്ള ജീവനക്കാരെ ഉൾപ്പെടുത്തി അടിയന്തരമായി ആരംഭിക്കണമെന്ന് ആവശ്യപ്പെടാനും തീരുമാനിച്ചു. പെൻഷൻ പ്രായം 58 വയസ്സായി ഉയർത്തണമെന്ന ആവശ്യവും ഉന്നയിച്ചു. വിശദമായ മെമ്മോറാണ്ടം തയ്യാറാക്കി ചീഫ് സെക്രട്ടറി, ധനകാര്യ സെക്രട്ടറി, ഉപദേഷ്ടാവ് എന്നിവരുമായി ചർച്ച ചെയ്തു. എന്നാൽ കാര്യമായ ഗുണമുണ്ടായില്ല.

സർക്കാർ ഇറക്കിയ ശമ്പളപരിഷ്കരണ ഉത്തരവിൽ ജീവനക്കാർ അസംതൃപ്തരായിരുന്നു. ആനുകൂല്യങ്ങൾ യഥാവിധി ജീവനക്കാർക്ക് നല്കാതിരുന്നത് സിവിൽ സർവ്വീസിൽ മനോവീര്യത്തകർച്ചയും ജീവനക്കാരിൽ അസംതൃപ്തിയും ഉടലെടുക്കുന്നതിന് കാരണമാകുമെന്ന് 17-09-1966 ൽ ചേർന്ന കെ ജി ഒ എ സംസ്ഥാനകമ്മിറ്റി വിലയിരുത്തി. ഈ അനുഭവം രാജ്യത്തെ ഭരണപ്രക്രിയയെത്തന്നെ പുറകോട്ടു വലിക്കുമെന്ന തീരുമാനവും കമ്മിറ്റി കൈക്കൊണ്ടു. 1000 രൂപയിൽ കൂടുതൽ ശമ്പളം വാങ്ങുന്ന ഗസറ്റഡ് ഓഫീസർമാർക്ക് ഡി എ നിഷേധിക്കുന്നതിൽ ഉൽക്കണ്ഠ രേഖപ്പെടുത്തി. 400 രൂപയിൽ കൂടുതൽ ശമ്പളം വാങ്ങുന്നവർക്കുള്ള വെയ്റ്റേജ് നല്കണമെന്നും കമ്മിറ്റി തീരുമാനിച്ചു. ഗവർണറെ നേരിൽ കണ്ട് ഇക്കാര്യത്തിൽ നിവേദനം നല്കാൻ തീരുമാനിച്ചു.

നേരിൽ കാണുന്നതിന് കഴിഞ്ഞില്ലെങ്കിലും സംഘടന നല്കിയ

നിവേദനം സർക്കാർ ശരിയായി വിലയിരുത്തി തീരുമാനം എടുത്തില്ല. ആയതിനാൽ ഗവർണറെ നേരിൽ കാണുന്നതിന് അനുമതി ആവശ്യപ്പെടാൻ 07.01.1966 ൽ ചേർന്ന അഡ്ഹോക് കമ്മിറ്റി യോഗം തീരുമാനിച്ചു.

കെ ജി ഒ എ യുടെ അവകാശപത്രിക സംബന്ധിച്ച് നേരിട്ട് കാണാൻ ഗവർണർ അനുമതി നല്കാത്തതിൽ സംഘടനയും 12.12.1966 ൽ ചേർന്ന സംസ്ഥാന കമ്മിറ്റിയും ഉൽക്കണ്ഠ രേഖപ്പെടുത്തി. സംഘടനയുടെ റിപ്പോർട്ട് ചർച്ച ചെയ്യുന്നതിന് 3 മാസം കഴിഞ്ഞിട്ടും അവസരം നല്കാത്തതിലും മൗനം പാലിക്കുന്നതിലും കമ്മിറ്റി അസംതൃപ്തി രേഖപ്പെടുത്തി. മെമ്മോറാണ്ടത്തിന്റെ ഒരു കോപ്പി സഹിതം ഗവർണറുടെ പ്രൈവറ്റ് സെക്രട്ടറിയെ കാണാൻ തീരുമാനിച്ചു.

കെ എസ് ആറിലെ ഭാഗം II യാത്രാബത്ത സംബന്ധിച്ച് ആവശ്യമായ മാറ്റം വരുത്തിയിട്ട് ഒരു പതിറ്റാണ്ടായ സാഹചര്യത്തിൽ 30.07.1966 ലെ ഉത്തരവ് പ്രകാരം മൈലേജ് അലവൻസ്, ദിനബത്ത എന്നീ നിരക്കിൽ ഒരു മാറ്റവും വരുത്തിയിട്ടില്ല. (അവസാനമായി മാറ്റം വരുത്തിയത് 03.04.1958 ലെ ജി ഒ (പി)നമ്പർ 87/58/ഫിൻ പ്രകാരമാണ്). സംസ്ഥാനതല ട്രെയിനിങ് ഓഫീസറിന് ഇത്തരത്തിൽ വർദ്ധനവ് ഉണ്ടാകാത്തതിൽ വലിയ അതൃപ്തി നിലനില്ക്കുന്നുണ്ടായിരുന്നു.

ക്ഷാമബത്ത പ്രശ്നം, ശമ്പളപരിഷ്കരണത്തിലെ അപാകതകൾ എന്നിവ ഉയർത്തി നിരവധി സംഘടനകൾ ഈ കാലഘട്ടത്തിൽ ശക്തമായ പ്രക്ഷോഭത്തിലേക്ക് വന്നു. സെക്രട്ടേറിയറ്റ് ജീവനക്കാരുടെ സംയുക്ത സമരസമിതി എല്ലാ ദിവസവും പ്രകടനവും ഡിസംബർ 12 ന് നിരാഹാരസമരം നടത്തുകയും ചെയ്തു. ഡിസംബർ 22 ന് സെക്രട്ടേറിയറ്റിന് മുന്നിൽ 101 പേരുടെ സത്യഗ്രഹം കോ-ഓർഡിനേഷൻ കമ്മിറ്റി കൺവീനർ ഇ പത്മനാഭൻ ഉദ്ഘാടനംചെയ്തു. പൊലീസ് മാർഗ്ഗതടസ്സം ഒഴിവാക്കുന്നതിന് സത്യഗ്രഹികളെ അറസ്റ്റു ചെയ്തു നീക്കി. സെക്രട്ടേറിയറ്റ് ജീവനക്കാർ കൂട്ടമായി സമര സ്ഥലത്തേക്ക് വന്നു. എല്ലാപേരേയും ബാച്ചുകളായി പൊലീസ് അറസ്റ്റു ചെയ്തു. ഇതുപോലെ നഗരത്തിലെ ഓഫീസുകളിൽനിന്നും എൻ ജി ഒ മാർ ജാഥയായി സെക്രട്ടേറിയറ്റിൽ കേന്ദ്രീകരിച്ചു. വൈകുന്നേരം കേന്ദ്ര-സംസ്ഥാന ജീവനക്കാരുടേയും തൊഴിലാളികളുടേയും നേതൃത്വത്തിൽ നഗരത്തിൽ വലിയ പ്രകടനം നടത്തി. സെക്രട്ടേറിയറ്റ് ജീവനക്കാർ നടത്തിയ സത്യഗ്രഹവും പൊലീസ് അവരെ നീക്കം ചെയ്തതും ജീവനക്കാരുടെ ഇടയിലുണ്ടായ അരക്ഷിതാവസ്ഥയുടെ പ്രതിഫലനമാണെന്ന് 24.12.66 ൽ ചേർന്ന കെ ജി ഒ എ സംസ്ഥാനകമ്മിറ്റി വിലയിരുത്തി. ജനുവരി ഒന്നിന് നടത്താനിരുന്ന ജോലി ബഹിഷ്കരണ പ്രവർത്തനങ്ങൾ ശക്തമായി മുന്നോട്ടു കൊണ്ടുപോകാൻ കോ-ഓർഡിനേഷൻ കമ്മിറ്റി തീരുമാനിച്ചു. സമരത്തെ നേരിടാൻ ഡിസംബർ 22 ന് രാത്രി ഒരു അസാധാരണ ഗസറ്റിലൂടെ സർക്കാർ പണിമുടക്ക് നിരോധിച്ചു. സത്യഗ്രഹത്തിൽ പങ്കെടുക്കാൻ അപേക്ഷ നല്കിയ സെക്രട്ടേറിയറ്റ് ജീവനക്കാരുടെ അപേക്ഷ നിരസിച്ചു. സത്യാഗ്രഹത്തിൽ പങ്കെടുത്ത ജീവനക്കാർക്ക് സർവ്വീസ് ബ്രേക്ക് പ്രഖ്യാപിച്ച് മുൻകാല സർവ്വീസ് റദ്ദ് ചെയ്തു. ഇതിൽ പ്രതിഷേധിച്ച്

ഉച്ചവരെ തിരുവനന്തപുരത്ത് ജീവനക്കാർ പെൻ ഡൗൺ സ്ട്രൈക്ക് നടത്തി. ഇതിന്റെ പേരിൽ ഇ പത്മനാഭനേയും അടുത്ത ദിവസങ്ങളിൽ ഇ ജെ ഫ്രാൻസിസ്, എ രാധാകൃഷ്ണൻ, സി വിജയഗോവിന്ദൻ എന്നിവരേയും അറസ്റ്റു ചെയ്തു. അടിച്ചമർത്തൽ നടപടി പിൻവലിക്കുകയും സംഘടനകൾ ഉന്നയിച്ച ആവശ്യങ്ങൾ അംഗീകരിക്കണമെന്നും ആവശ്യപ്പെട്ട്, ജനുവരി 6 മുതൽ അനിശ്ചിതകാല പണിമുടക്കിന് കോ-ഓർഡിനേഷൻ കമ്മിറ്റി സർക്കാരിന് നോട്ടീസ് നല്കി.

സംഘടന നല്കിയ കത്തിന് അനുസരിച്ച് ഗവർണറെ കാണാൻ അനുമതി നല്കിയില്ല. പകരം അഡ്വൈസറെ കാണാനാണ് അനുമതി ലഭിച്ചത്. എന്നാൽ സംഘടന തുടർച്ചയായി ഉന്നയിക്കുന്ന കാര്യങ്ങളിൽ ഗവർണറെ കണ്ട് ചർച്ച ചെയ്യണമെന്ന ആവശ്യം അംഗീകരിക്കാത്തതിൽ പ്രതിഷേധിച്ച് അഡ്വൈസറെ കാണാൻ കിട്ടിയ അനുമതി നിരസിക്കാൻ 02.01.1967 ൽ കൂടിയ കെ ജി ഒ എ കമ്മിറ്റി തീരുമാനിച്ചു.

എൻ ജി ഒ സംഘടനകൾ 05.01.1967 മുതൽ തീരുമാനിച്ച പണിമുടക്കിന് വിപുലമായ ഒരുക്കങ്ങളാണ് നടത്തിയത്. സംസ്ഥാനത്തിന്റെ വിവിധ ഭാഗങ്ങളിലുള്ള സമരപ്രവർത്തകരുമായി ബന്ധപ്പെട്ടതിന് സീക്രട്ട് കോഡ് സംവിധാനംപോലും ഏർപ്പെടുത്തിയിരുന്നു. ഈ രഹസ്യകോഡ് പൊലീസിന് ചോർത്തിയെടുക്കുന്നതിന് കഴിഞ്ഞിരുന്നില്ല. സംസ്ഥാന സിവിൽ സർവ്വീസിലെ ആദ്യ അനിശ്ചിതകാല പണിമുടക്കാണ് ജനുവരി 5 മുതൽ നടക്കുന്നത്. ദുരഭിമാനം ഉപേക്ഷിച്ച് ജീവനക്കാരുമായി ചർച്ചയ്ക്ക് തയ്യാറാകണമെന്ന് സർക്കാരിനോട് ജനുവരി 4 ന് ഇ എം എസ് ആവശ്യപ്പെട്ടു. ജനുവരി 5 ന് പണിമുടക്ക് ആരംഭിച്ചു.

സംസ്ഥാനത്തെ ഗസറ്റഡ് വിഭാഗം ജീവനക്കാർ സംഘടനാതലത്തിൽ പണിമുടക്കാനുള്ള തീരുമാനം എടുത്തിരുന്നില്ല. എന്നാൽ പണിമുടക്കിന് അനുഭാവം പ്രകടിപ്പിച്ച് താഴെ പറയുന്ന നടപടികൾ ഗസറ്റഡ് വിഭാഗം ജീവനക്കാർ സ്വീകരിക്കണമെന്ന് 06.01.1967 ൽ ചേർന്ന സംസ്ഥാനകമ്മിറ്റി തീരുമാനിച്ചു.

1. ആവശ്യങ്ങൾ അംഗീകരിക്കുന്നതിന് സർക്കാർ അടിയന്തരമായി ഇടപെടണം. തങ്ങളിൽ നിക്ഷിപ്തമായിരിക്കുന്ന ഉത്തരവാദിത്വങ്ങൾ പൂർണ്ണമായി മനസ്സിലാക്കി സർക്കാരുമായി ഒരു ധാരണയിൽ അടിയന്തരമായി എത്തണമെന്ന് സമരം ചെയ്യുന്ന സംഘടനകളോടും ആവശ്യപ്പെട്ടു.

2. ഭാവിയിൽ ഭരണസാരഥ്യം ഏറ്റെടുക്കുന്ന രാഷ്ട്രീയ പാർട്ടികൾ ഇക്കാര്യത്തിൽ അടിയന്തര ഇടപെടൽ നടത്തണമെന്ന് അഭ്യർത്ഥിച്ചു.

3. സമരം ചെയ്യുന്ന സംഘടനകൾ, രാഷ്ട്രീയപാർട്ടി പ്രതിനിധികൾ, സർക്കാർ എന്നിവർ സമരവുമായി ബന്ധപ്പെട്ട കാര്യങ്ങൾ അടിയന്തരമായി ഏറ്റെടുത്ത് സെറ്റിൽ ചെയ്യണമെന്ന് ആവശ്യപ്പെടാൻ തീരുമാനിച്ചു.

സർക്കാരിന്റെ വെല്ലുവിളികൾ നേരിട്ടുകൊണ്ട് സമരം ശക്തമായി

നടന്നു. സമരത്തിൽ 85 % ജീവനക്കാർ ആദ്യദിവസം പങ്കെടുത്തുവെന്ന് ചീഫ് സെക്രട്ടറി തന്നെ സമ്മതിച്ചു. സമരം ഒത്തുതീർപ്പാക്കുന്നതിന് ഇ എം എസ് ഉൾപ്പെടെയുള്ള രാഷ്ട്രീയ നേതാക്കളും പത്രാധിപന്മാരും ഗവർണറെയും കോ-ഓർഡിനേഷൻ കമ്മിറ്റി നേതാക്കളെയും കണ്ടു.

എൻ ജി ഒ സമരത്തിന്റെ ഭാഗമായി താഴെ പറയുന്ന കാര്യങ്ങൾ സർക്കാരിന് മുന്നിൽ വെക്കുവാൻ 11.01.1967 ൽ ചേർന്ന കെ ജി ഒ എ സംസ്ഥാനകമ്മിറ്റി തീരുമാനിച്ചു.

1. സർക്കാർ എല്ലാ ശിക്ഷണനടപടികളും പിൻവലിക്കുക.
2. കേന്ദ്രനിരക്കിൽ ഡി എ നല്കുന്നതിന് ഒരു കമീഷനെ നിയമിക്കുക.
3. പേ-റിവിഷൻ അപാകതകൾ അടിയന്തരമായി പരിഹരിക്കുക. മൂന്നു മാസത്തിനകം റിപ്പോർട്ട് നല്കാൻ ഒരു ഏകാംഗ കമീഷനെ നിയമിക്കുക.
4. സർക്കാരുമായി അനുനയ ചർച്ചകൾക്ക് സമരം ചെയ്യുന്ന എൻ ജി ഒ സംഘടനകൾ തയ്യാറാക്കുക.

രാഷ്ട്രീയ നേതാക്കൾ മുൻകൈ എടുത്തതിന്റെ ഭാഗമായി ഗവർണർ എൻ ജി ഒ നേതാക്കളുമായി ചർച്ച നടത്തുകയും നാലു വ്യവസ്ഥകളുടെ അടിസ്ഥാനത്തിൽ 12 ദിവസങ്ങൾ നീണ്ടുനിന്ന പണിമുടക്കം അവസാനിക്കുകയും ചെയ്തു.

ഒത്തുതീർപ്പ് വ്യവസ്ഥകൾ

1. 1967 ജനുവരി മുതൽ നടപ്പിലാക്കേണ്ട ശമ്പളപരിഷ്കരണം പഠിച്ച് ഒരു മാസത്തിനകം റിപ്പോർട്ട് സമർപ്പിക്കാൻ കേരളഹൈക്കോടതി ചീഫ് ജസ്റ്റിസ് നിർദ്ദേശിക്കുന്ന ഒരു ജഡ്ജിയെ ചുമതലപ്പെടുത്തും.
2. സമരം സംബന്ധിച്ച ശിക്ഷാ നടപടികൾ പൂർണ്ണമായും പിൻവലിക്കും.
3. ശമ്പളപരിഷ്കരണത്തിലെ അപാകതകളും വൈകല്യങ്ങളും പരിഹരിക്കാൻ ഓഫീസർമാരും സംഘടനാ പ്രതിനിധികളും അടങ്ങുന്ന സമിതിയെ നിയോഗിക്കും.
4. സർക്കാർ ജീവനക്കാരുടെ പ്രശ്നങ്ങൾ പരിഹരിക്കുന്നതിന് ഒരു കൺസൽട്ടേറ്റീവ് കമ്മിറ്റിയെ നിയോഗിക്കും.

സമരത്തിന്റെ ഒത്തുതീർപ്പിനുവേണ്ടി അസോസിയേഷൻ എടുത്ത തീരുമാനം പൊതുവിൽ പ്രശംസിക്കപ്പെട്ടു. സർക്കാർ പ്രാബല്യ ഉത്തരവ് നല്കിയ കമ്മീഷൻ ശുപാർശകൾ അടിയന്തരമായി പ്രഖ്യാപിക്കണമെന്ന് സംഘടന 24.01.1967 ന് ആവശ്യപ്പെട്ടു.

ഇടതുപക്ഷ സർക്കാറിന്റെ സമീപനം

1967 ൽ അധികാരത്തിൽ വന്ന ഇ എം എസിന്റെ നേതൃത്വത്തിലുള്ള സർക്കാർ സംസ്ഥാന ജീവനക്കാരുടെ മേഖലയിൽ മുൻ സർക്കാർ എടുത്ത ശത്രുതാപരമായ നടപടികൾ പിൻവലിച്ചു. മുൻ സർക്കാർ പിരിച്ചുവിട്ട ജീവനക്കാരെ തിരിച്ചെടുത്തു. ശിക്ഷാനടപടികൾ റദ്ദാക്കി.

ശത്രുതാപരമായ സമീപനത്തിന്റെ ഭാഗമായി ശിക്ഷാനടപടി എടുത്ത് സെക്രട്ടേറിയറ്റിൽ നിന്ന് മറ്റു വകുപ്പുകളിലേക്ക് സ്ഥിരമായി മാറ്റിയവർക്ക് തിരികെ നിയമനം ഉറപ്പാക്കി. സി ജെ ജോസഫിന്റെ ശിക്ഷാനടപടികൾ റദ്ദാക്കി സെക്രട്ടേറിയറ്റിൽ നിയമനം നല്കി. കമ്യൂണിസ്റ്റ് മുദ്രകുത്തി നിയമനം നിഷേധിച്ചവർക്ക് പുനർനിയമനം നല്കി.

ശമ്പളപരിഷ്കരണ അപാകതകൾ പരിഹരിക്കാൻ അഡ്വൈസർ ഭരണം നിയമിച്ച അനോമലി കമ്മിറ്റി റിപ്പോർട്ട് ഒട്ടേറെ അപാകതകൾ ഉള്ളതായിരുന്നു. ജീവനക്കാരുടെ ഭാഗത്തുനിന്ന് വലിയ പ്രതിഷേധമാണ് ഉണ്ടായത്. ഇടതു സർക്കാർ ഈ റിപ്പോർട്ട് തിരസ്കരിച്ച് മറ്റൊരു കമ്മീഷനെ നിയമിച്ചു. സിവിൽ സർവ്വീസിൽ ഒട്ടേറെ പുരോഗമന നടപടികൾക്ക് ഇ എം എസ് സർക്കാർ തുടക്കം കുറിച്ചു.

കലാ-സാഹിത്യ രംഗങ്ങളിൽ പ്രവർത്തിക്കുന്നതിൽ ജീവനക്കാർ ക്കുള്ള വിലക്ക് റദ്ദാക്കി. ഗവർണർ ഭരണകാലത്ത് വർദ്ധിപ്പിച്ച പെൻഷൻ വയസ്സും, പണിമുടക്കാത്തവർക്ക് നല്കിയ കരിങ്കാലി ഇൻക്രിമെന്റും റദ്ദാക്കി. വെട്ടിക്കുറച്ച കാഷ്വൽലീവ് പുനഃസ്ഥാപിച്ചു. പത്താം ക്ലാസു വരെയുള്ള വിദ്യാഭ്യാസം സൗജന്യമാക്കി. സ്വകാര്യ സ്കൂൾ അദ്ധ്യാ പകർക്കും ഗവർണർ ഭരണം എടുത്തുകളഞ്ഞ രാഷ്ട്രീയസ്വാതന്ത്ര്യം പുനഃസ്ഥാപിച്ചു. ക്ലാസ് ഫോർ ജീവനക്കാരെ ദാസ്യവേലയ്ക്ക് ഉപയോ ഗിക്കുന്ന സമ്പ്രദായം നിർത്തലാക്കി. മേൽ ഉദ്യോഗസ്ഥന്റെ ശുപാർശ അനുസരിച്ച് മാത്രം പ്രമോഷൻ നല്കുന്ന സമ്പ്രദായം അവസാനിപ്പിച്ചു. പ്രൊബേഷൻ കാലത്ത് അക്കൗണ്ട് ടെസ്റ്റ് പാസാകണമെന്ന വ്യവസ്ഥ വേണ്ടെന്നു വയ്ക്കുകയും, ഡിപ്പാർട്ട്മെന്റൽ പ്രൊബേഷൻ കമ്മിറ്റി പ്രവർത്തനം അവസാനിപ്പിക്കുകയും ചെയ്തു. കേരളത്തിന്റെ വികസന സ്വപ്നങ്ങൾക്ക് അടിത്തറയായ ഭൂപരിഷ്കരണ പദ്ധതി പ്രസിഡന്റിന്റെ പരിഗണനക്ക് നല്കി.

കെ ജി ഒ എ സംഘടനയുടെ ആദ്യകാല ഇടപാടുകൾ

കേന്ദ്ര ഡി എ അനുവദിക്കുന്നതിനുള്ള സർക്കാർ തീരുമാനത്തിന് സംഘടനയുടെ 20.03.67 ന് ചേർന്ന സംസ്ഥാനകമ്മിറ്റി നന്ദി രേഖപ്പെ ടുത്തി. പേ-റിവിഷൻ പ്രഖ്യാപിച്ച് ഒരു വർഷമായിട്ടും പേ-ഫിക്സേഷൻ നടത്തുവാൻ കഴിയാത്ത സാഹചര്യം സർക്കാറിന്റെ ശ്രദ്ധയിൽ പെടു ത്താൻ തീരുമാനിച്ചു. പെൻഷൻ പ്രായം 58 വയസ്സിൽ നിന്ന് കുറയ്ക്കാ നുള്ള തീരുമാനം ശരിയായില്ല എന്ന നിലപാടാണ് കെ ജി ഒ എ സംസ്ഥാനകമ്മിറ്റി സ്വീകരിച്ചത്. ഈ തീരുമാനം ഭരണഘടന നല്കുന്ന അവകാശത്തിന്റെ ലംഘനമാണെന്നും, സർവ്വീസിന്റെ ഡീമോറലൈ സേഷന് ഈ തീരുമാനം ഇടയാക്കുമെന്നും സംസ്ഥാനകമ്മിറ്റി അഭി പ്രായപ്പെട്ടു. മുഖ്യമന്ത്രിയെ കണ്ട് ഇക്കാര്യങ്ങൾ അറിയിക്കുവാൻ അഞ്ചംഗ കമീഷനെ ചുമതലപ്പെടുത്തുകയും 11.06.67 ൽ തിരുവനന്ത പുരം ടാഗോർ സെന്റിനറി ഹാളിൽ ഒരു പബ്ലിക് കൺവെൻഷൻ വിളിച്ചു ചേർക്കുന്നതിന് സംസ്ഥാനകമ്മിറ്റി തീരുമാന മെടുക്കുകയും ചെയ്തു.

ജീവനക്കാരുടെ വിവിധ ആവശ്യങ്ങൾ ഉന്നയിച്ച് ഈ കാലഘട്ട

ത്തിലും വിവിധങ്ങളായ സമരങ്ങൾ നടന്നു. 1968 ജനുവരി മാസത്തിൽ കാസർഗോഡ് നിന്ന് തിരുവനന്തപുരത്തേക്ക് ട്രെയിൻ ജാഥ നടത്തുകയും ആയിരക്കണക്കിന് ജീവനക്കാർ ഒപ്പിട്ട നിവേദനം സർക്കാറിന് നല്കുകയും ചെയ്തു. കേന്ദ്ര ജീവനക്കാർക്ക് വർദ്ധിപ്പിച്ചു നല്കിയ ക്ഷാമബത്ത സംസ്ഥാനത്തും നല്കണമെന്ന് ആവശ്യപ്പെട്ട് എ ഐ എസ് ജി ഇ എഫ് ന്റെ നേതൃത്വത്തിൽ നവംബർ 21 ന് ദേശവ്യാപക പ്രകടനങ്ങൾ നടന്നു. കേരളത്തിൽ ഡിസംബർ മുതൽ വർദ്ധിപ്പിച്ച ക്ഷാമബത്ത സർക്കാർ അനുവദിച്ചു.

തൊഴിൽസമരങ്ങളും ഇ എം എസ് സർക്കാരും

സ്വതന്ത്ര ഇന്ത്യയിൽ നടന്ന തൊഴിലാളി സമരങ്ങളുടെ ചരിത്രത്തിൽ മികവുറ്റ സ്ഥാനമാണ് 1968 സെപ്തംബർ 19 ന് 25 ലക്ഷത്തോളം വരുന്ന കേന്ദ്രസർക്കാർ ജീവനക്കാർ നടത്തിയ പണിമുടക്കത്തിനുള്ളത്. വിലക്കയറ്റത്തിന് പൂർണ്ണ സമീകരണം നല്കുന്ന ക്ഷാമബത്ത ഫോർമുല അംഗീകരിക്കുക, ക്ഷാമബത്ത അടിസ്ഥാന ശമ്പളത്തിൽ ലയിപ്പിക്കുക എന്നീ ആവശ്യങ്ങൾ ഉന്നയിച്ചായിരുന്നു പണിമുടക്കം. ഈ പണിമുടക്കിനെ മർദ്ദിച്ച് ഒതുക്കി പരാജയപ്പെടുത്തുന്നതിനുള്ള ശ്രമങ്ങളാണ് ഇന്ത്യാ ഗവൺമെന്റ് സ്വീകരിച്ചത്. ജീവനക്കാരെ പിരിച്ചു വിടുകയും സസ്പെന്റ് ചെയ്യുകയും ചെയ്തു. തീവണ്ടി കയറ്റിയും വെടിവച്ചും, സമരരംഗത്ത് ഉറച്ചുനിന്ന 18 പേരെ കൊലചെയ്തു. 10,000 ത്തിൽപ്പരം ജീവനക്കാരെ അറസ്റ്റ് ചെയ്തു. സമരം അടിച്ചമർത്തണമെന്നും എസ്മ പ്രയോഗിക്കണമെന്നുമുള്ള കേന്ദ്രനിർദേശം ഇ എം എസ് സർക്കാർ തള്ളിക്കളഞ്ഞു. കേന്ദ്രത്തിൽ നിന്നയച്ച കേന്ദ്രസേനയെ ബാരക്കുകളിൽ നിന്നിറക്കാൻ അനുവദിച്ചില്ല. പണിമുടക്കിന് അനുകൂലമായി മുഖ്യമന്ത്രിയും മന്ത്രിമാരും പൊതുയോഗങ്ങളിൽ പ്രസംഗിച്ചു. ഇതിന്റെ ഭാഗമായി കേരളത്തിലെ ഇ എം എസ് സർക്കാറിനെ പിരിച്ചുവിടണമെന്ന് കോൺഗ്രസ് പ്രസിഡന്റ് എസ് നിജലിംഗപ്പ ആവശ്യപ്പെട്ടു. പണിമുടക്കിനെ അടിച്ചമർത്തിയെങ്കിലും കേന്ദ്ര ജീവനക്കാരുടെ ശമ്പളം പരിഷ്കരിക്കാൻ കമ്മിറ്റിയെ നിയമിക്കാൻ കേന്ദ്രസർക്കാർ നിർബ്ബന്ധിതമായി.

ഇ എം എസ് സർക്കാർ നിയമിച്ച വേലായുധൻ കമീഷന്റെ പ്രവർത്തനം ജീവനക്കാർക്ക് ഗുണകരമായിരുന്നില്ല. ഇ എം എസ് സർക്കാർ രാജിവെച്ച ശേഷവും കമ്മീഷന്റെ പ്രവർത്തനം മന്ദഗതിയിൽ തന്നെയായിരുന്നു. കമ്മീഷന്റെ പ്രവർത്തന ശൈലി മാറ്റണമെന്ന് ആവശ്യപ്പെട്ട് ജീവനക്കാരുടെ സംഘടനകൾ മെമ്മോറാണ്ടം നല്കുകയും പ്രത്യക്ഷ സമരപോരാട്ടങ്ങൾക്ക് രൂപം നല്കുകയും ചെയ്തു. ശമ്പള പരിഷ്കരണത്തിലെ അപാകതകൾ പരിഹരിക്കണമെന്ന് ആവശ്യപ്പെട്ട് അച്ചുതമേനോൻ സർക്കാറിനു മുന്നിൽ കൂട്ട കാഷ്വൽ ലീവ് എടുത്ത് സമരം നടത്തി. 1970 ഫെബ്രുവരി 13 ന് നടത്തിയ കൂട്ട കാഷ്വൽലീവ് സമരത്തിൽ പങ്കെടുത്ത ജീവനക്കാർക്ക് ലീവ് നല്കാതിരിക്കുന്നതിനുള്ള സർക്കാർ ശ്രമങ്ങൾ പരാജയപ്പെട്ടു.

1971 ലെ ഇടക്കാല ആശ്വാസസമരം

ഇടക്കാലാശ്വാസം അനുവദിക്കുന്നതിനുവേണ്ടി കേരളത്തിലെ സംസ്ഥാന ജീവനക്കാരും അദ്ധ്യാപകരും 1971 ൽ നടത്തിയ പണിമുടക്കം ജീവനക്കാരുടെ ഐക്യത്തിന്റെ ശക്തി വിളിച്ചറിക്കുന്നതായിരുന്നു. കേന്ദ്രസർക്കാർ ജീവനക്കാർക്ക് ശമ്പള കമീഷൻ ശുപാർശ പ്രകാരം 15 രൂപ മുതൽ 45 രൂപാവരെ ഇടക്കാലാശ്വാസം അനുവദിച്ചു. ജീവിത വിലസൂചിക വർദ്ധനവുമായി ബന്ധപ്പെട്ട് കേന്ദ്ര സർക്കാർ അനുവദിച്ച ഇടക്കാലാശ്വാസം സംസ്ഥാന ജീവനക്കാർക്കും നല്കണമെന്ന ആവശ്യം ഉയർന്നു. ഫെബ്രുവരി 10 മുതൽ പണിമുടക്കാൻ നിരവധി സംഘടനകൾ ഒരുമിച്ചു ചേർന്ന് തീരുമാനമെടുത്തു. സമ്പൂർണ്ണമായ പണിമുടക്കാണ് സംസ്ഥാനത്ത് നടന്നത്.

പണിമുടക്കം ചർച്ച ചെയ്യാൻ എല്ലാ ദിവസവും കെ ജി ഒ എ സംസ്ഥാനകമ്മിറ്റി കൂടി അവലോകനം നടത്താൻ തീരുമാനിച്ചു. ആദ്യ ദിവസം 10.02.1971 ൽ പണിമുടക്ക് മെച്ചമായിരുന്നു. കുറെയേറെ ഗസറ്റഡ് ജീവനക്കാർ ഓഫീസിൽ എത്തിയ ശേഷം മടങ്ങിപ്പോയി. എസൻഷ്യൽ സർവ്വീസിനെ പണിമുടക്കിൽ നിന്ന് ഒഴിവാക്കണമെന്ന് കെ ജി ഒ എ സംസ്ഥാനകമ്മിറ്റി ആക്ഷൻ കൗൺസിൽ സംഘടനകളോട് ആവശ്യപ്പെട്ടു. മുഖ്യമന്ത്രിയേയും മറ്റു മന്ത്രിമാരേയും കണ്ട് കേന്ദ്രനിരക്കിൽ ഇടക്കാലാശ്വാസം അനുവദിക്കണമെന്ന് ആവശ്യപ്പെടാൻ പ്രസിഡന്റ്, സെക്രട്ടറി, ജോയിന്റ് സെക്രട്ടറിമാർ എന്നിവർ ഉൾപ്പെട്ട കമ്മിറ്റിയെ 11.02.1971 നു ചേർന്ന സംസ്ഥാനകമ്മിറ്റി ചുമതലപ്പെടുത്തി. പണിമുടക്ക് നീണ്ടു പോകുന്ന സാഹചര്യത്തിൽ 15.02.1971 ൽ ചേർന്ന സംസ്ഥാന കമ്മിറ്റി പണിമുടക്ക് ഒത്തുതീർപ്പ് ആക്കുന്നതിന് ചർച്ച നടത്താൻ സഹകരിക്കണമെന്ന് അഭ്യർത്ഥിച്ച് പ്രസ്താവന ഇറക്കി. ഗസറ്റഡ് ഓഫീസർമാർ ഈ പണിമുടക്കിൽ പങ്കെടുത്തില്ല. എങ്കിലും നാളെയും ഒരുമിച്ച് പ്രവർത്തിക്കേണ്ടത് ആവശ്യമായതിനാൽ സമര സംഘാടനത്തിന് സഹായകരമായ നിലപാട് എടുക്കണമെന്നും പണിമുടക്കത്തിനെതിരെ പ്രകോപനങ്ങൾക്ക് ഇടവരുത്തരുതെന്നും തീരുമാനിക്കുകയും അടിയന്തരമായി ഒത്തുതീർപ്പിന് ബന്ധപ്പെട്ടവർ പ്രവർത്തിക്കണമെന്ന് വീണ്ടും സംഘടന ആവശ്യപ്പെടുകയും ചെയ്തു.

10 ദിവസം പിന്നിട്ട സാഹചര്യത്തിൽ സമരം ഒത്തുതീർപ്പാക്കുന്നതിന് ഉത്തരവാദിത്വപ്പെട്ട അധികാരികളും ആക്ഷൻ കൗൺസിലും വിട്ടുവീഴ്ചക്ക് തയ്യാറാകണമെന്ന് സംഘടന അഭ്യർത്ഥിച്ചു. 12 ദിവസം നീണ്ടുനിന്ന പണിമുടക്കം സർക്കാരുമായുണ്ടായ ചർച്ചയെ തുടർന്ന് സമരസമിതി പിൻവലിച്ചു. 11 മുതൽ 17 രൂപാവരെ ഇടക്കാലാശ്വാസം അനുവദിച്ചു. പണിമുടക്കിന്റെ ഭാഗമായി ഉണ്ടായ ശിക്ഷാനടപടികൾ, കേസുകൾ തുടങ്ങിയവ സർക്കാർ പിൻവലിക്കും എന്നും ധാരണയായി. ഈ പണിമുടക്കിന് അനുബന്ധമായാണ് പണിമുടക്കിയാൽ ശമ്പളം നഷ്ടപ്പെടുന്ന ഡയസ്നോൺ എന്ന കരിനിയമം അച്ചുതമേനോൻ സർക്കാർ സർവ്വീസ് റൂളിൽ എഴുതി ചേർത്തത്. പില്ക്കാലത്ത് യു ഡി എഫ് ഭരണകാലത്ത് ഒരു ദിവസത്തെ പണിമുടക്കത്തിന് ഏഴു ദിവ

സത്തെ ശമ്പളം വിലക്കുന്ന രീതി പ്രാവർത്തികമാക്കുവാൻ ഇത് വഴിയൊരുക്കി.

1973 ലെ പണിമുടക്ക്

സംസ്ഥാന ജീവനക്കാരുടെ മേഖലയിൽ പുതിയ അനുഭവം പ്രദാനം ചെയ്യുന്നതായിരുന്നു 1973 ലെ അനിശ്ചിതകാല പണിമുടക്കം. 1972 കാലഘട്ടത്തിൽ സംസ്ഥാന വൈദ്യുതി ബോർഡിലേയും, കെ എസ് ആർ ടി സിയിലേയും ജീവനക്കാരുടെ ശമ്പളം സംസ്ഥാന ജീവനക്കാരേക്കാൾ മെച്ചപ്പെട്ടായിരുന്നു. പൊതുമേഖലാ സ്ഥാപനത്തിലെ ശമ്പളവും സംസ്ഥാന ജീവനക്കാരെക്കാൾ മെച്ചമായിരുന്നു. ആവശ്യാധിഷ്ഠിത മിനിമം വേതനത്തിന് അനുസരിച്ചുള്ള വേതന വർദ്ധനവ്, ജീവിത സാഹചര്യങ്ങളും, വില നിലവാരത്തിലെ വർദ്ധനവും കാരണം അനുവദിക്കണമെന്ന് കേരള എൻ ജി ഒ യൂണിയൻ സംസ്ഥാന സർക്കാറിനോട് ആവശ്യപ്പെട്ടു. 1972 ജൂലൈ 22 ന് ശമ്പള കമീഷനെ നിയമിക്കണമെന്ന് ആവശ്യപ്പെട്ട നിവേദനം മുഖ്യമന്ത്രിക്ക് സമർപ്പിച്ചു. ഇത് സംബന്ധിച്ച് ജീവനക്കാരുടെ മേഖലയിൽ വലിയ പ്രചരണമാണ് യൂണിയന്റെ നേതൃത്വത്തിൽ നടത്തിയത്. സിവിൽ സർവ്വീസിലെ ജോയിന്റ് കൗൺസിൽ ഒഴിച്ച് ബാക്കി എല്ലാ സംഘനടകളും ശമ്പളപരിഷ്കരണം എന്ന ആവശ്യം ഉന്നയിച്ചു. എന്നാൽ ശമ്പളപരിഷ്കരണം എന്ന ആവശ്യത്തിന് കമ്മീഷനെ നിയമിച്ചാൽ കാലതാമസം ഉണ്ടാകുമെന്നും, പകരം ദേശീയ വേതന നയം ആവിഷ്കരിക്കുന്നതാണ് ഉത്തമം എന്ന നിലപാട് ജോയിന്റ് കൗൺസിൽ സ്വീകരിച്ചു.

ഒക്ടോബർ 10 ന് ശമ്പള കമ്മീഷൻ ഡിമാന്റ് ഉന്നയിച്ച് ജില്ലാ കേന്ദ്രത്തിൽ കൂട്ട സത്യഗ്രഹം നടന്നു. ജീവനക്കാരുടെ വലിയ പങ്കാളിത്തമാണ് ഈ സമരത്തിൽ ഉണ്ടായത്. ഒക്ടോബർ 13 ന് മുഖ്യമന്ത്രി നടത്തിയ പത്രസമ്മേളത്തിൽ കേന്ദ്രത്തിലേതുപോലെ 10 വർഷത്തിൽ മാത്രമേ ശമ്പളം പരിഷ്കരിക്കൂവെന്നും കേന്ദ്ര റിപ്പോർട്ട് വന്നാൽ അപ്പോൾ അക്കാര്യം പരിശോധിക്കുമെന്നും പറഞ്ഞു. ഒക്ടോബർ 14 ന് ചേർന്ന എൻ ജി ഒ യൂണിയൻ സംസ്ഥാന കൗൺസിൽ യോഗം 100 രൂപ ഇടക്കാലാശ്വാസം നല്കുക, വിലക്കയറ്റം തടയുക എന്നീ ആവശ്യങ്ങൾ ഉന്നയിച്ച് അനിശ്ചിതകാല പണിമുടക്കം തീരുമാനിച്ചു. ജീവനക്കാരന്റെ ഒരു ദിവസത്തെ ചെലവിന്റെ വിശദമായ കണക്കടക്കം പ്രസിദ്ധീകരിച്ചാണ് പണിമുടക്ക് പ്രവർത്തനങ്ങൾ ആരംഭിച്ചത്. ഓരോ ജീവനക്കാരനും തനിക്കു ലഭിക്കേണ്ട മിനിമം കൂലിയും, ലഭിച്ചുകൊണ്ടിരിക്കുന്ന ആനുകൂല്യങ്ങളും വ്യക്തമായി മനസ്സിലാക്കുന്നതിന് ഈ പ്രചരണം ഏറെ സഹായിച്ചു.

സമരപ്രചരണ പ്രവർത്തനങ്ങൾ ചൂട് പിടിക്കുമ്പോൾ സമരത്തെ അടിച്ചമർത്താൻ അണിയറയിൽ ഭരണാധികാരികളോട് ഒപ്പം ചേർന്ന് ചതിക്കുഴി ഒരുക്കുകയായിരുന്നു ജോയിന്റ് കൗൺസിൽ. ഒരു ദിവസം പണിമുടക്കിയാൽ 8 ദിവസത്തെ ശമ്പളം ലഭിക്കില്ലെന്നും അനിശ്ചിതകാലം പണിമുടക്കിയാൽ സർവ്വീസിലേക്ക് തിരികെ വരേണ്ടതി

ല്ലെന്നും മുഖ്യമന്ത്രി പ്രഖ്യാപിച്ചു. മന്ത്രിമാരുടേയും എം എൽ എ മാരുടെയും ശമ്പളം വർദ്ധിപ്പിച്ച മുഖ്യമന്ത്രി, സംസ്ഥാന ജീവനക്കാരുടെ ശമ്പളം 1968 ൽ പരിഷ്കരിച്ചുവെന്നും, 10 വർഷത്തിനുള്ളിൽ ഇനി പരിഷ്കരിക്കില്ലായെന്നും പ്രഖ്യാപിച്ചു. സമരം ചെയ്താൽ പിരിച്ചുവിടുമെന്ന മുഖ്യമന്ത്രിയുടെ പ്രസ്താവനയെ പ്രതിപക്ഷ നേതാവ് ഇ എം എസ് ചോദ്യം ചെയ്തു.

1972 ഡിസംബർ 2 ന് ജീവനക്കാരുടെ സംഘടനകളുടെ കോർഡിനേഷൻ കമ്മിറ്റി യോഗം ചേർന്ന് 1973 ജനുവരി 5 മുതൽ അനിശ്ചിതകാല പണിമുടക്കിന് തീരുമാനിച്ചു. പണിമുടക്ക് നോട്ടീസ് 1972 ഡിസംബർ 20 ന് നല്കി. സമരത്തെ അടിച്ചമർത്താൻ സർക്കാരും പരാജയപ്പെടുത്താൻ ജോയിന്റ് കൗൺസിലും വാശിയേറിയ സമീപനമാണ് സ്വീകരിച്ചത്.

പണിമുടക്കുന്ന ജീവനക്കാരെ ഭീഷണിപ്പെടുത്താൻ ആഭ്യന്തരമന്ത്രി കരുണാകരൻ പ്രത്യേക പത്രസമ്മേളനം വിളിച്ചുകൂട്ടി. പണിമുടക്കുന്നതിനായി ജീവനക്കാരെ ഭീഷണിപ്പെടുത്തുന്നവർക്കെതിരെ കർശനമായ നിയമ നടപടി സ്വീകരിക്കുമെന്നും സമരം കഴിഞ്ഞാലും സർക്കാർ വിട്ടുവീഴ്ച ചെയ്യുകയില്ലെന്നും അദ്ദേഹം പ്രസ്താവിച്ചു. ഭരണമുന്നണിയുടെ ലെയ്സൺ കമ്മിറ്റി കൺവീനർ എ കെ ആന്റണി പണിമുടക്കിനെ എല്ലാവരും എതിർക്കണമെന്ന് പ്രസ്താവന ഇറക്കി. സി പി ഐ യുടെ സ്റ്റേറ്റ് കൗൺസിൽ യോഗം ചേർന്ന് ജീവനക്കാരുടെ സമരത്തെ രാഷ്ട്രീയ ഉദ്ദേശത്തോടു കൂടിയ സമരമാണെന്ന് മുദ്രകുത്തുകയും ഈ സമരത്തെ പരാജയപ്പെടുത്തേണ്ടത് കേരളത്തിലെ ജനങ്ങളുടെ ആവശ്യമാണെന്നും പ്രസ്താവന ഇറക്കി. സർക്കാറിന് അധികാരത്തിൽ നിന്ന് ഇറങ്ങിപ്പോകേണ്ടി വന്നാലും, കൂടുതലായി യാതൊരു ആനുകൂല്യങ്ങളും നല്കില്ലെന്ന് യു ടി യു സി പ്രസ്താവിച്ചു. ഡിസംബർ 7 ന് *മാതൃഭൂമി*യും 1973 ജനുവരി 3 ന് *മലയാള മനോരമ*യും പണിമുടക്കത്തെ ആക്ഷേപിച്ച് മുഖപ്രസംഗം എഴുതി. ജീവനക്കാരുടെ സമരത്തെ തകർക്കാൻ സർക്കാരും ഉദ്യോഗസ്ഥമേധാവികളും പത്ര മാധ്യമങ്ങളും കൂട്ടായ നടപടികളാണ് കൈക്കൊണ്ടത്.

ജീവനക്കാരുടെ സമരത്തെ അടിച്ചമർത്താനുള്ള സർക്കാറിന്റെ നടപടികളെ സി ഐ ടി യു സർവ്വശക്തിയും ഉപയോഗിച്ച് എതിർക്കണമെന്ന് ജനറൽ സെക്രട്ടറി ഇ ബാലാനന്ദൻ പ്രഖ്യാപിച്ചു. പണിമുടക്കത്തെ അനുകൂലിച്ച് ഇ എം എസ് ഡിസംബർ ലക്കം ചിന്തയിൽ ലേഖനം എഴുതി.

പണിമുടക്ക് യാഥാർത്ഥ്യമാകുമെന്ന് ഉറപ്പായതോടെ വിവിധ സംഘടനകൾ സമരരംഗത്തേക്ക് വന്നു. വിവിധ സംഘടനാ നേതാക്കാൾ യോഗം ചേർന്ന് ഇ പത്മനാഭൻ കൺവീനറായി സമരസമിതി രൂപീകരിച്ചു. സമരം പൊളിക്കാൻ സമരസമിതിയിൽ ഉൾപ്പെട്ട സംഘടനാനേതാക്കളെ സർക്കാർ നേരിട്ട് സമീപിച്ച് പ്രീണിപ്പിക്കാൻ ശ്രമം നടത്തി. സമരം പ്രഖ്യാപിച്ച അദ്ധ്യാപക സംഘടനകൾ സംയുക്ത സമരസമിതി രൂപീകരിച്ച് കെ ജി പി ടി എ നേതാവ് വി വി ജോസഫിനെ

കൺവീനറായി തെരഞ്ഞെടുത്തു. 1973 ജനുവരി 3 ന് എറണാകുളത്ത് സമരത്തെ സഹായിക്കാൻ വിവിധ സംഘടനകളുടെ യോഗം ചേർന്ന് സമരസഹായസമിതി രൂപീകരിച്ചു.

പണിമുടക്ക് നേരിടാൻ ജനുവരി 8 ന് സർക്കാർ അവശ്യ സർവ്വീസ് ഓർഡിനൻസ് പുറപ്പെടുവിച്ചു. കുറെയേറെ വകുപ്പുകളെ ഈ ഓർഡിനൻസിന് കീഴിൽ കൊണ്ടുവന്ന് അവശ്യ സർവ്വീസായി പ്രഖ്യാപിച്ച് പണിമുടക്ക് നിരോധിച്ചു.

നിരോധവും ഭീഷണിയും അവഗണിച്ച് എൻ ജി ഒ യൂണിയന്റെ നേതൃത്വത്തിൽ ജനുവരി 10 ന് ജീവനക്കാർ പണിമുടക്ക് തുടങ്ങി. ബഹുഭൂരിപക്ഷം ജീവനക്കാരും പണിമുടക്കിൽ അണിചേർന്നു. പല ഓഫീസുകളിലും പിക്കറ്റിങ് സംഘടിപ്പിച്ചു. ഓഫീസുകളിൽ ഹാജർ നില കുറവായിരുന്നു. 20 മതുൽ 30% വരെയായിരുന്നു ഓഫീസുകളിലെ ഹാജർ നില. നൂറുകണക്കിന് ജീവനക്കാരെ പൊലീസ് അറസ്റ്റ് ചെയ്തു. പിക്കറ്റിങ്ങിൽ പങ്കെടുത്തവരെ മാത്രമല്ല, റോഡിൽ നിന്ന ജീവനക്കാരെപ്പോലും അറസ്റ്റു ചെയ്തു. ഗസറ്റഡ് ജീവനക്കാർ ഉൾപ്പെടെ അറസ്റ്റു ചെയ്ത മുഴുവൻ ജീവനക്കാരെയും സസ്പെന്റ് ചെയ്യാൻ സർക്കാർ അനുമതി നല്കി. പണിമുടക്കിൽ സസ്പെന്റ് ചെയ്യപ്പെട്ടവർക്ക് ഉപജീവനപടി നിഷേധിച്ചു. പണിമുടക്കിയ ജീവനക്കാർക്ക് പകരം ഓരോ ഓഫീസിലും അനുവദിച്ച തസ്തികയുടെ 25% വരെ താല്ക്കാലിക നിയമനം നടത്താൻ സർക്കാർ അനുമതി നല്കി. വ്യാപകമായ പൊലീസ് ആക്രമണമാണ് പണിമുടക്കിയ ജീവനക്കാർക്കുനേരെയും, ജീവനക്കാരുടെ പ്രകടനങ്ങൾക്ക് നേരെയും നടന്നത്. ജനുവരി 17 മുതൽ സർക്കാർ സ്കൂൾ മേഖലയിലെ അദ്ധ്യാപകരും പണിമുടക്കിൽ അണിചേർന്നു.

ജനുവരി 18-ാം തീയതി രാത്രി പൊലീസ് തിരുവനന്തപുരത്തെ എൻ ജി ഒ യൂണിയൻ ഓഫീസ് കൈയേറി നേതാക്കളെ അറസ്റ്റു ചെയ്തു മർദ്ദിച്ചു. ജനുവരി 19 ന് സംസ്ഥാനത്ത് പൊതുപണിമുടക്ക് പ്രഖ്യാപിച്ചു. പൊതുപണിമുടക്കിന് ജനങ്ങളുടെ വലിയ അനുഭാവമാണ് ഉണ്ടായത്.

ഫെബ്രുവരിയിൽ ശമ്പളം കിട്ടാതെ വരുന്നതോടെ ജീവനക്കാർ ജോലിയിൽ കയറുമെന്ന വിചാരമായിരുന്നു സർക്കാറിന്. പണിമുടക്കിയവരെ പ്രലോഭിപ്പിക്കാനുള്ള നടപടികളും സർക്കാറിന്റെ ഭാഗത്തുനിന്നുണ്ടായി. പണിമുടക്കിയാൽ തിരികെ വരേണ്ടെന്ന മുഖ്യമന്ത്രിയുടെ പ്രസ്താവന പിൻവലിച്ച് പണിമുടക്ക് തുടരുന്ന ജീവനക്കാർ പെട്ടെന്ന് ജോലിയിൽ പ്രവേശിക്കണമെന്ന് സർക്കാർ അഭ്യർത്ഥിക്കുന്ന സ്ഥിതിയിലേക്ക് തരംതാണു. പണിമുടക്ക് ഒത്തുതീർപ്പാക്കാൻ സമരസഹായസമിതി എല്ലാ ജില്ലാകേന്ദ്രങ്ങളിലും പ്രകടനവും പൊതുയോഗവും നടത്തി. ജീവനക്കാർ ഉന്നയിച്ച ആവശ്യങ്ങൾ അടിയന്തരമായി അംഗീകരിക്കണമെന്ന് ആവശ്യപ്പെട്ട് ഇ എം എസ് ഉൾപ്പെടെയുള്ള പ്രതിപക്ഷ നേതാക്കൾ ഫെബ്രുവരി 3 ന് മുഖ്യമന്ത്രിക്ക് കത്ത് അയച്ചു.

സമരം നീളുകയും ഫെബ്രുവരി മാസത്തിലേക്ക് കടന്നതോടെയും വാടക കിട്ടാതെ ലോഡ്ജ് ഉടമകളും, പറ്റുതുക കിട്ടാതെ ഹോട്ടൽ ഉടമകളും പലചരക്ക് വ്യാപാരികളും ജീവനക്കാർക്ക് കടം കൊടുക്കാൻ വിസ

മ്മതിച്ചു. കുടുംബങ്ങൾ പട്ടിണിയിലായി. ഈ അവസരത്തിൽ എ കെ ജി സമരകേന്ദ്രത്തിൽ സന്ദർശനം നടത്തുകയും റിലീഫ് ക്യാമ്പുകൾ തുറക്കണമെന്നും ക്യാമ്പുകളിൽ ആവശ്യമായ ഭക്ഷ്യ സാധനങ്ങൾ കർഷകസംഘം എത്തിക്കണമെന്നും നിർദ്ദേശം നല്കി. എല്ലാ ക്യാമ്പിലും കർഷകസംഘം പ്രവർത്തകർ ഭക്ഷണസാധനങ്ങൾ എത്തിച്ചു. ക്യാമ്പുകളിൽ മാത്രമല്ല, പട്ടിണിയുള്ള ജീവനക്കാരുടെ വീടുകളിലും സമര സഹായസമിതിപ്രവർത്തകർ ആഹാരം എത്തിച്ചു.

ഫെബ്രുവരി 10 ന് സമരസമിതി നേതാക്കളുമായി നടത്തിയ ചർച്ചയിലും സർക്കാർ നിലപാട് മാറ്റാൻ തയ്യാറായില്ല. പണിമുടക്കിയവർക്ക് സർവ്വീസിൽ പ്രവേശിക്കാൻ ഫെബ്രുവരി 13 വരെ സമയം നല്കുക മാത്രമാണ് സർക്കാർ ചെയ്തത്. ഫെബ്രുവരി 15 ന് പൊലീസ് സ്റ്റേഷൻ മാർച്ചും ആഭ്യന്തരവകുപ്പ് മന്ത്രിയുടെ വസതിയിലേക്ക് എ കെ ജിയുടെ നേതൃത്വത്തിൽ മാർച്ചും നടത്തി. പൗരാവകാശ സംരക്ഷണസമിതിയുടെ നേതൃത്വത്തിൽ സമരം ഒത്തുതീർപ്പാക്കണമെന്ന് ആവശ്യപ്പെട്ട് ഫെബ്രുവരി 17 ന് പഞ്ചായത്ത് കേന്ദ്രത്തിൽ പന്തം കൊളുത്തി പ്രകടനവും ഫെബ്രുവരി 21 ന് കേരള ബന്ദും പ്രഖ്യാപിച്ചു. എല്ലാവിധ മർദ്ദന സംവിധാനങ്ങളും ഉപയോഗിച്ച് സർക്കാർ ബന്ദിനെ നേരിട്ടു. അടച്ചിട്ട കടകൾ തുറപ്പിക്കുന്നതിന് പൊലീസിന്റെ സഹായത്തോടെ യൂത്ത് കോൺഗ്രസുകാരും സി പി ഐ ക്കാരും രംഗത്തിറങ്ങി.

ഫെബ്രുവരി 26 ന് സമരത്തിന് പിന്തുണ പ്രഖ്യാപിച്ച് ആശുപത്രി ജീവനക്കാർ 3 മണിക്കൂർ പണിമുടക്കി. പണിമുടക്ക് പ്രതീക്ഷിച്ചതിലും കൂടുതൽ നാൾ നീണ്ടിട്ടും അറസ്റ്റും പിരിച്ചുവിടലും, മർദ്ദനവും, സ്ഥലമാറ്റവും, ഭീഷണിയും നേരിട്ട ജീവനക്കാർ പാടുപെട്ടാണ് മനഃസാന്നിദ്ധ്യം വീണ്ടെടുത്ത് പണിമുടക്കിൽ പിടിച്ചുനിന്നത്.

ഫെബ്രുവരി 26 മുതൽ കൂട്ട പിക്കറ്റിങ് നടത്തി ജീവനക്കാരും പൗരവകാശ സംരക്ഷണസമിതി പ്രവർത്തകരും അറസ്റ്റു വരിച്ചു. പണിമുടക്ക് ഒത്തു തീർപ്പിലെത്തിക്കാൻ നടത്തിയ ശ്രമങ്ങൾ സർക്കാർ അവഗണിച്ചു. ഫെബ്രുവരി 28 ന് വിദ്യാഭ്യാസവകുപ്പ് മന്ത്രി സി എച്ച് മുഹമ്മദ് കോയ രാജിവെക്കുന്ന അവസരത്തിൽ നടത്തിയ അഭ്യർത്ഥന മാനിച്ച് അദ്ധ്യാപക സംഘടനകളായ ഡി ജി ടി എ യും കെ ജി ടി എഫും സമരം പിൻവലിച്ചു. പണിമുടക്ക് പിൻവലിക്കണമെന്ന് സർക്കാർ വീണ്ടും മാർച്ച് ഒന്നിന് അഭ്യർത്ഥിച്ചു. ഗുരുതരമല്ലാത്ത കേസുകൾ പിൻവലിക്കുമെന്നും ഏഴു ദിവസത്തിൽ കൂടുതൽ പണിമുടക്കിയ ജീവനക്കാർക്ക് ഒരു മാസത്തെ ശമ്പളത്തിൽ കൂടാത്ത തുക അഡ്വാൻസായി നല്കുമെന്നും സർക്കാർ പ്രഖ്യാപിച്ചു.

മാർച്ച് 3 ന് മൂന്നു സമരസമിതിയുടെ നേതാക്കന്മാർ യോഗം ചേർന്ന് പണിമുടക്ക് നിരുപാധികം പിൻവലിക്കാനും 5 മുതൽ ജോലിക്ക് ഹാജരാകാനും തീരുമാനിച്ചു. പണിമുടക്ക് പിൻവലിക്കുമ്പോൾ നൂറുകണക്കിന് ജീവനക്കാർ ജയിലിലായിരുന്നു. ആയിരക്കണക്കിന് ജീവനക്കാർ ശിക്ഷണ നടപടികൾക്കും സസ്പെൻഷനും വിധേയരായിരുന്നു. സംസ്ഥാനത്തെ ജീവനക്കാർ എല്ലാ മർദ്ദന സംവിധാനത്തെയും

നേരിട്ടുകൊണ്ടാണ് സമരം ചെയ്യാനും പണിമുടക്കാനുള്ള സ്വാതന്ത്ര്യത്തിനുവേണ്ടിയും ജീവനക്കാരുടെ ആത്മാഭിമാന ബോധം ഊട്ടി ഉറപ്പിക്കുന്നതിനു വേണ്ടിയുമാണ് 51 ദിവസം പണിമുടക്കിൽ ഉറച്ചുനിന്നത്. വർഗ്ഗവഞ്ചകരായ ഏതാനും ജീവനക്കാരുടെ സംഘടനകളും സർക്കാരിന്റെ അടിച്ചമർത്തൽ നയവും ജീവനക്കാരുടെ സമരത്തിൽ പ്രതിസന്ധി സൃഷ്ടിച്ചു. 100 % വും ശരിയായ ആവശ്യങ്ങൾ ഉന്നയിച്ചുകൊണ്ടുനടന്ന സമരം തല്ക്കാലം പിൻവലിച്ചെങ്കിലും കേരള സിവിൽ സർവ്വീസിൽ ഈ അവകാശങ്ങൾ നേടിയെടുക്കുന്നതിനുള്ള സമരം മറ്റ് പല രൂപങ്ങളിലും തുടരുമെന്നാണ് പണിമുടക്ക് പിൻവലിച്ചുകൊണ്ടുള്ള പ്രസ്താവനയിൽ സമരസമിതി നേതാക്കൾ പ്രതിപാദിച്ചത്. ആളിക്കത്തുന്ന തീയും അമർന്നു കത്തുന്ന തീയും തീയാണെന്ന് സമരസമിതി കൺവീനർ ഇ പത്മനാഭന്റെ വാക്കുകൾ പില്ക്കാലത്ത് കേരളത്തിലെ സിവിൽ സർവ്വീസിലെ സംഘടനകൾ പൂർണ്ണമായും ഏറ്റെടുത്തു. പണിമുടക്കിന്റെ ഭാഗമായ പ്രതികാര നടപടികൾ പിൻവലിക്കുന്നതിന് വലിയ പ്രക്ഷോഭങ്ങൾ വീണ്ടും നടത്തേണ്ടിവന്നു. പണിമുടക്കുമായി ബന്ധപ്പെട്ട എല്ലാ ശിക്ഷാനടപടികളും പിൻവലിച്ചത് 1981 ലെ നായനാർ സർക്കാറാണ്.

ശമ്പളപരിഷ്കരണത്തിന് സർക്കാർ വീണ്ടും നടപടികൾ സ്വീകരിക്കാത്ത അവസരത്തിൽ സമരസമിതി വീണ്ടും പ്രക്ഷോഭരംഗത്തേക്ക് വന്നു. 1973 ആഗസ്ത് 22 ന് സംസ്ഥാന വ്യാപകമായി പ്രകടനവും പൊതുയോഗവും നടത്തി. അദ്ധ്യാപക സർവ്വീസ് സംഘടന സമരസമിതിയുമായി സർക്കാർ ചർച്ച നടത്തുകയും ഒരു ക്യാമ്പിനറ്റ് സബ് കമ്മിറ്റി രൂപീകരിക്കുകയും ചെയ്തു. 1974 മാർച്ച് 23 ന് മന്ത്രിസഭാ കമ്മിറ്റി സംഘടനകളുമായി ചർച്ച നടത്തി. എല്ലാ സർവ്വീസ് സംഘടനകളുടേയും കൂട്ടത്തിൽ ഗസറ്റഡ് ഓഫീസേഴ്സ് അസോസിയേഷനേയും ചർച്ചയ്ക്ക് ക്ഷണിച്ചു. സംഘടനകളുടെ നിർബ്ബന്ധത്തിനും വീണ്ടും അനിശ്ചിതകാല പണിമുടക്കുമായി മുന്നോട്ടു പോകാനുള്ള തീരുമാനത്തിനും വഴങ്ങി സർക്കാർ ക്ലാസ് IV ജീവനക്കാർക്ക് കേന്ദ്രത്തിൽ അനുവദിച്ച 196 രൂപ മിനിമം ശമ്പളമായി അനുവദിക്കാൻ തീരുമാനിച്ചു. വീണ്ടും നടന്ന ചർച്ചകളിൽ മറ്റ് ജീവനക്കാർക്ക് മിനിമം ശമ്പളം അനുവദിക്കാൻ സർക്കാർ തയ്യാറായില്ല. ക്ലാസ് ഫോർ ജീവനക്കാർക്ക് മിനിമം ശമ്പളം അനുവദിച്ചപ്പോഴും മറ്റ് തസ്തികകൾക്ക് കാര്യമായ വർദ്ധനവ് അനുവദിക്കാൻ സർക്കാർ തയ്യാറായില്ല. സമഗ്രമായ ശമ്പളപരിഷ്കരണത്തിന് സർക്കാർ തയ്യാറായില്ലെങ്കിലും 1973 മുതൽ 5 വർഷത്തേക്കുള്ള പരിഷ്കാരം അംഗീകരിക്കാൻ സർക്കാർ തയ്യാറായത് അനിശ്ചിതകാല പണിമുടക്കിന്റെ ഭാഗമായാണെന്ന് കാണാം.

1975 ലെ ക്ഷാമബത്തയ്ക്ക് വേണ്ടിയുള്ള സമരം

1974 ലെ അവസാന മാസങ്ങളിലുണ്ടായ അനിയന്ത്രിതമായ വിലക്കയറ്റവും ഭക്ഷ്യക്ഷാമവും കേരളത്തിൽ ജനജീവിതം ദുഃസ്സഹമാക്കി. ഈ സമയത്ത് നിലവിലുള്ള റേഷൻ വിഹിതവും കേന്ദ്രസർക്കാർ

വെട്ടിക്കുറച്ചു. 1974 ഫെബ്രുവരി മുതൽ അനുവദിക്കേണ്ട ക്ഷാമബത്ത കുടിശ്ശിക നേടിയെടുക്കുന്നതിന് എഫ് എസ് ഇ ടി ഒ പ്രക്ഷോഭ രംഗത്തിറങ്ങി. നവംബർ 29 ന് ആരംഭിച്ച നിശാധർണ പുതിയ സമരരൂപമായിരുന്നു. എന്നാൽ ഈ സമരങ്ങൾകൊണ്ടൊന്നും ക്ഷാമ ബത്ത അനുവദിക്കുന്നതിന് സർക്കാർ തയ്യാറാകാത്തതിനാൽ 1975 ജനുവരി 15 മുതൽ അനിശ്ചിതകാല പണിമുടക്ക് പ്രഖ്യാപിച്ചു. ഇതിനെ ത്തുടർന്ന് 74 ഫെബ്രുവരി, ഏപ്രിൽ എന്നീ മാസത്തിലെ കുടിശ്ശിക ക്ഷാമബത്ത അനുവദിച്ചു. എന്നാൽ അവശേഷിക്കുന്ന കുടിശ്ശിക നല്കേണമെന്ന് ആവശ്യപ്പെട്ട് എഫ് എസ് ഇ ടി ഒ പണിമുടക്ക് പ്രവർത്തനം തുടർന്നു. എഫ് എസ് ഇ ടി ഒ യുമായി യോജിച്ച് പണിമുടക്കാൻ എൻ ജി ഒ അസോസിയേഷൻ തയ്യാറായി. പണിമുടക്ക് രംഗത്തുള്ള സംഘടനകൾ ചേർന്ന് യുണൈറ്റഡ് ആക്ഷൻ കൗൺസിൽ രൂപവല്ക്കരിച്ചു. ഫെബ്രുവരി 5 മുതൽ പണിമുടക്കാൻ തീരുമാനിച്ചു. എന്നാൽ പണിമുടക്ക് തീയതിക്കു ശേഷം അഞ്ചു ദിവസം കഴിഞ്ഞ് ഫെബ്രുവരി 10 ന് ചർച്ചയാകാമെന്ന നിലപാടാണ് മുഖ്യമന്ത്രി സി അച്ചുതമേനോൻ സ്വീകരിച്ചത്. ഇത് പണിമുടക്ക് തകർക്കാനുള്ള അടവ് മാത്രമായിരുന്നു. എന്നു തിരിച്ചറിഞ്ഞ സംഘടനകൾ 5 മുതൽ പണിമുടക്ക് ആരംഭിച്ചു. സമരം പൊളിക്കാൻ സർക്കാർ ഡി ഐ ആർ ഉപയോഗിച്ചു. എന്നാൽ ജീവനക്കാർ പണിമുടക്കിൽ ഉറച്ചുനിന്നു. തുടർന്ന് ഫെബ്രുവരി 10 നും 11 നും സമരസമിതിയുമായി ചർച്ച നടന്നു. മൂന്നു ഗഡു ഡി എ അനുവദിക്കാമെന്ന് സർക്കാർ ഉറപ്പു നല്കി. തുടർന്ന് 11 ന് സമരം പിൻവലിച്ചു.

1978 ലെ ശമ്പളപരിഷ്കരണത്തിന് വേണ്ടിയുള്ള പണിമുടക്ക്

1977 മെയ് മാസത്തിൽ ശമ്പളപരിഷ്കരണം ആവശ്യപ്പെട്ട് വിവിധ സർവ്വീസ് സംഘടനകൾ പ്രക്ഷോഭത്തിലേക്ക് നീങ്ങി. ജൂൺ 14 ന് മുഖ്യ മന്ത്രി ചർച്ചയ്ക്ക് വിളിച്ചു. എന്നാൽ സാമ്പത്തിക സ്ഥിതി മെച്ചപ്പെട്ടാൽ പിന്നീട് ആനുകൂല്യങ്ങൾ നല്കുന്ന കാര്യം ചർച്ച ചെയ്യാമെന്ന നിഷേധാത്മക നിലപാടാണ് സ്വീകരിച്ചത്. ഇതിനെതിരെ സർവ്വീസ് മേഖലയിൽ വലിയ പ്രതിഷേധമുണ്ടായി. വിവിധ അദ്ധ്യാപക സർവ്വീസ് സംഘടനകൾ ഈ ആവശ്യവുമായി മുന്നോട്ടു വരികയും പണിമുടക്ക് മാത്രമേ അവകാശം നേടിയെടുക്കാൻ മാർഗ്ഗമുള്ളൂ എന്ന നിലപാടിൽ എത്തുകയും ചെയ്തു. തുടർന്ന് ആഗസ്ത് 29 ന് മുഖ്യമന്ത്രി സംഘടനാപ്രതിനിധികളുമായി ചർച്ച നടത്തി. തുടർന്ന് ശമ്പളപരിഷ്കരണത്തിന് ഒരു ഏകാംഗ കമീഷനെ നിയമിക്കാൻ സർക്കാർ തീരുമാനിക്കുകയും സെപ്തംബർ 9 ന് ചീഫ് സെക്രട്ടറി എൻ ചന്ദ്രഭാനുവിനെ ഏകാംഗ കമീഷനായി നിയമിക്കുകയും ചെയ്തു.

ഏകാംഗ കമീഷന്റെ നിയമനം വ്യാപകമായ അതൃപ്തിയാണ് സൃഷ്ടിച്ചത്. ഇതിൽ പ്രതിഷേധിച്ച് വിവിധ സംഘടനകളുടെ യോഗം എറണാകുളത്ത് ചേർന്ന് പ്രക്ഷോഭത്തിന് നേതൃത്വം നല്കാൻ അദ്ധ്യാപക സർവ്വീസ് സംഘടന ഐക്യസമരസമിതി രൂപീകരിച്ചു. 1977

ഒക്ടോബർ 18 ന് ചേർന്ന സമരസമിതി യോഗം ശമ്പളപരിഷ്കരണം, ഇടക്കാലാശ്വാസം തുടങ്ങി 8 ആവശ്യങ്ങൾ ഉന്നയിച്ച ഡിസംബർ 01 ന് സൂചനാ പണിമുടക്കം നടത്താൻ തീരുമാനിച്ചു. സൂചനാ പണിമുടക്കിൽ ഭൂരിപക്ഷം ജീവനക്കാരും പങ്കെടുത്തു.

1978 ജനുവരി 11 മുതൽ അനിശ്ചിതകാല പണിമുടക്ക് നടത്താൻ ഐക്യസമര സമിതി തീരുമാനിക്കുകയും ഡിസംബർ 22 ന് പണിമുടക്ക് നോട്ടീസ് നല്കുകയും ചെയ്തു. മുഖ്യമന്ത്രി ജനുവരി 8 ന് സംഘടനകളുമായി നടത്തിയ ചർച്ച പരാജയപ്പെട്ടു. ഇടക്കാലാശ്വാസം അനുവദിക്കാനാവില്ലെന്നും 1978 ജൂലൈ 01 മുതൽ മാത്രമേ ശമ്പളപരിഷ്കരണം നടപ്പിലാക്കുകയുള്ളൂയെന്നും മുഖ്യമന്ത്രി പറഞ്ഞു.

ജനുവരി 11 മുതൽ അനിശ്ചിതകാല പണിമുടക്കം ആരംഭിച്ചു. മുഖ്യമന്ത്രി ജനുവരി 12 ന് ഇറക്കിയ പത്ര പ്രസ്താവനയിൽ ആനുകൂല്യങ്ങൾ അനുവദിക്കില്ല എന്ന സമീപനം സ്വീകരിച്ചു. ഡയസ്നോൺ പിൻവലിക്കുന്ന കാര്യം ആലോചിക്കാൻ കഴിയില്ലായെന്നും, പണിമുടക്കിയ ജീവനക്കാർക്ക് ശമ്പളം നഷ്ടപ്പെടുമെന്നും പ്രഖ്യാപിച്ചു.

കേരള പൊലീസിനു പുറമേ കർണ്ണാടക, തമിഴ്നാട് പൊലിസിനെയും സമരത്തെ അടിച്ചമർത്താൻ സർക്കാർ നിയോഗിച്ചു. പണിമുടക്കിന്റെ രണ്ടാം ദിവസം നിരോധനാജ്ഞ പ്രഖ്യാപിച്ച് ജീവനക്കാരെ വിവിധ കേന്ദ്രങ്ങളിൽ നിന്ന് അറസ്റ്റ് ചെയ്തു. പണിമുടക്കിയ പ്രൊഫഷണൽ ജീവനക്കാരെ പിരിച്ചുവിട്ടു. പ്രൊബേഷണർമാർക്കെതിരെ നടപടി സ്വീകരിച്ചു. ഇത്തരത്തിൽ തുടർന്ന അടിച്ചമർത്തൽ നയങ്ങൾക്കെതിരെ വലിയ പ്രതികരണം വിവിധ ട്രേഡ് യൂണിയനുകളുടെ ഭാഗത്തുനിന്ന് ഉണ്ടായി. ഫെബ്രുവരി 3 ന് പണിമുടക്കിന് ഐക്യദാർഢ്യം പ്രഖ്യാപിച്ച് പൊതു പണിമുടക്ക് നടത്തുമെന്ന് ട്രേഡ് യൂണിയനുകൾ പ്രഖ്യാപിച്ചു.

പണിമുടക്ക് ദിവസങ്ങൾ കഴിയുന്തോറും സമരത്തിൽ പങ്കെടുത്തിരുന്ന എൻ ജി ഒ അസോസിയേഷൻ അണികൾ ഓഫീസിൽ തിരികെ പ്രവേശിച്ചു തുടങ്ങി. പണിമുടക്കിനുള്ള സംഘടനാപരമായ പ്രവർത്തനങ്ങൾ നടത്തുന്നതിൽ വീഴ്ചപറ്റിയ എൻ ജി ഒ അസോസിയേഷൻ നേതൃത്വത്തിന് ജീവനക്കാരെ സമരത്തിൽ ഉറപ്പിച്ചു നിർത്താൻ കഴിഞ്ഞില്ല. പണിമുടക്കിൽ പങ്കെടുത്തുകൊണ്ടിരുന്ന ഒരു വിഭാഗം ജീവനക്കാർ ഓഫീസുകളിൽ തിരിച്ചു കയറുന്നത് പണിമുടക്കിൽ ഉറച്ചുനിന്നിരുന്ന ജീവനക്കാരുടെ ആത്മവിശ്വാസത്തെ പ്രതികൂലമായി ബാധിച്ചു. പണിമുടക്കിൽ അണിനിരന്ന സംഘടനകളുടെ ഐക്യം തകരുന്ന സ്ഥിതി ഇല്ലാതാക്കാൻ ജനുവരി 27 ന് ചേർന്ന സമരസമിതി യോഗം നിരുപാധികമായി പണിമുടക്ക് പിൻവലിക്കുവാൻ തീരുമാനിച്ചു. ഐക്യം നിലനിർത്തി സമരം പിൻവലിക്കാൻ തീരുമാനിച്ചത് ഭാവിസമരങ്ങൾക്ക് പ്രചോദനമാകും എന്ന നിലപാടിലാണ് പണിമുടക്കിനുശേഷം ചേർന്ന സമരസമിതിയുടെ യോഗം കൈക്കൊണ്ടത്. ഡയസ്നോൺ പിൻവലിക്കണമെന്നും, 1973 ലെ സമരത്തിന്റെ പേരിൽ പിരിച്ചുവിട്ടവരെ തിരിച്ചെടുക്കണമെന്നുമുള്ള ആവശ്യത്തിൽ വിവിധ സംഘടനകളുടെ പ്രക്ഷോഭങ്ങളെ ഡിമാന്റായി ഉന്നയിപ്പിക്കുവാൻ കഴിഞ്ഞത് പണിമുടക്കിൽ

അണിനിരന്ന എഫ് എസ് ഇ ടി ഒ ഉൾപ്പെടെയുള്ള സംഘടനകളുടെ നേട്ടമായിരുന്നു. 1978 ഡിസംബറിൽ ഏകപക്ഷീയമായി 25 രൂപ മിനിമം ആനുകൂല്യത്തോടെ ശമ്പളപരിഷ്കരണ റിപ്പോർട്ട് സർക്കാർ അംഗീകരിച്ചു. സ്കെയിലുകളിൽ വെട്ടിക്കുറവ് വരുത്തുകയും ഇൻക്രിമെന്റ് തുക കുറയ്ക്കുകയും ചെയ്തു. ഏകപക്ഷീയമായ തീരുമാനത്തിൽ പ്രതിഷേധിച്ച് 1979 ജനുവരി 24 ന് അദ്ധ്യാപക സർവ്വീസ് സംഘടന സമരസമിതിക്ക് രൂപം നല്കുകയും പ്രക്ഷോഭം ആരംഭിക്കാൻ തീരുമാനിക്കുകയും ചെയ്തു. ജോയിന്റ് കൗൺസിലും എൻ ജി ഒ അസോസിയേഷനും അടക്കം അമ്പതിലധികം സംഘടനകൾ സമരസമിതിയിൽ ചേർന്നു. ആവശ്യാധിഷ്ഠിത മിനിമം വേതനം അനുവദിക്കുക, ബോണസ് അനുവദിക്കുക തുടങ്ങിയ 13 ആവശ്യങ്ങളാണ് സർക്കാറിന് മുന്നിൽ ഉന്നയിച്ചത്. 1971 നു ശേഷം ജോയിന്റ് കൗൺസിൽ ആദ്യമായാണ് പൊതുവേദിയിൽ സമരത്തിന്റെ രംഗത്തേക്ക് വരുന്നത്.

കോൺഗ്രസ് പിളർപ്പിനെ തുടർന്ന് 1978 ഒക്ടോബർ 29 ന് എ കെ ആന്റണി മുഖ്യമന്ത്രി സ്ഥാനം രാജിവെക്കുകയും പി കെ വാസുദേവൻ നായർ മുഖ്യമന്ത്രിയാവുകയും ചെയ്തു. 1979 ജൂലൈ 9 മുതൽ സമരസമിതി പണിമുടക്ക് പ്രഖ്യാപിച്ചു. തുടർന്ന് ജൂലൈ 2 ന് സർക്കാർ നടത്തിയ ചർച്ചയിൽ സമരം ഒത്തുതീർപ്പായി.

1983 ലീവ് സറണ്ടർ സമരം

സർക്കാറിന്റെ സാമ്പത്തിക ബുദ്ധിമുട്ട് പരിഹരിക്കുന്നതിന് ജീവനക്കാരുടെ ലീവ് സറണ്ടർ ആനുകൂല്യം എടുത്തുകളയാനും ജി പി എഫ് അഡ്വാൻസ് എടുത്തുകളയാനും സർക്കാർ നീക്കം നടത്തി. 1983 ജനുവരി 31 ന് രാത്രി സറണ്ടർ ആനുകൂല്യം മരവിപ്പിച്ച് ഉത്തരവിറക്കി. ഇതിൽ പ്രതിഷേധിച്ച് ഫെബ്രുവരി ഒന്നിന് ജീവനക്കാർ ഓഫീസ് വിട്ടിറങ്ങി കൂട്ടമായി സെക്രട്ടേറിയറ്റിനു മുന്നിലെത്തി. സെക്രട്ടേറിയറ്റ് ജീവനക്കാർ വളപ്പിനുള്ളിൽ പ്രതിഷേധ പ്രകടനം നടത്തി. സംസ്ഥാനമാകെ ഓഫീസുകൾ വിട്ടിറങ്ങി ജീവനക്കാർ പ്രതിഷേധിച്ചു. വനിതാ ജീവനക്കാർ അടക്കം ആയിരക്കണക്കിന് ജീവനക്കാർ സെക്രട്ടേറിയറ്റിനു പുറത്ത് ധർണ നടത്തുകയും സെക്രട്ടേറിയറ്റ് ജീവനക്കാർ സെക്രട്ടേറിയറ്റിനകത്ത് സമരം നടത്തുകയും ചെയ്തു. സെക്രട്ടേറിയറ്റിനകത്ത് സമരം നടത്തിയ ജീവനക്കാരെ പൊലീസ് അറസ്റ്റ് ചെയ്യുകയും സെക്രട്ടേറിയറ്റിനു വെളിയിൽ സമരം നടത്തിയ ജീവനക്കാരെ ആക്രമിക്കുകയും ചെയ്തു. ഉന്നത പൊലീസ് ഉദ്യോഗസ്ഥർ ഉൾപ്പെടെ നടത്തിയ ആക്രമണത്തിന്റെ ഭാഗമായി കണ്ണീർവാതക പ്രയോഗത്തിലും ലാത്തിച്ചാർജ്ജിലും സംഘടനാ നേതാക്കൾക്ക് പരിക്ക് പറ്റി. ജീവനക്കാരെയും നേതാക്കളെയും ക്രൂരമായി തല്ലിച്ചതച്ച നടപടിയിൽ പ്രതിഷേധിച്ച് ഫെബ്രുവരി 2 ന് സമരസമിതിയുടെ നേതൃത്വത്തിൽ പ്രതിഷേധ പണിമുടക്ക് നടന്നു. സംഘടനാ ഭേദമില്ലാതെ ജീവനക്കാർ പണിമുടക്കിൽ അണിചേർന്നു. തിരുവനന്തപുരത്ത് ലാത്തിച്ചാർജ്ജിൽ പരിക്ക് പറ്റിയവരടക്കം 5500 പേരുടെ പേരിൽ കേസെടുത്തു.

പ്രതിഷേധസമരം വ്യാപിപ്പിക്കുന്നതിന്റെ ഭാഗമായി വിവിധ സംഘടനകളെ ഉൾക്കൊള്ളിച്ച് സമരസമിതി വിപുലീകരിക്കുകയും അദ്ധ്യാപക സർവ്വീസ് സംഘടന ഐക്യസമരസമിതി രൂപീകരിക്കുകയും ചെയ്തു. ശമ്പളപരിഷ്കരണം അനുവദിക്കുക, ലീവ് സറണ്ടർ നിഷേധിച്ച ഉത്തരവ് പിൻവലിക്കുക തുടങ്ങി ആറ് ആവശ്യങ്ങൾ ഉന്നയിച്ച് ഫെബ്രുവരി 17 മുതൽ അനിശ്ചിതകാല പണിമുടക്ക് നടത്താൻ സമരസമിതി തീരുമാനിച്ചു. പണിമുടക്ക് പ്രവർത്തം ശക്തമായതോടെ ഫെബ്രുവരി 9 ന് സർക്കാർ ചർച്ച നടത്താൻ തീരുമാനിച്ചു. മരവിച്ച ലീവ് സറണ്ടർ ആനുകൂല്യം ക്ലാസ് ഫോർ ജീവനക്കാർക്ക് പൂർണ്ണമായും മറ്റുള്ളവർക്ക് 50% ഫെബ്രുവരിയിൽ തന്നെ നല്കുമെന്നും ഉറപ്പു നല്കി. തുടർന്ന് പണിമുടക്ക് തല്ക്കാലം മാറ്റിവെച്ചു.

1983 ലെ ശമ്പളപരിഷ്കരണ പ്രക്ഷോഭങ്ങൾ

ശമ്പളപരിഷ്കരണവുമായി ബന്ധപ്പെട്ട് നടത്തിയ വിവിധ പ്രക്ഷോഭ പ്രവർത്തനങ്ങളുടെ ഫലമായി 1983 മാർച്ച് 5 ന് സർക്കാർ നടത്തിയ ചർച്ചയിൽ ഏപ്രിൽ ആദ്യവാരം ശമ്പളകമീഷനെ നിയമിക്കുമെന്ന് അറിയിച്ചിരുന്നു. എന്നാൽ സർക്കാർ വാഗ്ദാനങ്ങൾ പാലിക്കാൻ തയ്യാറായില്ല. സമരസമിതിയുടെ നേതൃത്വത്തിൽ വീണ്ടും നടന്ന പ്രക്ഷോഭങ്ങളുടെ ഭാഗമായി ഗോപാലൻ നമ്പ്യാർ അദ്ധ്യക്ഷനായ കമ്മിറ്റിയെ ശമ്പളപരിഷ്കരണത്തിനായി സർക്കാർ നിയോഗിച്ചു. കമീഷന്റെ ഘടനയിലും ടേംസ് ഓഫ് റഫറൻസിലും സംഘടനകൾ നല്കിയ നിർദ്ദേശങ്ങളൊന്നും അംഗീകരിക്കാൻ സർക്കാർ തയ്യാറായില്ല. തുടർന്ന് 1983 ജൂൺ മാസത്തിൽ കാൽനട ജാഥ ഉൾപ്പെടെയുള്ള പ്രക്ഷോഭങ്ങൾ നടത്തി. കമീഷന്റെ ഘടനയിലും അന്വേഷണ വിഷയത്തിലും മാറ്റം വരുത്തുക, ഇടക്കാലാശ്വാസം നല്കുക, ബോണസ് അനുവദിക്കുക, ഡി എ രൊക്കം പണമായി നല്കുക എന്നീ ആവശ്യങ്ങൾ ഉന്നയിക്കുന്നതിനാണ് എഫ് എസ് ഇ ടി ഒ തീരുമാനിച്ചത്.

ഈ ആവശ്യങ്ങൾ ഉന്നയിച്ച് ജൂലൈ 6 ന് സൂചനാ പണിമുടക്ക്, തുടർന്ന് അനിശ്ചിതകാല പണിമുടക്കിന് സമരസമിതി തീരുമാനമെടുത്തു. ജൂലൈ 6 ന്റെ സൂചനാ പണിമുടക്കം പരാജയപ്പെടുത്താൻ എൻ ജി ഒ അസോസിയേഷൻ ഉൾപ്പെടെ സംഘടനകൾ പ്രചരണം നടത്തി. എന്നാൽ ജൂലൈ 6 ന്റെ സൂചനാ പണിമുടക്കം വൻവിജയമായിരുന്നു. 1983 ആഗസ്ത് 4 മുതൽ പണിമുടക്കാൻ എസ് ഇ ടി ഒ തീരുമാനിച്ചിരുന്നു. സൂചനാപണിമുടക്കിൽ നിന്ന് ജീവനക്കാരെ പിന്തിരിപ്പിക്കാനായിരുന്നു ഈ പ്രഖ്യാപനം. 1983 ആഗസ്ത് 4 മുതൽ നടക്കുന്ന പണിമുടക്കിൽ പങ്കുചേരാൻ ഐക്യസമരസമിതി തീരുമാനിച്ചു. കേന്ദ്രജീവനക്കാരുടെ ശമ്പളപരിഷ്കരണത്തിന് നിയോഗിച്ച കമീഷൻ പ്രവർത്തനങ്ങൾ നടക്കുന്നതിനിടയിൽ കേന്ദ്രജീവക്കാർക്ക് 50 രൂപ മുതൽ 70 രൂപാ വരെ ഇടക്കാലാശ്വാസം അനുവദിച്ചു. ഇതേത്തുടർന്ന് കേരളത്തിലെ ജീവനക്കാർക്കും ഇടക്കാലാശ്വാസം അനുവദിക്കണമെന്ന ഡിമാന്റിന് പ്രസക്തിയേറി. പണിമുടക്ക് പ്രവർത്തനങ്ങളുമായി സമരസമിതി മുന്നോട്ടു

പോയി. പണിമുടക്ക് നടക്കുമെന്ന് ബോദ്ധ്യമായതോടെ സർക്കാർ ചർച്ചയ്ക്ക് തയ്യാറായി. ജൂലൈ 30 ന് ചർച്ച നടന്നു. ഇടക്കാലാശ്വാസം അടക്കം സമരസമിതി ഉന്നയിച്ച അവകാശങ്ങൾ അംഗീകരിക്കാൻ സർക്കാർ തയ്യാറായില്ല. ചർച്ചയിൽ സർക്കാർ സ്വീകരിച്ച നിഷേധാത്മക നിലപാടിൽ പ്രതിഷേധിച്ച് സമരസമിതി പ്രതിനിധികൾ ചർച്ച ബഹിഷ്കരിച്ചു. എസ് ഇ ടി ഒ സംഘടനകൾ സമരത്തിൽ നിന്ന് പിന്മാറി. വിവിധ സംഘടനകൾ പണിമുടക്കിൽ നിന്ന് പിന്മാറിയതോടെ ഐക്യ സമര സമിതിയും പണിമുടക്ക് മാറ്റിവെച്ചു.

ജൂലൈ 30 ന് നടന്ന ചർച്ചയിൽ, നിശ്ചിത സമയത്തിനുള്ളിൽ ശമ്പള പരിഷ്കരണ റിപ്പോർട്ട് ലഭിച്ചില്ലെങ്കിൽ ഇടക്കാലാശ്വാസത്തെ കുറിച്ച് പരിശോധിക്കുമെന്ന് ഉറപ്പു ലഭിച്ചിരുന്നു. എന്നാൽ ഇടക്കാലാശ്വാസം അനുവദിക്കുന്നതിൽനിന്നും, മറ്റ് ഉറപ്പുകൾ പാലിക്കുന്നതിൽനിന്നും സർക്കാർ പിറകോട്ട് പോയി. 1984 ജനുവരി 18 മുതൽ അനിശ്ചിതകാലത്തേക്ക് പണിമുടക്കാൻ സമരസമിതി തീരുമാനിച്ചു.

അനിശ്ചിതകാല പണിമുടക്കിന് ജനുവരി 3-ാം തീയതി പണിമുടക്ക് നോട്ടീസ് നല്കി. തുടർന്ന് ജനുവരി 28 ന് സർക്കാർ ചർച്ചയ്ക്ക് വിളിച്ചു. എല്ലാ ട്രേഡ് യൂണിയൻ മര്യാദകളും ലംഘിച്ച് പണിമുടക്ക് പ്രഖ്യാപിച്ച തീയതിക്ക് ശേഷമാണ് ചർച്ചയ്ക്ക് വിളിച്ചത്. എന്നാൽ ചർച്ച ഒഴിവാക്കി എന്ന ആക്ഷേപത്തിന് ഇടവരാതിരിക്കാൻ പണിമുടക്ക് മാറ്റിവെച്ച് സമരസമിതിയിൽപ്പെട്ട സംഘടനകൾ ചർച്ചയിൽ പങ്കെടുത്തു. യാതൊരു ആവശ്യവും അനുവദിക്കാൻ സാദ്ധ്യമല്ലെന്ന നിലപാടാണ് മുഖ്യമന്ത്രി സ്വീകരിച്ചത്. തുടർന്ന് സമരസമിതിയോഗം ചേർന്ന് ഫെബ്രുവരി 16 മുതൽ അനിശ്ചിതകാല പണിമുടക്ക് പ്രഖ്യാപിച്ചു. പണിമുടക്ക് പ്രവർത്തനങ്ങൾ സജീവമായതോടെ സർക്കാർ വീണ്ടും ചർച്ചയ്ക്ക് തയ്യാറായി. ഫെബ്രുവരി 14 ന് നടന്ന ചർച്ചയിൽ ഫെബ്രുവരി 22 ന് ഇടക്കാലാശ്വാസം അനുവദിക്കുമെന്ന ഉറപ്പ് സർക്കാർ ഭാഗത്തുനിന്നും ഉണ്ടായി.

എന്നാൽ നിരന്തരം വാഗ്ദാനലംഘനം നടത്തുന്ന സർക്കാറിന്റെയും മുഖ്യമന്ത്രിയുടേയും വാക്ക് വിശ്വസിക്കാൻ കഴിയില്ലയെന്ന നിലപാട് സമരസമിതി സ്വീകരിക്കുകയും പണിമുടക്കുമായി മുന്നോട്ടു പോകാൻ തീരുമാനിക്കുകയും ചെയ്തു. പണിമുടക്കിൽ നിന്ന് പിന്നോട്ടു മാറിയ ഭരണാനുകൂല സംഘടനകളുടെ ആഹ്വാനം തള്ളി ബഹുഭൂരിപക്ഷം ജീവനക്കാരും ഫെബ്രുവരി 16 മുതൽ അനിശ്ചിതകാല പണിമുടക്കിൽ പങ്കെടുത്തു. സർക്കാറിന്റെ ക്രൂരമായ അടിച്ചമർത്തൽ നയങ്ങൾ വകവെക്കാതെ പണിമുടക്കിൽ പങ്കെടുക്കുന്നവരുടെ എണ്ണം വർദ്ധിച്ചു. ഫെബ്രുവരി 28 ന് ട്രേഡ് യൂണിയൻ സംഘടനകൾ അനുഭാവ പണിമുടക്കം പ്രഖ്യാപിച്ചു. പണിമുടക്കിൽ അതുവരെ അണിചേരാതിരുന്ന കെ ജി ഒ എ പണിമുടക്കിൽ പിന്തുണ പ്രഖ്യാപിച്ചുവെങ്കിലും എല്ലാ സംഘടനകളും പണിമുടക്കിൽ പങ്കെടുക്കാത്തതിനാൽ പണിമുടക്കിയില്ല.

ഫെബ്രുവരി 22 ന് കൂടിയ ക്യാബിനറ്റിൽ 35 രൂപ മുതൽ 45 രൂപാ വരെ ഇടക്കാലാശ്വാസം അനുവദിക്കാൻ തീരുമാനിച്ചു. ശക്തമായ പണിമുടക്കിന് ജീവനക്കാർ മുന്നോട്ടുവന്നതിന്റെ ഭാഗമായാണ് സർക്കാർ

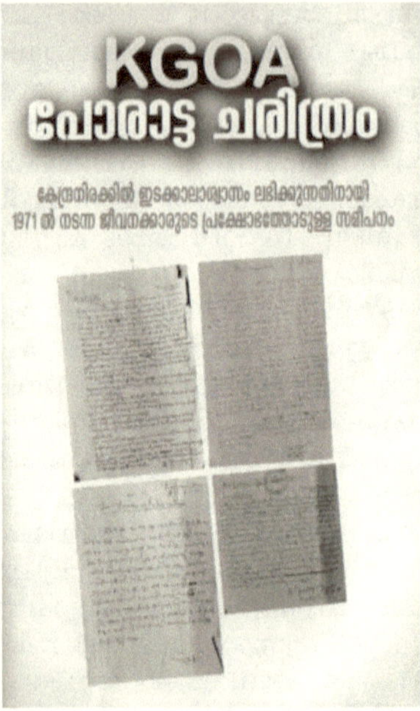
KGOA
പോരാട്ട ചരിത്രം
കേന്ദ്രനിരക്കിൽ ഇടക്കാലാശ്വാസം ലഭിക്കുന്നതിനായി
1971 ൽ നടന്ന ജീവനക്കാരുടെ പ്രക്ഷോഭത്തോടുള്ള സമീപനം

ഗസറ്റഡ് ജീവനക്കാരും
പണിമുടക്കിലേക്ക്
സമരത്തിനെതിരെ
കരിനിയമം

നാലര ലക്ഷം
ജീവനക്കാർ
പണിമുടക്ക്
ജീവനക്കാരുടെ
സംഘടിതസമരഐക്യത്തിലേക്ക്
കെ.ജി.ഒ.എ. യുടെ ആദ്യ പണിമുടക്ക്
പണിമുടക്ക് : പരക്കെ അറസ്റ്റ്

1983 ലെ ചട്ടപ്പടിസമരം
പണിമുടക്ക്
സെക്രട്ടറിയററ് നടയിൽ

ഇടക്കാലാശ്വാസം പരിമിതമായിട്ടെങ്കിലും അനുവദിക്കാൻ തയ്യാറായത്. ഈ സാഹചര്യത്തിൽ പണിമുടക്ക് പിൻവലിച്ചു. എന്നാൽ പണിമുടക്കിന്റെ ഭാഗമായ പ്രതികാരനടപടികൾ പിൻവലിക്കുന്നതിന് വീണ്ടും ജീവനക്കാർക്ക് പ്രക്ഷോഭത്തിന് ഇറങ്ങേണ്ടിവന്നു.

1983 ഏപ്രിൽ കമ്മീഷനെ നിയമിച്ചെങ്കിലും ശമ്പളപരിഷ്കരണ റിപ്പോർട്ട് വേഗത്തിൽ കമ്മീഷനിൽ നിന്നും ലഭ്യമാക്കാനനുവദിക്കാതെ കാലാവധി നീട്ടിനീട്ടി നല്കുന്ന സമീപനം സർക്കാർ സ്വീകരിച്ചു. അവസാനം 1984 ജൂൺ 30 ന് റിപ്പോർട്ട് വാങ്ങിയില്ലെങ്കിൽ തപാലിൽ അയച്ചു തരുമെന്ന് കമ്മീഷൻ പ്രസ്താവന ഇറക്കി. തുടർന്നാണ് മുഖ്യമന്ത്രി കരുണാകരൻ റിപ്പോർട്ട് സ്വീകരിക്കുവാൻ തയ്യാറായത്. റിപ്പോർട്ടിലെ ഉള്ളടക്കം പത്രമാധ്യമങ്ങളിൽക്കൂടി പുറത്തുവന്നത് ജീവനക്കാരിൽ ആശങ്കയുളവാക്കി. റിപ്പോർട്ട് പ്രസിദ്ധീകരിക്കണമെന്നും സംഘടനകളുമായി ചർച്ച നടത്തണമെന്നും എഫ് എസ് ഇ ടി ഒ ഉൾപ്പെടെ സമരസമിതി ആവശ്യപ്പെട്ടു. ആവശ്യങ്ങൾ അംഗീകരിക്കാത്തതിനെ തുടർന്ന് വീണ്ടും പ്രക്ഷോഭവുമായി മുന്നോട്ടു പോകാൻ തീരുമാനിച്ചു. പണിമുടക്ക് രംഗത്തേക്ക് ഒടുവിൽ എസ് ഇ ടി ഒ ക്കും വരേണ്ടിവന്നു. 1985 ഫെബ്രുവരി 20 ന് പണിമുടക്ക് ആരംഭിക്കാൻ തീരുമാനിച്ചു. ശമ്പളപരിഷ്കരണ റിപ്പോർട്ട് പ്രസിദ്ധീകരിച്ച് സംഘടനകളുമായി ചർച്ച ചെയ്ത് നടപ്പിലാക്കുക. ആറ് ഗഡു ക്ഷാമബത്ത അനുവദിക്കുക, പ്രതികാര നടപടികൾ പിൻവലിക്കുക എന്നീ ആവശ്യങ്ങളാണ് പണിമുടക്കിന് ഉന്നയിച്ചത്. ഫെബ്രുവരി 6 ന് പണിമുടക്ക് നോട്ടീസ് നല്കി. തുടർന്ന് ഫെബ്രുവരി 15 ന് സംഘടനാ പ്രതിനിധികളുമായി സർക്കാർ ചർച്ചയ്ക്ക് തയ്യാറായി. കുടിശ്ശികയായ ആറ് ഗഡു ക്ഷാമബത്ത 1985 മാർച്ച് മുതൽ നല്കുമെന്നും കുടിശ്ശിക പ്രൊവിഡന്റ് ഫണ്ടിൽ ചേർക്കുമെന്നും സർക്കാർ ചർച്ചയിൽ സമ്മതിച്ചു. ശമ്പളക്കമ്മീഷൻ റിപ്പോർട്ടിനെക്കുറിച്ച് സംഘടനകളുമായി ചർച്ച ചെയ്യുമെന്നും ചർച്ചയ്ക്ക് മുമ്പ് കമ്മീഷൻ റിപ്പോർട്ടിന്റെ കോപ്പി സംഘടനകൾക്ക് ലഭ്യമാക്കുമെന്നും മുഖ്യമന്ത്രി ഉറപ്പ് നല്കി. ഈ ഒത്തുതീർപ്പ് നിർദ്ദേശത്തിന്റെ ഭാഗമായി പണിമുടക്ക് മാറ്റിവച്ചു. ജൂൺ 12 ന് മുഖ്യമന്ത്രി സംഘടനാ പ്രതിനിധികളുമായി ചർച്ച നടത്തി. എന്നാൽ പ്രസ്തുത ചർച്ചയിൽ ശമ്പളപരിഷ്കരണ റിപ്പോർട്ട് നടപ്പിലാക്കുന്നത് സംബന്ധിച്ച് വ്യക്തമായ തീരുമാനങ്ങൾ ഉണ്ടായില്ല. വ്യക്തമായ തീരുമാനങ്ങൾ എടുക്കാതെ ശമ്പളപരിഷ്കരണം നീട്ടിക്കൊണ്ടു പോകുന്ന സർക്കാർ നിലപാടിൽ വ്യാപക പ്രതിഷേധം ഉയർന്നുവന്നു. ശക്തമായ പ്രക്ഷോഭം സർക്കാറിനെതിരെ ആരംഭിക്കുവാൻ ഐക്യസമരസമിതി തീരുമാനിച്ചു. ശമ്പളപരിഷ്കരണം 1983 എന്നതിനു പകരം 1985 മുതൽ പ്രാബല്യം നല്കുന്നതിന് സർക്കാർ ഗൂഢശ്രമം നടത്തി. സർക്കാർ നയങ്ങളിൽ പ്രതിഷേധിച്ച് ജൂലൈ 16 ന് സൂചനാപണിമുടക്കം നടത്താൻ സമരസമിതി തീരുമാനിച്ചു. എസ് ഇ ടി ഒ യും സൂചനാ പണിമുടക്കിൽ പങ്കെടുക്കാൻ ജീവനക്കാരോട് അഭ്യർത്ഥിച്ചു. കെ ജി ഒ എ പണിമുടക്കിൽ പങ്കെടുക്കാൻ തീരുമാനിച്ചു. 1985 ജൂലൈയിൽ നടന്ന സൂചനാ പണിമുടക്ക്

സമ്പൂർണ്ണമായിരുന്നു. ആഗസ്ത് 7 മുതൽ അനിശ്ചിതകാല പണിമുടക്കിന് സമരസമിതി തീരുമാനമെടുത്തു. എസ് ഇ ടി ഒ സംഘടനകളും പ്രസ്തുത തീയതിയിൽ പണിമുടക്കം നടത്താൻ തീരുമാനമെടുത്തു. പല വകുപ്പുകളേയും ആഗസ്ത് 7 മുതൽ അവശ്യസർവ്വീസായി പ്രഖ്യാപിച്ചു. പണിമുടക്കിയ ജീവനക്കാരെ പൊലീസ് കസ്റ്റഡിയിലെടുത്തു. ആഗസ്ത് 12 മുതൽ കെ ജി ഒ എ യും അനിശ്ചിതകാല പണിമുടക്കിൽ അണിചേർന്നു. പണിമുടക്കിൽ പങ്കെടുത്തതിന്റെ പേരിൽ കെ ജി ഒ എ നേതാവും സെക്രട്ടേറിയറ്റിലെ അഡീഷണൽ സെക്രട്ടറിയുമായ സി ജെ ജോസഫിനെ സർവ്വീസിൽനിന്നും പിരിച്ചുവിട്ടു. സർക്കാർ പിരിച്ചുവിടുന്നവരെ സംഘടന സംരക്ഷിക്കുമെന്ന് എഫ് എസ് ഇ ടി ഒ പ്രസ്താവനയിറക്കി. പണിമുടക്കിൽ പിന്തുണ പ്രഖ്യാപിച്ച് ആഗസ്ത് 20 ന് പൊതുപണിമുടക്ക് നടത്താൻ ട്രേഡ് യൂണിയൻ മുന്നോട്ടുവന്നു. 1985 ആഗസ്ത് 17 ന് സർക്കാർ ശമ്പളം പരിഷ്കരിക്കാൻ തീരുമാനമെടുത്തു. ശമ്പളപരിഷ്കരണ ശുപാർശ നിരാശാജനകമായിരുന്നു. എങ്കിലും കൂടുതൽ ഐക്യം സിവിൽ സർവ്വീസിൽ ഊട്ടിയുറപ്പിക്കുന്നതിന്റെ ഭാഗമായി ആഗസ്ത് 17 ന് സമരം അവസാനിപ്പിക്കാൻ സമരസമിതി തീരുമാനിച്ചു. 1985 സെപ്തംബർ 18 ന് ശമ്പളപരിഷ്കരണ ഉത്തരവ് സർക്കാർ പുറത്തിറക്കി. സർക്കാർ ജീവനക്കാരുടെ അവകാശ സമരത്തിൽ വളരെ നിർണ്ണായകമായ സമര പോരാട്ടങ്ങളായിരുന്നു 3 വർഷക്കാലം ശമ്പളപരിഷ്കരണത്തിനു വേണ്ടി നടന്നത്. അഞ്ചുവർഷ ശമ്പളപരിഷ്കരണം അംഗീകരിപ്പിക്കാൻ കഴിഞ്ഞു എന്നതാണ് ഈ സമരത്തിന്റെ ഏറ്റവും വലിയ നേട്ടം.

സി ജെ ജോസഫിനെ സർവ്വീസിൽ തിരിച്ചെടുക്കണമെന്ന് ആവശ്യപ്പെട്ട് വലിയ പ്രക്ഷോഭങ്ങളാണ് സംസ്ഥാനത്ത് നടത്തിയത്. ജീവനക്കാരുടെ അവകാശ പ്രക്ഷോഭങ്ങളെ മുന്നിൽ നിന്ന് നയിച്ച സി ജെ ജോസഫിനെ പിരിച്ചുവിട്ട നടപടി ജീവനക്കാരിലാകെ പ്രതിഷേധത്തിനിടയാക്കി. ഐക്യസമരസമിതിയുടെയും കെ ജി ഒ എ യുടെയും സംയുക്താഭിമുഖ്യത്തിൽ എല്ലാ ജില്ലകളിലും സി ജെ ജോസഫിന് സ്വീകരണം നല്കി. പ്രതികാര നടപടികൾ അവസാനിപ്പിക്കുക, സി ജെ ജോസഫിനെ തിരിച്ചെടുക്കുക, വേതന പരിഷ്കരണത്തിലെ അപാകത പരിഹരിക്കുക, കുടിശ്ശിക ക്ഷാമബത്ത അനുവദിക്കുക എന്നീ ആവശ്യങ്ങളുയർത്തി തുടർ പ്രക്ഷോഭത്തിന് സംഘടനകൾ തീരുമാനിക്കുകയും ധർണ, കാൽനട ജാഥ, ജില്ലാപ്രകടനം എന്നിവ വൻപങ്കാളിത്തത്തോടെ സംഘടിപ്പിക്കുകയും ചെയ്തു. സി ജെ ജോസഫിന്റെ നിർബ്ബന്ധിത റിട്ടയർമെന്റ് മൂലമുണ്ടായ സാമ്പത്തിക നഷ്ടം നികത്തിക്കൊടുക്കുന്നതിന് സമരസമിതി തീരുമാനിച്ചു. സി ജെ ജോസഫിനെ തിരിച്ചെടുക്കുന്നതിന് കെ ജി ഒ എ നിരവധി പ്രക്ഷോഭ മാർഗ്ഗങ്ങൾ സമരസമിതിയുമായി ചേർന്ന് കൂട്ടായും ഒറ്റയ്ക്കും നടത്തി. അദ്ദേഹത്തെ സർവ്വീസിൽ തിരിച്ചെടുക്കുന്നതിന് സുപ്രീംകോടതിയിൽ വക്കീലിനെ ഏർപ്പെടുത്തി കേസ് നടത്തുവാനും സംഘടന തീരുമാനിച്ചു. 1987 ൽ അധികാരത്തിൽ വന്ന ഇ കെ നായനാരുടെ നേതൃത്വത്തിലുള്ള എൽ ഡി എഫ് സർക്കാർ

സി ജെ ജോസഫിനെ സർവ്വീസിൽ തിരികെ എടുക്കുവാൻ തീരുമാനിച്ചു. പെൻഷൻ പ്രായം എത്തുന്നതുവരെ സർവ്വീസിൽ തുടർന്നിരുന്നെങ്കിൽ കിട്ടുമായിരുന്ന മുഴുവൻ ആനുകൂല്യങ്ങളും അനുവദിച്ചുകൊണ്ടാണ് സി ജെ ജോസഫിനെ സർവ്വീസിൽനിന്ന് പിരിച്ചുവിട്ട യു ഡി എഫ് സർക്കാരിന്റെ ഉത്തരവിന് മറുപടി നല്കിയത്.

പോരാട്ടങ്ങളിലെ അന്തരം

കേരളത്തിൽ 1988 ഫെബ്രുവരി 4 ന് എൻ ജി ഒ അസോസിയേഷൻ നേതൃത്വം നല്കിക്കൊണ്ട് നടത്തിയ പണിമുടക്ക് പ്രഹസനം ജീവനക്കാർ തള്ളിക്കളഞ്ഞു. എന്നാൽ വേതന തുല്യത, ബോണസ് നിരക്ക് നിർണ്ണയം, അന്യായപിരിച്ചുവിടൽ അവസാനിപ്പിക്കുക മുതലായ ആവശ്യങ്ങൾ ഉന്നയിച്ച് 50 ലക്ഷം ജീവനക്കാർ പങ്കെടുത്തു നടത്തിയ 1988 ഫെബ്രുവരി 10 ന്റെ ദേശീയ പണിമുടക്കിൽ കേരളത്തിലെ ജീവനക്കാരുടെ വൻ പങ്കാളിത്തമാണ് ഉണ്ടായത്. പശ്ചിമ ബംഗാളിൽ ഐ എൻ ടി യു സി ഉൾപ്പെടെ പണിമുടക്കിൽ പങ്കുചേർന്നു. അഖിലേന്ത്യാ പണിമുടക്കിൽ പങ്കുചേരാൻ തക്ക തയ്യാറെടുപ്പിന്റെ അഭാവത്തിൽ പണിമുടക്കിൽ ഏർപ്പെടാൻ ആയില്ലെങ്കിലും പ്രചാരണ പരിപാടികളിൽ പൂർണ്ണമായി പങ്കെടുക്കാൻ സംഘടനയുടെ സംസ്ഥാന കൗൺസിൽ യോഗം തീരുമാനിച്ചു. എൻ ജി ഒ അസോസിയേഷൻ കമ്പറ നാരായണൻ വിഭാഗം നല്കിയ ആഹ്വാനം തള്ളിക്കളഞ്ഞുകൊണ്ടാണ് ബഹുഭൂരിപക്ഷം ജീവനക്കാരും അഖിലേന്ത്യാ പണിമുടക്കിൽ അണിചേർന്നത്. പങ്കാളിത്തമില്ലാത്തതിനാൽ ജീവനക്കാരുടെ നിസ്സഹകരണം ഉണ്ടായതായി ഉന്നയിക്കപ്പെട്ട വാദം തികച്ചും തെറ്റായിരുന്നു. രാഷ്ട്രീയ പ്രേരിത പണിമുടക്കം എന്ന വിമർശനത്തെ ജീവനക്കാർ നിരാകരിച്ചു.

പണിമുടക്കത്തിന്റെ പങ്കാളിത്ത കാരണത്താൽ ഡയസ് നോൺ (ചട്ടം 14 എ) സസ്പെൻഷൻ, സബ്സിസ്റ്റൻസ് അലവൻസ് നിഷേധിക്കുക (ചട്ടം 55 എ), പൊതുതാല്പര്യകാരണത്താൽ സ്ഥലംമാറ്റ വിധേയരാക്കുക (ചട്ടം 60 എ) തുടങ്ങി യു ഡി എഫ് സർക്കാർ ബാധകമാക്കിയ ദുർനടപടികൾ റദ്ദാക്കിക്കൊണ്ട് 11-03-1987 ൽ ഇടതുമുന്നണി സർക്കാർ പുറപ്പെടുവിച്ച ഉത്തരവ് തൊഴിലെടുക്കുന്നവരോടുള്ള നയസമീപനത്തിന്റെ സവിശേഷത വ്യക്തമാക്കുന്നു. ജീവനക്കാർ സംഘടനാപ്രവർത്തനത്തോടും പ്രക്ഷോഭങ്ങളോടും പുലർത്തേണ്ടതായ ആഭിമുഖ്യത്തെയും ഈ ഉത്തരവ് വെളിപ്പെടുത്തുന്നു. ഈ തിരിച്ചറിവാണ് പോരാട്ടങ്ങളിലെ അന്തരം തിരിച്ചറിയാനും സർക്കാരിന്റെ ജനക്ഷേമപ്രവർത്തനങ്ങൾ വിജയിപ്പിക്കുന്നതിന്റെ ബാദ്ധ്യത ഏറ്റെടുക്കാനും കെ ജി ഒ എ ജീവനക്കാരനോട് നടത്തിയ ആഹ്വാനത്തിന്റെ അന്തഃസത്ത ഇതിൽനിന്ന് തിരിച്ചറിയാനാകും.

അഞ്ചാം ശമ്പളപരിഷ്കരണം-സമീപന വ്യത്യാസം

സംസ്ഥാന ജീവനക്കാരുടെ ശമ്പളപരിഷ്കരണത്തിന് പ്രക്ഷോ

ഭമോ, പണിമുടക്കോ ഇല്ലാതെയാണ് ശമ്പളകമീഷനെ എൽ ഡി എഫ് സർക്കാർ നിയമിച്ചത്. കമീഷനിൽ ഒരു സാമ്പത്തിക വിദഗ്ദ്ധനെ ഉൾപ്പെടുത്തണമെന്ന ആവശ്യം അംഗീകരിക്കാനും സർക്കാർ തയ്യാറായി. കമീഷനു നല്കേണ്ട ടേംസ് ഓഫ് റഫറൻസ് സംഘടനകളുമായി ചർച്ച ചെയ്യാൻ നായനാർ സർക്കാർ തയ്യാറായി. 1988 ജൂലൈ 1 മുതൽ 5 വർഷതത്ത്വത്തിന്റെ അടിസ്ഥാനത്തിൽ ശമ്പളം പരിഷ്കരിച്ചു. സംസ്ഥാനത്ത് ആദ്യമായി റണ്ണിങ് മാസ്റ്റർ സ്കെയിൽ ഈ ശമ്പളപരിഷ്കരണത്തിലാണ് അനുവദിച്ചത്. ഇൻക്രിമെന്റ് നിരക്കുകൾ ഗണ്യമായി വർദ്ധിപ്പിച്ചു. ഒരു വർഷത്തിൽ 47 ദിവസം വരെ ലീവ് സർക്കാർ അനുവദിച്ചു. ഇത്തരത്തിൽ എൽ ഡി എഫ് സർക്കാർ നടപ്പാക്കിയ ശമ്പളപരിഷ്കരണം ജീവനക്കാരിൽ മതിപ്പ് ഉളവാക്കുന്നതായിരുന്നു. കേന്ദ്രസർക്കാരിന്റെ അവഗണന മൂലം കടുത്ത സാമ്പത്തിക പ്രതിസന്ധി അനുഭവിക്കുന്ന അവസരത്തിൽപ്പോലും ജീവനക്കാരുടെ ശമ്പളപരിഷ്കരണത്തിന് കൃത്യമായ നിലപാടാണ് എൽ ഡി എഫ് സർക്കാർ സ്വീകരിച്ചത്. തൊഴിലെടുക്കുന്നവരുടെ അതിജീവന അവകാശത്തോട് ഇടതുപക്ഷം സ്വീകരിച്ച സമീപനത്തിലുള്ള വ്യത്യാസം ജീവനക്കാർ തിരിച്ചറിഞ്ഞു.

പേ-ഇക്വലൈസെഷൻ എന്ന തൊഴിലാളിവഞ്ചന

കേരളത്തിലെ സർക്കാർ ജീവനക്കാരന് കേന്ദ്രപാരിറ്റി അനുവദിക്കുമെന്ന് വാഗ്ദാനം നല്കിയാണ് 1991 ൽ യു ഡി എഫ് അധികാരത്തിൽ എത്തിയത്. കേരളത്തിൽ നിലനില്ക്കുന്ന ആനുകൂല്യങ്ങൾ നിലനിർത്തി കേന്ദ്രത്തിലുള്ള പുതിയ ആനുകൂല്യങ്ങൾ അനുവദിക്കുകയാണ് വേണ്ടതെന്ന് സർക്കാർ വിളിച്ചു ചേർത്ത ചർച്ചയിൽ സംഘടനകൾ ആവശ്യം ഉന്നയിച്ചു. കേരളത്തിൽ നിലനില്ക്കുന്ന അഞ്ചുവർഷ ശമ്പളപരിഷ്കരണം നിലനിർത്തണമെന്ന് സമരസമിതി ആവശ്യപ്പെട്ടു. എന്നാൽ കേന്ദപാരിറ്റി നടപ്പിലാക്കുമെന്ന് പ്രഖ്യാപിക്കുകയല്ലാതെ അതിനുവേണ്ട നടപടികൾ സർക്കാർ സ്വീകരിച്ചില്ല, ഇതിൽ പ്രതിഷേധിച്ച് പ്രക്ഷോഭസമരങ്ങൾക്ക് എഫ് എസ് ഇ ടി ഒ രൂപം നല്കി. 1992 ജനുവരി 15 ന് എഫ് എസ് ഇ ടി ഒ ശമ്പളപരിഷ്കരണം ആവശ്യപ്പെട്ട് സെക്രട്ടേറിയറ്റ് മാർച്ച് നടത്തിയതിനെത്തുടർന്ന് അന്നേ ദിവസം തന്നെ പേ ഇക്വലൈസേഷൻ കമ്മിറ്റിയെ നിയമിക്കാൻ സർക്കാർ തീരുമാനിച്ചു. മെയ് 27 ന് പേ ഇക്വലൈസേഷൻ കമ്മിറ്റി ജീവനക്കാരുടെ സംഘടനകളുമായി ചർച്ച നടത്തി. സമയബന്ധിത ശമ്പളപരിഷ്കരണം അട്ടിമറിക്കാനുള്ള കുറുക്കുവഴിയായി പേ ഇക്വലൈസേഷൻ കമ്മിറ്റിയെ സർക്കാർ ഉപയോഗിക്കുന്നതിൽ പ്രതിഷേധിച്ച് എഫ് എസ് ഇ ടി ഒ നേതൃത്വത്തിൽ ജില്ല-താലൂക്ക് കേന്ദ്രങ്ങളിൽ ധർണ നടത്തി. 1992 സെപ്തംബർ 1 ന് സർക്കാരിന് നല്കിയ പേ ഇക്വലൈസേഷൻ റിപ്പോർട്ട് ജീവനക്കാർ അനുഭവിച്ചു വന്നിരുന്ന പല ആനുകൂല്യങ്ങളും അട്ടിമറിക്കുന്നതായിരുന്നു. നിലവിലുള്ള ആനുകൂല്യങ്ങൾ സംരക്ഷിച്ചുകൊണ്ട് കേന്ദ്രപാരിറ്റി നടപ്പിലാക്കുക എന്ന ആവശ്യമാണ് ഐക്യ സമരസമിതി ഉന്നയിച്ചത്. ഈ ആവശ്യം നേടിയെടുക്കുന്നതിന് ഒക്ടോബർ 28 ന്

സൂചനാ പണിമുടക്ക് നടത്താനും ഐക്യസമരസമിതി തീരുമാനിച്ചു. സൂചനാ പണിമുടക്ക് വൻവിജയമായിരുന്നു. എന്നാൽ സർക്കാർ, ശമ്പള പരിഷ്കരണം നിലവിലുള്ള ആനുകൂല്യങ്ങൾ സംരക്ഷിച്ച് നടപ്പിലാക്കാൻ കഴിയില്ലെന്ന നിലപാട് സ്വീകരിച്ചു. തുടർന്ന് ഐക്യസമരസമിതി യോഗം ചേർന്ന് ഫെബ്രുവരി 9 മുതൽ അനിശ്ചിതകാല പണിമുടക്ക് നടത്തുവാൻ തീരുമാനിച്ചു. മാർച്ച് ആദ്യവാരം പണിമുടക്കുമെന്ന് എസ് ഇ ടി ഒ സംഘടനകൾ പ്രഖ്യാപിച്ചു. സമരപ്രവർത്തനങ്ങൾ ആവേശത്തോടെ മുന്നേറി. അനുയായികളെ ഒപ്പം പിടിച്ചുനിർത്താൻ എസ് ഇ ടി ഒ സംഘടനകൾ പണിമുടക്ക് ഫെബ്രുവരി 17 ലേക്ക് മാറ്റി. തുടർന്ന് ഐക്യസമരസമിതിയും പണിമുടക്ക് ഫെബ്രുവരി 17 ലേക്ക് മാറ്റിക്കൊണ്ട് യോജിച്ചുള്ള സമരത്തിന് നേതൃത്വം നല്കി. ഈ സമയത്ത് ഔദ്യോഗികമായി പ്രസിദ്ധീകരിച്ച പേ ഇക്വലൈസേഷൻ റിപ്പോർട്ട് നിലവിലുള്ള ആനുകൂല്യങ്ങൾ കവർന്നെടുക്കുന്നതായിരുന്നു. ഡി എ അടിസ്ഥാനശമ്പളത്തിൽ ലയിപ്പിക്കാൻ തയ്യാറായില്ല. റണ്ണിങ് മാസ്റ്റർ സ്കെയിൽ നഷ്ടമായി. ഗ്രേഡ് പ്രമോഷനുകൾ വെട്ടിച്ചുരുക്കി. കേന്ദ്രം നല്കുന്ന ഉയർന്ന നിരക്കിലുള്ള വീട്ടുവാടക, എൽ ടി സി, വിദ്യാഭ്യാസ അലവൻസ് എന്നിവ നിഷേധിച്ചു. ഭൂരിപക്ഷം തസ്തികകൾക്കും കേന്ദ്ര സ്കെയിൽപോലും നിഷേധിച്ചു. അഞ്ചുവർഷ പരിഷ്കരണം നിർത്തലാക്കി.

സർക്കാരിനെതിരെയും ഭരണാനുകൂല സംഘടനകൾക്കെതിരെയും ജീവനക്കാരുടെ ഭാഗത്തുനിന്ന് വലിയ പ്രതിഷേധമുണ്ടായി. റൂൾ 55 പോലുള്ള കരിനിയമങ്ങൾ ഉപയോഗിച്ച് പണിമുടക്ക് സമരത്തെ അടി

കെ ജി ഒ എ 43-ാം സംസ്ഥാന സമ്മേളനത്തോടനുബന്ധിച്ച് കൊല്ലത്ത് നടന്ന "കേരളം-വികസന മുൻഗണനകൾ" എന്ന സെമിനാർ പിണറായി വിജയൻ ഉദ്ഘാടനം ചെയ്യുന്നു.

ച്ചമർത്തുന്നതിനുള്ള നീക്കമാണ് സർക്കാർ നടത്തിയത്. പണിമുടക്ക് പ്രവർത്തനം സജീവമായി മുന്നോട്ടുപോയ സാഹചര്യത്തിൽ ജനുവരി 15 ന് സർക്കാർ ചർച്ചയ്ക്ക് ക്ഷണിച്ചു. നിലവിലുള്ള ആനുകൂല്യങ്ങൾ നിലനിർത്തി കേന്ദ്രപാരിറ്റി അനുവദിക്കാൻ കഴിയില്ലെന്ന് സർക്കാർ ചർച്ചയിൽ വ്യക്തമാക്കി. ഒരു ഗഡു ക്ഷാമബത്ത അനുവദിക്കാമെന്ന ഉറപ്പാണ് സർക്കാർ ചർച്ച ചെയ്ത് നടത്തിയത്. ഐക്യസമരസമിതി ചർച്ച ബഹിഷ്കരിച്ച് പണിമുടക്ക് പ്രവർത്തനങ്ങൾ ഊർജ്ജസ്വലമാക്കി. ഈ സാഹചര്യത്തിൽ പേ ഇക്വലൈസേഷൻ കമ്മിറ്റി റിപ്പോർട്ട് നടപ്പിലാക്കുന്നത് തൽക്കാലം മാറ്റിവെക്കാമെന്നും രണ്ടു ഗഡു ക്ഷാമബത്ത അനുവദിക്കാമെന്നും മുഖ്യമന്ത്രി പത്രസമ്മേളനത്തിലൂടെ അറിയിച്ചു. തുടർന്ന് പണിമുടക്ക് തൽക്കാലം മാറ്റിവച്ചു.

പേ ഇക്വലൈസേഷൻ റിപ്പോർട്ടിൽ ജീവനക്കാർക്ക് ഉണ്ടാകുന്ന നഷ്ടം സംബന്ധിച്ച് സർക്കാരിന് വിശദമായ മെമ്മോറാണ്ടം ഐക്യസമരസമിതി നല്കുകയും ജീവനക്കാരുടെ മേഖലയിൽ വലിയ പ്രചരണം നടത്തുകയും ചെയ്തു. പി ഇ സി റിപ്പോർട്ട് തള്ളിക്കളയുക, 6-ാം ശമ്പള പരിഷ്കരണ നടപടികൾ ഉടൻ ആരംഭിക്കുക എന്നീ ആവശ്യങ്ങൾ ഉന്നയിച്ച് സെപ്തംബറിൽ അനിശ്ചിതകാല പണിമുടക്ക് നടത്തുവാൻ ആക്ഷൻ കൗൺസിൽ തീരുമാനിച്ചു.

പി ഇ സി റിപ്പോർട്ട് പരിശോധിക്കുന്നതിന് സർക്കാർ ധനകാര്യമന്ത്രി ഉമ്മൻചാണ്ടി ചെയർമാനായ ക്യാബിനറ്റ് സബ്കമ്മിറ്റിയെ നിയോഗിച്ചു. തുടർന്ന് 1993 സെപ്തംബർ 29 ന് റിപ്പോർട്ട് പുറത്തിറക്കി. ലീവ് സറണ്ടർ 15 ആയി വെട്ടിച്ചുരുക്കി. താഴെ തട്ടിലുള്ള മൂന്നു സ്കെയിലുകളിൽ മാത്രമാണ് വ്യത്യാസം വരുത്തിയത്. തുടർന്ന് 93 സെപ്തംബർ 29 ന് ജീവനക്കാർ പ്രതിഷേധ പണിമുടക്ക് നടത്തി. ആനുകൂല്യം കവർന്നെടുക്കുന്ന റിപ്പോർട്ടിന്മേലുള്ള പ്രതിഷേധം രേഖപ്പെടുത്തി. 1994 സെപ്തംബർ 02 ന് റിപ്പോർട്ടിൽ ചില ഭേദഗതികൾ കൂടി സർക്കാർ വരുത്തി.

നിലവിലുള്ള ശമ്പളപരിഷ്കരണത്തിന്റെ അടിത്തറ ഇളക്കുന്നതായിരുന്നു പേ ഇക്വലൈസേഷൻ റിപ്പോർട്ട്. യാന്ത്രികമായ കേന്ദ്ര പാരിറ്റിക്കുവേണ്ടിയുള്ള നീക്കത്തിന്റെ ഭാഗമായാണ് ജീവനക്കാർ അനുഭവിച്ചിരുന്ന ആനുകൂല്യങ്ങൾ കുറയുവാൻ ഇടയായത് എന്ന് ജീവനക്കാരെ ബോദ്ധ്യപ്പെടുത്തുവാൻ നാം നടത്തിയ സമര പോരാട്ടത്തിന് കഴിഞ്ഞിരുന്നു.

32 ദിവസത്തെ ഐതിഹാസിക സമരം

2001 ൽ അധികാരത്തിൽ വന്ന എ കെ ആന്റണിയുടെ നേതൃത്വത്തിലുള്ള സർക്കാർ എ ഡി ബിയിൽ നിന്ന് വായ്പ നേടിയെടുക്കുന്നതിനുവേണ്ടി, കേരളത്തിൽ നടന്നുവന്നിരുന്ന ക്ഷേമപ്രവർത്തനങ്ങളിൽ നിന്ന് പിന്മാറാനും, ജീവനക്കാരുടെ തസ്തികകൾ വെട്ടിക്കുറയ്ക്കാനും തീരുമാനിച്ചു. 2002 ജനുവരി 08 ന് കോവളത്ത് ചേർന്ന യു ഡി എഫ് നേതൃയോഗമാണ് ജീവനക്കാരുടെ ആനുകൂല്യങ്ങൾ കവർന്നെടുക്കുന്നതിന് സർക്കാറിന് ശുപാർശ നല്കുകയും 2002 ജനുവരി 16 ന് കേര

ളത്തിൽ ചെലവ് ചുരുക്കലിന്റെ ഭാഗമായി 28 ഇനങ്ങൾ ഉൾക്കൊള്ളുന്ന ഉത്തരവ് പുറത്തിറക്കുകയും ചെയ്തത്.

യു ഡി എഫ് യോഗം കോവളത്തു ചേർന്ന് എടുത്ത തീരുമാനത്തിനെതിരെ ജനുവരി 09 ന് രാവിലെ 2 മണിക്കൂർ ജോലി ബഹിഷ്കരിക്കുവാൻ കെ ജി ഒ എ ഉൾപ്പെട്ട ആക്ഷൻ കൗൺസിൽ ഓഫ് സ്റ്റേറ്റ് എംപ്ലോയീസ് & ടീച്ചേഴ്സ് ആഹ്വാനം ചെയ്തു. സെക്രട്ടേറിയറ്റ് ജീവനക്കാർ മന്ത്രിസഭായോഗം നടക്കുന്ന സെക്രട്ടേറിയറ്റ് നോർത്ത് ബ്ലോക്ക് ഉപരോധിച്ചു. നഗരത്തിലെ വിവിധ ഓഫീസുകളിൽ നിന്ന് ജോലി ബഹിഷ്കരിച്ച് കൂട്ടംകൂട്ടമായി ജീവനക്കാർ സെക്രട്ടേറിയറ്റ് കവാടത്തിലെത്തി. സെക്രട്ടേറിയറ്റ് പരിസരവും ജീവനക്കാരുടെ പ്രതിഷേധത്തിൽ മുങ്ങി. യു ഡി എഫ് തീരുമാനം അംഗീകരിച്ച മന്ത്രിസഭായോഗ തീരുമാനത്തിൽ പ്രതിഷേധിച്ച് ജനുവരി 10 ന് പണിമുടക്കാൻ ആക്ഷൻകൗൺസിലും സമരസമിതിയും സംയുക്ത തീരുമാനം എടുത്തു. ജീവനക്കാരുടെ അഭൂതപൂർവ്വമായ പ്രതിഷേധത്തിനോടൊപ്പം ചേരാൻ സെറ്റോ സംഘടനകളും നിർബ്ബന്ധിതമായി. സെറ്റോ, ഫെറ്റോ, ഐക്യവേദി തുടങ്ങിയ മുന്നണികളും സമരത്തിൽ പങ്കുചേരാൻ തയ്യാറായി. ഗസറ്റഡ് ജീവനക്കാർ ഉൾപ്പെടെ സംസ്ഥാനത്തെ എല്ലാ ജീവനക്കാരും അദ്ധ്യാപകരും പങ്കെടുത്ത പണിമുടക്ക് സമ്പൂർണ്ണമായിരുന്നു. സംസ്ഥാനത്തെ ജീവനക്കാരുടെ എല്ലാ സംഘടനകളും ജീവനക്കാരും ഒറ്റ മനസ്സോടെ നടത്തിയ പണിമുടക്കമായിരുന്നു ജനുവരി 10 ന് നടന്നത്.

ഈ പണിമുടക്കിൽ നിന്ന് പാഠം ഉൾക്കൊള്ളാതെയാണ് ജനുവരി 16 ന് സർക്കാർ, ജീവനക്കാരുടെ ആനുകൂല്യങ്ങൾ കവർന്നുകൊണ്ട് കറുത്ത ഉത്തരവ് പുറത്തിറക്കിയത്. സൂചനാപണിമുടക്കിൽ അണിനിരന്ന എല്ലാ സംഘടനകളും 2002 ഫെബ്രുവരി 06 മുതൽ അനിശ്ചിത കാലത്തേക്ക് പണിമുടക്കാൻ തീരുമാനിച്ചു. പണിമുടക്കിന് ഡയസ്നോൺ ഏർപ്പെടുത്തി സർക്കാർ ഉത്തരവിറക്കി. ജനുവരി 25 ന് സർക്കാറിന് പണിമുടക്ക് നോട്ടീസ് നല്കി. നോട്ടീസ് കൈപ്പറ്റിയ മുഖ്യമന്ത്രി സംഘടനകളുമായി ചർച്ചയ്ക്ക് തയ്യാറായില്ല. പകരം ജീവനക്കാരുടെ സമരം ജനദ്രോഹ സമരമാണെന്ന് ആക്ഷേപിക്കുവാനാണ് തുനിഞ്ഞത്. ജനങ്ങൾ സമരത്തെ നേരിടണമെന്ന് മുഖ്യമന്ത്രി ആഹ്വാനം ചെയ്തു. ജനങ്ങളെ വിഡ്ഢികളാക്കുന്നതിന്, അവകാശ സമരത്തെ താർ അടിക്കുന്നതിനുമുള്ള പ്രസ്താവനകളാണ് മുഖ്യമന്ത്രിയിൽനിന്ന് ഉണ്ടായത്. ജീവനക്കാരിൽനിന്ന് കവർന്നെടുക്കുന്ന 500 കോടി രൂപയിൽ 100 കോടി രൂപ കർഷകരെ സഹായിക്കുന്നതിനുള്ള പാക്കേജിനായി ഉപയോഗിക്കുമെന്ന് പ്രസ്താവിച്ചു. ഇൻഫാം, വ്യാപാരി-വ്യവസായി ഏകോപനസമിതി തുടങ്ങിയ സംഘടനകൾ സർക്കാർ തീരുമാനത്തെ അനുകൂലിച്ച് രംഗത്തു വന്നു.

പണിമുടക്കിനെ നേരിടാൻ സർക്കാർ കരിനിയമങ്ങൾ പ്രയോഗിച്ചു, അവശ്യസർവ്വീസ് നിയമപ്രകാരം 15 വകുപ്പുകളിൽ പണിമുടക്ക് നിരോധിച്ച് ഫെബ്രുവരി 1 ന് ഉത്തരവിറക്കി. തുടർന്ന് പണിമുടക്ക് ആരംഭിക്കുന്നതിന് മുമ്പ് 5 വകുപ്പുകളിലും നിരോധനം വന്നു. പണി

മുടക്കുന്നവരുമായി ചർച്ചയില്ലെന്ന നിലപാട് സർക്കാർ സ്വീകരിച്ചു. സർക്കാറിന്റെ കരിനിയമങ്ങളും ഭീഷണികളും പണിമുടക്കാൻ തയ്യാറാകുന്ന ജീവനക്കാരിൽ കൂടുതൽ ആവേശം സൃഷ്ടിക്കുകയാണ് ഉണ്ടായത്. ചർച്ചയില്ലെന്ന മുഖ്യമന്ത്രിയുടെ കടുംപിടിത്തം വിമർശനവിധേയമായതിനെത്തുടർന്ന് ഫെബ്രുവരി 05 ന് സർക്കാർ ചർച്ചയ്ക്ക് തയ്യാറായി. യാതൊരു വിട്ടുവീഴ്ചയ്ക്കും ചർച്ചയിൽ സർക്കാർ തയ്യാറായില്ല. ആനുകൂല്യങ്ങൾ കവരുന്ന ജനുവരി 16 ലെ ഉത്തരവ് താല്ക്കാലികമായി മരവിപ്പിക്കണമെന്ന സംഘടനാ നേതാക്കളുടെ ആവശ്യംപോലും സർക്കാർ അംഗീകരിച്ചില്ല.

സർക്കാറിന്റെ എല്ലാ കരിനിയമങ്ങളും, തൃണവൽഗണിച്ച് ഫെബ്രുവരി 06 ന് പണിമുടക്ക് ആരംഭിച്ചു. സംസ്ഥാനത്തെ എല്ലാ സർക്കാർ സ്ഥാപനങ്ങളും വിദ്യാലയങ്ങളും അടഞ്ഞുകിടന്നു. ആൾ ഇന്ത്യാ സർവ്വീസിലെ ഉദ്യോഗസ്ഥരും പണിമുടക്കിൽനിന്ന് സമരസമിതി ഒഴിവാക്കിയതുമായ ജീവനക്കാരും മാത്രമാണ് ഹാജരായത്. ഓഫീസ് മേധാവികൾ അടക്കമുള്ള ഗസറ്റഡ് ജീവനക്കാർ പൂർണ്ണമായി പണിമുടക്കിൽ പങ്കെടുത്തു. ഇതിൽ വിറളിപൂണ്ട ഭരണകൂടം കെ ജി ഒ എ സംസ്ഥാന പ്രസിഡന്റും, ഇക്കണോമിക്സ് ആന്റ് സ്റ്റാറ്റിറ്റിക്സ് ഡയറക്ടറുമായ എ മീരാ സാഹിബിനെ പണിമുടക്ക് തുടങ്ങിയ ദിവസംതന്നെ സസ്പെന്റ് ചെയ്തു. കോടതികളുടെ പ്രവർത്തനത്തെയും പണിമുടക്ക് ബാധിച്ചു.

പണിമുടക്ക് ജീവനക്കാർ ഒന്നാകെ ഏറ്റെടുത്തതോടെ സർക്കാറിന്റെ പ്രവർത്തനം പൂർണ്ണമായും നിലച്ചു. ജീവനക്കാരുടെ സമര പ്രതിരോധത്തിനു മുന്നിൽ പരാജയപ്പെട്ട സർക്കാർ അവശ്യ സർവ്വീസുകളായി പ്രഖ്യാപിക്കപ്പെട്ട വകുപ്പുകളിലെ ജീവനക്കാരെ എസ്മ പ്രയോഗിച്ച് അറസ്റ്റു ചെയ്യാൻ തുടങ്ങി. വനിതകൾ അടക്കമുള്ള ജീവനക്കാരുടെ വീടുകളിൽ രാത്രി കടന്നുചെന്ന് ഭീകരാന്തരീക്ഷം സൃഷ്ടിച്ച് അറസ്റ്റു ചെയ്തു. എസ്മാ അറസ്റ്റുകൾ പണിമുടക്കിൽ ഏർപ്പെട്ട ജീവനക്കാരിൽ സർക്കാറിനെതിരെയുള്ള രോഷം വർദ്ധിപ്പിക്കുവാൻ മാത്രമേ ഉപകരിച്ചുള്ളൂ. പണിമുടക്കിൽ ജീവനക്കാരെ കൂടുതൽ ആവേശത്തോടുകൂടി പങ്കെടുപ്പിക്കാൻ എസ്മാ അറസ്റ്റുകൾ സഹായകമായി. അറസ്റ്റു ചെയ്ത ജീവനക്കാരെ സസ്പെന്റ് ചെയ്യുകയും അവർക്ക് ഉപജീവനപടി നിഷേധിക്കുകയും ചെയ്തു. എസ്മാ പ്രകാരം അറസ്റ്റിലായ വനിതാ ജീവനക്കാരെ ക്രിമിനൽ പുള്ളികളോടൊപ്പം ജയിലിൽ പാർപ്പിച്ചതിനെതിരെ മനുഷ്യാവകാശ കമീഷൻ സർക്കാറിനെ വിമർശിച്ചു. അറസ്റ്റിലായവർക്ക് ജാമ്യം നല്കരുതെന്ന് സർക്കാർ കോടതിയിൽ വാദിച്ചു. എന്നാൽ സർക്കാറിന്റെ വാദം മുഖവിലയ്ക്കെടുക്കാതെ പലർക്കും ജാമ്യം നല്കാൻ കോടതികൾ ഉത്തരവായി. പണിമുടക്കിയ പ്രൊബേഷർമാരെയും അണ്ടർ സെക്രട്ടറി റാങ്കിനു മുതൽ മുകളിലോട്ടുള്ളവരെയും നിശ്ചിത തീയതിക്കകം ജോലിയിൽ പ്രവേശിച്ചില്ലെങ്കിൽ പിരിച്ചുവിടുമെന്ന ഭീഷണി സർക്കാറിന്റെ ഭാഗത്തുനിന്നും ഉണ്ടായി. എങ്കിലും ഇത് കണക്കിലെടുക്കുവാനോ ഓഫീസുകളിൽ ഹാജരാകുവാനോ ജീവനക്കാർ തയ്യാറായില്ല.

വ്യത്യസ്തമായ സമരമുറകളാണ് അനിശ്ചിതകാല സമരത്തിൽ കേരളമാകെ അരങ്ങേറിയത്. സമരം ചെയ്യുന്ന ജീവനക്കാരുടെ കുടുംബാംഗങ്ങളും കുട്ടികളും സെക്രട്ടേറിയറ്റിനു മുന്നിൽ ധർണ നടത്തിയത് പുതിയ സമരാനുഭവമായിരുന്നു. മുഖ്യമന്ത്രിയുടെ വസതിക്കു മുന്നിലും ഡി ജി പി ഓഫീസിനു മുന്നിലും ജീവനക്കാരെ തടവിൽ പാർപ്പിച്ചിരിക്കുന്ന ജയിലുകൾക്കു മുന്നിലും പൊലീസ് സ്റ്റേഷനുകൾക്കു മുന്നിലും ജീവനക്കാർ കൂട്ടമായി എത്തി പ്രകടനവും ധർണയും നടത്തി. സമരസഹായസമിതി പ്രവർത്തകർ വലിയ പിന്തുണയാണ് പണിമുടക്കിന് നല്കിയത്. പണിമുടക്കിയ ജീവനക്കാർക്ക് ഉച്ചക്കഞ്ഞി കൊടുക്കുന്നതിനും പണിമുടക്കിന് ഐക്യദാർഢ്യം പ്രകടിപ്പിച്ച് വിവിധ സമരപരിപാടികൾ സംഘടിപ്പിക്കുന്നതിനും സമരസഹായസമിതി പ്രവർത്തകർ ജീവനക്കാർക്കൊപ്പം അണിനിരന്നു. സമരത്തിനെ സഹായിച്ചുവെന്ന പേരിൽ സമരസഹായസമിതി വാളണ്ടിയർമാരേയും അറസ്റ്റു ചെയ്യാൻ സർക്കാർ തയ്യാറായി.

പല ജാതിമത സംഘടനകളും സമരത്തിനെതിരായ പ്രചരണം നടത്തി. സമരസമിതിയുടെ ആസ്ഥാനമായ തിരുവനന്തപുരത്തെ എൻ ജി ഒ യൂണിയൻ ഓഫീസിലേക്ക് പി ഡി പി സമരവിരുദ്ധ മാർച്ച് നടത്തി. എൻ ഡി എഫ്, പി ഡി പി തുടങ്ങിയ തീവ്രവാദ സംഘടനകൾ സംസ്ഥാനത്തിന്റെ പല ഭാഗത്തും പണിമുടക്കിയ പ്രവർത്തകർക്കു നേരെ ആക്രമണം അഴിച്ചുവിട്ടു. പണിമുടക്കിൽ നിന്ന് വിശ്വാസികൾ പിന്തിരിയണമെന്ന് കർദ്ദിനാൾ മാർ വർക്കി വിതയത്തിൽ ഇടയ ലേഖനത്തിലൂടെ ആവശ്യപ്പെട്ടു. ഇൻഫാം, പി ഡി പി, എൻ ഡി എഫ് തുടങ്ങിയ സംഘടനകൾ സമരത്തെ തെരുവിൽ നേരിടുമെന്ന വെല്ലുവിളി ഉയർത്തി. ഈ വെല്ലുവിളി സമരസമിതികൾ ഏറ്റെടുത്തു. ജാതിമത ശക്തികളെ അണിനിരത്തി സമരത്തെ നേരിടുന്നതിനുള്ള മുഖ്യമന്ത്രിയുടെ നീക്കം പൊതുസമൂഹത്തിൽ തന്നെ വിമർശത്തിനു കാരണമായി. എൻ ജി ഒ യൂണിയൻ ഓഫീസ് ആക്രമിച്ച് പിടിച്ചെടുക്കുമെന്ന ജാതിമത ശക്തിയുടെ പ്രഖ്യാപനത്തേയും ജീവനക്കാർ ചെറുത്തു തോല്പിച്ചു.

പണിമുടക്ക് പരാജയപ്പെടുത്താൻ സർക്കാർ ഭീഷണി പ്രഖ്യാപനങ്ങൾ നടത്തി. സർക്കാർ ഓഫീസുകൾ ഒരു മാസം അടഞ്ഞു കിടന്നാലും ഒരു ചുക്കും സംഭവിക്കില്ല എന്ന മുഖ്യമന്ത്രിയുടെ പ്രസ്താവന വലിയ പ്രതിഷേധത്തിനിടയാക്കി. "സർക്കാർ ജീവനക്കാർ മാത്രം സുഖിക്കേണ്ട" എന്നാണ് യു ഡി എഫ് കൺവീനർ ഉമ്മൻചാണ്ടി പ്രഖ്യാപിച്ചത്. സർക്കാരിന്റെ ഈ സമീപനത്തെ അപലപിക്കാൻ കെ കരുണാകരൻ ഉൾപ്പെടെയുള്ള ചില ഭരണകക്ഷി നേതാക്കളും ഐ എൻ ടി യു സി അടക്കമുള്ള ഭരണരംഗത്തെ ട്രേഡ് യൂണിയനുകളും തയ്യാറായി. പണിമുടക്കിൽനിന്ന് സെറ്റോ സംഘടനകളെ പിന്മാറ്റുവാൻ സർക്കാരും കെ പി സി സി യും നടത്തിയ ശ്രമങ്ങൾക്ക് ഫലം കണ്ടില്ല. ജീവനക്കാരുടെ നിശ്ചയദാർഢ്യത്തിനും അണികളുടെ സമ്മർദ്ദത്തിനും മുന്നിൽ പണിമുടക്കിൽ ഉറച്ചു നില്ക്കാൻ സെറ്റോ നേതൃത്വം തീരുമാനിക്കുവാൻ നിർബ്ബന്ധിതമായി.

മാർച്ചിൽ നിയമസഭാ സമ്മേളനം ചേർന്നപ്പോൾ സംസ്ഥാന ജീവനക്കാരുടെ പണിമുടക്ക് ഒത്തുതീർപ്പിൽ എത്തിക്കണമെന്ന് ആവശ്യപ്പെട്ട് ടി കെ ബാലൻ എം എൽ എ അടിയന്തര പ്രമേയത്തിന് നോട്ടീസ് നല്കി. സ്പീക്കർ പ്രമേയത്തിന് അവതരണാനുമതി നിഷേധിച്ചതിനെത്തുടർന്ന് നിയമസഭയുടെ അകത്തും പുറത്തും പ്രതിഷേധം ആളിക്കത്തി. ജീവനക്കാരുടെ സമരത്തെ ജനങ്ങൾ നേരിടുമെന്ന് മുഖ്യമന്ത്രിയും പണിമുടക്ക് സമരത്തെ നേരിടുന്നവർക്ക് സംരക്ഷണം നല്കുമെന്ന് ഡി ജി പിയും പ്രഖ്യാപിച്ചു. ഇതിനെത്തുടർന്ന് ജീവനക്കാരെ തെരുവിൽ നേരിടാൻ ഇൻഫാം പ്രവർത്തകരും ഭരണകക്ഷി ഗുണ്ടകളും ചില സ്ഥലങ്ങളിൽ മുന്നോട്ടുവന്നു. എന്നാൽ കേരളത്തിലെ ഇടതുപക്ഷ സംഘടനകൾ ജീവനക്കാരുടെ സംരക്ഷണം ഏറ്റെടുക്കുമെന്ന് പ്രഖ്യാപിച്ചതോടെ അക്രമികൾ ഓടി ഒളിച്ചു.

അവശ്യസർവ്വീസായി പ്രഖ്യാപിച്ച വകുപ്പുകളിലെ ജീവനക്കാരെ വീട്ടിൽ കടന്നുകയറി രാത്രിപോലും ജനുവരി 16 ലെ 'എസ്മാ' നിയമപ്രകാരം അറസ്റ്റു ചെയ്തു. സ്ത്രീകളും പാർട്ട് ടൈം ജീവനക്കാരും ഉൾപ്പെടെ അഞ്ഞൂറിൽ അധികം ജീവനക്കാരെ 'എസ്മാ' എന്ന കരിനിയമം ഉപയോഗിച്ച് കൽത്തുറുങ്കിൽ അടച്ചു. അറസ്റ്റുവരിച്ച വനിതകൾ ഉൾപ്പെടെയുള്ള ജീവനക്കാർ ആവശ്യങ്ങളും പ്രതിഷേധവും ഉന്നയിച്ച് മുദ്രാവാക്യം ഉയർത്തിയാണ് ജയിലുകളിലേക്ക് പോയത്. 'എസ്മ' പ്രകാരം ജയിലിലിലടയ്ക്കപ്പെട്ട ചില ജീവനക്കാരുടെ മോചനത്തിനായി റിലീഫ് കമ്മിറ്റികൾ രൂപീകരിച്ചുകൊണ്ട് അഭിഭാഷകർ അടക്കം സമരസഹായസമിതികൾ പിന്തുണ നല്കി.

ഈ സമരത്തിൽ വനിതാജീവനക്കാരുടെ പങ്കാളിത്തവും സമരാവേശവും ഉജ്ജ്വലമായിരുന്നു. നിരവധി വനിതാ ജീവനക്കാരെ വീട്ടിൽ കടന്നുകയറി അർദ്ധരാത്രി പൊലീസ് കസ്റ്റഡിയിൽ എടുത്തു. പല സ്ഥലത്തും വനിതാജീവനക്കാരെ കോടതിയിൽ ഹാജരാക്കുന്നതിന് ജനപ്രതിനിധികൾക്ക് പൊലീസ് സ്റ്റേഷനിൽ ധർണ ഇരിക്കേണ്ടി വന്നു. തിരുവനന്തപുരത്ത് ഡി ജി പി ഓഫീസും കളക്ടറേറ്റും പിക്കറ്റ് ചെയ്ത വനിതാജീവനക്കാരെ കോടതിയിൽ ഹാജരാക്കാതെ പൊലീസ് നിയമവിരുദ്ധമായി രാത്രി കസ്റ്റഡിയിൽ തടങ്കലിൽ വച്ചു. സ. പിണറായി വിജയനും മറ്റ് പ്രതിപക്ഷ നേതാക്കളും കന്റോൺമെന്റ് പൊലീസ് സ്റ്റേഷനു മുന്നിൽ ധർണ നടത്തിയതിനുശേഷമാണ് വനിതാ ജീവനക്കാരെ രാത്രി 12 മണിയോടെ മജിസ്ട്രേറ്റിനു മുന്നിൽ ഹാജരാക്കിയത്. ലോകായുക്തയെ ഇടപെടുവിച്ച് വിധി പുറപ്പെടുവിച്ച് പണിമുടക്കം നിയമവിരുദ്ധമെന്ന് വരുത്താനും പിൻവലിപ്പിക്കാനും ബോധപൂർവ്വമുള്ള നീക്കമുണ്ടായി. സമൂഹ പിന്തുണയോടെ അതിനെയും മറികടന്നു.

സമാനതകളില്ലാത്ത പണിമുടക്ക് പ്രവർത്തനങ്ങളാണ് കേരളത്തിന്റെ പല ഭാഗത്തും നടന്നത്. വില്പനനികുതി വകുപ്പിന്റെ ചെക്ക്പോസ്റ്റുകളിൽ കെ എസ് എഫ് ഇ ജീവനക്കാരെ ഡ്യൂട്ടിക്ക് നിയോഗിച്ചു. എന്നാൽ സംഘടനാഭേദമെന്യേ ഈ ജീവനക്കാർ ഡ്യൂട്ടി ബഹിഷ്കരിച്ചു.

സംസ്ഥാനത്തിന്റെ പല ഭാഗങ്ങളിലും പൊലീസുകാരുടെ കുടുബാംഗങ്ങൾ പ്രകടനവും ധർണയും നടത്തി. ഇവരുടെ കുടുംബാംഗങ്ങളായ പൊലീസുകാരെ തലങ്ങും വിലങ്ങും സ്ഥലം മാറ്റി. കേരളത്തിലെ ട്രേഡ് യൂണിയനുകളുടെ സംയുക്താഭിമുഖ്യത്തിൽ മാർച്ച് 5 ന് സംസ്ഥാനത്ത് പൊതു പണിമുടക്ക് നടത്തി. പണിമുടക്കിന് ഐക്യദാർഢ്യ പ്രകടനം നടത്തിയ തിരുവനന്തപുരം വഞ്ചിയൂർ ഏരിയായിലെ ഡി വൈ എഫ് ഐ പ്രവർത്തകരായ തങ്കച്ചൻ, അനീഷ്, തസ്ലീൻ, ജോണി വർഗ്ഗീസ് എന്നിവരെ 'എസ്മ' പ്രകാരം ജയിലിലടച്ചു. പണിമുടക്ക് അവസാനിച്ച് ജീവനക്കാർ ജയിൽ മോചിതരായി കഴിഞ്ഞിട്ടും ഇവർക്ക് രണ്ടാഴ്ചയോളം വീണ്ടും ജയിലിൽ കഴിയേണ്ടി വന്നു. ഭരണകൂടത്തിന്റെ എല്ലാവിധ മർദ്ദനസംവിധാനത്തെയും അതിജീവിച്ചുകൊണ്ട് സമരം കൂടുതൽ ശക്തമായി തുടർന്നു. പണിമുടക്ക് കൂടുതൽ ശക്തിപ്പെടുന്നതുകണ്ട് സമരം ഒത്തുതീർപ്പിലെത്തിക്കുന്നതിന് സംഘടനകളുമായി ചർച്ച ചെയ്യാൻ സർക്കാർ തയ്യാറായി. മാർച്ച് 9 ന് സംഘടനകളെ ചർച്ചയ്ക്ക് ക്ഷണിച്ചു. ചർച്ചയിൽ സർക്കാർ താഴെ പറയുന്ന ഒത്തുതീർപ്പ് നിർദ്ദേശങ്ങൾ മുന്നോട്ടുവച്ചു.

- പുതിയതായി നിയമനം ലഭിക്കുന്ന ജീവനക്കാർക്ക് ക്ഷാമബത്തയും അലവൻസുകളും നിഷേധിക്കാനുള്ള തീരുമാനം പുനഃപരിശോധിക്കും.
- വെട്ടിക്കുറച്ച കമ്യൂട്ടേഷൻ ആനുകൂല്യങ്ങളിൽ 50% പുനഃസ്ഥാപിക്കും.
- പ്രൊട്ടക്റ്റഡ് അദ്ധ്യാപകർക്ക് ജൂൺ മാസംവരെ പൂർണ്ണമായ ശമ്പളം നല്കും. കഴിയുന്നത്ര പേരെ അടിയന്തരമായി പുനർവിന്യസിക്കും.
- സർക്കാർ നിയമനം നിഷേധിക്കൽ, തസ്തിക വെട്ടിക്കുറയ്ക്കൽ, സ്കൂൾ അടച്ചുപൂട്ടൽ തുടങ്ങിയ പ്രശ്നങ്ങളെക്കുറിച്ച് സംഘടനകളുമായി ചർച്ച ചെയ്ത് തീരുമാനമെടുക്കും. ക്രിമിനൽ കേസുകൾ ഒഴികെയുള്ള എല്ലാ കേസുകളും പിൻവലിക്കും. പങ്കാളിത്ത പെൻഷൻ നിർദ്ദേശം പിൻവലിക്കും. തുടങ്ങിയ ധാരണകൾ ചർച്ചയിൽ ഉരുത്തിരിഞ്ഞു.

ചർച്ചയ്ക്കുശേഷം സമരസമിതികൾ പരസ്പരം കൂടിയാലോചിച്ച് പണിമുടക്ക് പിൻവലിച്ചു. 32 ദിവസം കേരളത്തിലെ ജീവനക്കാർ പ്രകടിപ്പിച്ച സമാധാനപരവും ഐക്യവും കേരളത്തിലെ ട്രേഡ് യൂണിയൻ, ബഹുജന പ്രസ്ഥാനങ്ങൾ നടത്തിയ സമരസഹായ പ്രവർത്തനങ്ങൾ എന്നിവ പണിമുടക്ക് വിജയിപ്പിക്കുന്നതിൽ പ്രധാന പങ്കു വഹിച്ചു. ആഗോളവല്ക്കരണ നയങ്ങൾക്കെതിരായ ചെറുത്തുനില്പ് പോരാട്ടത്തിന്റെ വിജയമാണ്. 32 ദിവസത്തെ അനിശ്ചിതകാല പണിമുടക്കിന്റെ വിജയം. ഈ നയങ്ങളെ ചെറുത്തുനില്പിലൂടെ പരാജയപ്പെടുത്താൻ കഴിയുമെന്ന ഒരു വലിയ സന്ദേശമാണ് 32 ദിവസത്തെ പണിമുടക്ക് വിജയം ഇന്ത്യയിലെ തൊഴിലാളി പ്രസ്ഥാനങ്ങൾക്കും കേന്ദ്ര-സംസ്ഥാന ജീവനക്കാർക്കും നല്കിയിട്ടുള്ളത്.

സ്റ്റാറ്റ്യൂട്ടറി പെൻഷൻ സംരക്ഷിക്കാനുള്ള പോരാട്ടം

2002 ലെ കറുത്ത ഉത്തരവിന്റെ ഭാഗമായിത്തന്നെ കേരളത്തിലെ സംസ്ഥാന ജീവനക്കാരുടെ സ്റ്റാറ്റ്യൂട്ടറി പെൻഷൻ അട്ടിമറിക്കുന്നതിനുള്ള നടപടി യു ഡി എഫ് സർക്കാർ സ്വീകരിച്ചു. ഐതിഹാസികമായ 32 ദിവസത്തെ അനിശ്ചിതകാല പണിമുടക്കിനെത്തുടർന്നാണ് യു ഡി എഫ് സർക്കാറിന് ഈ തീരുമാനത്തിൽനിന്ന് പിന്തിരിയേണ്ടി വന്നത്. 2012 ആഗസ്ത് 8 ന് സർക്കാർ ഇറക്കിയ ഉത്തരവ് പ്രകാരം 01.04.2013 മുതൽ സർവ്വീസിൽ വരുന്നവർക്ക് പങ്കാളിത്ത പെൻഷൻ പദ്ധതി നടപ്പിലാക്കുന്നതിനും റവന്യൂ ചെലവ് നിയന്ത്രിക്കുന്നതിനും തസ്തികകളും സ്ഥാപനങ്ങളും വെട്ടിക്കുറയ്ക്കാൻ തീരുമാനിക്കുകയും ചെയ്തു. ഇതിനെതിരെ 2012 ആഗസ്ത് 21 ന് ജീവനക്കാർ നടത്തിയ സൂചനാ പണിമുടക്കിലൂടെ ജീവനക്കാർ പ്രകടിപ്പിച്ച വികാരം മനസ്സിലാക്കി ഉത്തരവ് പിൻവലിക്കുവാൻ സർക്കാർ തയ്യാറായില്ല. പകരം സ്റ്റാറ്റ്യൂട്ടറി പെൻഷൻ അട്ടിമറിക്കാനുള്ള നടപടികളുമായി സർക്കാർ മുന്നോട്ടു പോയി. സർവ്വീസിലെ 90% ജീവനക്കാർ ഒപ്പിട്ട നിവേദനം സർക്കാറിന് സമർപ്പിച്ചെങ്കിലും അത് പരിഗണിക്കുവാൻ സർക്കാർ തയ്യാറായില്ല. കാൽനട ജാഥകൾ, 27,000 ത്തോളം ജീവനക്കാർ പങ്കെടുത്ത സെക്രട്ടേറിയറ്റ് മാർച്ച്, ധർണകൾ തുടങ്ങിയ നിരവധി പ്രക്ഷോഭങ്ങൾക്ക് നേരെയും സർക്കാർ മുഖം തിരിക്കുകയായിരുന്നു.

ജീവനക്കാരുടെ വികാരം മാനിക്കാതെ പങ്കാളിത്ത പെൻഷൻ നടപ്പിലാക്കുന്നതിനുള്ള സർക്കാർ തീരുമാനത്തിനെതിരെ 2013 ജനുവരി 6 മുതൽ അനിശ്ചിത കാലത്തേക്ക് പണിമുടക്കുവാൻ ആക്ഷൻ കൗൺസിലും സമരസമിതിയും തീരുമാനിച്ചു. സെറ്റോ സംഘടനകൾ ഈ പണിമുടക്കുമായി സഹകരിക്കാൻ മുന്നോട്ടുവന്നില്ല. ആവേശകരമായ പണിമുടക്ക് പ്രവർത്തനമാണ് ഓഫീസുകളും വിദ്യാലയങ്ങളും കേന്ദ്രീകരിച്ച് നടന്നത്. സെറ്റോ സംഘടനകളിൽപ്പെട്ട ജീവനക്കാർ പോലും പണിമുടക്ക് പ്രവർത്തനത്തിൽ അനുഭാവം പ്രകടിപ്പിച്ച് മുന്നോട്ടുവന്നു. നിലവിലുള്ള ജീവനക്കാരെ പങ്കാളിത്ത പെൻഷൻ ബാധിക്കില്ല എന്ന സർക്കാറിന്റെ വായ്ത്താരി ജീവനക്കാർ വിശ്വസിക്കാൻ തയ്യാറായില്ല. ഭാവി തലമുറയെയും നിലവിലുള്ള ജീവനക്കാരുടെയും താല്പര്യങ്ങളെ തകർക്കുന്ന നവ ഉദാരവല്ക്കരണ നയത്തിന്റെ ഭാഗമാണ് പങ്കാളിത്ത പെൻഷൻ എന്ന തിരിച്ചറിവിലേക്ക് ജീവനക്കാരെ അണിനിരത്താൻ സംഘടനകൾ നടത്തിയ പ്രചരണ പ്രക്ഷോഭ പ്രവർത്തനങ്ങൾക്ക് കഴിഞ്ഞു. ഡിസംബർ 11-ാം തീയതി ജില്ല-താലൂക്ക് കേന്ദ്രങ്ങളിൽ വൻ പ്രകടനങ്ങൾ നടത്തിയാണ് പണിമുടക്ക് നോട്ടീസ് നല്കിയത്. ജനുവരി 7 ന് സർക്കാർ ചർച്ച നടത്താൻ നിർബ്ബന്ധിതമായി. പണിമുടക്ക് നോട്ടീസ് നല്കിയ സംഘടനകളുമായി ചർച്ച ചെയ്യുന്നതിനു പകരം മറ്റു സംഘടനകളെ കൂടി വിളിച്ച് ചർച്ച പ്രഹസനമാക്കാനാണ് സർക്കാർ ശ്രമിച്ചത്. പെൻഷൻ അട്ടിമറിക്കുന്നതിനെതിരെ ജീവനക്കാർ ഉന്നയിച്ച ആശങ്കകൾക്ക് യാതൊരു പരിഹാര തീരുമാനവും ഉറപ്പും നല്കുവാൻ മുഖ്യമന്ത്രി ചർച്ചയിൽ തയ്യാറായില്ല. പബ്ലിക് എക്സ്പെന്റീ

ച്ചർ റിവ്യൂ കമ്മിറ്റി മുന്നോട്ടുവച്ച പ്രതിലോമകരമായ നിർദ്ദേശങ്ങൾ തള്ളിക്കളയാൻ മുഖ്യമന്ത്രി തയ്യാറായില്ല. പങ്കാളിത്ത പെൻഷൻ ഉത്തരവ് പിൻവലിക്കാൻ സർക്കാർ തയ്യാറായില്ല. മിനിമം പെൻഷൻപോലും ജീവനക്കാർക്ക് ഉറപ്പാക്കാൻ മുഖ്യമന്ത്രി ചർച്ചയിൽ തയ്യാറായില്ല.

സംസ്ഥാന സർക്കാറിന്റേയും പൊലീസ് അധികാരികളുടേയും ഭരണാനുകൂല സംഘടനകളുടേയും അതിക്രമങ്ങളെ നേരിട്ടുകൊണ്ട് ശക്തമായ പണിമുടക്ക് സമരമാണ് ജനുവരി 6 ന് സംസ്ഥാനമാകെ നടന്നത്. സംസ്ഥാനത്താകെ ആഞ്ഞടിച്ച ജീവനക്കാരുടെ സമരക്കൊടുങ്കാറ്റിൽ യു ഡി എഫ് നേതൃത്വം ഉലഞ്ഞാടി. വിറളിപൂണ്ട ഭരണകൂടം കെ എസ് യുവിന്റെയും യൂത്ത് കോൺഗ്രസിന്റെയും പേരിൽ ഗുണ്ടകളെ ഇറക്കി സമരത്തെ നേരിട്ടു. പണിമുടക്കിയവരുടെ സംയമനം കൊണ്ടു മാത്രമാണ് പ്രശ്നങ്ങൾ സങ്കീർണ്ണമാകാതിരുന്നത്. തലസ്ഥാനത്ത് ദിവസവും ആയിരക്കണക്കിന് ജീവനക്കാരാണ് പ്രകടനവുമായി സെക്രട്ടേറിയറ്റിനു മുന്നിലേക്ക് ഒഴുകി എത്തിയത്. ആദ്യദിവസം സെക്രട്ടേറിയറ്റിനു മുന്നിലെ യോഗം പ്രതിപക്ഷ നേതാവ് വി എസ് അച്യുതാനന്ദനാണ് ഉദ്ഘാടനം ചെയ്തത്. വിവിധ ജില്ലകളിൽ നടന്ന പിക്കറ്റിങ്ങിൽ കെ ജി ഒ എ അംഗങ്ങളും അണിനിരന്ന് അറസ്റ്റു വരിച്ചു. കണ്ണൂരിൽ അറസ്റ്റിലായ കെ ജി ഒ എ നേതാവ് വി പി കിരണിനെ റിമാന്റ് ചെയ്ത് ജയിലിലടച്ചു. പ്രതികാര നടപടിയുടെ ഭാഗമായി തിരുവനന്തപുരത്തെ ഫിംഗർ പ്രിന്റ് എക്സ്പെർട്ട് എസ് അരവിന്ദനെ സർവ്വീസിൽ നിന്നും സസ്പെന്റ് ചെയ്തു. തൃശ്ശൂർ എഞ്ചിനീയറിങ് കോളേജിലെ അസോസിയേറ്റ് പ്രൊഫ. വി വാസുദേവൻ പണിമുടക്കിൽ പങ്കെടുത്ത് സർവ്വീസ് അവസാനിപ്പിച്ചു. സംസ്ഥാന കൗൺസിലർമാരായ പി ആർ റെയിനോൾഡ്, എസ് പ്രസന്നൻ, പി കെ ആനന്ദൻ, അംഗങ്ങളായ ബി ആർ ശ്രീകാന്തൻ, കെ ജയചന്ദ്രൻ നായർ, ബേബി കാസ്ട്രോ, ബിന്ദു പി സോമനാഥ്, മൊയ്തീൻ കുട്ടി, അരവിന്ദൻ തുടങ്ങിയവരെ പണിമുടക്കിൽ പങ്കെടുത്തതിന് സസ്പെന്റ് ചെയ്തു. സംസ്ഥാനത്തൊട്ടാകെ അവകാശ സമരത്തിൽ പങ്കെടുത്ത 300 ൽ ഏറെ ജീവനക്കാരെ സസ്പെന്റ് ചെയ്തു. ഇതിൽ 11 പേർ കെ ജി ഒ എ പ്രവർത്തകരായിരുന്നു. സമരത്തെ സഹായിക്കുന്നവർക്കെതിരെയും സമരം ചെയ്തവർക്കെതിരെയും 200 ൽ ഏറെ കള്ളക്കേസുകളെടുത്തു. വനിതാജീവനക്കാരെ അടക്കം ജയിലിലടച്ചാണ്, സർക്കാർ തങ്ങളുടെ സ്വന്തം ജീവനക്കാർക്കു നേരെയുള്ള 'ജനാധിപത്യം' പ്രാവർത്തികമാക്കിയത്.

കാസർഗോഡ് നടന്ന സി ഐ ടി യു സംസ്ഥാനസമ്മേളനം മറ്റ് ഇടതുപക്ഷ ട്രേഡ് യൂണിയനുകളുമായി ആലോചിച്ച് പൊതുപണിമുടക്ക് നടത്തുന്നതിന് തീരുമാനിച്ചു. യു ഡി എഫ് സർക്കാറിനെതിരെ വർദ്ധിച്ചു വരുന്ന ജനവികാരത്തിന്റെ പശ്ചാത്തലത്തിലാണ് ധനമന്ത്രിയും മുഖ്യമന്ത്രിയും സംയുക്തസമരസമിതിയുമായി ചർച്ച ചെയ്യാൻ തീരുമാനിച്ചത്. മന്ത്രിസഭായോഗ തീരുമാനത്തിന്റെ അടിസ്ഥാനത്തിലായിരുന്നു ധനമന്ത്രി ജനുവരി 10 ന് ആദ്യഘട്ട ചർച്ച നടത്തിയത്.

മുഖ്യമന്ത്രിയുമായി സംസാരിച്ച് 13 ന് മുഖ്യമന്ത്രിതല ചർച്ച നട

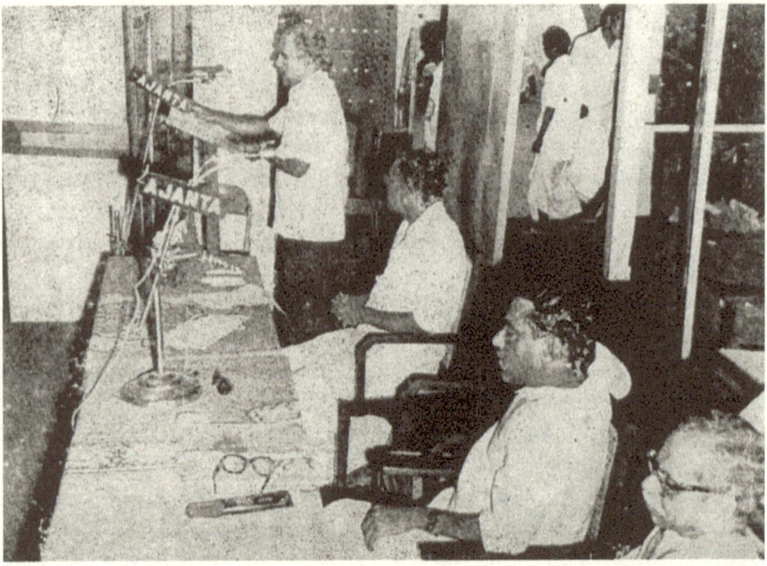

തിരുവനന്തപുരം വി ജെ ടി ഹാളിൽ നടന്ന 16-ാം സംസ്ഥാന സമ്മേളനത്തിൽ സംസ്ഥാന പ്രസിഡന്റ് വൈ. ജോർജ് അദ്ധ്യക്ഷപ്രസംഗം നടത്തുന്നു.

ത്തുമെന്ന് തീരുമാനിച്ചു. ഈ തീരുമാനം എടുത്ത് മിനിറ്റുകൾക്കകം മുഖ്യമന്ത്രിയുടെ ഓഫീസിൽ നിന്ന് ചർച്ചയിൽനിന്നും പിന്മാറിയതായി അറിയിപ്പുവന്നു. സെറ്റോ നേതൃത്വത്തിന്റെ സ്വാധീന ഫലമായാണ് ഇത്തരമൊരു പിന്മാറ്റം ഉണ്ടായത്. പക്ഷേ, അതേ 13 നു തന്നെ പണിമുടക്കാത്തവരുമായി ചർച്ച ചെയ്യാൻ മുഖ്യമന്ത്രി നിർബ്ബന്ധിതനായി. ഈ ചർച്ചയിൽ നേരത്തെ എടുത്ത നിലപാടുകളിൽനിന്ന് മുഖ്യമന്ത്രിക്ക് പിറകോട്ടു പോകേണ്ടിവന്നു. പുതിയ തീരുമാനങ്ങൾ മുഖ്യമന്ത്രിക്ക് അംഗീകരിക്കേണ്ടിയും വന്നു.

❖ കുറഞ്ഞ വേതനവും, കുറഞ്ഞ സേവനകാലയളവുമുള്ള ജീവനക്കാർക്ക് ഉൾപ്പെടെ പദ്ധതി നടപ്പാക്കുമ്പോൾ ഉണ്ടാകുന്ന പ്രശ്നങ്ങൾ പരിശോധിക്കുന്നതിന് പ്രത്യേക സംവിധാനം ഉണ്ടാക്കും.

❖ പി എഫ് ആർ ഡി എ ബില്ലിൽ ഉൾപ്പെടുത്തിയ ഭേദഗതി കൂടി ഉൾപ്പെടുത്തി മിനിമം പെൻഷൻ ഉറപ്പിക്കാനുള്ള വ്യവസ്ഥകൾ ഉണ്ടാക്കും.

❖ പെൻഷൻഫണ്ട് നിക്ഷേപിക്കാൻ സംസ്ഥാന ട്രഷറിയെക്കൂടി ഉൾപ്പെടുത്തണമെന്ന് പി എഫ് ആർ ഡി എയ്ക്കു എഴുതും. 2013 മാർച്ച് 31 വരെ സർവ്വീസിൽ ചേർന്നവർക്ക് സ്റ്റാറ്റ്യൂട്ടറി പെൻഷൻ തുടരും എന്ന് രേഖപ്പെടുത്തി ഉത്തരവ് പുറപ്പെടുവിക്കും.

❖ സമരത്തിൽ പങ്കെടുത്ത ജീവനക്കാരുടെ പേരിൽ സ്വീകരിച്ച ശിക്ഷാ നടപടികൾ റദ്ദാക്കും.

- ❖ തസ്തിക വെട്ടിക്കുറയ്ക്കാനുള്ള എംപവേർഡ് കമ്മിറ്റിയുടെ തീരുമാനങ്ങൾ സംഘടനകളുമായി ചർച്ച ചെയ്യും.

എല്ലാ സംഘടനകളും സമരരംഗത്ത് വന്നിരുന്നുവെങ്കിൽ കേരളത്തിൽ പങ്കാളിത്ത പെൻഷൻ പ്രാവർത്തികമാകുമായിരുന്നില്ല. ജീവനക്കാരുടെ പെൻഷൻ നഷ്ടപ്പെടുത്തിയതിന് സർക്കാറിനൊപ്പം സെറ്റോ നേതൃത്വത്തിനും തുല്യപങ്കാണ് ഉള്ളത്. ജീവനക്കാരുടെ പെൻഷനുള്ള അവകാശം കോൺഗ്രസ് നേതൃത്വത്തിനു മുന്നിൽ അടിയറ വെച്ച് ജീവനക്കാരെ വഞ്ചിക്കുന്ന സമീപനമാണ് സെറ്റോ നേതൃത്വം സ്വീകരിച്ചത്. ഭരണകൂടത്തിനൊപ്പം നിന്ന് ജീവനക്കാരെ വഞ്ചിക്കുന്ന സർവ്വീസ് സംഘടനകളുടെ മുഖംമൂടി ജീവനക്കാർക്ക് മുന്നിൽ തുറന്നു കാട്ടാനും ജീവനക്കാരുടെ സമരവീര്യം കൂടുതൽ കരുത്തോടെ ഭാവിയിൽ ഉയർത്തിക്കൊണ്ടു വരുന്നതിന് സഹായകമായ ഒട്ടേറെ അനുഭവങ്ങളും നേട്ടങ്ങളും ഈ പണിമുടക്കിലൂടെ സംഘടനകൾക്ക് ആർജ്ജിക്കാനായി. പണിമുടക്കിനു ശേഷം പിണറായി വിജയൻ കെ ജി ഒ എ ന്യൂസിലെഴുതിയ *നാടിനുവേണ്ടി നടന്ന പോരാട്ടം* എന്ന ലേഖനത്തിൽ പങ്കാളിത്തപെൻഷനുവേണ്ടി നടന്ന പണിമുടക്ക് ഒത്തുതീർപ്പായ ശേഷവും ജീവനക്കാർക്കിടയിൽ നിലനില്ക്കുന്ന ആശങ്കകളും പ്രശ്നങ്ങളും പരിഹരിക്കുന്നതിനുതകുന്ന സമീപനം ഇടതുപക്ഷ ജനാധിപത്യമുന്നണി സ്വീകരിക്കുമെന്ന് ഏവരെയും ഓർമ്മപ്പെടുത്തി. ജീവനക്കാർക്കും അദ്ധ്യാപകർക്കും എതിരായി ഉപയോഗിക്കപ്പെട്ട എല്ലാ കരിനിയമങ്ങളും പരിശോധിച്ച എൽ ഡി എഫിന്റെ പാരമ്പര്യം വീണ്ടും ഉയർത്തിപ്പിടിക്കുമെന്ന് അദ്ദേഹം ലേഖനത്തിൽ ചൂണ്ടിക്കാട്ടിയത് തന്നെയാണ്

കെ ജി ഒ എ 43-ാം സംസ്ഥാന സമ്മേളനത്തോടനുബന്ധിച്ച് കുളത്തൂപ്പുഴയിൽ നടന്ന മെഡിക്കൽ ക്യാമ്പ്

ഈ പണിമുടക്ക് സമരത്തിൽ പങ്കെടുത്ത ജീവനക്കാർക്ക് നല്കാവുന്ന ഏറ്റവും വലിയ സന്ദേശവും, പണിമുടക്കിന്റെ വിജയവും.

തുടർന്നുള്ള മൂന്ന് വർഷക്കാലം സംസ്ഥാന ജീവനക്കാരുടെ മേഖലയിൽ 10-ാം ശമ്പള പരിഷ്കരണത്തിന് വേണ്ടിയുള്ള പ്രക്ഷോഭത്തിന്റെ ഘട്ടമായിരുന്നു. സമയബന്ധിത 5 വർഷ തത്ത്വം പാലിച്ചുള്ള ശമ്പള പരിഷ്കരണ മുദ്രാവാക്യം കെ ജി ഒ എ യുടെ 47-ാം സംസ്ഥാന സമ്മേളനം അംഗീകരിച്ച പരിപാടി പ്രമേയത്തിലൂടെ പുറത്തുവരുമ്പോൾ ഈ ആവശ്യം മുന്നോട്ടു വയ്ക്കുന്ന ആദ്യ സംഘടനയായി കെ ജി ഒ എ മാറി. തുടർന്ന് കേരള എൻ ജി ഒ യൂണിയനും എഫ് എസ് ഇ ടി ഒ യും ഈ മുദ്രാവാക്യം ഉയർത്തിയുള്ള സംയുക്ത പ്രക്ഷോഭങ്ങൾക്ക് ആക്കം വർദ്ധിപ്പിച്ചു. ആക്ഷൻ കൗൺസിലും സംയുക്ത സമരസമിതിയും യോജിച്ച പ്ലാറ്റ്ഫോമിലേക്ക് ശമ്പള പരിഷ്കരണ പ്രക്ഷോഭം രൂപം മാറി. സെറ്റോ സംഘടനകളുടെയും പബ്ലിക് എക്സ്പെൻഡിച്ചർ കമ്മിറ്റിയുടെയും ശമ്പള കമീഷന്റെയും പ്രതിലോമ സാമ്പത്തിക ശാസ്ത്ര മാദ്ധ്യമ വിമർശകരുടെയും സംസ്ഥാന സർക്കാരിന്റെതന്നെയും കുപ്രചാരണങ്ങളെയും കുതന്ത്രങ്ങളെയും അതിജീവിച്ച് ശമ്പള പരിഷ്കരണ പ്രക്ഷോഭം വിജയിപ്പിക്കുന്നതിൽ നിർണ്ണായക പങ്കാണ് ഗസറ്റഡ് ജീവനക്കാരുടെ മേഖലയിൽ കെ ജി ഒ എ നിർവ്വഹിച്ചത്. അവകാശ പോരാട്ടങ്ങളിലെ അജയ്യശക്തിയായി സംഘടന പരിണമിക്കുന്ന അരനൂറ്റാണ്ടാണ് കടന്നുപോകുന്നത്.

വികസന-ക്ഷേമരംഗത്തെ ഇടപെടലുകൾ

സംസ്ഥാന സിവിൽ സർവ്വീസിലെ വികസന വകുപ്പുകളിലെയും ക്ഷേമ വകുപ്പുകളിലെയും പ്രൊഫഷണൽ ഉദ്യോഗസ്ഥർ, സയന്റിഫിക് ഓഫീസർമാർ, ഭരണാധികാരവും ധനാധികാരവുമുള്ള ഓഫീസർമാർ, പൊതുവിദ്യാഭ്യാസ വകുപ്പിലെ ഉന്നതശ്രേണിയിലെ അദ്ധ്യാപകർ, ഉന്നത വിദ്യാഭ്യാസവകുപ്പിലെ നിയമാദ്ധ്യാപകർ, സാങ്കേതിക വിദ്യാഭ്യാസ വകുപ്പിലെ എഞ്ചിനീയറിങ് അദ്ധ്യാപകർ, മെഡിക്കൽ വിദ്യാഭ്യാസവകുപ്പിലെ അദ്ധ്യാപകർ തുടങ്ങിയവരാണ് കേരള ഗസറ്റഡ് ഓഫീസേഴ്സ് അസോസിയേഷനിലെ അംഗങ്ങൾ. ഇവരുടെ സർവ്വീസ് സംബന്ധമായ സേവന-വേതനത്തിനായുള്ള അവകാശ പോരാട്ടങ്ങൾ സംഘടിപ്പിക്കുമ്പോഴും സമാന്തരമായി മറ്റൊരു പോർമുഖത്തിൽ അംഗങ്ങളെ അണിനിരത്തുന്നതിൽ സംഘടന എന്നും ശ്രദ്ധിച്ചിരുന്നു. ഇവരുടെയെല്ലാം സാങ്കേതിക-പ്രൊഫഷണൽ- ഭരണ മാനേജ്മെന്റ് വൈദഗ്ദ്ധ്യത്തെ സാമൂഹ്യ പ്രതിബദ്ധതയോടെ ഔദ്യോഗിക കൃത്യനിർവ്വഹണത്തിനും അപ്പുറം സംസ്ഥാനത്തിന്റെ വികസന-ക്ഷേമരംഗങ്ങളിൽ വിനിയോഗിക്കുന്നതിനുമാണ് സംഘടന ശ്രമിച്ചുകൊണ്ടിരിക്കുന്നത്.

നേരത്തെ സൂചിപ്പിച്ച വൈവിദ്ധ്യത്തിന്റെ സാദ്ധ്യതകൾ ഉള്ളതുകൊണ്ടും അതിനെ ഫലപ്രദമായി പ്രയോജനപ്പെടുത്തുക എന്നത് സംഘടനയുടെ നയമായതുകൊണ്ടും സംഘടന നടത്തിയിട്ടുള്ളതും നടത്തുന്നതുമായ വികസന-ക്ഷേമ രംഗത്തെ ഇടപെടലുകളെ എന്നും കേരള സമൂഹം ശ്രദ്ധിച്ചിട്ടുണ്ട്. ഇത്തരത്തിലുള്ള സംഘടനയുടെ ഇടപെടലുകൾക്ക് ബഹുതല സ്വാധീനമാണ് ഉണ്ടാക്കാൻ കഴിഞ്ഞിട്ടുള്ളത്. യു ഡി എഫ് സർക്കാരുകൾ ഭരിക്കുമ്പോൾ അവർ സ്വീകരിക്കുന്ന പ്രതിലോമകരമായ നയങ്ങളേയും നടപടികളേയും സമൂഹമദ്ധ്യത്തിൽ തുറന്നു കാണിക്കുക, ജനപക്ഷനിർദ്ദേശങ്ങൾ സമാഹരിച്ച് അവയെല്ലാം

തിരുത്തുന്നതിനാവശ്യമായ സമ്മർദ്ദം ചെലുത്തുക, ഇടതുപക്ഷസർക്കാരുകൾ ഭരിക്കുമ്പോൾ നടപ്പാക്കുന്ന നൂതന ആശയങ്ങളും പരിപാടികളും ജനങ്ങളിലെത്തിക്കുക, സംഘടനാംഗങ്ങളായ നിർവ്വഹണ/ഭരണ ഉദ്യോഗസ്ഥർക്ക് തങ്ങളുടെ ഔദ്യോഗിക കർത്തവ്യം എന്നതിനപ്പുറം സാമൂഹ്യബാദ്ധ്യതയോടെ വികസന-ക്ഷേമ പ്രവർത്തനങ്ങളിൽ ഇടപെടുന്നതിനുള്ള ബോദ്ധ്യം നല്കുക തുടങ്ങിയവയാണവയെല്ലാം.

ഈ ലക്ഷ്യത്തോടെ സംസ്ഥാനത്തിന്റെ ഒട്ടുമിക്ക വികസന-ക്ഷേമ രംഗങ്ങളിലും ആരോഗ്യ-വിദ്യാഭ്യാസമേഖലകളിലും ക്രിയാത്മകമായി സംഘടന ഇടപെട്ടതിന്റെ ചരിത്രം സർവ്വീസ് സംഘടനകളുടെ ചരിത്രത്തിൽ തന്നെ സമാനത ഇല്ലാത്തതാണെന്ന് നിസ്സംശയം പറയാം.

സാക്ഷരതയിലെ സാന്നിദ്ധ്യം

മൂന്നാം ലോകരാജ്യങ്ങൾക്കാകെ മാതൃകയായ ഒന്നാണെന്ന് സാർവ്വദേശീയ തലത്തിൽതന്നെ പ്രശംസിക്കപ്പെട്ട പരിപാടിയാണ് 1987-91 കാലയളവിൽ സംസ്ഥാനത്തെ ഇടതുപക്ഷ സർക്കാർ ജനപങ്കാളിത്തത്തോടെ നടപ്പിലാക്കിയ സമ്പൂർണ്ണ സാക്ഷരതാ പരിപാടി. നമ്മുടെ സംഘടനാ പ്രവർത്തകർ വിവിധ തലങ്ങളിൽ ഈ സാക്ഷരതാ പരിപാടിയിൽ സജീവമായി പങ്കെടുത്തുകൊണ്ടാണ് ഒന്നാം ഘട്ടം വിജയകരമായി പൂർത്തിയാക്കിയത്. സംസ്ഥാനത്തെ സമ്പൂർണ്ണ സാക്ഷരതാ സംസ്ഥാനമായി 1991 ൽ പ്രഖ്യാപിക്കുകയും ചെയ്തു. ഐക്യജനാധിപത്യമുന്നണി സർക്കാർ 1991 ജൂണിൽ അധികാരമേറ്റതോടെ രണ്ടാം ഘട്ട സാക്ഷരതാ പ്രവർത്തനം കടലാസ് പദ്ധതിയാക്കി മാറ്റി. അർപ്പണബോധത്തോടും ആത്മാർത്ഥതയോടും ഒന്നാംഘട്ട പ്രവർത്തനങ്ങളിൽ ഏർപ്പെട്ട കെ ജി ഒ എ പ്രവർത്തകർക്കെതിരെ പകപോക്കൽ നടപടി സ്വീകരിക്കുന്നതിനുപോലും യു ഡി എഫ് സർക്കാർ മടി കാണിച്ചില്ല. സാക്ഷരതാ പ്രസ്ഥാനത്തിന് നേതൃത്വം വഹിച്ച കെ ആർ രാജൻ ഐ എ എസ് എന്ന സിവിൽ സർവ്വീസ് ഉദ്യോഗസ്ഥൻ തന്നെ ചരിത്രത്തിൽ നിന്ന് വിസ്മരിക്കപ്പെട്ടത് ശ്രദ്ധേയം.

അധികാരവികേന്ദ്രീകരണം-ആസൂത്രണവികേന്ദ്രീകരണം

അധികാര വികേന്ദ്രീകരണത്തിനായി കേന്ദ്രസർക്കാർ 73, 74 ഭരണഘടനാ ഭേദഗതികൾ പാസാക്കിയെങ്കിലും അതിനാവശ്യമായ ഭരണ നടപടിക്രമങ്ങളൊന്നും തന്നെ 1991-96 ലെ യു ഡി എഫ് സർക്കാർ സ്വീകരിച്ചിരുന്നില്ല. 1996 ൽ അധികാരത്തിൽ വന്ന എൽ ഡി എഫ് സർക്കാരാണ് പ്രായോഗികതലത്തിൽ അധികാര വികേന്ദ്രീകരണം നടപ്പാക്കുന്നതിനായി ജനകീയാസൂത്രണ പ്രസ്ഥാനത്തിന് രൂപം നല്കിയത്. പഞ്ചായത്തീരാജ്/നഗരപാലികാ സംവിധാനത്തെ ശക്തിപ്പെടുത്തുന്നതിനായി നിയോഗിക്കപ്പെട്ട എസ് ബി സെൻ കമ്മിറ്റിക്ക് കേരള ഗസറ്റഡ് ഓഫീസേഴ്സ് അസോസിയേഷൻ നല്കിയ സമഗ്ര നിവേദനം അധികാര

വികേന്ദ്രീകരണ രംഗത്തെ പ്രശ്നങ്ങളേയും സാദ്ധ്യതകളേയും സൂക്ഷ്മ തലത്തിൽ സ്പർശിച്ചുകൊണ്ടായിരുന്നു.

ഈ നിവേദനം രൂപപ്പെടുത്തുന്നതിനായി 05.08.1996 ന് സംഘടനാംഗങ്ങളെ പങ്കെടുപ്പിച്ചുകൊണ്ടുള്ള സംസ്ഥാനതല ശില്പശാല തിരുവനന്തപുരത്ത് നടത്തി. സെൻ കമ്മിറ്റി അംഗം കൂടിയായ ടി കെ ബാലൻ എം എൽ എ ആയിരുന്നു ഉദ്ഘാടകൻ. ജനകീയാസൂത്രണപ്രസ്ഥാനത്തെക്കുറിച്ചും സെൻ കമ്മിറ്റിക്ക് സംഘടന നല്കിയ നിർദ്ദേശങ്ങളെക്കുറിച്ചും ചർച്ച ചെയ്യുന്നതിനായി എല്ലാ ജില്ലകളിലും ശില്പശാലകളും തുടർന്നു സംഘടിപ്പിച്ചു. ഈ ശില്പശാലകളിൽ രൂപീകരിക്കപ്പെട്ട വിവിധ വകുപ്പുകളുടെ കോർ ഗ്രൂപ്പ് അംഗങ്ങൾക്ക് പരിശീലനം നല്കുന്നതിനായി 1996 ഒക്ടോബർ 26, 27 തീയതികളിൽ ശില്പശാലയും സംഘടിപ്പിച്ചു.

31-ാം സംസ്ഥാനസമ്മേളനത്തിനു മുന്നോടിയായി 1997 ഏപ്രിൽ 27 ന് അധികാര വികേന്ദ്രീകരണത്തിലെ പ്രശ്നങ്ങളേയും സാദ്ധ്യതകളേയും കുറിച്ച് ശില്പശാല സംഘടിപ്പിച്ചു. ജില്ലയിലെ ഗ്രാമപഞ്ചായത്ത്, ബ്ലോക്ക് പഞ്ചായത്ത്, മുനിസിപ്പൽ അദ്ധ്യക്ഷന്മാർ, സ്റ്റാന്റിങ് കമ്മിറ്റി ചെയർ പേഴ്സൺമാർ, ജില്ലാ പഞ്ചായത്ത് അംഗങ്ങൾ, ജില്ലാതല നിർവ്വഹണ ഉദ്യോഗസ്ഥർ എന്നിവരാണ് ഇതിൽ പങ്കെടുത്തത്.

മുന്നനുഭവങ്ങളോ മാതൃകകളോ ഇല്ലാതെ തുടങ്ങിയ ജനകീയാസൂത്രണ പരിപാടിയെക്കുറിച്ചുള്ള ബോധവല്ക്കരണത്തിനും വിവിധ വിഭാഗങ്ങൾക്കിടയിൽ അതിന്റെ ഉള്ളടക്കത്തെക്കുറിച്ചുള്ള ആശങ്കകൾ അകറ്റി വ്യക്തതയുണ്ടാക്കുന്നതിനും സംഘടനയുടെ മേല്പറഞ്ഞ പ്രാരംഭ നടപടികൾക്കായി എന്നത് പരക്കെ ശ്രദ്ധിക്കപ്പെട്ടു.

ഒമ്പതാം പഞ്ചവത്സരപദ്ധതി ജനകീയ പങ്കാളിത്തത്തോടെ നടപ്പാക്കുന്നതിനായി രൂപീകരിക്കപ്പെട്ട ജനകീയാസൂത്രണ പ്രസ്ഥാനത്തിന്റെ ഉന്നതതല മാർഗ്ഗ നിർദ്ദേശകസമിതിയുടെ അദ്ധ്യക്ഷൻ ഇ എം എസ് നമ്പൂതിരിപ്പാടായിരുന്നു. പ്രസ്തുത സമിതിയിൽ സംഘടനയുടെ പ്രസിഡന്റ് ഡോ. എൻ എം മുഹമ്മദ് അലി അംഗമായിരുന്നു.

ഗ്രാമസഭകൾ സംഘടിപ്പിച്ച് വികസനാവശ്യങ്ങൾ കണ്ടെത്തി അവയുടെ മുൻഗണനാക്രമം നിശ്ചയിക്കുന്നതിനും അത്തരം വികസന പ്രശ്നങ്ങൾക്ക് പരിഹാരം കണ്ടെത്തുന്നതിനായി വികസന സെമിനാറുകൾ നടത്തുന്നതിനും അതിനനുസൃതമായി പ്രോജക്ടുകൾ തയ്യാറാക്കുക എന്നതുമായ ക്ലേശകരമായ പ്രക്രിയ സുഗമമാക്കാൻ നമ്മുടെ സംഘടനാംഗങ്ങളുടെ സക്രിയാത്മകമായ ഇടപെടൽ ഉണ്ടായിരുന്നു. വിവിധ വികസന-ക്ഷേമ മേഖലകളിൽ പ്രോജക്ടുകൾ തയ്യാറാക്കുന്നതിന് പ്രായോഗിക ബുദ്ധിമുട്ടുകൾ അനുഭവപ്പെട്ടപ്പോൾ വിവിധ വകുപ്പുകളിലെ പ്രാഗത്ഭ്യമുള്ള സംഘടനാംഗങ്ങളായ ഉദ്യോഗസ്ഥരെ സംഘടിപ്പിച്ച് മാതൃകാ പ്രോജക്ടുകൾ തയ്യാറാക്കി. ഒരു ലക്ഷത്തിലേറെ പ്രോജക്ടുകൾ തദ്ദേശഭരണ സ്ഥാപനങ്ങൾ തയ്യാറാക്കിയപ്പോൾ അവയുടെ സാങ്കേതിക പരിശോധന അടുത്ത ഘട്ടത്തിലെ വെല്ലുവിളിയായിരുന്നു.

പരിചയവും പരിജ്ഞാനവുമുള്ള ഉദ്യോഗസ്ഥരെ സഹായിക്കുന്നതിനായി സംസ്ഥാന ആസൂത്രണ ബോർഡ് സന്നദ്ധ സാങ്കേതികസമിതി രൂപീകരിച്ചു. ക്രമേണ ഈ സാങ്കേതികസമിതികളാണ് ബ്ലോക്ക്തല സാങ്കേതിക സമിതികളായും ജില്ലാതല സാങ്കേതികസമിതികളുമായി രൂപാന്തരപ്പെട്ടത്. ഒരു നിർവ്വഹണ ഉദ്യോഗസ്ഥൻ ഒറ്റയ്ക്ക് സാങ്കേതിക അനുമതി നല്കുന്നതിനു പകരം കൂട്ടായ ഒരു സമിതി ആ കൃത്യം നിർവ്വഹിക്കുന്നതിൽ ഉദ്യോഗസ്ഥർക്ക് ആദ്യം മാനസികമായി പൊരുത്തപ്പെടാൻ സാധിച്ചിരുന്നില്ല. അവരുടെ എതിർപ്പ് കുറയ്ക്കുന്നതിനും സാങ്കേതിക സമിതികൾ യാഥാർത്ഥ്യമാക്കുന്നതിനും സംഘടനയുടെ ഇടപെടലിനു കഴിഞ്ഞു.

പദ്ധതി നിർവ്വഹണ ഘട്ടമായപ്പോൾ നിർവ്വഹണ ഉദ്യോഗസ്ഥരുടെ ശില്പശാല 24.08.97 ലും 02.08.98 ലും തിരുവനന്തപുരത്ത് നടത്തി. നിർവ്വഹണത്തിലെ പ്രായോഗിക ബുദ്ധിമുട്ടുകൾ പരിഹരിക്കുന്നതിനും അതിനനുസൃതമായ സർക്കാർതല ഇടപെടലുകൾ നടത്തുന്നതിനും സംഘടന പരിശ്രമിച്ചത് ജനകീയാസൂത്രണം വിജയിപ്പിക്കുന്നതിന് സഹായകമായി. ഇതിനുശേഷം നോഡൽ വകുപ്പുകളുടെ കൺവെൻഷൻ തിരുവനന്തപുരത്ത് വിളിച്ചു ചേർക്കുകയും പദ്ധതി നിർവ്വഹണ മാനുവൽ കോസ്റ്റ് ഫോർഡിന്റെ സഹായത്തോടെ തൃശ്ശൂർ കിലയിൽ കെ ജി ഒ എ ശില്പശാല സംഘടിപ്പിച്ചു. വികസനപദ്ധതികളുടെ അനുഭവം പങ്കുവെക്കുന്നതിനായി 1998 ഏപ്രിലിൽ ശില്പശാലയും നടത്തി.

100 ഗ്രാമപഞ്ചായത്തുകളെ മാതൃകാ പഞ്ചായത്തുകളാക്കി മാറ്റുന്നതിന് സംസ്ഥാന സർക്കാർ തീരുമാനിച്ച ഘട്ടമായിരുന്നു ജനകീയാസൂത്രണത്തിന്റെ മൂന്നാം വർഷം. പദ്ധതി നിർവ്വഹണത്തിൽ ഇതിനായി തെരഞ്ഞെടുക്കപ്പെട്ട പഞ്ചായത്തുകളെ സംഘടന സഹായിച്ചു. അതിലൊരു ഇടപെടലായിരുന്നു തിരുവനന്തപുരം ജില്ലയിലെ കുന്നത്തുകാലിൽ സംഘടനയുടേത്. തലക്കുളങ്ങളുടെ പുനരുദ്ധാരണത്തിലും മറ്റും സംഘടനയുടെ പ്രവർത്തകർ സന്നദ്ധ പ്രവർത്തനം നടത്തുകയും ചെയ്തു.

ജനകീയാസൂത്രണത്തിന്റെ മൂന്നാം വർഷ പ്രവർത്തനങ്ങളിൽ വിവിധ വകുപ്പുകളിലെ നിർവ്വഹണ ഉദ്യോഗസ്ഥരെ സജീവമാക്കുന്നതിനായി തിരുവനന്തപുരത്തും തൃശ്ശൂരും ശില്പശാല സംഘടിപ്പിക്കുകയും ചെയ്തു. ജനകീയാസൂത്രണം നിർണ്ണായകമായ ഘട്ടത്തിലെത്തിയപ്പോൾ മലയാളത്തിൽ എസ്റ്റിമേറ്റ് തയ്യാറാക്കുന്നതിനും നിർവ്വഹണ കലണ്ടർ ഉണ്ടാക്കുന്നതിനും സർക്കാർ തീരുമാനിച്ചപ്പോൾ അതിനായുള്ള പ്രവർത്തനങ്ങളിലും സംഘടനയിലെ നിർവ്വഹണ ഉദ്യോഗസ്ഥരെ പ്രാപ്തരാക്കി. സർവ്വീസ് സംഘടനകളുടെ യോഗം 25.06.1999 ന് വിളിച്ചു ചേർത്തു. പ്ലാനിങ് ബോർഡ് അംഗം ഡോ. ടി എം തോമസ് ഐസക്ക് പങ്കെടുത്ത യോഗത്തിൽ സർവ്വീസ്-ട്രേഡ് യൂണിയൻ കോർഡിനേഷൻ

സംസ്ഥാന കമ്മിറ്റി രൂപീകരിച്ചു. അതിന്റെ കൺവീനറായി സംഘടനയുടെ ജനറൽ സെക്രട്ടറി എം കെ വാസുവിനെ തെരഞ്ഞെടുത്തു. മലയാളത്തിൽ എസ്റ്റിമേറ്റ് തയ്യാറാക്കുന്നതിനും നിർവ്വഹണച്ചട്ടം പരിചയപ്പെടുത്തുന്നതിനും ബി എൽ ഇ സി/ഡി എൽ ഇ സികളുടെ പ്രവർത്തനം കാര്യക്ഷമമാക്കുന്നതിനും നിർവ്വഹണ കലണ്ടർ ഉണ്ടാക്കുന്നതിനുമുള്ള പ്രവർത്തനത്തിൽ ഇത്തരത്തിൽ കെ ജി ഒ എ യുടെ ഇടപെടൽ ഒരു വഴിത്തിരിവായി.

നിർവ്വഹണ ഉദ്യോഗസ്ഥർ എന്ന നിലയിൽ സാമൂഹ്യ പ്രതിബദ്ധതയോടെ സംഘടനയുടെ അംഗങ്ങൾ പ്രവർത്തിച്ചു. ഇതിനു പുറമേ ജനകീയാസൂത്രണം വ്യവസ്ഥാപിക്കുന്നതിനായി സംഘടനയുടെ പ്രധാന പ്രവർത്തകർ ആസൂത്രണ ബോർഡിലെ കൺസൾട്ടന്റ്, സംസ്ഥാന ഫാക്കൽറ്റി അംഗങ്ങൾ, കീ റിസോഴ്സ് പേഴ്സൺസ്, സാങ്കേതിക സമിതി അംഗങ്ങൾ എന്നീ നിലകളിലും പ്രവർത്തിച്ചിരുന്നു.

കേരളവികസനപദ്ധതി - തിരിച്ചുപോക്കിന്റെ ചരിത്രം

2001 ൽ യു ഡി എഫ് സർക്കാർ അധികാരം ഏറ്റെടുത്ത നാൾ മുതൽ അധികാര വികേന്ദ്രീകരണത്തിൽ രാജ്യാന്തര ശ്രദ്ധ പിടിച്ചുപറ്റിയ മുൻ എൽ ഡി എഫ് സർക്കാരിന്റെ ജനകീയാസൂത്രണത്തിനെതിരെ ബോധപൂർവ്വമായ നടപടികൾ സ്വീകരിച്ചു. കേരള വികസന പദ്ധതി എന്ന പേരിൽ ടെക്നിക്കൽ കമ്മിറ്റികളെ പിരിച്ചുവിട്ടു. ട്രൈബൽ സബ് പ്ലാൻ തിരികെ എടുത്തും മറ്റുമുള്ള കൂടുതൽ അധികാര കേന്ദ്രീകരണത്തിനാണ് സർക്കാർ മുതിർന്നത്. ഇത്തരത്തിൽ അധികാരവികേന്ദ്രീകരണം അട്ടിമറിക്കുന്നതിനുള്ള ശ്രമങ്ങളെ പൊതുജന ശ്രദ്ധയിൽ കൊണ്ടുവരാനായി കൊല്ലത്ത് സംഘടന സെമിനാർ സംഘടിപ്പിച്ചു.

യു ഡി എഫ് സർക്കാർ 2001 ൽ അധികാരം ഏറ്റെടുത്ത സമയത്ത് സംസ്ഥാനത്തുണ്ടായിരുന്ന ധനപരമായ പരിമിതികളെ അതിന്റെ ശരിയായ കാരണങ്ങളിൽ വിലയിരുത്താതെ, ബോധപൂർവ്വം മുൻസർക്കാരിനെതിരെയുള്ള രാഷ്ട്രീയായുധമാക്കുന്നതിന് ഉപകരിക്കുന്ന ധവളപത്രം പുറപ്പെടുവിച്ചു. ജീവനക്കാർക്കെതിരെയും തൊഴിലെടുക്കുന്ന സാധാരണ ജനവിഭാഗങ്ങൾക്കെതിരെയുമുള്ള കടന്നാക്രമണങ്ങൾക്ക് അനുകൂലമായ അന്തരീക്ഷം സൃഷ്ടിക്കുന്നതിനും പുത്തൻ നിയോ-ലിബറൽ സാമ്പത്തിക പരിഷ്കാരങ്ങൾ നടപ്പാക്കുന്നതിനുമായിരുന്നു ധവളപത്രത്തെ ഫലപ്രദമായി ഉപയോഗിച്ചത്. ധവളപത്രം സർക്കാർ ഉദ്ദേശിച്ച തലത്തിൽ തന്നെ ജനങ്ങളിലും ജീവനക്കാരിലും തെറ്റിദ്ധാരണ വളർത്തുന്നതിന് ഉപകരിച്ചു. യഥാർത്ഥ വസ്തുത വെളിവാക്കുന്നതിനും സർക്കാറിന്റെ നിഗൂഢ ലക്ഷ്യം പുറത്തുകൊണ്ടുവരുന്നതിനുമായി വ്യാപകമായ ചർച്ച സംഘടിപ്പിക്കുന്നതിനും സംഘടന അന്നു തീരുമാനിച്ചു. തിരുവനന്തപുരത്ത് മുൻമുഖ്യമന്ത്രി ഇ കെ നായനാർ, ഇ ചന്ദ്രശേഖരൻ നായർ, ഇ എം ശ്രീധരൻ, ധനകാര്യവിദഗ്ദ്ധൻ ഡോ. രാമ

ചന്ദ്രൻ നായർ എന്നിവരെ പങ്കെടുപ്പിച്ചുകൊണ്ട് 10.07.2001 ന് സെമിനാർ സംഘടിപ്പിക്കുകയും തുടർന്ന് ജില്ലകളിൽ സെമിനാറുകളും പ്രക്ഷോഭങ്ങളും നടത്തുന്നതിനും തീരുമാനിക്കുകയുണ്ടായി. ധവളപത്രത്തിലെ പൊള്ളത്തരങ്ങളെ സാധാരണ ജനമദ്ധ്യേ തുറന്നുകാട്ടുന്നതിന് നമ്മുടെ പ്രവർത്തനങ്ങൾക്കായി.

ഉല്പാദനവികസനപദ്ധതിയും സംഘടനയും

2006 ജൂണിൽ ഇടതുപക്ഷ ജനാധിപത്യമുന്നണി വീണ്ടും അധികാരത്തിലെത്തി. ഇടതുപക്ഷ ജനാധിപത്യമുന്നണി മുന്നോട്ടുവച്ച തിരഞ്ഞെടുപ്പ് പ്രകടന പത്രികയുടെ അടിസ്ഥാനത്തിൽ 2007 ഏപ്രിലിൽ ആരംഭിക്കുന്ന 11-ാം പഞ്ചവത്സര പദ്ധതിക്കുവേണ്ടിയുള്ള തയ്യാറെടുപ്പ് നടക്കുന്ന കാലമായിരുന്നു അത്. പദ്ധതി രൂപീകരണത്തിലും നിർവ്വഹണത്തിലും നിർണ്ണായക പങ്ക് വഹിക്കുന്ന ബഹുഭൂരിപക്ഷം ഗസറ്റഡ് ഓഫീസർമാരുടെ സംഘടനയാണ് കേരള ഗസറ്റഡ് ഓഫീസേഴ്സ് അസോസിയേഷൻ. 11-ാം പദ്ധതി കാലത്ത് നമ്മുടെ സംസ്ഥാനത്തെ ഉല്പാദന-സേവനമേഖലകളിൽ ഉണ്ടാകേണ്ട ഇടപെടലുകളെക്കുറിച്ച് ഗസറ്റഡ് ഓഫീസർമാരുടെ ഇടയിൽ വ്യാപകമായ ചർച്ച ഉയർത്തിക്കൊണ്ടുവരാനും അവ ക്രോഡീകരിക്കുന്നതിനും ശ്രമിച്ചു. 11-ാം പദ്ധതിയിൽ കേരളത്തിനൊരു വികസന അജണ്ട എന്ന രേഖതന്നെ തയ്യാറാക്കി. പ്രകടന പത്രികയിൽ മുൻഗണന നല്കിയിട്ടുള്ള കാർഷിക-പരമ്പരാഗത വ്യവസായമേഖലകൾ, ദുർബ്ബല ജനവിഭാഗങ്ങളുടെ പരിരക്ഷ, ദാരിദ്ര്യ-നിർമ്മാർജ്ജനം, ആരോഗ്യം, വിദ്യാഭ്യാസം, അടിസ്ഥാന സൗകര്യങ്ങൾ, തീരദേശ വികസനം, മനുഷ്യവികസന ആസൂത്രണവും മാനേജുമെന്റും തുടങ്ങി പദ്ധതിരൂപീകരണവുമായി ബന്ധപ്പെട്ട സമസ്തമേഖലകളെയും സംബന്ധിച്ച് വിശദമായ ചർച്ചകൾ നടത്തി ഉരുത്തിരിഞ്ഞുവന്ന നിർദ്ദേശങ്ങൾ ക്രോഡീകരിച്ചാണ് ഈ വിലപ്പെട്ട രേഖ തയ്യാറാക്കിയതും 2006 ഡിസംബർ 28 ന് തിരുവനന്തപുരത്ത് പുസ്തകം പ്രകാശനംചെയ്തതും.

ഈ രേഖയുടെ ചില പ്രധാന കണ്ടെത്തലുകളും നിർദ്ദേശങ്ങളും കെ ജി ഒ എ യുടെ ചരിത്രത്തിന്റെ ഭാഗമാകേണ്ടതുണ്ട് എന്നതിനാൽ താഴെ വിവരിക്കുന്നു. കൃഷി, പരമ്പരാഗത വ്യവസായങ്ങൾ, നിലവിലെ സ്വകാര്യ വ്യവസായസ്ഥാപനങ്ങൾ, പൊതുമേഖലാ വ്യവസായങ്ങൾ, സേവനാധിഷ്ഠിത വ്യവസായങ്ങൾ എന്നിവയിലെ ഉല്പാദനവർദ്ധനവും ഉത്പാദനക്ഷമത കൂട്ടലുമായിരിക്കണം പ്രധാന ലക്ഷ്യം. അടിസ്ഥാന സൗകര്യം വികസിപ്പിക്കണം. സ്കൂൾ വിദ്യാഭ്യാസ മേഖലയിലെ ഗുണമേന്മാ വർദ്ധനവിനായിരിക്കണം കൂടുതൽ ഊന്നൽ നല്കേണ്ടത്. ഉന്നത വിദ്യാഭ്യാസമേഖലയിൽ തൊഴിൽ സാദ്ധ്യതയേറിയ മേഖലകളിലേക്കുള്ള വൈവിദ്ധ്യവല്ക്കരണം, പഠനനിലവാരം ഉയർത്തൽ എന്നിവ ശ്രദ്ധിക്കണം. പ്രവേശനത്തിന് യോഗ്യത മാനദണ്ഡമായിരിക്കണം. സാമൂ

ഹ്യനീതി പാലിക്കപ്പെടണം. അദ്ധ്യാപക നിലവാരം മികച്ചതാകണം.

കേരളത്തിൽ അവശേഷിക്കുന്ന പരമദാരിദ്ര്യത്തിന്റെ തുരുത്തുകൾ ഇല്ലാതാകണം. വികസന പ്രക്രിയയിൽ ലിംഗനീതി ഉറപ്പാക്കണം. ഭൂരിപക്ഷത്തിന് ലഭ്യമായ സാമൂഹ്യവികസന നേട്ടങ്ങളുടെ നിലവാരത്തിലേക്ക് അത് ലഭിച്ചിട്ടില്ലാത്ത ആദിവാസി, മത്സ്യത്തൊഴിലാളി, പട്ടികജാതി സമൂഹങ്ങളെ ഉയർത്തേണ്ടതുണ്ട്. ക്ഷേമനിധി പോലുള്ള സാമൂഹ്യസുരക്ഷാസംവിധാനങ്ങളുടെ വ്യാപ്തിയും ഗുണമേന്മയും വർദ്ധിപ്പിക്കണം.

ഗുരുതരമായ വിഭവശോഷണം, മണ്ണിന്റെ ഫലഭൂയിഷ്ഠതയിലുള്ള ഇടിവ്, ജലചംക്രമണത്തിനുള്ള തടസ്സങ്ങൾ, മണ്ണൊലിപ്പ്, ഉരുൾപൊട്ടൽ, ജൈവവൈവിദ്ധ്യ നഷ്ടം, പരിസരമലിനീകരണം തുടങ്ങിയ പരിസ്ഥിതി പ്രശ്നങ്ങൾക്ക് പരിഹാരം കാണേണ്ടതുണ്ട്. എല്ലാ പദ്ധതികളുടേയും പാരിസ്ഥിതിക നേട്ട-കോട്ട വിശകലനം നിർബ്ബന്ധമാക്കണം. പൊതു ഉടമസ്ഥതയിലുള്ള വിഭവങ്ങളുടെ വിനിയോഗത്തിൽ നിയമനിർമ്മാണത്തോടെയുള്ള സാമൂഹ്യ മാനേജ്മെന്റ് നടപ്പാക്കണം. ശുചിത്വ പരിപാലനവും മാലിന്യസംസ്കരണവും ക്യാമ്പയിൻ അടിസ്ഥാനത്തിനുള്ള ഇടപെടലുകൾ ആവശ്യമുള്ള മേഖലകളാണ്.

ഭരണപരിഷ്കരണവും സേവനപുനർവിന്യാസവും

മൂന്നാം ഭരണപരിഷ്കാര കമീഷൻ നിർദ്ദേശത്തിന്റെ അടിസ്ഥാനത്തിൽ ജീവനക്കാരുടെ പുനർവിന്യാസം പൂർത്തിയാക്കുകയും ചട്ടങ്ങളും നിയമങ്ങളും ഭേദഗതി ചെയ്ത് വികേന്ദ്രീകരണ പ്രക്രിയ സ്ഥാപനവല്ക്കരിക്കുകയും വേണമായിരുന്നു. പ്രാദേശികതലത്തിലുള്ള ഓഫീസുകൾക്കായി പുതിയ മാർഗ്ഗരേഖയും നടപടിക്രമങ്ങളും രൂപീകരിക്കുകയും വേണമായിരുന്നു. ജില്ലാ ആസൂത്രണസമിതികൾ ശക്തമാക്കേണ്ടതായുണ്ട്. പ്രാദേശിക പദ്ധതികൾക്ക് സമഗ്രതയും ദിശാബോധവും ലഭിക്കുന്നതിന് ജില്ലാ പദ്ധതിക്ക് രൂപംനല്കണം എന്നതും ഉന്നയിക്കപ്പെട്ടു. അന്നത്തെ സംസ്ഥാന സർക്കാരിലെ ചില മന്ത്രിമാർ ഈ വികസന അജണ്ട ചർച്ച ചെയ്യാനായി സംഘടനാ ഭാരവാഹികളെ ക്ഷണിക്കുന്ന നിലയിലേക്ക് നമ്മുടെ നിർദ്ദേശങ്ങൾ ശ്രദ്ധിക്കപ്പെട്ടു. തങ്ങളുടെ വകുപ്പുകളിൽ ഈ രേഖയുടെ അടിസ്ഥാനത്തിൽ നടപ്പാക്കേണ്ട കർമ്മപരിപാടികൾക്ക് രൂപം നല്കുന്ന സ്ഥിതിയുമുണ്ടായി.

ഈ പ്രവർത്തനത്തിന്റെ തുടർച്ചയായിട്ടാണ് ഒരു പടികൂടി കടന്ന് 2009 ലെ കൊല്ലത്തെ സംസ്ഥാനസമ്മേളനത്തിന് അനുബന്ധമായി വികസന മുൻഗണനകൾ കണ്ടെത്തുന്നതിനായി നടത്തിയ വിപുലമായ പ്രവർത്തനം. ഇതിന് മുമ്പ് സൂചിപ്പിക്കപ്പെട്ടിട്ടുള്ള വ്യത്യസ്തമായ വികസനക്ഷേമ മേഖലകൾ ഓരോന്നും വെവ്വേറെ വിദഗ്ദ്ധരുടെ നേതൃത്വത്തിൽ പരിശോധിക്കുകയും മുൻഗണനാക്രമം നിശ്ചയിക്കുകയും ചെയ്തു. ഇതിന്റെ ക്രോഡീകരണം എന്ന നിലയിലാണ് പിണറായി

വിജയനെ പങ്കെടുപ്പിച്ച് 'കേരളം-വികസന മുൻഗണനകൾ' എന്ന സെമിനാർ സംഘടിപ്പിച്ചത്. വ്യത്യസ്ത മേഖലകളിൽ പങ്കെടുത്ത വിഷയ വിദഗ്ദ്ധരുടേയും ഭരണാധികാരികളുടേയും പങ്കാളിത്തംകൊണ്ട് സെമിനാർ ശ്രദ്ധേയമായി.

പ്രാഥമിക ഉല്പാദനരംഗത്തെ സംഭാവനകൾ

രാജ്യം വികസന മുരടിപ്പും സാമ്പത്തിക മാന്ദ്യവും നേരിട്ട ഘട്ടത്തിലും ബദൽ നയസമീപനങ്ങൾ വഴി ജനങ്ങളുടെ ക്ഷേമവും വികസനവും അതിജീവനവും ഉറപ്പാക്കുന്നതിന് 2006-2011 കാലഘട്ടത്തെ ഇടതുപക്ഷസർക്കാറിന് കഴിഞ്ഞിരുന്നു. യു ഡി എഫ് സർക്കാർ 2011 ൽ അധികാരമേറ്റതിനു ശേഷം ആ സ്ഥിതിയാകെ മാറി. തദ്ദേശഭരണ സ്ഥാപനങ്ങളുടെ പദ്ധതി-പദ്ധതി ഇതര ധനവിഭവവിഹിതം പോലും സർക്കാർ മരവിപ്പിച്ചു. ഈ സാഹചര്യത്തെ മറികടക്കുന്നതിനുള്ള ബദൽസാദ്ധ്യതകൾ ചർച്ച ചെയ്യുന്നതിനായി ജനപ്രതിനിധികൾ, സന്നദ്ധ സാമൂഹ്യ പ്രവർത്തകർ, ഉദ്യോഗസ്ഥ പ്രതിനിധികൾ എന്നിവരുടെ സംസ്ഥാനതല സെമിനാർ സംഘടന 2013 സെപ്തംബർ 08 ന് ആലപ്പുഴയിൽ സംഘടന സംഘടിപ്പിച്ചു. മുൻധന കാര്യമന്ത്രി ഡോ. ടി എം തോമസ് ഐസക്ക് ഈ സെമിനാർ ഉദ്ഘാടനം ചെയ്തു.

11-ാം പദ്ധതിക്കായുള്ള വികസന അജണ്ട കേരള ഗസറ്റഡ് ഓഫീസേഴ്സ് അസോസിയേഷൻ തയ്യാറാക്കിയതിന്റെ തുടർച്ചയായി 12-ാം പദ്ധതി സമീപനത്തെ സംബന്ധിച്ച് എഫ് എസ് ഇ ടി ഒ യുടെ ആഭിമുഖ്യത്തിൽ തിരുവനന്തപുരത്ത് വിപുലമായി സെമിനാർ സംഘടിപ്പിച്ചു. വിവിധ വിഷയാടിസ്ഥാനത്തിൽ നടന്ന വ്യത്യസ്ത സെഷനുകളിൽ ഉയർന്നുവന്ന നിർദ്ദേശങ്ങൾ ക്രോഡീകരിച്ച് 12-ാം പദ്ധതി-ബദൽ സമീപനം എന്ന പുസ്തകംതന്നെ തയ്യാറാക്കി. സെമിനാറിലും ബദൽ സമീപനം സംബന്ധിച്ച പുസ്തകം തയ്യാറാക്കുന്നതിലും കെ ജി ഒ എ സംഘടനാ പ്രവർത്തകർ പ്രധാന പങ്കാണ് വഹിച്ചത്.

കേരളത്തിലെ കാർഷികമേഖല നേരിടുന്ന പ്രശ്നങ്ങൾ ആഴത്തിൽ പഠിക്കുന്നതിനും ഡോ. എം എസ് സ്വാമിനാഥൻ കമ്മീഷൻ റിപ്പോർട്ട് വിമർശനബുദ്ധ്യാ പരിശോധിക്കുന്നതിനുമായി 2003 ജൂൺ 28 ന് തൃശ്ശൂരിൽ വച്ച് നടത്തിയ ശില്പശാല വളരെ ശ്രദ്ധേയമായിരുന്നു. എ വിജയരാഘവൻ എം പി ശില്പശാല ഉദ്ഘാടനംചെയ്തു. വിവിധ കർഷക-കർഷക തൊഴിലാളി സംഘടനാ പ്രതിനിധികളും കാർഷിക വിദഗ്ദ്ധരും പങ്കെടുത്ത ശില്പശാലയിൽ സംഘടന തയ്യാറാക്കിയ രേഖ ഗൗരവപരമായ പരിശോധനയ്ക്കും ചർച്ചയ്ക്കും വിധേയമാക്കപ്പെടുകയുണ്ടായി. നിർദ്ദേശങ്ങൾ ക്രോഡീകരിച്ച് സർക്കാറിന് നല്കുകയും ചെയ്തു. തുടർന്ന് 2004 മാർച്ചിൽ വയനാട്ടിലെ മീനങ്ങാടിയിൽ വച്ച് കാർഷികമേഖല നേരിടുന്ന പ്രശ്നങ്ങളെ സംബന്ധിച്ച് ശില്പശാലയും നടത്തി.

സംസ്ഥാനത്തെ മൃഗപരിപാലനമേഖല പ്രതിസന്ധിയിലൂടെ കടന്നുപോയ കാലഘട്ടത്തിലെല്ലാം അത് പരിഗണിക്കുന്നതിനാവശ്യമായ പഠനങ്ങൾ നടത്താനും പരിഹാര നിർദ്ദേശങ്ങൾ മുന്നോട്ടുവെക്കാനും സംഘടന തയ്യാറായിട്ടുണ്ട്. ദാരിദ്ര്യ രേഖയ്ക്ക് താഴെയുള്ളവരും സ്വന്തമായി ഭൂമിയില്ലാത്തവരുമാണ് ഈ മേഖലയിൽ പ്രവർത്തിക്കുന്ന ഭൂരിഭാഗം ജനങ്ങളും. നമ്മുടെ സംസ്ഥാനത്തെ ക്ഷീരോല്പാദനം വർദ്ധിപ്പിക്കുന്നതിനായുള്ള ശില്പശാല 2002 സെപ്തംബർ 21 ന് കോട്ടയത്ത് സംഘടിപ്പിച്ചു. നമ്മുടെ സംസ്ഥാനത്ത് പിന്തുടരുന്ന പ്രജനന നയത്തിൽ കാലോചിതമായ മാറ്റം വരുത്തണമെന്നും നാടൻ പശുക്കളുടെ ഗുണനിലവാരം ഉയർത്തുന്നതിനും സങ്കരയിനം പശുക്കളുടെ മേന്മ വർദ്ധിപ്പിക്കുന്നതിനും വേണ്ട നടപടി ഉണ്ടാകണമെന്നുമാണ് അന്ന് അഭിപ്രായം ഉയർന്നത്. അതുപോലെ നാട്ടിൽ ഉയർന്നുവന്നിരുന്ന പുതിയ രോഗഭീഷണികളുടെയും ജന്തുജന്യരോഗങ്ങളുടെയും കാലത്ത് അത് സംബന്ധിച്ച ബോധവല്ക്കരണം നടത്തുന്നതിനും പ്രതിരോധ-നിയന്ത്രണ പ്രവർത്തനങ്ങൾ സംഘടിപ്പിക്കുന്നതിനും സംഘടന ശ്രദ്ധിച്ചു. 2006 ന്റെ തുടക്കത്തിൽ സംസ്ഥാനത്ത് പക്ഷിപ്പനിയുടെ ഭീഷണി ഉയർന്നപ്പോൾ മൃഗ സംരക്ഷണമേഖലയിലെ വിദഗ്ദ്ധരുടെ നേതൃത്വത്തിൽ പക്ഷിപ്പനി പ്രതിരോധത്തെക്കുറിച്ച് ഒരു ലഘുലേഖ തയ്യാറാക്കുന്നതിന് കെ ജി ഒ എ മുൻകൈ എടുത്തു. ആ ലഘുലേഖ വ്യാപകമായി സംസ്ഥാനത്തുടനീളം വിതരണം ചെയ്തുകൊണ്ട് നടത്തിയ ബോധവല്ക്കരണം വഴിയാണ് ജനങ്ങളുടെ ഭീതി അകറ്റിയത്. 2006 മാർച്ച് ന് വിദഗ്ദ്ധരെ പങ്കെടുപ്പിച്ച് തിരുവനന്തപുരത്ത് പക്ഷിപ്പനിയെക്കുറിച്ച് സെമിനാറും നടത്തി.

യന്ത്രവല്ക്കരണ അർത്ഥശാസ്ത്രവും സംഘടനാ നിലപാടും

പാർശ്വവല്ക്കരിക്കപ്പെട്ട ജനസമൂഹങ്ങളുടെ പിന്നോക്കാവസ്ഥ പരിഹരിക്കുന്നതിന് വേണ്ട ഇടപെടലുകൾ നടത്തുന്നതിൽ സംഘടന കൂടുതൽ ഊന്നൽ നല്കിയിരുന്നു. അതിലൊന്നാണ് സംസ്ഥാനത്തിന്റെ തീരപ്രദേശങ്ങളിൽ താമസിക്കുന്ന മത്സ്യത്തൊഴിലാളികൾ. ജനസംഖ്യയുടെ ഏകദേശം മൂന്നു ശതമാനം വരുന്ന ഈ ജനവിഭാഗത്തിന്റെ ജീവിതനിലവാരം പൊതുസമൂഹവുമായി തുലനം ചെയ്യുമ്പോൾ പിന്നിലാണ്. പുതിയ മത്സ്യമേഖലാനയം യു ഡി എഫ് സർക്കാർ പ്രഖ്യാപിക്കുന്നതിന് മുമ്പായി അതിന്റെ കരടുരേഖ ചർച്ചയ്ക്കായി അവതരിപ്പിച്ചു. മത്സ്യമേഖലയുടെ സുസ്ഥിരവികസനം ലക്ഷ്യമിട്ടുകൊണ്ടുള്ളതല്ല ഈ നയമെന്നും, മറിച്ച് സ്വകാര്യ നിക്ഷേപകർക്കും ആഗോള വ്യവസായികൾക്കും നിർബ്ബാധം ഈ മേഖലയിലേക്ക് കടന്നു കയറുന്നതിനുമാണെന്നു സംഘടന മനസ്സിലാക്കി. ഈ പശ്ചാത്തലത്തിലാണ് സമഗ്ര തീരദേശ വികസനം ലക്ഷ്യമാക്കിയുള്ള മത്സ്യമേഖലാ സെമിനാർ 2002 ജൂൺ 6 ന് തിരുവനന്തപുരത്ത് സംഘടന നടത്തിയത്. ഈ സെമിനാറിൽ

മത്സ്യത്തൊഴിലാളി ക്ഷേമപദ്ധതികൾക്കായുള്ള ഒട്ടേറെ പദ്ധതി നിർദ്ദേശങ്ങൾ ഉയർന്നു വന്നു. ജീവിതമാർഗ്ഗങ്ങൾ ശക്തിപ്പെടുത്തുന്നതിനും ജലകൃഷിക്കും ബദൽ തൊഴിൽ സംരംഭങ്ങളുടെ വികസനത്തിനുമായുള്ള നിരവധി പദ്ധതി നിർദ്ദേശങ്ങൾ ക്രോഡീകരിക്കപ്പെട്ടു. ഭവനനിർമ്മാണം, അടിസ്ഥാനസൗകര്യ വികസനം, കുടിവെള്ളം, മാലിന്യനിർമ്മാർജ്ജനം, വിദ്യാഭ്യാസസൗകര്യം, പൊതുജനാരോഗ്യം എന്നിവയ്ക്കായുള്ള പദ്ധതി നിർദ്ദേശങ്ങളും ചർച്ച ചെയ്യപ്പെട്ടു.

സമഗ്രതീരദേശ വികസനത്തിന്റെ കാതൽ വിഭവ പരിപാലനത്തിലൂന്നിയ സുസ്ഥിര വികസനമാണ്. തീരപരിസ്ഥിതി, തീരജനതയുടെ ജീവസന്ധാരണത്തിനായുള്ള മാർഗ്ഗങ്ങൾ, അതിനാവശ്യമായ അടിസ്ഥാനസൗകര്യങ്ങൾ, അവയുടെ പരിപാലനം, സാമൂഹ്യ സുരക്ഷ, സ്ത്രീ പരിരക്ഷ എന്നിവ സൂക്ഷ്മതലത്തിൽ ഉറപ്പാക്കുക എന്നത് ഈ സമഗ്ര വികസനത്തിന്റെ സമീപനമാകണമെന്ന് പൊതുവെ അംഗീകരിക്കപ്പെട്ടു. ഇതിന്റെ തുടർച്ചയായി ആലപ്പുഴയിൽ ഓപ്പൺ ഫോറം സംഘടന നടത്തിയതും ശ്രദ്ധേയമായി. തുടർന്ന് നടന്ന ചർച്ചകളുടെ അടിസ്ഥാനത്തിൽ മത്സ്യമേഖലാ നയത്തെ പുനരാവിഷ്കരിക്കുന്നതിനുള്ള ഒരു രേഖ തയ്യാറാക്കി സർക്കാറിന് നല്കി. ഇത് മത്സ്യത്തൊഴിലാളി സംഘടനകളിൽ വലിയ ചർച്ചയ്ക്ക് തുടക്കം കുറിച്ചു. 2004 ഡിസംബർ 26 ന് കേരളതീരത്ത് കൊല്ലം, ആലപ്പുഴ പ്രദേശത്ത് കനത്ത ആൾനഷ്ടവും സാമ്പത്തിക നഷ്ടവും ഉണ്ടാക്കിക്കൊണ്ടാണ് സുനാമി ദുരന്തമുണ്ടായത്. ആ ദുരന്തത്തിന്റെ തീവ്രത ഉൾക്കൊണ്ടുകൊണ്ടുള്ള ദുരിതാശ്വാസ പ്രവർത്തനത്തിനും പുനരധിവാസ പ്രവർത്തനത്തിനും അന്നത്തെ യു ഡി എഫ് സർക്കാർ തയ്യാറായില്ല. ഈ പശ്ചാത്തലത്തിലായിരുന്നു 2005 ഫെബ്രുവരി 5 ന് കരുനാഗപ്പള്ളിയിൽ 'സുനാമി പുനരധിവാസം-ജനകീയ അജണ്ട' എന്ന ജനകീയ കൂട്ടായ്മ കെ ജി ഒ എ സംഘടിപ്പിച്ചത്. ഇതിലൂടെ നാം ഉന്നയിച്ച നിർദ്ദേശങ്ങൾ സർക്കാറിന്റെ കണ്ണുതുറപ്പിക്കുന്നതിന് പ്രേരകമായി എന്നത് നിഷേധിക്കാനാവില്ല. കടലിന്റെ ആവാസവ്യവസ്ഥയിൽ വന്ന മാറ്റത്തിന്റെ തുടർച്ചയായി മത്സ്യം കഴിക്കുന്നതിന് പൊതുസമൂഹത്തിന് വിമുഖതയുണ്ടായി. മത്സ്യത്തൊഴിലാളികളുടെ വരുമാനം കുറയുന്നതിലേക്കു നയിച്ച സാഹചര്യത്തിൽ കടൽ മത്സ്യ ഉപഭോഗത്തെക്കുറിച്ച് ആലപ്പുഴയിൽ സംഘടന നടത്തിയ സെമിനാർ പുതുമയാർന്ന ഇടപെടലായിരുന്നു.

പ്രകൃതിവിഭവ സംരക്ഷണവും വിനിയോഗവും ശാസ്ത്രീയസമീപനം

വലതുപക്ഷ സർക്കാരുകൾ അധികാരത്തിൽ വരുമ്പോഴെല്ലാം തന്നെ സംസ്ഥാനത്തിന്റെ അമൂല്യമായ പ്രകൃതിവിഭവങ്ങളെ സ്വകാര്യവല്ക്കരിക്കാനും വിറ്റ് തുലയ്ക്കാനുമുള്ള ശ്രമം ഉണ്ടാകാറുണ്ട്. കടൽ മണൽഖനനം ചെയ്ത് സ്വകാര്യശക്തികൾക്ക് വില്ക്കാൻ 2002 ൽ

അന്നത്തെ സർക്കാർ തീരുമാനിച്ചതിനെതിരെ വമ്പിച്ച ജനകീയ പ്രക്ഷോഭമാണ് ഉയർന്നത്. കടൽ മണൽ ഖനനത്തിന്റെ പാരിസ്ഥിതിക പ്രത്യാഘാതങ്ങൾ വിശദീകരിച്ചുകൊണ്ട് വിദഗ്ദ്ധരെ അണിനിരത്തി കെ ജി ഒ എ കൊല്ലത്ത് ഓപ്പൺ ഫോറവും ചർച്ചയും സംഘടിപ്പിച്ചു. ഇത് ഒട്ടേറെ മാധ്യമശ്രദ്ധ പിടിച്ചുപറ്റിയപ്പോൾ ആ നയത്തിൽനിന്നും പിന്മാറാൻ സർക്കാർ നിർബ്ബന്ധിതമായി.

മത്സ്യമേഖലയുടെ നേട്ടങ്ങളെയും സാദ്ധ്യതകളെയും കുറിച്ച് സെമിനാർ 2011 മാർച്ചിൽ വൈപ്പിനിൽ സംഘടിപ്പിച്ചു. കൊല്ലം തീരത്ത് രണ്ടു മത്സ്യത്തൊഴിലാളികളെ 2011 ൽ ഇറ്റാലിയൻ നാവികർ വെടിവെച്ചു കൊന്നത് കേരളീയരെ ആകെ വേദനിപ്പിക്കുന്നതായിരുന്നു. യാതൊരു സുരക്ഷയുമില്ലാതെ ജീവിതവൃത്തിക്കായി മത്സ്യബന്ധനം നടത്തിയവരെ കടൽക്കൊള്ളക്കാർ എന്നു ധരിച്ചായിരുന്നു വെടിവെച്ചത് എന്നായിരുന്നു ഇറ്റാലിയൻ നാവികരുടെ ഭാഷ്യം. ഈ സാഹചര്യത്തിലാ യിരുന്നു പൊന്നാനിയിൽ കടൽ സുരക്ഷയെക്കുറിച്ച് മലപ്പുറം സംസ്ഥാന സമ്മേളനത്തിന്റെ അനുബന്ധമായി ജനസഭയും സുരക്ഷാ ഉപകരണങ്ങളുടെ പ്രദർശനവും സംഘടന സംഘടിപ്പിച്ചത്. മത്സ്യത്തൊഴിലാളികളുടെ തൊഴിലും ജീവനും സംരക്ഷണം ഉണ്ടാകണമെന്നും 60 നോട്ടിക്കൽ മൈൽ വരെ മത്സ്യബന്ധനം നടത്തുന്നതിനുള്ള അവകാശസംരക്ഷണം വേണമെന്നും ജനസഭ അഭിപ്രായപ്പെടുകയുണ്ടായി. സമഗ്ര അക്വേറിയൻ പരിഷ്കരണ നിർദ്ദേശവും മുന്നോട്ടുവച്ചു. അവിടെ പങ്കെടുത്തവർക്കെല്ലാം അത് നൂതന അനുഭവമായിരുന്നു.

ജനകീയാസൂത്രണത്തിൽ ആദിവാസികളുടെ പങ്കാളിത്തത്തോടെ നടത്തിയിരുന്ന ഉപപദ്ധതി പട്ടികവർഗ്ഗവികസനവകുപ്പിലേക്ക് തന്നെ യു ഡി എഫ് സർക്കാർ തിരിച്ചെടുക്കുന്ന സാഹചര്യമുണ്ടായി. ഉപപദ്ധതികളെ കൂടുതൽ ഫലപ്രദമാക്കുന്നതിന് ബന്ധപ്പെട്ട വകുപ്പുകളുടെ സംയോജനവും സേവനവും ലഭ്യമാക്കി. ജനപ്രതിനിധികൾ, സന്നദ്ധ സാമൂഹ്യപ്രവർത്തകർ, ഉദ്യോഗസ്ഥർ എന്നിവരെ പങ്കെടുപ്പിച്ചുകൊണ്ട് 2002 ജൂലൈ 03 ന് തൊടുപുഴയിൽ സെമിനാർ നടത്തി. ടി എം തോമസ് ഐസക്ക് എം എൽ എ ആയിരുന്നു സെമിനാർ ഉദ്ഘാടനം ചെയ്തത്. ഈ സെമിനാറിന്റെ നിഗമനം ജനങ്ങളിൽ എത്തിക്കുന്നതിനായി അഗളിയിൽ നവംബർ 09 ന് തുറന്ന ചർച്ചയും സംഘടിപ്പിച്ചു. മുൻ പട്ടികജാതി-പട്ടികവർഗ്ഗ മന്ത്രി കെ രാധാകൃഷ്ണൻ തന്നെയായിരുന്നു ചർച്ച ഉദ്ഘാടനം ചെയ്തത്.

ഇരകളുടെ ദുരിതം - ഇടപെടലിന്റെ പ്രസക്തി

തൊടുപുഴയിൽ നടന്ന 47-ാം സംസ്ഥാനസമ്മേളനത്തിന്റെ അനുബന്ധ പരിപാടികളുടെ ഭാഗമായി ആദിവാസി സമൂഹത്തിലെ സ്ഥിതി വിലയിരുത്തുന്നതിനും പരിഹാരമാർഗ്ഗങ്ങൾ തേടുന്നതിനുമായി അടിമാലി പഞ്ചായത്തിലെ 32 ആദിവാസി ഊരുകൾ 2013 മെയ് മാസത്തിൽ

സംഘടനാ പ്രവർത്തകർ സന്ദർശിച്ചു. തുടർന്ന് അവരുടെ സ്ഥിതി അവലോകനം ചെയ്യുന്നതിനായി ശില്പശാലയും നടത്തി. അടിമാലി ഗ്രാമപഞ്ചായത്തിലെ വിദ്യാലയങ്ങളിൽ അദ്ധ്യയനത്തിൽനിന്നും കൊഴിഞ്ഞുപോയ 152 വിദ്യാർത്ഥികളുടെ തുടർ പഠനത്തിനാവശ്യമായ ധനസഹായം നല്കിയതും പുതിയതായി ആ കുട്ടികളെ സ്കൂളിൽ തിരികെ ചേർത്തതും മികച്ച ഇടപെടലായി. അടിമാലി പട്ടികവർഗ്ഗ ശാക്തീകരണപദ്ധതി (ASTEP) ക്ക് രൂപം നല്കുന്നതിലേക്ക് ഈ പ്രവർത്തനം സഹായകരമായി. 48-ാം തൃശ്ശൂർ സംസ്ഥാനസമ്മേളനത്തിന്റെ ഭാഗമായി പട്ടികജാതി-പട്ടികവർഗ്ഗ വികസനത്തിലെ പ്രതിസന്ധിയെക്കുറിച്ചുള്ള പഠനസർവ്വേ 17 പട്ടികജാതി സങ്കേതങ്ങളിൽ കേന്ദ്രീകരിച്ച് നടത്തുകയും പരിഹാര മാർഗ്ഗങ്ങൾ സമാഹരിക്കുന്നതിനായി 2014 മെയ്-ജൂൺ മാസങ്ങളിൽ സെമിനാറും സംഘടിപ്പിച്ചു. പട്ടികജാതി വികസന-ക്ഷേമത്തിനായുള്ള പരവൂർ മാതൃകാ ഇടപെടലിന് ഇത് അവസരമൊരുക്കി.

പ്രത്യേക പരിഗണന അർഹിക്കുന്ന വിഭാഗങ്ങൾക്കായി ചാലക്കുടിയിൽ 2014 ജൂൺ 08 ന് സ്പെഷ്യാലിറ്റി മെഡിക്കൽ ക്യാമ്പും അതിജീവന നയരൂപീകരണ ശില്പശാലയും സംഘടിപ്പിച്ചതും നൂതന പരിപാടിയായിരുന്നു.

കാസർഗോഡ് ജില്ലയിലെ എൻഡോസൾഫാൻ ഇരകളുടെ ദുരിതം അന്തർദേശീയതലത്തിൽ വരെ ചർച്ച ചെയ്യപ്പെട്ടതാണ്. എൻഡോസൾഫാൻ എന്ന കീടനാശിനിയുടെ പ്രയോഗത്തിന്റെ പാർശ്വഫലമായി കുട്ടികളടക്കം നിരവധിപേർ ജനിതക വൈകല്യത്തോടെ ജനിക്കുകയും സാധാരണഗതിയിലുള്ള ജീവിതം അസാദ്ധ്യമാകുകയും ചെയ്യുന്നു. സ്വാഭാവികമായും എൻഡോസൾഫാൻ നിരോധിക്കണമെന്നും ഇരകൾക്ക് നഷ്ടപരിഹാരം നല്കണമെന്നുമുള്ള ജനകീയപ്രക്ഷോഭം ഉയർന്നുവന്നു. ഈ സാഹചര്യത്തിലാണ് കാർഷിക സർവ്വകലാശാലയിലെ വിദഗ്ദ്ധരെ പങ്കെടുപ്പിച്ചുകൊണ്ട് ഈ വിഷയത്തിൽ 2010 ൽ കാസർഗോഡ് ചർച്ച സംഘടിപ്പിച്ചത്. 2011 സ്റ്റോക്ക് ഹോം പരിസ്ഥിതി കൺവെൻഷനിലും ഈ വിഷയം സജീവമായി ചർച്ച ചെയ്യപ്പെട്ടു. കേരളത്തിൽ നിന്നും കൺവെൻഷനിൽ പങ്കെടുത്ത പാരിസ്ഥിതിക പ്രവർത്തകനായ ഡോ. സി ജയകുമാറിനെ പങ്കെടുപ്പിച്ചുകൊണ്ട് സംഘടന തിരുവനന്തപുരത്ത് ചർച്ചയും സംഘടിപ്പിച്ചു.

കേന്ദ്രാവിഷ്കൃതപദ്ധതിയുടെ സംസ്ഥാന സാദ്ധ്യത

കേന്ദ്രാവിഷ്കൃതപദ്ധതികളുടെ നിർവ്വഹണത്തിലെ കാര്യക്ഷമതക്കുറവ് പലപ്പോഴും ചർച്ച ചെയ്യപ്പെടാറുണ്ട്. ഒരൊറ്റ അച്ചിൽ വാർത്ത നിർവ്വഹണ മാനദണ്ഡങ്ങൾ സംസ്ഥാനത്തെ ഭൗതിക സാഹചര്യങ്ങളുമായി പൊരുത്തപ്പെടാത്തതാണ് നിർവ്വഹണ വീഴ്ചയ്ക്ക് ഒരു കാരണം. എങ്കിൽപ്പോലും ഗൗരവമായ ഇടപെടൽകൊണ്ട് അത് മെച്ചപ്പെടു

ത്താനാവുമെന്ന് സംഘടന മനസ്സിലാക്കി. കേന്ദ്രാവിഷ്കൃത പദ്ധതിയുടെ നിർവ്വഹണപ്രശ്നങ്ങളും പൊതുഭരണ സംവിധാനത്തിന്റെ കാര്യക്ഷമതയും പരിശോധിക്കുന്നതിനും വ്യക്തമായ രൂപരേഖ തയ്യാറാക്കുന്നതിനുമായി പ്രൊഫ. പ്രഭാത് പട്നായിക്, എസ് എം വിജയാനന്ദ് ഐ എ എസ് തുടങ്ങിയവരെപ്പോലുള്ള വിദഗ്ദ്ധരെ പങ്കെടുപ്പിച്ച് 2008 ജൂണിൽ തിരുവനന്തപുരത്ത് ശില്പശാല സംഘടിപ്പിച്ചു. ഉയർന്നുവന്ന നിർദ്ദേശങ്ങൾ സർക്കാറിന് നല്കുകയും തുടർ പ്രവർത്തനങ്ങൾ ഏറ്റെടുക്കുകയും ചെയ്തു.

ഇതിന്റെ തുടർച്ചയായി വിവിധ മേഖലകൾ പ്രത്യേകം പ്രത്യേകം ഏറ്റെടുത്ത് ഇടപെടുന്നതിനായിരുന്നു തീരുമാനിച്ചത്. വികസനാസൂത്രണവും സംയോജിത കാർഷിക വികസനത്തേയും അധികരിച്ച് 2008 ജൂലൈ 27 ന് തൃശ്ശൂർ കിലയിൽ വച്ച് കൃഷി ഓഫീസർമാരേയും ആസൂത്രണ/ഭരണകാര്യ വിദഗ്ദ്ധരെയും പങ്കെടുപ്പിച്ച് ശില്പശാല നടത്തി. ഭക്ഷ്യസുരക്ഷയും തൊഴിലുറപ്പും സംയോജിപ്പിച്ച് വളരെ വിപുലമായി ഇടപെടുന്നതിനുള്ള സാദ്ധ്യതകൾ സംഘടന കണ്ടെത്തി. ഇതിന്റെ തുടർച്ചയായാണ് കൊല്ലം ജില്ലയിലെ പത്തനാപുരം പഞ്ചായത്തിൽ സംഘടനയുടെ സഹായത്തോടെ ചെറുനീർത്തടത്തിന്റെ പദ്ധതി രൂപീകരിക്കുകയും തൊഴിലുറപ്പു പദ്ധതിയുടെ പൂർണ്ണസാദ്ധ്യതകൾ പ്രയോജനപ്പെടുത്തുകയും ചെയ്തത്. തൊഴിലുറപ്പിനെ സ്വകാര്യ കൃഷിയിടങ്ങളിലേക്കും എത്തിക്കുന്നതിനുള്ള കർമ്മപരിപാടിക്കും സംഘടന രൂപംനല്കി. 2008 സെപ്തംബർ 20, 21 തീയതികളിൽ വയനാട്ടിലെ വെള്ളമുണ്ടയിൽ സംഘടന നടത്തിയ പരിശീലന പരിപാടിയിൽ തെരഞ്ഞെടുക്കപ്പെട്ട പഞ്ചായത്തുകളിൽനിന്നും എത്തിച്ചേർന്ന പ്രതിനിധികൾക്ക് അതാതു ജില്ലകളിൽ നീർത്തടാടിസ്ഥാനത്തിൽ പദ്ധതി രൂപീകരിക്കുന്നതിനുള്ള വ്യക്തത ലഭിച്ചു. തുടർന്ന് എറണാകുളം ജില്ലയിലെ കോട്ടപ്പടി പഞ്ചായത്തിലടക്കം തരിശു നിലങ്ങൾ കൃഷി ചെയ്യുന്നതിനുള്ള ജനകീയ സമിതികളുടെ പ്രവർത്തനം ഏറ്റെടുത്ത് വിജയിപ്പിക്കുന്നതിനും സംഘടനയ്ക്ക് കഴിഞ്ഞു.

തൊഴിലുറപ്പ് പദ്ധതി-തൊഴിലവകാശസ്ഥാപനം

കേന്ദ്രത്തിലെ ഒന്നാം യു പി എ സർക്കാറിന്റെ കാലത്ത് ഇടതുപക്ഷത്തിന്റെ നിർദ്ദേശത്തിന്റെയും ഇടപെടലിന്റെയും ഭാഗമായാണ് ദേശീയ ഗ്രാമീണ തൊഴിലുറപ്പ് പദ്ധതി നടപ്പിലാക്കിയത്. ഗ്രാമീണർക്ക് നിശ്ചിത ദിവസം തൊഴിലുറപ്പാക്കുന്നതിനും അതിനുള്ള വേതനം ലഭ്യമാക്കുന്നതിനുള്ള ഈ പദ്ധതിയെ കാർഷികോല്പാദനവുമായി ബന്ധിപ്പിക്കുന്നതിനുള്ള പ്രവർത്തനം സംഘടന നടത്തി. നീർത്തടാധിഷ്ഠിത കർമ്മ പദ്ധതിയുടെ അടിസ്ഥാനത്തിൽ സ്വകാര്യ കൃഷി ഭൂമികളിലും തൊഴിലെടുക്കാനാകും തൊഴിൽ കൊടുക്കാനുമാകും. അത്തരത്തിലുള്ള നീർത്തട കർമ്മപദ്ധതി തയ്യാറാക്കുന്നതിന് പഞ്ചായത്തുകളെ

സഹായിക്കാൻ സംഘടന തീരുമാനിച്ചു. ഗ്രാമപഞ്ചായത്ത് പ്രതിനിധികളേയും നിർവ്വഹണ ഉദ്യോഗസ്ഥരേയും പങ്കെടുപ്പിച്ച് സംസ്ഥാനതല ശില്പശാല 2008 ൽ വയനാട്ടിൽ വെള്ളമുണ്ടയിൽ സംഘടിപ്പിച്ചു. ഇതിന്റെ തുടർച്ചയായി കൊട്ടാരക്കരയിൽ തൊഴിലുറപ്പിനായി നീർത്തടപദ്ധതി തയ്യാറാക്കുന്നതിനായി 2009 ലും ശില്പശാല സംഘടിപ്പിച്ചു. തുടർന്ന് സംഘടനയുടെ ആഭിമുഖ്യത്തിൽ വൈക്കം ബ്ലോക്കിൽ നീർത്തട വികസനപദ്ധതി തയ്യാറാക്കി. ഇത്തരത്തിലുള്ള സംഘടനയുടെ ഇടപെടലിലൂടെ കൂടുതൽ തൊഴിൽ ദിനങ്ങൾ ലഭ്യമാക്കുന്നതിനും സാധിച്ചിരുന്നു.

ഉദാരീകരണം വേണ്ട, ബദൽനയം ഉറപ്പാക്കണം

ജനസേവന പ്രവർത്തനങ്ങളിൽനിന്നും സർക്കാർ പിൻവലിയുകയും എല്ലായിടത്തും പി പി പി മാതൃക സ്വീകരിക്കുകയും ചെയ്യുന്ന യു ഡി എഫ് സർക്കാർ 2012 ൽ സേവനാവകാശ നിയമം പാസാക്കിയെന്ന മേനി നടിച്ചപ്പോൾ ആ ബില്ലിന്റെ പൊള്ളത്തരം തുറന്നു കാണിക്കുന്നതിനും ഇതുസംബന്ധിച്ച് ക്രിയാത്മക നിർദ്ദേശങ്ങൾ രൂപപ്പെടുത്തുന്നതിനും എഫ് എസ് ഇ ടി ഒ യുടെ ആഭിമുഖ്യത്തിൽ തിരുവനന്തപുരത്ത് 2012 ആഗസ്തിൽ സെമിനാർ നടത്തി. എ സമ്പത്ത് എം പി യായിരുന്നു സെമിനാർ ഉദ്ഘാടനം ചെയ്തത്.

സഹകരണമേഖലയുടെ സംരക്ഷണം

രാജ്യത്തെ പ്രത്യേകിച്ച് നമ്മുടെ സംസ്ഥാനത്തെ കാര്യക്ഷമമായ സഹകരണ മേഖലയെ തകർക്കുന്നതിലേക്ക് നയിക്കുന്ന 97-ാം ഭരണഘടനഭേദഗതി കേന്ദ്രസർക്കാർ 2012 ൽ പാസാക്കി. ഇതിന് അനുരോധമായി സംസ്ഥാനത്തെ യു ഡി എഫ് സർക്കാരും നിയമ നടപടികളിലേക്ക് നീങ്ങിയ പശ്ചാത്തലത്തിൽ 97-ാം ഭരണഘടനാ ഭേദഗതിയും കേരളാ സഹകരണനിയമവും എന്ന വിഷയത്തിൽ കേരളാ എൻ ജി ഒ യൂണിയനും കെ ജി ഒ എ യും സംയുക്തമായി 2012 ഡിസംബർ 08 ന് എറണാകുളത്ത് ശില്പശാല സംഘടിപ്പിച്ചു. ഇതിൽ ഉരുത്തിരിഞ്ഞ നിർദ്ദേശങ്ങൾ അടങ്ങുന്ന നിവേദനം സർക്കാറിന് നല്കുകയും ചെയ്തിരുന്നു. കെ ജി ഒ എ തനതായും സഹകരണമേഖല സംരക്ഷിക്കുന്നതിനാവശ്യമായ നിർദ്ദേശങ്ങൾ സർക്കാറിന് നല്കിയിരുന്നു.

ജനകീയ ജലനയ രൂപീകരണം

സംസ്ഥാന ജലനയം രൂപീകരിക്കുന്നതിന്റെ ഭാഗമായി 2007 സെപ്തംബറിൽ സർക്കാറിന്റെ ആഭിമുഖ്യത്തിൽ നടത്തിയ ശില്പശാലയിൽ സംഘടന തയ്യാറാക്കിയ രേഖ അവതരിപ്പിച്ചു. ഇതിന്റെ തുടർച്ച

യായും സംഘടനയുടെ ഇടപെടലിന്റേയും ഭാഗമായാണ് ജലനയം രൂപീകരിക്കേണ്ട ആവശ്യത്തിലേക്കു തന്നെ ഇടതുപക്ഷ സർക്കാർ നീങ്ങിയത്. ഈ ജലനയരൂപീകരണ സമിതിയിൽ എ സുഹൃത് കുമാറിനെ അംഗമായി സർക്കാർ ഉൾപ്പെടുത്തി. ജലനയം രൂപീകരിക്കുന്ന സർക്കാർ ശ്രമത്തിൽ സംഘടനയുടെ ഇടപെടൽ ഏറെ പ്രശംസനീയമായ രീതിയിൽ അംഗീകരിക്കപ്പെട്ടിട്ടുള്ളതാണ്.

ജലവിഭവത്തിന്റെ സമഗ്രമായ പൊതുസംരക്ഷണവും പരിപാലനവും ലക്ഷ്യമിട്ട് 47-ാം സംസ്ഥാനസമ്മേളനത്തിന് അനുബന്ധമായി തൊടുപുഴയിൽ ജലസഭയും നടത്തി. ഏറെ ശ്രദ്ധിക്കപ്പെട്ട ഈ ജലസഭയിൽ അന്നത്തെ ജലവിഭവവകുപ്പ് മന്ത്രി പി ജെ ജോസഫ്, മുൻ ജലവിഭവവകുപ്പ് മന്ത്രി എൻ കെ പ്രേമചന്ദ്രൻ തുടങ്ങിയവരും വിദഗ്ദ്ധരും ഇതിൽ പങ്കെടുത്തു. തുടർ പ്രവർത്തനത്തിനായി നാലു കമീഷനുകളും രൂപീകരിച്ചു.

മാതൃകാ പ്രവേശനപരീക്ഷയും പരിശീലനവും

സംസ്ഥാനത്തെ മെഡിക്കൽ-എഞ്ചിനീയറിങ് എൻട്രൻസ് പരീക്ഷ എഴുതുന്ന വിദ്യാർത്ഥികളെ സഹായിക്കുന്നതിനും സംഘടന തയ്യാറായി. 41-ാം സംസ്ഥാന സമ്മേളനം മുതൽ ഈ പരീക്ഷയെഴുതുന്ന വിദ്യാർത്ഥികൾക്കായി മോഡൽ എൻട്രൻസ് പരീക്ഷ എല്ലാ ജില്ലകളിലും സംഘടിപ്പിച്ചു. ഗ്രാമപ്രദേശങ്ങളിലും സാമൂഹികമായി പിന്നോക്കം നില്ക്കുന്നതുമായ വിദ്യാർത്ഥികൾക്ക് വൻചെലവ് വരുന്ന കോച്ചിങ് സെന്ററുകളിലെ പരിശീലനം അപ്രാപ്യമാകുന്ന സാഹചര്യത്തിലാണ് സംഘടന ഇത്തരമൊരു സംരംഭത്തിന് മുതിർന്നത്. പടിപടിയായി ഈ മോഡൽ എൻട്രൻസ് പരീക്ഷ എഴുതുന്നവരുടെ എണ്ണത്തിൽ വർദ്ധനവുണ്ടായത് സൂചിപ്പിക്കുന്നത് സംഘടനയുടെ ഈ പ്രവർത്തനത്തിന്റെ ആവശ്യകതയെയാണ്. പിന്നീട് അത് നിയമ എൻട്രൻസ് പരീക്ഷയിലേക്കും വിപുലപ്പെടുത്തുകയുണ്ടായി. ജോബ് ഫെസ്റ്റുകളുടെ ജനകീയ സംഘാടനത്തിനും സംഘടന അവസരം കണ്ടെത്തിയത് മാതൃകാപരമായി.

കെ ജി ഒ എ ന്യൂസിന്റെ സമഗ്രസംഭാവനകൾ

സംഘടനയുടെ മുഖപത്രമായ കെ ജി ഒ എ ന്യൂസിന്റെ രജത ജൂബിലി പതിപ്പിന്റെ പ്രകാശനം വിപുലമായ പരിപാടികളോടെയാണ് 2010 ഫെബ്രുവരിയിൽ തൃശ്ശൂരിൽ സംഘടിപ്പിച്ചത്. നിയമസഭാ സ്പീക്കർ കെ രാധാകൃഷ്ണൻ, പി ആർ രാജൻ എം പി ക്ക് നല്കി പ്രകാശനം നിർവ്വഹിച്ചു. വെങ്കടേഷ് രാമകൃഷ്ണൻ രജത ജൂബിലി പതിപ്പ് (ഫ്രണ്ട് ലൈൻ) മുഖ്യപ്രഭാഷണം നടത്തി. സംഘടനയുടെ മുൻകാലനേതാക്കളുടെ സാന്നിദ്ധ്യംകൊണ്ട് സമ്പന്നമായിരുന്നു വേദിയും സദസ്സും. 1983 ലെ തൃശ്ശൂർ സമ്മേളന തീരുമാനത്തിന്റെ ഭാഗമായി തുടക്കത്തിൽ ത്രൈമാസികാ രൂപത്തിൽ തിരുവനന്തപുരത്ത് പ്രസിദ്ധീകൃതമായ *കെ ജി ഒ*

എ ന്യൂസ് പിന്നീട് മാസികാരൂപത്തിൽ മാറുകയും ഇക്കാലമത്രയും സംഘടനയുടെ പ്രയോക്താവും വക്താവും ആയി തുടരുകയുമാണ്.

ഇതിന്റെ തുടർച്ചയായി അധികാരവികേന്ദ്രീകരണം-കേരളത്തിന്റെ അനുഭവങ്ങൾ എന്ന വിഷയത്തിൽ തിരുവനന്തപുരത്ത് 2010 ജൂലൈ 6 ന് സെമിനാർ സംഘടിപ്പിച്ചു. ധനകാര്യമന്ത്രി ഡോ. ടി എം തോമസ് ഐസക്ക് ആണ് സെമിനാർ ഉദ്ഘാടനംചെയ്തത്. അധികാരവികേന്ദ്രീകരണം യാഥാർത്ഥ്യമാക്കുന്നതോടൊപ്പംതന്നെ തദ്ദേശസ്വയംഭരണ സ്ഥാപനങ്ങളുടെ മികച്ച പ്രവർത്തനങ്ങളിലൂടെ കേരളത്തിന് തുടർച്ചയായി ദേശീയ അംഗീകാരം നേടിയെടുത്തതിന് നേതൃത്വം നല്കിയ വകുപ്പുമന്ത്രി പാലോളി മുഹമ്മദ്കുട്ടിക്ക് സെമിനാറിൽ സ്വീകരണവും നല്കി. സ്വീകരണസമ്മേളനം ആഭ്യന്തര ടൂറിസം വകുപ്പ് മന്ത്രി കോടിയേരി ബാലകൃഷ്ണനായിരുന്നു ഉദ്ഘാടനംചെയ്തത്. തദ്ദേശഭരണ സ്ഥാപന പ്രതിനിധികൾ, എം എൽ എ മാർ തുടങ്ങിയവർ പങ്കെടുത്ത സെമിനാർ ഉള്ളടക്കത്തിൽ മികച്ചതായിരുന്നു. വനിതാശാക്തീകരണം, തദ്ദേശസ്വയംഭരണ സ്ഥാപനങ്ങൾക്കുള്ള അധികാരവും വിഭവകൈമാറ്റവും, തദ്ദേശ സ്ഥാപനങ്ങളുടെ വിവിധ വികസന മേഖലകളിലെ നേട്ടങ്ങളുടെ അനുഭവം പങ്കുവെക്കുക എന്നിവ സമഗ്രമായ ചർച്ചയ്ക്കും വിലയിരുത്തലിനും വിധേയമായി.

കെ ജി ഒ എ ന്യൂസിന്റെ രജതജൂബിലി ആഘോഷങ്ങളുടെ ഭാഗമായിത്തന്നെയാണ് 2011 ജനുവരി 8, 9 തീയതികളിൽ കോട്ടയത്ത് ചരിത്രം ഉറങ്ങുന്ന സി എം എസ് കോളേജിൽ വച്ച് ജോബ് ഫെസ്റ്റ് സംഘടിപ്പിച്ചത്. പ്ലസ് ടൂ മുതൽ ഉന്നതവിദ്യാഭ്യാസവും പ്രൊഫഷണൽ വിദ്യാഭ്യാസവും നേടിയവർക്ക്, പ്രത്യേകിച്ചും പാർശ്വവല്ക്കരിക്കപ്പെട്ടവർക്ക് വിവിധമേഖലകളിൽ തൊഴിലവസരം ലഭ്യമാക്കുകയെന്ന ലക്ഷ്യത്തോടെയാണ് ജോബ് ഫെസ്റ്റ് സംഘടിപ്പിച്ചത്. സുതാര്യവും ചൂഷണവിമുക്തവുമായ രീതിയിൽ യുവാക്കൾക്ക് മെച്ചപ്പെട്ട തൊഴിൽ ലഭ്യമാക്കുന്നതിനുള്ള അവസരമാണ് ജോബ്ഫെസ്റ്റ് സമ്മാനിച്ചത്. സംസ്ഥാനത്തെ വിവിധ പ്രൊഫഷണൽ കോളേജുകളിൽ പ്ലെയിസ്മെന്റ് ഓഫീസർമാരായി പ്രവർത്തിക്കുന്ന സംഘടനാ പ്രവർത്തകർതന്നെയാണ് ഈ സംരംഭത്തിന് നേതൃത്വം നല്കിയത്. വ്യക്തിത്വ വികസനക്ലാസും ഇതിന്റെ ഭാഗമായി നടത്തി. 2000 ത്തോളം ഉദ്യോഗാർത്ഥികൾ പങ്കെടുത്തപ്പോൾ ഇന്ത്യയിലെ 12 പ്രശസ്ത കമ്പനികൾ 800 ഓളം പേർക്ക് ജോലിക്കുള്ള അവസരം നല്കി. ജോബ്ഫെസ്റ്റിനോട് അനുബന്ധിച്ച് 'കേരളത്തിന്റെ വ്യവസായ വളർച്ചയും നിക്ഷേപസാദ്ധ്യതകളും' എന്ന സെമിനാറും നടത്തുകയുണ്ടായി. സംഘടനയുടെ ചരിത്രത്തിൽ തങ്കലിപികളാൽ എഴുതി ചേർക്കപ്പെട്ട സംരംഭമായിരുന്നു ഈ ജോബ്ഫെസ്റ്റ്.

മെഡിക്കൽ വിദ്യാഭ്യാസമേഖലയുടെ ഗുണ മേന്മ വർദ്ധിപ്പിക്കുന്നതിനും അക്കാദമിക്-ഗവേഷണ പ്രവർത്തനങ്ങളുടെ മൂല്യം ഉയർത്തുന്നതിനും വേണ്ടി 2006-11 കാലഘട്ടത്തെ ഇടതുപക്ഷം സ്വീകരിച്ച നട

പടികൾക്ക് ബഹുഭൂരിപക്ഷം ജനങ്ങളുടേയും പിന്തുണ ലഭിച്ചിരുന്നു. സർക്കാർ നടപ്പാക്കിയ മെച്ചപ്പെട്ട ശമ്പളപരിഷ്കരണത്തിന്റെയും ബന്ധപ്പെട്ട പുനഃക്രമീകരണങ്ങളിലൂടെ സംജാതമായ പുത്തൻ സാദ്ധ്യതകളെ മെഡിക്കൽ വിദ്യാഭ്യാസത്തിന്റെയും ഗവേഷണ മേഖലയുടേയും ചികിത്സാമേഖലയുടേയും ഗുണമേന്മ വർദ്ധിപ്പിക്കുന്നതിന് സഹായകരമായ ഇടപെടലുകളും സംഘടന നടത്തി. 2009 ഒക്ടോബർ-നവംബർ മാസങ്ങളിൽ തിരുവനന്തപുരം, ആലപ്പുഴ, കോട്ടയം, തൃശ്ശൂർ, കോഴിക്കോട് ജില്ലകളിൽ സെമിനാറുകൾ നടത്തി. ഇതിന്റെ തുടർച്ചയായി 'മെഡിക്കൽ വിദ്യാഭ്യാസത്തിന്റെ ഗുണമേന്മാ വർദ്ധനവും ഹെൽത്ത് സർവ്വീസിലെ നേട്ടവും' എന്ന വിഷയത്തിന്മേൽ തിരുവനന്തപുരത്ത് സംസ്ഥാനതല സെമിനാർ സംഘടന സംഘടിപ്പിച്ചു. അന്നത്തെ ആരോഗ്യവകുപ്പുമന്ത്രി പി കെ ശ്രീമതിയായിരുന്നു സെമിനാർ ഉദ്ഘാടനം ചെയ്തത്.

കേരളത്തിലെ ആരോഗ്യമേഖലയിലെ ഗവേഷണത്തിനും അദ്ധ്യാപനത്തിനും ഊന്നൽ നല്കുന്നതിനായി കേരള യൂണിവേഴ്സിറ്റി ഓഫ് ഹെൽത്ത് സയൻസ് രൂപീകരിച്ച ഇടതുപക്ഷ സർക്കാർ നടപടി അഭിനന്ദനാർഹമായിരുന്നു. കേരള സാങ്കേതിക ശാസ്ത്ര സർവ്വകലാശാല നിയമത്തിന്റെ അലകും പിടിയും മാറ്റുന്നതിലും ന്യൂസ് നിർണ്ണായക ഇടപെടൽ നടത്തി. ഒരു ദശകത്തിനിടയിൽ മികവുറ്റ ഹൗസ് മാഗസിനായി മുഖചിത്രത്തിലും അകവിതാനത്തിലും ഉള്ളടക്കത്തിലും *കെ ജി ഒ ന്യൂസ്* മാറി.

പനിപ്പകർച്ചയിൽ പതറാതെ സംഘടന

2007 ൽ സംസ്ഥാനത്തെ വിവിധ ജില്ലകളിൽ പകർച്ചപ്പനി പടർന്നുപിടിച്ചപ്പോൾ ആശ്വാസപ്രവർത്തനവുമായി സംഘടന മുന്നോട്ടുവന്നു. സംഘടനാംഗങ്ങളായ ഡോക്ടന്മാരുടെ കൂട്ടായ്മയിലൂടേയും തദ്ദേശഭരണ സ്ഥാപനങ്ങളുടെ സഹകരണത്തോടും ഒട്ടേറെ പ്രവർത്തനങ്ങൾ നടത്തി. മെഡിക്കൽക്യാമ്പുകൾ തുറക്കുകയും മരുന്നുകൾ വിതരണം ചെയ്യുകയും ചെയ്തു. അലോപ്പതി, ആയുർവ്വേദം, ഹോമിയോപ്പതി ശാഖകളിലെ ഡോക്ടർമാരുടെ സേവനം ഉറപ്പാക്കാൻ കഴിഞ്ഞതും ശ്രദ്ധേയമായി.

എച്ച് 1 എൻ 1 പനിയെക്കുറിച്ച് സമൂഹത്തിൽ അനാവശ്യഭീതി സൃഷ്ടിച്ചുകൊണ്ട് മാധ്യമ പ്രചരണം മുന്നേറിയ കാലമായിരുന്നു 2009 ജൂലൈ, ആഗസ്ത് മാസങ്ങൾ. ഈ പകർച്ചപ്പനിക്കെതിരെ വിപുലമായ പ്രചാരണ പ്രവർത്തനങ്ങൾ സംഘടിപ്പിക്കുന്നതിനും ജനകീയ പ്രതിരോധാവബോധം സൃഷ്ടിക്കുന്നതിനും സംഘടന ശ്രമിക്കുകയുണ്ടായി. ഈ ലക്ഷ്യത്തിലാണ് 2009 ആഗസ്ത് 18 ന് തിരുവനന്തപുരത്ത് പൊതുജനാരോഗ്യരംഗത്ത് ചിരപ്രതിഷ്ഠ നേടിയ ഡോക്ടർമാരെ പങ്കെടുപ്പിച്ചുകൊണ്ട് ചർച്ച നടത്തിയത്. പകർച്ചപ്പനി പ്രതിരോധത്തെ

അന്യായ സ്ഥലംമാറ്റത്തിനെതിരെ കെ ജി ഒ എ യുടെ പ്രതിഷേധ ധർണ്ണ

ക്കുറിച്ച് ലഘുലേഖ തയ്യാറാക്കുകയും സംഘടനയുടെ നേതൃത്വത്തിൽ ജില്ലാടിസ്ഥാനത്തിൽ തദ്ദേശ ഭരണസ്ഥാപനങ്ങൾ കേന്ദ്രീകരിച്ച് പ്രചരണം നടത്തുകയുംചെയ്തു. ഇത് സംഘടനയുടെ സാമൂഹിക പ്രതിബദ്ധത തെളിയിക്കുന്ന ഉദ്യമം ആയിരുന്നു.

2013 ൽ വിവിധ ജില്ലകളിൽ പകർച്ചപ്പനിക്കെതിരെ നിരവധി കേന്ദ്ര ങ്ങളിൽ സംഘടനാംഗങ്ങളായ ഡോക്ടർമാരെ പങ്കെടുപ്പിച്ച് ആരോഗ്യ ക്ലാസ് നടത്തുകയും പകർച്ചപ്പനി ക്ലിനിക്ക് നടത്തുകയും ചെയ്തത് പൊതുജനങ്ങളുടെ പ്രശംസ പിടിച്ചുപറ്റി.

നഗരമാലിന്യസംസ്കരണം-ജനകീയസേന

ഇടതുപക്ഷ സർക്കാർ 2007 ൽ ഏറ്റെടുത്ത മാലിന്യമുക്ത കേരളം കാമ്പയിന്റെ ഭാഗമായി സെപ്തംബർ-ഒക്ടോബർ മാസങ്ങളിൽ വിപുല മായ പ്രവർത്തനങ്ങൾ സർക്കാർ ആസൂത്രണം ചെയ്തു. പൊതുസ്ഥാപ നങ്ങൾ വൃത്തിയാക്കുന്നതിനും സ്ഥാപനവും പരിസരവും വൃത്തിയാ ക്കുന്നതിനും സംഘടനയുടെ അംഗങ്ങളായ സ്ഥാപനമേധാവികളെ ക്കൊണ്ട് നടപടി സ്വീകരിക്കുന്നതിനുമാണ് നാം ശ്രമിച്ചത്. ഇതിന്റെ തുടർ പ്രവർത്തനങ്ങൾ ജില്ലാകമ്മിറ്റികൾ അവലോകനം ചെയ്യണമെന്നും തീരു മാനിച്ചിരുന്നു.

നഗരങ്ങളിലുണ്ടാകുന്ന ഖരമാലിന്യത്തിന്റെ 50% വീടുകളിലാണ് ഉണ്ടാകുന്നത്. ഇതിൽ ഭൂരിഭാഗവും ജൈവമാലിന്യമാണെന്നിരിക്കെ അതെല്ലാം ഉറവിടത്തിൽത്തന്നെ സംസ്കരിക്കാവുന്നതേയുള്ളൂ. തിരുവ നന്തപുരം നഗരത്തിലെ മാലിന്യനീക്ക പ്രതിസന്ധിയുടെ പശ്ചാത്തല

ത്തിൽ 2012 ജനുവരി 2 ന് തിരുവനന്തപുരത്തെ രണ്ട് ജില്ലാകമ്മിറ്റികളുടേയും ആഭിമുഖ്യത്തിൽ നടത്തിയ ചർച്ചയും പ്രവർത്തനവും മാതൃകാപരമായിരുന്നു. ഖരമാലിന്യ സംസ്കരണ വിദഗ്ദ്ധരെ പങ്കെടുപ്പിച്ച് ഫലപ്രദമായ ബദൽ മാർഗ്ഗങ്ങൾക്ക് രൂപം നല്കി. ഖരമലിന്യം സംസ്കരിച്ച് ജൈവവളം ആക്കുന്നതിനും ഇതുപയോഗിച്ച് പച്ചക്കറി കൃഷി ചെയ്യുന്നതിനുമുള്ള സാങ്കേതിക സഹായം നല്കുന്നതിന് കെ ജി ഒ എ വനിതാ സബ് കമ്മിറ്റിയെ ചുമതലപ്പെടുത്തുകയും ഒരു ഹെൽപ് ഡസ്ക്ക് രൂപീകരിക്കുകയും ചെയ്തു.

ശക്തമായ സംഘടന രൂപപ്പെടുത്തുന്നതിന് അംഗങ്ങളുമായുള്ള വ്യക്തിബന്ധം അനിവാര്യമാണ്. ഈ ലക്ഷ്യത്തോടെയായിരുന്നു അംഗങ്ങളുടെ വീടുകൾ സന്ദർശിച്ച് ഖരമാലിന്യ സംസ്കരണത്തിന് സംഘടനാപരമായി എല്ലാ സഹായവും നല്കാൻ സംസ്ഥാനകമ്മിറ്റി തീരുമാനിച്ചത്. ഇതിനുള്ള രൂപരേഖ തയ്യാറാക്കുന്നതിനായി 2014 ഒക്ടോബർ 26 ന് സംസ്ഥാനതല ശില്പശാല നടത്തി. ഉറവിട മാലിന്യ സംസ്കരണം, വീടുകളിലെ മാലിന്യസംസ്കരണ നിർമ്മിതികൾ/സംവിധാനം, ഉറവിടമാലിന്യ സംസ്കരണ അനുഭവങ്ങൾ എന്നീ വിഷയങ്ങളിൽ ബന്ധപ്പെട്ട വിദഗ്ദ്ധർ പ്രഭാഷണവും നടത്തി. ഇതിലൂടെ ശുചിത്വകേരള പരിപാടിയിൽ സംഘടനയും കണ്ണിചേർന്നു.

ജൈവപച്ചക്കറികൃഷിയും സുരക്ഷിത ഭക്ഷണവും

ജനപങ്കാളിത്തത്തോടെ വിഷമില്ലാത്ത പച്ചക്കറി കൃഷി പ്രോത്സാഹിപ്പിക്കുന്നതിനുള്ള പ്രവർത്തനങ്ങളിൽ പൊതുപ്രസ്ഥാനങ്ങളോടൊപ്പം ചേരണമെന്ന് സംഘടനയുടെ സംസ്ഥാനകമ്മിറ്റി തീരുമാനിച്ചു. ഇതിനാവശ്യമായ സാങ്കേതിക പിന്തുണ നല്കാനാണ് പ്രത്യേകിച്ചും ശ്രദ്ധിച്ചത്. 2014 നവംബർ-ഡിസംബർ മാസങ്ങളിൽ ഇ എം എസ് അക്കാദമിയിൽ നടന്ന ശില്പശാലയിലും സാങ്കേതിക സമിതിയുടെ ശില്പശാലയിലും സംഘടനാംഗങ്ങളായ കൃഷി വിദഗ്ദ്ധർ പങ്കെടുത്തു. 2015 വിഷുവിനും ഓണത്തിനും പഞ്ചായത്തുതല പച്ചക്കറി സ്റ്റാളുകൾ ആരംഭിക്കുമ്പോൾ അതിനാവശ്യമായ ജൈവപച്ചക്കറി ഉല്പാദനം ഉറപ്പു വരുത്തുന്നതിനാവശ്യമായ സാങ്കേതികസമിതിയുടെ പിന്തുണ ഉറപ്പാക്കാനുള്ള പ്രവർത്തനമാണ് സംഘടന ഏറ്റെടുക്കുന്നത്.

മുല്ലപ്പെരിയാർ അണക്കെട്ട് സാങ്കേതിക ചർച്ച

മുല്ലപ്പെരിയാർ അണക്കെട്ടിന്റെ ഉടമസ്ഥാവകാശവും അതുമായി ബന്ധപ്പെട്ട അന്തർസംസ്ഥാന നദീജല തർക്കവും സംബന്ധിച്ച് തമിഴ്നാട്ടിനും കേരളത്തിനും വ്യത്യസ്ത അഭിപ്രായങ്ങളാണ് ഉണ്ടായിരുന്നത്. സംസ്ഥാനത്ത് 2001 തുടക്കത്തിൽ അനുഭവപ്പെട്ട ഭൂചലനങ്ങളുടെ പശ്ചാത്തലത്തിൽ ഡാമിന്റെ ജലവിതാനം ഉയർത്തണമെന്ന തമിഴ്നാട് സർക്കാറിന്റെ ആവശ്യത്തിനെതിരെ നമ്മുടെ സംസ്ഥാനത്ത് അഭിപ്രായം

ഉയർന്നു വരികയായിരുന്നു. ഈ പശ്ചാത്തലത്തിലായിരുന്നു മുല്ലപ്പെരിയാർ അണക്കെട്ട് ഉയർത്തുന്ന പ്രശ്നങ്ങൾ എന്ന വിഷയത്തെക്കുറിച്ച് ബന്ധപ്പെട്ട വിദഗ്ദ്ധരെ പങ്കെടുപ്പിച്ചുകൊണ്ട് 2001 മാർച്ചിൽ തിരുവനന്തപുരത്ത് സംഘടനാ സെമിനാർ നടത്തിയത്. സംഘടനയുടെ ഈ ഉദ്യമമാണ് പ്രസ്തുത വിഷയത്തെ സംബന്ധിച്ച് ആഴത്തിലുള്ള ചർച്ചയ്ക്ക് കേരളസമൂഹത്തിൽ തുടക്കം കുറിച്ചത്.

പൊതു വിദ്യാഭ്യാസ സംരംക്ഷണം

പൊതു വിദ്യാഭ്യാസ പ്രക്രിയയുടെ സംരക്ഷണത്തിനും വിദ്യാഭ്യാസ കച്ചവടവല്ക്കരണത്തിനും എതിരെ സംഘടന ശക്തമായ നിലപാടും പ്രതിരോധവും സംഘടിപ്പിച്ചു. സംസ്ഥാന വിദ്യാഭ്യാസ സംരക്ഷണസമിതിയുടെ കൺവീനർ ആയി സംഘടന പ്രവർത്തിച്ചു പോന്നു.

അദ്ധ്യാപക പരിശീലനത്തിൽ ഡയറ്റിന്റെ സ്ഥാനം എന്ന വിഷയത്തിൽ 2004 ജൂലൈ 25 ന് തിരുവനന്തപുരത്ത് സെമിനാർ സംഘടിപ്പിച്ചു. ഡയറ്റുകളുടെ ശാക്തീകരണത്തിന് വേണ്ട നിർദ്ദേശങ്ങൾ രൂപപ്പെടുത്തി സർക്കാരിന് സമർപ്പിച്ചു.

2006-09 കാലയളവിൽ കേരള വിദ്യാഭ്യാസ നിയമ ചട്ടപരിഷ്കരണ പ്രക്രിയയിലും കെ ജി ഒ എ പങ്കാളിത്തം ഉണ്ടായി. സംഘടനയുടെ വിശദമായ നിവേദനം കമ്മിറ്റിയും സമർപ്പിച്ചു. കെ ജി ഒ എ സംസ്ഥാന കമ്മിറ്റിയംഗം പ്രൊഫ. എ സുഹൃത് കുമാർ കെ ഇ എ ആർ പരിഷ്കരണ സമിതിയിൽ ശ്രദ്ധേയനായ പങ്ക് വഹിച്ചു.

വനിത-സാംസ്കാരികരംഗത്തെ പ്രവർത്തനങ്ങൾ

സംഘടന രൂപീകൃതമായി രണ്ട് വ്യാഴവട്ടക്കാലത്തിനു ശേഷമാണ് ഗസറ്റഡ് ജീവനക്കാരുടെ സംഘടനാ പ്രവർത്തനത്തിൽ വനിതകളുടെ പങ്കാളിത്തത്തിന്റെ പ്രാധാന്യം തിരിച്ചറിഞ്ഞ് അവരെ സംഘടിപ്പിക്കാനും നേതൃനിരയിലേക്ക് ഉയർത്തിക്കൊണ്ടുവരാനും കെ ജി ഒ എ യുടെ പ്രത്യേക ശ്രദ്ധയുണ്ടായത്. 1988 ലാണ് സംസ്ഥാനകമ്മിറ്റിയിൽ ആദ്യമായി രണ്ട് വനിതകൾ എത്തുന്നത്. തുടർന്ന് 1989 ൽ സംസ്ഥാന ഭാരവാഹിത്വത്തിലേക്ക് വനിതയെ നിയോഗിക്കുകയും സംസ്ഥാനത്ത് ആദ്യമായി കെ ജി ഒ എ യുടെ ഒരു വനിതാ സബ്കമ്മിറ്റി നിലവിൽ വരുകയും ചെയ്തു. തുടർന്ന് ജില്ലകളിൽ സബ്കമ്മിറ്റികളുടെ പ്രവർത്തനം വിപുലപ്പെടുത്തുകയും ഇപ്പോൾ ഏരിയാതലത്തിലടക്കം വനിതാകമ്മിറ്റി പ്രവർത്തിക്കുകയും ചെയ്യുന്നുണ്ട്.

ഗസറ്റഡ് വിഭാഗം വനിതകളുടെ ഔദ്യോഗികമായ പ്രശ്നങ്ങളിൽ ഇടപെടുവാൻ മാത്രമല്ല ഗാർഹികവും വൈയക്തികവും സാമൂഹ്യവുമായ പ്രശ്നങ്ങൾ ഏറ്റെടുക്കാനുള്ള കഴിവ് നേടിയെടുക്കാനും സംസ്ഥാന വനിതാകമ്മിറ്റിക്ക് കഴിയുന്നു.

സിവിൽ സർവ്വീസ് രംഗത്ത് മാത്രമല്ല ഭരണനിർവ്വഹണരംഗത്തും വികസന ഉല്പാദനമേഖലകളിലും സ്ത്രീ ശാക്തീകരണം, സ്ത്രീപദവി, ജന്റർ ഓഡിറ്റിങ്, സ്ത്രീസുരക്ഷ തുടങ്ങി ഇടതുപക്ഷ സർക്കാരുകളുടെ വികസന പരിപ്രേക്ഷ്യത്തിലടക്കം ഇടപെടാനും നിർദ്ദേശങ്ങൾ സമർപ്പിക്കാനും നടപ്പാക്കാനും കഴിഞ്ഞിട്ടുണ്ട്. ആൾ ഇന്ത്യ വർക്കിങ് വിമൻസ് കോ-ഓർഡിനേഷൻ കമ്മിറ്റിയുടെ പ്രവർത്തനത്തിൽ പങ്കാളികളാവുകയും അതിന്റെ സംസ്ഥാനതലത്തിലും അഖിലേന്ത്യാതലത്തിലും കെ ജി ഒ എ യുടെ വനിതാനേതാക്കൾ പ്രവർത്തിച്ചിരുന്നു. സിവിൽ സർവ്വീസിലുള്ള സംഘടനകളിൽ ആദ്യം ഒരു വനിതയെ സംസ്ഥാന പ്രസിഡന്റ് പദവിയിലെത്തിച്ചത് കെ ജി ഒ എ ആണ്- എഴ്സലാ ഫ്രാൻ

സിസ്. അവർ ദേശീയ തലത്തിൽ തന്നെ ആൾ ഇന്ത്യ വർക്കിങ് വിമൻസ് കോ-ഓർഡിനേഷൻ കമ്മിറ്റിയിൽ അംഗമായി പ്രവർത്തിച്ചിരുന്നു.

പ്രക്ഷോഭങ്ങൾ ഏറ്റെടുക്കുന്നതിലും പണിമുടക്കങ്ങളിലടക്കം നേതൃത്വപരമായ പങ്ക് വഹിക്കാൻ വനിതാജീവനക്കാരെ പ്രാപ്തരാക്കാനും സംഘടനയുടെ പ്രവർത്തനത്തിന് സാധിച്ചിട്ടുണ്ട്. 2002 ൽ നടന്ന സമാനതകളില്ലാത്ത പണിമുടക്കിൽ സംസ്ഥാനത്താകെ അറസ്റ്റും സസ്പെൻഷനും വകവെക്കാതെ പണിമുടക്കുന്നതിനും പണിമുടക്ക് സമരത്തിന്റെ മുന്നണിപ്പോരാളികളാകാനും കേരളത്തിലെ ഗസറ്റഡ് വിഭാഗം വനിതകൾക്ക് സാധിച്ചത് അവരെ അങ്ങനെ പ്രാപ്തരാക്കിയെടുക്കാൻ സംഘടന നടത്തിയ ബോധപൂർവ്വമായ ഇടപെടലാണ്.

ഇന്ന് സംസ്ഥാന ഭാരവാഹിത്വത്തിലും സെക്രട്ടേറിയറ്റിലുമടക്കം സംസ്ഥാന കമ്മിറ്റിയിൽ നിരവധി പേർ വനിതകളായുണ്ട്. ഏതു പ്രവർത്തനവും പ്രക്ഷോഭവും ഏറ്റെടുക്കാൻ കെല്പുള്ള വിഭാഗമായി വനിതാ ഗസറ്റഡ് ഓഫീസർമാരെ മാറ്റിയെടുക്കാൻ ദീർഘവീക്ഷണത്തോടെയുള്ള സംഘടനയുടെ പ്രവർത്തനത്തിന് സാധിച്ചിട്ടുണ്ട്. 2016 ലെ നിയമാവലി ഭേദഗതിയിലൂടെ സംഘടനയുടെ ലോക്കൽ യൂണിറ്റു മുതൽ സംസ്ഥാനതലം വരെ എല്ലാ തെരഞ്ഞെടുക്കപ്പെട്ട ഫോറങ്ങളിലും 20 ശതമാനം നിർബ്ബന്ധിത വനിതാ പ്രാതിനിധ്യം വ്യവസ്ഥപ്പെടുത്തുകയും ജില്ല, ഏരിയ വനിതാ കമ്മിറ്റികളുടെ ശാക്തീകരണവും നിരന്തര പ്രവർത്തനം ഉറപ്പാക്കാനും തീരുമാനിച്ചു.

വനിതാരംഗം - നേതൃപദവികളിലേക്ക്

സംസ്ഥാന സർക്കാർ ജീവനക്കാരുടെ സംഘടനാപ്രവർത്തനത്തിൽ ഗസറ്റഡ് ജീവനക്കാരുടെ പങ്കാളിത്തവും നേതൃത്വത്തിലേക്കുള്ള ഉയർന്നുവരവും കെ ജി ഒ എ എന്ന സംഘടനയിൽ മാത്രം ഒതുങ്ങുന്നില്ല. സംസ്ഥാന ജീവനക്കാരുടെയാകെ നേതൃതലത്തിലുള്ള എഫ് എസ് ഇ ടി ഒ പ്രസ്ഥാനത്തിലും അതുൾപ്പെടുന്ന ദേശീയ സംഘടനയായ എ ഐ എസ് ജി ഇ എഫിന്റെയും നേതൃതലത്തിലേക്ക് സംഘടനയിലെ വനിതകളുടെ പ്രവർത്തനം വളർന്നിട്ടുണ്ട്. തൊഴിലാളിപ്രസ്ഥാനത്തിന്റെ ഭാഗമായി ഇന്ന് ഗസറ്റഡ് വിഭാഗം വനിതകൾ പ്രവർത്തിക്കുന്നു.

ആദ്യവനിതാ പ്രക്ഷോഭം

1982 ഫെബ്രുവരി 14, 15 തീയതികളിൽ തിരുവനന്തപുരത്ത് വെച്ച് (വി ജെ ടി ഹാൾ) നടന്ന 16-ാം സമ്മേളനം പലതുകൊണ്ടും ശ്രദ്ധേയമായിരുന്നു. സംഘടനയുടെ ചരിത്രത്തിലാദ്യമായി ജില്ലാ കമ്മിറ്റികൾ രൂപീകരിക്കപ്പെട്ടു. എല്ലാ ജില്ലകളേയും പ്രതിനിധീകരിച്ചുകൊണ്ട് നടന്ന ഈ വാർഷികസമ്മേളനത്തിൽ എണ്ണം വ്യക്തമല്ലെങ്കിലും ഒട്ടേറെ വനിതാ ഓഫീസർമാർ പങ്കെടുത്തു. ഈ സമ്മേളനത്തിലാണ് സംഘടനയുടെ വളർച്ചയ്ക്കനുസരിച്ചുള്ള പ്രവർത്തനത്തിന് നിലവിലുള്ള നിയമാവലി അപര്യാപ്തമാണെന്നു തിരിച്ചറിഞ്ഞ് പുതിയ നിയമാവലിക്ക് രൂപം നല്കി

യത്. സംസ്ഥാനത്തെ സർക്കാർ ജീവനക്കാരെ ബാധിക്കുന്ന നിരവധി പ്രശ്നങ്ങൾ ക്രോഡീകരിച്ചുകൊണ്ട് 'ചാർട്ടർ ഓഫ് ഡിമാന്റി'ന് രൂപം നല്കിയതും സംഘടനയ്ക്ക് ഒരു നയപ്രഖ്യാപനരേഖ അംഗീകരിക്കപ്പെട്ടതും ഈ സമ്മേളനത്തിലാണ്. എന്നാൽ ഈ കാലയളവിൽ വനിതകളെ കമ്മിറ്റികളിലൊന്നും ഉൾപ്പെടുത്തി കണ്ടിരുന്നില്ല.

1983 മെയ് 21, 22 തീയതികളിൽ തൃശ്ശൂരിൽ വച്ച് നടന്ന 17-ാം സംസ്ഥാന സമ്മേളനത്തിൽ തെരഞ്ഞെടുക്കപ്പെട്ട 8 ഭാരവാഹികളിലോ 21 അംഗ സംസ്ഥാനകമ്മിറ്റിയിലോ ഒരു വനിതയുമുണ്ടായിരുന്നില്ല. 16-ാം സമ്മേളനം അംഗീകരിച്ച ഭരണഘടനയുടെ അടിസ്ഥാനത്തിൽ പ്രാതിനിധ്യ സ്വഭാവത്തോടുകൂടിയുള്ള ആദ്യ സമ്മേളനമായിരുന്നു തൃശ്ശൂരിലെ 17-ാം സമ്മേളനം. എല്ലാ ജില്ലകളിൽ നിന്നുമായി 3873 അംഗങ്ങളെ പ്രതിനിധികരിച്ച് 163 പ്രതിനിധികൾ ടി സമ്മേളനത്തിൽ പങ്കെടുത്തു. എന്നാൽ എത്ര വനിതാ പ്രതിനിധികളുണ്ടായിരുന്നു എന്ന് വ്യക്തമല്ല. സമ്മേളനത്തോടനുബന്ധിച്ച് നടന്ന ശക്തിപ്രകടനത്തിൽ വനിതാ പ്രതിനിധികൾ ഉണ്ടായിരുന്നതായി രേഖപ്പെടുത്തിയിട്ടുണ്ട്.

1984 ഏപ്രിൽ 25 നാണ് സംസ്ഥാനതലത്തിൽ ആദ്യമായി സെക്രട്ടേറിയറ്റിനു മുന്നിൽ വനിതകളുടെ കൂട്ടധർണ നടത്തിയത്. വയനാട് ജില്ല ഒഴികെ എല്ലാ ജില്ലകളിൽനിന്നും പ്രാതിനിദ്ധ്യമുണ്ടായിരുന്നു. പിന്നീടിങ്ങോട്ട് വനിതാ വാഹനജാഥയുൾപ്പെടെ പ്രചാരണ പ്രവർത്തനങ്ങളിലും പണിമുടക്കങ്ങളിലും അനിശ്ചിതകാല പ്രക്ഷോഭത്തിലും സംഘടനയിലെ വനിതകൾ വലിയ പങ്ക് വഹിച്ചു.

വനിതാജീവനക്കാരുടെ പ്രശ്നങ്ങൾ സംബന്ധിച്ച്

1987 ജൂൺ 7 ന് തിരുവനന്തപുരത്ത് രാജധാനി ഓഡിറ്റോറിയത്തിൽ 21-ാം സംസ്ഥാനസമ്മേളനം ചേർന്നു. 1987 ലെ സംസ്ഥാന കൗൺസിലിൽ 8 ഭാരവാഹികൾ ഉൾപ്പെടുന്ന 29 അംഗ സംസ്ഥാനകമ്മിറ്റിക്ക് രൂപം നല്കിയെങ്കിലും അതിൽ ഒരു വനിതയും അംഗമായിരുന്നില്ല. ഈ സമ്മേളനത്തിലാണ് സാർവ്വദേശീയ ദേശീയ സ്ഥിതിഗതികളെ വസ്തുനിഷ്ഠമായി വിലയിരുത്തുന്ന സമഗ്രമായ ഒരു സംഘടനാ പ്രമേയം ആദ്യമായി അവതരിപ്പിച്ചത്.

1988 മെയ് 22, 23, 24 തീയതികളിൽ പാലക്കാട് നടന്ന 22-ാം സമ്മേളനത്തിൽ അവതരിപ്പിച്ച സംഘടനാ റിപ്പോർട്ടിൽ പറയുന്നത് ശ്രദ്ധേയമാണ്. സംഘടനാ പ്രവർത്തനങ്ങളിൽ വനിതാ ജീവനക്കാരുടെ പങ്കാളിത്തം ഉറപ്പു വരുത്തുകയും വനിതാ ജീവനക്കാരുടെ പ്രശ്നങ്ങൾക്ക് പരിഹാരം കാണാൻ അടിയന്തരമായും ശ്രദ്ധ പതിപ്പിക്കേണ്ടതുണ്ട് എന്നു തീരുമാനിക്കുകയും ചെയ്തു. തിരുവനന്തപുരം ജില്ലാകമ്മിറ്റി ഇക്കാര്യത്തിൽ മാതൃകാപരമായ പ്രവർത്തനമാണ് കാഴ്ചവെച്ചിട്ടുള്ളത്. വനിതാ ജീവനക്കാരുടെ കൺവെൻഷൻ വിളിച്ചുകൂട്ടുകയും അവരുടെ പ്രശ്നങ്ങൾ സജീവമായി ചർച്ച ചെയ്യുകയും ചെയ്തു. അതിന്റെ ഫലമായി

ജില്ല വാർഷിക സമ്മേളനങ്ങളിൽ വർദ്ധിച്ച തോതിൽ വനിതാ ജീവനക്കാരുടെ പങ്കാളിത്തം ഉറപ്പു വരുത്താൻ കഴിഞ്ഞു. ജില്ലാ വാർഷികയോഗത്തിൽ ഒരു വനിതാ സബ്കമ്മിറ്റിക്ക് രൂപം കൊടുക്കാനും കഴിഞ്ഞു. മറ്റെല്ലാ ജില്ലകളിലും സംസ്ഥാനതലത്തിലും ഇത്തരത്തിൽ വനിതാ സബ്കമ്മിറ്റികൾ രൂപീകരിക്കേണ്ടത് സംഘടനാപരമായ അടിയന്തര കടമയാണെന്നും റിപ്പോർട്ട് ചൂണ്ടിക്കാട്ടി.

ഇതിനു തുടർച്ചയായി 1988 ലെ സമ്മേളനശേഷം തിരുവനന്തപുരം, കൊല്ലം, തൃശ്ശൂർ, എറണാകുളം, കണ്ണൂർ, പാലക്കാട്, കോഴിക്കോട് എന്നീ ജില്ലകളിൽ വനിതാ ജീവനക്കാരുടെ യോഗങ്ങൾ ചേർന്നു. പ്രസ്തുത യോഗങ്ങളിൽ സംസ്ഥാനകമ്മിറ്റിയിലുള്ള രണ്ട് വനിതകൾ എഴ്സലാ ഫ്രാൻസിസ്, പി സൗദാമിനി എന്നിവർ പങ്കെടുത്ത് വിശദീകരണം നടത്തി. 1989 സമ്മേളനം തിരഞ്ഞെടുത്ത സംസ്ഥാന മെയ് 1, 2, 3 തീയതികളിൽ എറണാകുളത്ത് ചേർന്ന 23-ാം സംസ്ഥാന കമ്മിറ്റിയിലാണ് ആദ്യമായി 2 വനിതകൾ ഉൾപ്പെടുന്നത്.

പ്രസ്തുതയോഗങ്ങളിൽ പങ്കെടുത്ത് സംഘടനാ കാര്യങ്ങൾ വിശദീകരിച്ചതിന്റെ അടിസ്ഥാനത്തിൽ വനിതാ ജീവനക്കാരുടെ പ്രശ്നങ്ങൾ ചർച്ച ചെയ്യുന്നതിനും പരിഹാരം കാണുന്നതിനും എല്ലാ ജില്ലകളിലും വനിതായോഗങ്ങളും സംസ്ഥാനതലത്തിൽ കൺവെൻഷനും ചേർന്നു. വനിതാ ജീവനക്കാരുടെ പ്രശ്നങ്ങൾക്ക് പരിഹാരം കാണാനുള്ള ശ്രമങ്ങൾ തുടർന്നു. ഇതിന്റെ ഫലമായി അംഗസംഖ്യയിൽ ഗണ്യമായ പങ്ക് വനിതകളുടേതായി. മുഴുവൻ വനിതാ ജീവനക്കാരേയും സംഘടനാ പ്രവർത്തനങ്ങളിൽ പങ്കാളികളാക്കുകയും വനിതാ ജീവനക്കാരുടെ പ്രശ്നങ്ങൾ പരിഹരിക്കാനുള്ള പരിശ്രമങ്ങൾ കൂടുതൽ ശക്തിപ്പെടുത്തുകയും ചെയ്യേണ്ടതുണ്ട് എന്ന് അന്ന് സംഘടന വിലയിരുത്തി.

ആദ്യവനിതാ സംസ്ഥാനകമ്മിറ്റി - 1989
ആദ്യവനിതഭാരവാഹി - എഴ്സലാ ഫ്രാൻസിസ്

1989 മെയ് 1, 2, 3 തീയതികളിൽ എറണാകുളത്ത് ചേർന്ന 23-ാം സംസ്ഥാന സമ്മേളനം ആദ്യമായി കെ ജി ഒ എ സംസ്ഥാനകമ്മിറ്റിയിലേക്ക് ഒരു വനിതാഭാരവാഹിയെ തിരഞ്ഞെടുത്തു. എഴ്സലാ ഫ്രാൻസിസ് ആണ് ഇങ്ങനെ തിരഞ്ഞെടുക്കപ്പെട്ട ആദ്യവനിതാ വൈസ് പ്രസിഡന്റ്. ഇതേ സമ്മേളനത്തിലാണ് പി സൗദാമിനി കൺവീനറായി ആദ്യ വനിതാ സബ്കമ്മിറ്റി നിലവിൽ വന്നതും. ടി കമ്മിറ്റിയിൽ 28 അംഗങ്ങളായിരുന്നു വൈസ് പ്രസിഡന്റ് ഉൾപ്പെടെ ഉണ്ടായിരുന്നത്. 23-ാം സംസ്ഥാനസമ്മേളനത്തിനു മുമ്പായി തന്നെ എല്ലാ ജില്ലകളിലും വനിതാ സബ്കമ്മിറ്റികൾ രൂപീകരിച്ച് പ്രവർത്തനങ്ങൾ ആരംഭിച്ചിരുന്നു. എല്ലാ ജില്ലകളിലും വനിതാ സബ്കമ്മിറ്റികളുടെ പ്രവർത്തനങ്ങൾ ഊർജ്ജിതപ്പെടുത്തിയിരുന്നു. വനിതാ ജീവനക്കാരുടെ വിവിധ ആവശ്യങ്ങൾ ഉൾപ്പെടുന്ന പ്രമേയം 23-ാം സമ്മേളനത്തിൽ അംഗീകരിച്ചു.

ഡിമാന്റുകൾ

1. സർക്കാർ ഓഫീസ് കോംപ്ലക്സുകളിൽ പ്രാഥമികാവശ്യങ്ങൾ നിർവ്വഹിക്കുന്നതിനുള്ള സൗകര്യങ്ങൾ ഏർപ്പെടുത്തുക.
2. ഓഫീസ് കേന്ദ്രങ്ങളിലേക്ക് വനിതകൾക്ക് മാത്രമായി ബസുകൾ ഏർപ്പെടുത്തുക.
3. ഓഫീസ് കേന്ദ്രങ്ങളിൽ ഭക്ഷണം കഴിക്കുന്നതിന് സൗകര്യങ്ങൾ ഏർപ്പെടുത്തുക.
4. ഓഫീസുകൾക്ക് സമീപമായി ശിശുസംരക്ഷണ കേന്ദ്രങ്ങൾ ഏർപ്പെടുത്തുക. കൈക്കുഞ്ഞുങ്ങളുള്ള അമ്മമാർക്കും ഗർഭിണികൾക്കും പ്രവൃത്തി സമയത്തിൽ ഇളവ് അനുവദിക്കുക.
5. വനിതാ ഹോസ്റ്റലുകൾ നിർമ്മിക്കുക.
6. പ്രസവാവധിയോടൊപ്പം ഒരു മാസത്തെ വേതനം അനുവദിക്കുക.

മേല്പറഞ്ഞ ആവശ്യങ്ങൾ കേന്ദ്രീകരിച്ച് ജില്ലകളിൽ പ്രചാരണം നടത്താനും തുടർന്ന് സംസ്ഥാനതലത്തിൽ വനിതാ കൺവെൻഷൻ വിളിച്ചുകൂട്ടി അവകാശ പ്രഖ്യാപനരേഖയ്ക്ക് രൂപം കൊടുക്കാനും സംസ്ഥാനകമ്മിറ്റി തീരുമാനിച്ചു.

ആദ്യവനിതാ കൺവെൻഷൻ തൃശ്ശൂരിൽ

എൽ ഡി എഫ് സർക്കാർ അധികാരത്തിൽ വന്നതിനുശേഷം (1987-91) വനിതാ ജീവനക്കാരോടുള്ള വിവേചനപരമായ ചില സമീപനങ്ങൾക്ക് അറുതി വരുത്തി ഉത്തരവ് ഇറക്കിയെന്നത് ചരിത്രപരമായ വസ്തുതയാണ്.

23-ാം സമ്മേളന തീരുമാനമനുസരിച്ചുള്ള വിവിധ ഡിമാന്റുകൾ കേന്ദ്രീകരിച്ച് പ്രക്ഷോഭം സംഘടിപ്പിക്കുന്നതിന് മുന്നോടിയായിട്ടാണ് വനിതാ കൺവെൻഷൻ സംസ്ഥാനതലത്തിൽ ചേരാൻ തീരുമാനിച്ചത്. കെ ജി ഒ എ ആദ്യത്തെ വനിതാ കൺവെൻഷൻ തൃശ്ശൂരിൽ നടന്നു. 1990 ജനുവരി 21 ന് 310 വനിതാ ഗസറ്റഡ് ഉദ്യോഗസ്ഥർ പങ്കെടുത്ത കൺവെൻഷൻ വലിയ വിജയമായിരുന്നു. തൃശ്ശൂർ സാഹിത്യ അക്കാദമിഹാളിൽ നടന്ന കൺവെൻഷനിൽ വൈസ് പ്രസിഡന്റ് എഴ്സലാ ഫ്രാൻസിസ് പതാക ഉയർത്തി. അവർ അദ്ധ്യക്ഷത വഹിച്ച കൺവെൻഷൻ ഉദ്ഘാടനം ചെയ്തത് പ്രൊഫസർ നബീസാ ഉമ്മാൾ എം എൽ എ ആയിരുന്നു. 'സ്ത്രീകളും സാമൂഹിക മാറ്റവും' എന്ന വിഷയത്തിൽ സിമ്പോസിയവും നടന്നു. പ്രൊഫ.മീനാക്ഷി തമ്പാൻ, പ്രൊഫ. ഹൈമവതി തായാട്ട്, പി വത്സല, കെ ജി ഒ എ സംസ്ഥാന പ്രസിഡന്റ് എൻ ഭഗീരഥൻ എന്നിവർ സിമ്പോസിയത്തിൽ സംസാരിച്ചു. 14 അടിയന്തര ആവശ്യങ്ങൾ ഉൾക്കൊള്ളുന്ന അവകാശ പ്രഖ്യാപനരേഖ വനിതാ സബ്കമ്മിറ്റി കൺവീനർ പി സൗദാമിനി അവതരിപ്പിച്ചത് പ്രതിനിധികൾ അംഗീകരിച്ചു. ആ കൺവൻഷനിൽ പൊതുതാല്പര്യമുള്ള മറ്റൊരു പ്രമേയവും അവതരിപ്പിച്ചു പാസാക്കി. കാര്യക്ഷമവും സംശുദ്ധവുമായ സിവിൽ സർവ്വീസ് കെട്ടിപ്പടുക്കുവാൻ കൂട്ടായ പ്രവർത്തനങ്ങൾക്ക് മുന്നോട്ടു വരുവാൻ ജീവനക്കാരോടും സംഘടനകളോടും ആഹ്വാനം ചെയ്യുന്നതായിരുന്നു പ്രസ്തുത പ്രമേയം.

1. സ്റ്റേറ്റ് ലൈഫ് ഇൻഷ്വറൻസ് പദ്ധതിയിൽ നിലനിന്ന വിവേചനം (സ്ത്രീ വിരുദ്ധത).
2. പ്രസവാവധി പ്രൊബേഷന് കണക്കാക്കില്ല എന്ന ചട്ടം റദ്ദു ചെയ്തുള്ള ഉത്തരവ് പുറപ്പെടുവിച്ചു എങ്കിലും സ്ത്രീ ജീവനക്കാരുടെ പ്രശ്നങ്ങളെക്കുറിച്ച് ഫലപ്രദമായ ചർച്ചകളും ക്രിയാത്മകമായ നടപടികളും ഇനിയും ഉണ്ടാകേണ്ടിയിരിക്കുന്നു എന്നീ ആവശ്യങ്ങൾ കൺവൻഷൻ അംഗീകരിച്ചു. വനിതാ സമ്മേളനം അംഗീകരിച്ച അവകാശപ്രഖ്യാപന രേഖയിൽ ഉന്നയിച്ചിട്ടുള്ള ആവശ്യങ്ങൾ നേടിയെടുക്കുന്നതിന് ശക്തമായ പ്രക്ഷോഭസമരങ്ങൾ അടിയന്തരമായി സംഘടിപ്പിക്കേണ്ടതുണ്ടെന്ന് കൺവെൻഷൻ വിലയിരുത്തി.

വനിതാ ഗസറ്റഡ് ഉദ്യോഗസ്ഥരുടെ അവകാശങ്ങൾക്കു വേണ്ടിയുള്ള പ്രക്ഷോഭസമരങ്ങൾ

ഗസറ്റഡ് മേഖലയിൽ 30 % വനിതാ ഓഫീസർമാരാണ് അന്നുണ്ടായിരുന്നത്. അംഗത്വത്തിന് ഉപരി ദൈനംദിന പരിപാടികളിൽ അവരെ പങ്കെടുപ്പിക്കാൻ കഴിയാത്ത സാഹചര്യവുമുണ്ടായിരുന്നു; വനിതാ ജീവനക്കാർ എന്ന നിലയ്ക്ക് പ്രത്യേക ആവശ്യങ്ങളെയോ അവകാശങ്ങളെയോ സംബന്ധിച്ച് കാര്യമായി പരിഗണിച്ചിരുന്നില്ല. സംഘടനയുടെ വളർച്ചയ്ക്കും കെട്ടുറപ്പിനും വനിതകളെക്കൂടി അണിനിരത്തേണ്ടതുണ്ടെന്ന് തീരുമാനിച്ചതിന്റെ അടിസ്ഥാനത്തിലായിരുന്നു, വനിതാജീവനക്കാരുടെ പ്രത്യേക ആവശ്യങ്ങളും അവകാശങ്ങളും മുൻനിർത്തി പ്രവർത്തനം നടത്താൻ തീരുമാനിച്ചത്.

തൃശ്ശൂർ കൺവെൻഷനിൽ അവതരിപ്പിച്ച് പാസാക്കിയ അവകാശ പ്രഖ്യാപന രേഖ മുഖ്യമന്ത്രിക്ക് സമർപ്പിച്ചെങ്കിലും അതിന്മേൽ നടപടിയൊന്നും ഉണ്ടാകാത്ത സാഹചര്യത്തിൽ പ്രസ്തുത രേഖ സംസ്ഥാനത്തെ മുഴുവൻ വനിതാ ഓഫീസർമാരിൽനിന്നും ഒപ്പുകൾ ശേഖരിച്ചുകൊണ്ട് ഒരു പ്രകടനത്തോടുകൂടി മുഖ്യമന്ത്രിക്കും സാമൂഹ്യക്ഷേമ മന്ത്രിക്കും സമർപ്പിക്കുവാൻ തീരുമാനിച്ചു. ജില്ലാ കൺവെൻഷനുകൾ വിളിച്ചു ചേർത്ത് അതിനുള്ള പ്രവർത്തനം നടത്തി.

വനിതാ കമ്മീഷൻ ബിൽ - കെ ജി ഒ എ ഇടപെടൽ

ഇതിനിടെ കേരള നിയമസഭയിൽ വനിതാകമ്മീഷൻ ബില്ല് അവതരിപ്പിക്കുകയും കൂടുതൽ ചർച്ചകൾക്കായി 'സെലക്ട് കമ്മിറ്റി'ക്ക് വിടുകയും ചെയ്തു. ഇക്കാര്യത്തിൽ കെ ജി ഒ എ യുടെ ഡിമാന്റിൽ ഒന്ന് വനിതാകമീഷനെ നിയമിക്കണമെന്നുള്ളതായിരുന്നു. അവതരിപ്പിക്കപ്പെട്ട വനിതാകമീഷൻ ബിൽ സംബന്ധിച്ച് ജില്ലാതലത്തിൽ കൺവെൻഷനുകൾ ചേർന്ന് ചർച്ച ചെയ്തു. സെലക്ട് കമ്മിറ്റിക്ക് മുമ്പാകെ തെളിവെടുപ്പ് നടത്താൻ കെ ജി ഒ എ യ്ക്കും ക്ഷണം കിട്ടിയതുസരിച്ച് വനിതാ കൺവീനർ പി സൗദാമിനിയും ജോയിന്റ് കൺവീനർ എസ് സുജാതയും

കമ്മിറ്റിക്ക് മുമ്പാകെ തെളിവ് നല്കി. ബില്ലിൽ വരുത്തേണ്ട ഭേദഗതികൾ നിർദ്ദേശിച്ചു. ബില്ലിൽ കമ്മീഷന് ശിക്ഷാധികാരം ഉണ്ടായിരിക്കണം; ചെയർമാൻ വനിത തന്നെ ആയിരിക്കണം; അംഗങ്ങളിൽ ഭൂരിപക്ഷം വനിതകളായിരിക്കണം. എന്നീ ഭേദഗതികളാണ് കെ ജി ഒ എ നിർദ്ദേശിച്ചത് അത് നടപ്പാക്കുകയും ചെയ്തു. എന്നാൽ ജീവനക്കാരുടെ പ്രതിനിധിയായി ഒരു വനിതയെ കമ്മീഷൻ അംഗമാക്കണമെന്നത് പ്രാവർത്തികമായില്ല.

ഒക്ടോബർ മാസത്തിൽ നടത്താൻ നിർദ്ദേശിച്ചിരുന്ന ഭീമ ഹർജി സമർപ്പണം നീട്ടിവെക്കുകയും 1991 മാർച്ച് 22-ാം തീയതി 250 ൽ അധികം വനിതാ ഓഫീസർമാർ പ്രകടനമായി ചെന്ന് മന്ത്രിമാർക്ക് മെമ്മോറാണ്ടം നല്കുകയും ഉണ്ടായി. 2000 വനിതാ ഓഫീസർമാർ ഒപ്പിട്ട ഭീമ ഹർജ്ജിയാണ് മന്ത്രിമാർക്ക് സമർപ്പിച്ചത്. കൂട്ട നിവേദനം ലഭിച്ചതിനെത്തുടർന്ന് സാമൂഹ്യക്ഷേമവകുപ്പ് മന്ത്രി കെ ആർ ഗൗരിയമ്മ ഏപ്രിൽ 5 ന് സംഘടനാ പ്രതിനിധികളെ ചർച്ചയ്ക്ക് ക്ഷണിച്ചുവെങ്കിലും പുതിയ രാഷ്ട്രീയ സാഹചര്യത്തിൽ നിയമസഭാ തിരഞ്ഞെടുപ്പ് മുൻനിർത്തി ചർച്ച നീട്ടിവെക്കുകയുണ്ടായി. ഭരണമാറ്റത്തെത്തുടർന്ന് യു ഡി എഫ് സർക്കാറിനോട് കെ ജി ഒ എ ഭീമഹർജ്ജിയിലൂടെ മുൻ ആവശ്യങ്ങൾ ആവർത്തിച്ച് ഉന്നയിച്ചു.

വനിതാ ജീവനക്കാരുടെ പ്രശ്നങ്ങൾ ചർച്ച ചെയ്യണമെന്ന് ആവശ്യപ്പെട്ടു. വനിതാകമ്മീഷൻ രൂപീകരണബിൽ സെലക്ട് കമ്മിറ്റി ചർച്ചകൾ കഴിഞ്ഞ് റിപ്പോർട്ട് നല്കിയിട്ടും ബിൽ നിയമമാക്കുന്നതിന് നടപടി ഉണ്ടായില്ല. ആയതിനാൽ മേല്പറഞ്ഞ ആവശ്യം ഉന്നയിച്ച് വനിതാബിൽ രൂപീകരണം മുൻനിർത്തി പ്രക്ഷോഭം നടത്താൻ തീരുമാനിച്ചു. തിരുവനന്തപുരം, കോഴിക്കോട്, എറണാകുളം കേന്ദ്രീകരിച്ച് വനിതാ കൺവെൻഷൻ ചേരാനും തുടർന്ന് പ്രക്ഷോഭം ആരംഭിക്കാനും തീരുമാനിച്ചെങ്കിലും സംഘടനാ പ്രവർത്തന സ്വാതന്ത്ര്യം നിലനിർത്തുന്നതിനും നമ്മുടെ സംഘടനയ്ക്ക് എതിരെയുള്ള കടന്നാക്രമണങ്ങളെ ചെറുക്കുന്നതിനുമുള്ള ശ്രദ്ധ കേന്ദ്രീകരിക്കേണ്ടി വന്നതിനാൽ തീരുമാനിക്കപ്പെട്ട വനിതാ പ്രക്ഷോഭം നടന്നില്ല. വാർഷിക സമ്മേളനത്തോടനുബന്ധിച്ച് വനിതാ കൺവെൻഷൻ ചേരുവാൻ സംസ്ഥാനകമ്മിറ്റി തീരുമാനിച്ചു.

എഴ്സലാ ഫ്രാൻസിസ്-കെ ജി ഒ എ പ്രസിഡന്റ്

അതിന്റെ അടിസ്ഥാനത്തിൽ 1992 മെയ് 23, 24, 25 കോഴിക്കോട് വെച്ച് നടന്ന 26-ാം വാർഷിക സമ്മേളനത്തോടനുബന്ധിച്ച് വനിതാസമ്മേളനം നടന്നു. അഹല്യാ രങ്കനേക്കർ വനിതാസമ്മേളനം ഉദ്ഘാടനം ചെയ്തു. സുശീലാഗോപാലൻ എം പി, മീനാക്ഷി തമ്പാൻ എം എൽ എ എന്നിവർ പ്രസംഗിച്ചു.

'വനിതകൾക്കെതിരായ വിവേചനം അവസാനിപ്പിക്കുക' എന്ന പ്രമേയം സമ്മേളനത്തിൽ അവതരിപ്പിച്ചു പാസാക്കി.

ഈ സമ്മേളനത്തിലാണ് കെ ജി ഒ എ യുടെ പ്രസിഡന്റായി ഒരു

വനിത ആദ്യമായി തെരഞ്ഞെടുക്കപ്പെട്ടത്, എഴ്സലാ ഫ്രാൻസിസ്. സർവ്വീസ് സംഘടനകളിൽ തന്നെ ആദ്യമായി കെ ജി ഒ എ ആണ് ഒരു വനിതാ പ്രസിഡന്റിനെ തിരഞ്ഞെടുത്തത് എന്ന പ്രത്യേകതയും ഈ തെരഞ്ഞെടുപ്പിനുണ്ട്. സെക്രട്ടേറിയറ്റിലേക്ക് ഒരു വനിതയെയും സംസ്ഥാനകമ്മിറ്റിയിലേക്ക് 4 വനിതകളെയും ഉൾപ്പെടുത്തി സംഘടനയുടെ സംസ്ഥാനകമ്മിറ്റിയിലെ വനിതാ പ്രാതിനിധ്യം വർദ്ധിപ്പിച്ചു. പി സൗദാമിനി കൺവീനറും എസ് സുജാത, കെ സുനന്ദ എന്നിവർ ജോയിന്റ് കൺവീനറുമായിട്ടുള്ള വനിതാകമ്മിറ്റിയും തിരഞ്ഞെടുത്തു.

നേതൃനിരയിലേക്ക് ഇത്രയധികം വനിതകൾ വന്നുവെങ്കിലും തനതായ പ്രവർത്തനങ്ങൾ വനിതാകമ്മിറ്റിക്ക് ഏറ്റെടുക്കാൻ കഴിഞ്ഞില്ല. സമൂഹത്തിലെ ദുർബ്ബല വിഭാഗമായിത്തന്നെ നിലനില്ക്കുന്നവരാണ് വനിതകൾ എന്ന നിലയ്ക്ക് വനിതാ ജീവനക്കാരുടെ പ്രത്യേക അവകാശങ്ങൾ അംഗീകരിക്കപ്പെടാതെ സംഘടനാ പ്രവർത്തനങ്ങൾ പൂർണ്ണമാകുന്നില്ലായെന്നും, ഇക്കാര്യത്തിൽ വനിതാകമ്മിറ്റി നേതൃത്വപരമായ പങ്ക് നിർവ്വഹിക്കേണ്ടതാണെന്നും സംസ്ഥാനകമ്മിറ്റി വിലയിരുത്തി.

വനിതാ സബ്കമ്മിറ്റി കൺവീനറായി പി സൗദാമിനിയും ജോയിന്റ് കൺവീനർമാരായി എസ് സുജാത, കെ സുനന്ദ എന്നിവരും വീണ്ടും തിരഞ്ഞെടുക്കപ്പെട്ടു. 1993 ൽ എഴ്സലാ ഫ്രാൻസിസ് റിട്ടയർ ചെയ്തു.

1993 മെയ് 16, 17, 18 തിരുവനന്തപുരത്തെ 27-ാം വാർഷിക സമ്മേളനത്തിൽ സെക്രട്ടേറിയറ്റിലേക്ക് പി സൗദാമിനി, സംസ്ഥാനകമ്മിറ്റിയിലേക്ക് കെ രമാമണി, എസ് സുജാത എന്നിവരെ തിരഞ്ഞെടുത്തു. വനിതാകമ്മിറ്റി കൺവീനർ എസ് സുജാത, കെ കെ ഭാമിനി, കെ രമാമണി, കെ കെ ശ്യാമള (നാലുപേർ) എന്നിവരെ സംസ്ഥാന കമ്മിറ്റിയിലേക്കും തെരഞ്ഞെടുത്തു. 1994 ൽ ഒരു സംസ്ഥാന വനിതാകമ്മിറ്റി കൂടിയതല്ലാതെ യാതൊരു പരിപാടിയും വനിതാകമ്മിറ്റി ഏറ്റെടുത്തിരുന്നില്ല. 1994 ൽ പി സൗദാമിനി റിട്ടയർ ചെയ്തു.

1994 മെയ് 7, 8, 9 തീയതികളിൽ തൃശ്ശൂരിൽ വച്ച് ചേർന്ന 28-ാം സംസ്ഥാനസമ്മേളനത്തിൽ സംസ്ഥാന സെക്രട്ടേറിയറ്റിലേക്ക് കെ രമാമണിയേയും സംസ്ഥാന കമ്മിറ്റിയിലേക്ക് എസ് സുജാത, കെ കെ ശ്യാമള എന്നിവരെയും തിരഞ്ഞെടുത്തു. കെ രമാമണി തന്നെയായിരുന്നു വനിതാ കൺവീനർ.

സമ്മേളനശേഷം 1994 ജൂൺ 19 ന് എറണാകുളത്ത് വച്ച് സംസ്ഥാനതല വനിതാകമ്മിറ്റി ചേർന്ന് എല്ലാ ജില്ലകളിലും വനിതാ പ്രവർത്തക യോഗം ചേരണമെന്ന് നിശ്ചയിച്ചു. മിക്ക ജില്ലകളിലും നല്ല പങ്കാളിത്തത്തോടെയാണ് വനിതാ പ്രവർത്തക യോഗങ്ങൾ നടന്നത്.

സംസ്ഥാനവനിതാകൺവെൻഷൻ

1995 ജനുവരി 25 ന് തൃശ്ശൂരിൽ വച്ച് സംസ്ഥാനതല വനിതാ കൺവെൻഷൻ പ്രൊഫ. ഹൈമവതി തായാട്ട് ഉദ്ഘാടനം ചെയ്തു. ഡോ. ശാരദാമണി പ്രൊഫ. സാറാ ജോസഫ്, സോണി കോമത്ത്, എം

സുലേഖാബീവി എന്നിവർ സമ്മേളനത്തെ അഭിസംബോധന ചെയ്തു. ജനറൽ സെക്രട്ടറിയും സമ്മേളനത്തെ അഭിസംബോധന ചെയ്തു.

വനിതാ ജീവനക്കാരുടെ അടിയന്തരാവശ്യങ്ങൾ ഉൾക്കൊള്ളുന്ന അവകാശപ്രമേയം വനിതാകൺവീനർ കെ രമാമണി അവതരിപ്പിച്ചത് സമ്മേളനം ഏകകണ്ഠമായി പാസാക്കി.

നാലു വർഷത്തിനുശേഷം നടത്തപ്പെട്ട സംസ്ഥാനതല വനിതാ കൺവെൻഷൻ സംഘടനാപരമായി വൻ വിജയമായിരുന്നു. എന്നാൽ ഈ സമ്മേളനത്തിന്റെ തുടർച്ചയെന്നോണം സമ്മേളന തീരുമാനങ്ങൾ മുഴുവൻ വനിതാജീവനക്കാരിലും എത്തിക്കാനാവശ്യമായ തുടർ പ്രവർത്തനങ്ങൾ നടത്താൻ ആ വർഷം കഴിഞ്ഞില്ല. 1995 ൽ കെ രമാ മണി വിരമിച്ചു.

വനിതാപ്രക്ഷോഭം

വനിതാ ജീവനക്കാരുടെ പ്രശ്നങ്ങളിൽ സർക്കാർ സ്വീകരിക്കുന്ന നിഷേധാത്മക നയത്തിനെതിരായി വനിതാ സബ്കമ്മിറ്റിയുടെ ആഭിമുഖ്യത്തിൽ പ്രക്ഷോഭം നടന്നു. 1995 ജനുവരി മാസത്തിൽ സർക്കാറിന് സമർപ്പിച്ച വനിതകളുടെ അടിയന്തരാവശ്യങ്ങളടങ്ങുന്ന അവകാശപത്രികയിന്മേൽ യാതൊരു നടപടിയും ഉണ്ടായില്ല. വനിതാകമ്മീഷനെ നിയമിക്കുക, പ്രസവാവധി കാലയളവ് വർദ്ധിപ്പിക്കുക, കുടുംബജീവിതവും കുഞ്ഞുങ്ങളുടെ സംരക്ഷണവും തകരാറിലാക്കുന്ന തരത്തിലുള്ള സ്ഥലം മാറ്റങ്ങളിൽനിന്നും സംരക്ഷണം നല്കുക, വനിതാ ഹോസ്റ്റലുകൾ സ്ഥാപിക്കുക, സ്ത്രീകൾക്കെതിരായ കുറ്റകൃത്യങ്ങൾ വിചാരണ ചെയ്യാൻ പ്രത്യേക സംവിധാനം ഉണ്ടാക്കുക തുടങ്ങി 12 ആവശ്യങ്ങളാണ് സർക്കാറിന് മുമ്പാകെ ഉന്നയിച്ചിരുന്നത്. ഈ ആവശ്യങ്ങൾ അനുവദിക്കാത്തതിൽ പ്രതിഷേധിച്ച് 1996 ഫെബ്രുവരി 14 ന് സെക്രട്ടേറിയറ്റിനു മുമ്പിൽ വനിതാ ഗസറ്റഡ് ഓഫീസർമാർ ധർണ നടത്തി. ധർണ പ്രൊഫ. നബീസാ ഉമ്മാൾ എം എൽ എ ഉദ്ഘാടനം ചെയ്തു. മിക്കവാറും എല്ലാ ജില്ലകളിൽ നിന്നും ഈ ധർണയിൽ പങ്കെടുക്കാൻ വനിതാ ഉദ്യോഗസ്ഥർ എത്തിയിരുന്നു.

സെക്രട്ടേറിയറ്റ് ധർണ വിജയിപ്പിക്കുന്നതിനുവേണ്ടി ജില്ലകളിൽ വനിതാ ഓഫീസർമാരുടെ കൺവെൻഷനുകൾ ചേർന്നിരുന്നു പത്തനംതിട്ട, ഇടുക്കി, കാസർഗോഡ് ഒഴികെ ജില്ലകളിൽ കൺവെൻഷനുകൾ സംഘടിക്കപ്പെട്ടു. സംസ്ഥാനത്ത് ഒരു വനിതാകമ്മീഷനെ നിയമിച്ചെങ്കിലും സംസ്ഥാന ജീവനക്കാരുടെ മേഖലയിൽനിന്നും വനിതാ പ്രതിനിധികൾ കമ്മീഷനിൽ ഇല്ല. കെ ജി ഒ എ ഉൾപ്പെടെയുള്ള സംഘടനകൾ ആവശ്യപ്പെട്ടപോലെ കമ്മീഷന് സ്റ്റാറ്റ്യൂട്ടറി അധികാരവും നല്കിയില്ല. സ്ത്രീകൾക്ക് എതിരായ പീഡനങ്ങളും അതിക്രമങ്ങളും വർദ്ധിച്ചു വരുന്നത് തടയാനാവശ്യമായ അടിയന്തര നടപടികൾ കൈക്കൊള്ളുന്നതിന്റെ ഭാഗമായി വനിതാ കമ്മീഷന് കൂടുതൽ അധികാരങ്ങൾ നല്കേണ്ടത് ആവശ്യമാണ്. ഇതുൾപ്പെടെയുള്ള ഡിമാന്റുകൾ ഏറ്റെടുത്ത് തുടർ

പ്രചരണങ്ങൾ നടത്തി. പൊതുപ്രക്ഷോഭ പരിപാടികളുമായി ബന്ധപ്പെട്ട് വനിതകളുടെ പ്രത്യേകമായ പ്രചരണ സ്ക്വാഡുകൾ നടത്തുന്നതിനും വനിതാ സബ്കമ്മിറ്റിക്ക് കഴിഞ്ഞു.

തിരുവനന്തപുരത്ത് പബ്ലിക് ഓഫീസിനു മുന്നിൽ വനിതാ സബ്കമ്മിറ്റിയുടെ ആഭിമുഖ്യത്തിൽ പ്രതിഷേധപ്രകടനം നടത്താൻ കഴിഞ്ഞു. സ്ഥലമാറ്റങ്ങളിൽ വനിതകളോട് കാട്ടിയ വിവേചനത്തെ ചോദ്യം ചെയ്തുകൊണ്ട് ആയിരുന്നു പ്രസ്തുത പ്രക്ഷോഭം.

1997 മെയ് 24, 25, 26 തീയതികളിൽ കൊല്ലത്തു നടന്ന 31-ാം വാർഷികസമ്മേളനത്തിന്റെ അനുബന്ധ പരിപാടിയായി 1997 മെയ് 9 ന് നടന്ന വനിതാസമ്മേളനം നല്ല വിജയമായിരുന്നു. സമ്മേളനം പ്രൊഫ. മീനാക്ഷി തമ്പാൻ ഉദ്ഘാടനം ചെയ്തു. അന്ന് ജനാധിപത്യ മഹിളാ അസോസിയേഷൻ സംസ്ഥാന ജനറൽ സെക്രട്ടറിയും കണ്ണൂർ ജില്ലാ പഞ്ചായത്ത് പ്രസിഡന്റുമായിരുന്ന പി കെ ശ്രീമതി ആശംസ അർപ്പിച്ച് സംസാരിച്ചു.

തുടർന്ന് മൂന്നു വിഷയങ്ങളെ കേന്ദ്രീകരിച്ച് ചർച്ചകൾ നടന്നു. കേരള യൂണിവേഴ്സിറ്റി വനിതാ പഠനകേന്ദ്രം ഡയറക്ടർ ഡോ. എസ് ഉമാദേവി 'പുത്തൻ സാമ്പത്തികനയവും തൊഴിലെടുക്കുന്ന സ്ത്രീകളും' എന്ന വിഷയത്തിലും കേരള ശാസ്ത്ര-സാഹിത്യ പരിഷത്ത് സംസ്ഥാന പ്രസിഡന്റ് കെ രാധാകൃഷ്ണൻ 'സ്ത്രീയും മാധ്യമവും' എന്ന വിഷയത്തിലും എ സുഹൃത് കുമാർ 'വനിതാ കമ്മീഷൻ-നിയമവും പ്രവർത്തനങ്ങളും' എന്ന വിഷയത്തിലും അവതരണം നടത്തി. ഗ്രൂപ്പു ചർച്ചകൾക്കു ശേഷം ക്രോഡീകരണം നടന്നു.

എൽ ഡി എഫ് സർക്കാറിന്റെ സ്ത്രീസമീപനം

വനിതകൾക്ക് ഭരണാധികാരത്തിൽ സംവരണം ഏർപ്പെടുത്തുക എന്നത് ഉൾപ്പെടെയുള്ള അതിപ്രധാനമായ സംരംഭങ്ങൾക്ക് തുടക്കം കുറിച്ചു. വനിതകളുടെ സാമൂഹ്യമായ പദവി വർദ്ധിപ്പിക്കാനുള്ള നീക്കങ്ങൾ നടന്നുകൊണ്ടിരിക്കുന്ന കാലഘട്ടമാണ് അതെന്നുള്ള തിരിച്ചറിവിൽ കെ ജി ഒ എ അതിന്റെ വനിതാ പ്രവർത്തനം മെച്ചപ്പെടുത്തേണ്ടതുണ്ടെന്ന് തീരുമാനമെടുത്തു.

1998 ജനുവരി 25 ന് സംസ്ഥാന വനിതാകമ്മിറ്റി യോഗം ശമ്പളപരിഷ്കരണകമ്മിറ്റിയുമായി ബന്ധപ്പെട്ട് നടത്തിയ പ്രവർത്തനങ്ങൾ, ജനകീയാസൂത്രണ പ്രവർത്തനത്തിലെ പങ്ക്, ഭരണപരിഷ്കാരകമ്മിറ്റിയുമായി ബന്ധപ്പെട്ട ശില്പശാലകൾ, വിവിധ വകുപ്പുതല പ്രക്ഷോഭങ്ങൾ എന്നിവ വിജയിപ്പിക്കുന്നതിൽ വനിതാ ജീവനക്കാരുടെ പങ്കാളിത്തം വിലയിരുത്തുകയുണ്ടായി. രാജ്യത്തെ പൊതുസ്ഥിതിഗതികൾ വിലയിരുത്തുകയും കേന്ദ്രത്തിൽ അടിച്ചേല്പിക്കപ്പെട്ട തിരഞ്ഞെടുപ്പുമായി ബന്ധപ്പെട്ട കാര്യങ്ങൾ അവലോകനം ചെയ്യുകയുംചെയ്തു. സംസ്ഥാനത്ത് പ്രവർത്തിക്കുന്ന വനിതാ കമ്മീഷനുമായി ബന്ധപ്പെട്ട് നടത്തിയ പ്രവർത്തനങ്ങൾ വിലയിരുത്തി സംഘടനയുടെ ദൈനംദിന പരിപാടികളിൽ വനിതകളുടെ പങ്കാളിത്തം മെച്ചപ്പെടുത്തുന്നതിന് ചർച്ചകൾ സംഘടിപ്പിക്കുന്നതിന് തീരുമാനിച്ചു.

1999 ഫെബ്രുവരി 21 ന് എറണാകുളത്ത് നടന്ന വനിതാ കൺവെൻഷൻ ശ്രദ്ധേയമായി. വർത്തമാനകാല പരിതസ്ഥിതിയിൽ തൊഴിലെടുക്കുന്ന വനിതകൾ അഭിമുഖീകരിക്കുന്ന പ്രശ്നങ്ങളെ അധികരിച്ച് നടന്ന കൺവെൻഷൻ ഉദ്ഘാടനംചെയ്തത് തമിഴ്നാട് ജനാധിപത്യ മഹിളാ അസോസിയേഷൻ വർക്കിങ് പ്രസിഡന്റ് മൈഥിലി ശിവരാമൻ ആയിരുന്നു. രണ്ട് വിഷയങ്ങളിൽ പ്രഭാഷണം നടന്നു. 'വർഗ്ഗീയ ഫാസിസവും വനിതാ വിമോചനവും' - എന്ന വിഷയം അവതരിപ്പിച്ചത് പ്രൊഫ. കെ ഇ എൻ ആയിരുന്നു. 'ആഗോളവല്ക്കരണവും തൊഴിലെടുക്കുന്ന സ്ത്രീകളും' എന്ന വിഷയത്തിൽ ടി രാധാമണിയും പ്രഭാഷണം നടത്തി. വനിതാ ജീവനക്കാരുടെ അവകാശ പ്രഖ്യാപനരേഖയ്ക്ക് കൺവെൻഷൻ രൂപംനല്കി.

1999 മെയ് 20, 21, 22 തീയതികളിൽ കണ്ണൂരിൽ വച്ച് നടന്ന 33-ാം സമ്മേളനത്തിൽ എസ് സുജാതയെ സെക്രട്ടേറിയറ്റിലേക്കും എം സുലേഖാബീവി, കെ കെ ശ്യാമള എന്നിവരെ സംസ്ഥാനകമ്മിറ്റിയിലേക്കും തിരഞ്ഞെടുത്തു. വനിതാകമ്മിറ്റി കൺവീനർ എസ് സുജാത, ജോയിന്റ്കൺവീനർമാർ ബി വിജയലക്ഷ്മി, കെ കെ ഭാമിനി, കെ എ മഞ്ജുഭാഷിണി എന്നിവരായിരുന്നു.

വനിതാരംഗം കഴിഞ്ഞ പതിറ്റാണ്ടിൽ

19.02.2000 ന് വനിതാകമ്മിറ്റി ചേർന്ന് ആഗോളവല്ക്കരണവുമായി ബന്ധപ്പെട്ട പ്രശ്നങ്ങളടക്കം ചർച്ചചെയ്തു. സാമൂഹ്യ-സാമ്പത്തിക-സാംസ്കാരിക രംഗങ്ങളിൽ നിലനില്ക്കുന്ന പ്രശ്നങ്ങൾ ആഴത്തിൽ മനസ്സിലാക്കാൻ ശില്പശാലകളും സെമിനാറുകളും നടത്തണമെന്ന് തീരുമാനിച്ചു.

08.04.2000 ൽ തൃശ്ശൂരിൽ വനിതാ സെമിനാർ നടന്നു. ആനുകാലിക പ്രാധാന്യമുള്ള എല്ലാ വിഷയങ്ങളും ചർച്ചചെയ്തു. പല ജില്ലകളിൽ നിന്നും മെച്ചപ്പെട്ട പങ്കാളിത്തം ഉണ്ടായിട്ടില്ല. പ്രവർത്തനം മെച്ചപ്പെടുത്തണമെന്ന് വിലയിരുത്തി.

'വനിതാ സംവരണബിൽ എത്രയും വേഗം' പാസാക്കുക എന്ന പ്രമേയം സമ്മേളനത്തിൽ അവതരിപ്പിച്ചു. 2000 നവംബർ 9 ന് ജില്ലകളിൽ കുടുംബധർണ്ണ സംഘടിപ്പിച്ചു. 400 വനിതകൾ പങ്കെടുത്തു.

2001 ഏപ്രിൽ 7 ന് സംസ്ഥാന വനിതാ കൺവെൻഷൻ വൃന്ദാകാരാട്ട് ഉദ്ഘാടനം ചെയ്തു. എം സി ജോസഫൈൻ, ടി എൻ സീമ എന്നിവർ വിഷയങ്ങൾ അവതരിപ്പിച്ചു. ജനറൽ സെക്രട്ടറി റിപ്പോർട്ട് അവതരിപ്പിച്ചു. ചർച്ചയ്ക്ക് ശേഷം മറുപടി പറഞ്ഞു.

2001 ജനുവരി അവസാനം മധുരയിൽ വച്ച് നടന്ന AISGEF വനിതാ സമ്മേളനത്തിൽ എസ് സുജാത, കെ ടി ശ്രീലതകുമാരി എന്നിവർ പങ്കെടുത്തു.

2001 ജൂൺ 9, 10, 11 തീയതികളിൽ എറണാകുളത്ത് വച്ച് നടന്ന 35-ാം സംസ്ഥാനസമ്മേളനത്തിൽ തൊഴിലിടങ്ങളിലെ വനിതാ പരിരക്ഷ സംബന്ധിച്ച് സംഘടന തയ്യാറാക്കിയ രേഖ അംഗീകരിച്ചു.

2002 ലെ പണിമുടക്കിനുശേഷം മേയിൽ ആലപ്പുഴയിൽ ചേർന്ന 36-ാം സംസ്ഥാനസമ്മേളനത്തിനുശേഷം 2002 സെപ്തംബർ 27 ന് സെക്രട്ടേറിയറ്റിനു മുമ്പിലും ജില്ലാ കേന്ദ്രങ്ങളിലും വനിതാ ഗസറ്റഡ് ഓഫീസർമാരുടെ കൂട്ടധർണ്ണ നടന്നു. കോട്ടയം, ഇടുക്കി, വയനാട്, കാസർഗോഡ് ധർണ്ണ നടന്നില്ല. 'സ്ത്രീകൾക്കെതിരായുള്ള കടന്നാക്രമണങ്ങൾ ചെറുക്കുക, ആഗോളവൽക്കരണനയങ്ങൾക്കെതിരെ അണിനിരക്കുക' എന്നതായിരുന്നു മുദ്രാവാക്യം.

2002 നവംബർ 29 ന് ഗ്രാമവികസനവകുപ്പിലെ വനിതാ ജീവനക്കാർക്ക് സർവ്വീസിന്റെ അവസാനകാലത്ത് ലഭിക്കുന്ന, ജില്ലാ വനിതാക്ഷേമ ഓഫീസർ തസ്തികയിലേക്ക് ഒരു വർഷത്തിലധികമായി പ്രൊമോഷൻ നിലച്ചതിൽ പ്രതിഷേധിച്ച് വനിതാ ഓഫീസർമാർ കെ ജി ഒ എയുടെ നേതൃത്വത്തിൽ ഗ്രാമവികസനകമീഷണറേറ്റിനു മുന്നിൽ പ്രതിഷേധ പ്രകടനം നടത്തി.

2003 ജനുവരി 26 ന് തിരുവനന്തപുരത്ത് സംസ്ഥാനവനിതാ കൺവെൻഷൻ സംഘടിപ്പിക്കാൻ 2002 നവംബർ 17 ന് സംസ്ഥാന വനിത കമ്മിറ്റി തീരുമാനിച്ചു. അതിനനുസരിച്ച് നടന്ന കൺവെൻഷനിൽ 220 വനിതാ ഗസറ്റഡ് ഓഫീസർമാർ പങ്കെടുത്തു.

കൺവെൻഷൻ ഡോ. കെ ഹേമലത (അഖിലേന്ത്യാ വർക്കിങ് വിമൻ കോർഡിനേഷൻ കമ്മിറ്റി-ജനറൽ സെക്രട്ടറി) ഉദ്ഘാടനം ചെയ്തു. പി കെ സൈനബ സംസാരിച്ചു. 12 കർമ്മ പരിപാടികൾ കൺവെൻഷൻ മുന്നോട്ടു വച്ചു. 12 ഡിമാന്റുകൾ മുന്നോട്ടുവെച്ചുകൊണ്ട്, സ്ത്രീകൾ സാമൂഹ്യമാറ്റത്തിന്റെ പതാക വാഹകരാകണം എന്നാണ് കൺവെൻഷൻ ഉയർത്തിയ സന്ദേശം.

2003 മേയിൽ കാസർഗോഡ് നടന്ന 37-ാം സംസ്ഥാനസമ്മേളനത്തിൽ 'പ്രക്ഷോഭസമരങ്ങളിലെ സ്ത്രീശക്തി' എന്ന വിഷയത്തിൽ വനിതാ സെമിനാർ നടന്നു. അഖിലേന്ത്യ ജനാധിപത്യ മഹിളാഅസോസിയേഷൻ സംസ്ഥാന പ്രസിഡന്റ് എം സി ജോസഫൈൻ ഉദ്ഘാടനം ചെയ്തു.

എറണാകുളം	'തൊഴിലെടുക്കുന്ന സ്ത്രീകളും ആരോഗ്യ പ്രശ്നങ്ങളും'	ജസ്റ്റിസ് ശ്രീദേവി ഡോ.രാജകുമാരി സി പി ഉഷ
തൃശ്ശൂർ	'പുതിയ വിദ്യാഭ്യാസനയം ഉയർത്തുന്ന വെല്ലുവിളികൾ'	ടി കെ നാരായണദാസ് ഡോ. ആർ സുഷമ
കോഴിക്കോട്	'തൊഴിലെടുക്കുന്ന സ്ത്രീകളുടെ ആരോഗ്യ പ്രശ്നങ്ങൾ'	ഡോ. കെ പി അരവിന്ദൻ ഡോ. സജല
കണ്ണൂർ	'അമിത ജോലിഭാരവും ആരോഗ്യ പ്രശ്നങ്ങളും'	ഡോ. എം വി ഗീത ഡോ. മുബാറക് സാനി

ബോംബെയിൽ നടന്ന വർക്കിങ് വിമെൻസ് കോർഡിനേഷൻ കമ്മിറ്റി (Working Women's Co-ordination Committee) അഖിലേന്ത്യാ വനിതാ സമ്മേളനത്തിൽ ഡോ. ആർ സുഷമ പങ്കെടുത്തു. 2005 ഒക്ടോബർ 25 ന് തിരുവനന്തപുരത്ത് ചേർന്ന എഫ് എസ് ഇ ടി ഒ (FSETO) സംസ്ഥാന വനിതാ കൺവെൻഷനിൽ കെ ജി ഒ എ യുടെ 75 വനിതകൾ പങ്കെടുത്തു. 2005 നവംബർ 14 മുതൽ 18 വരെ ജില്ലാ കൺവെൻഷനുകൾ ചേർന്നു.

2007 മേയിൽ കോട്ടയത്ത് നടന്ന 41-ാം സംസ്ഥാനസമ്മേളനത്തിനു മുന്നോടിയായി 2007 ഏപ്രിൽ 10 ന് കോട്ടയത്തു വച്ച് നടന്ന വനിതാ കൺവെൻഷൻ മന്ത്രി പി കെ ശ്രീമതി ഉദ്ഘാടനം ചെയ്തു. ഡോ. ഹേമലത മുഖ്യപ്രഭാഷണം നടത്തി. വനിതാകമ്മിറ്റിയുടെ അവകാശരേഖയും അവതരിപ്പിച്ചു.

സംസ്ഥാനത്തെ വനിതാ ഗസറ്റഡ് ഓഫീസർമാരുടെ സ്ത്രീ പദവി പഠനം നടത്തുന്നതിന് എറണാകുളം ജില്ല വനിതാ സബ്കമ്മിറ്റിക്ക് കഴിഞ്ഞു. ഇതേ മാതൃകയിൽ എല്ലാ ജില്ലകളിലും സർവ്വേ നടത്തേണ്ടതുണ്ടെന്നും തീരുമാനിച്ചു.

2008 മാർച്ച് 17 ന് എറണാകുളത്ത് സംഘടിപ്പിക്കപ്പെട്ട തൊഴിലെടുക്കുന്ന സ്ത്രീകൾ നേരിടുന്ന സാമൂഹ്യ-സംഘടനാ പ്രശ്നങ്ങൾ, ആഗോളവല്ക്കരണ കാലഘട്ടത്തിൽ ഏറ്റെടുക്കേണ്ട വെല്ലുവിളികൾ എന്നിവയെക്കുറിച്ച് വിശദമായ രേഖ അവതരിപ്പിക്കുകയും 20 ഇന ആവശ്യങ്ങൾ ഉയർത്തുകയും ഉണ്ടായി. എൽ ഡി എഫ് കൺവീനർ വൈക്കം വിശ്വൻ ഉദ്ഘാടനം ചെയ്തു. കെ പി മേരി പങ്കെടുത്തു. ഡോ. ആനന്ദി മുഖ്യപ്രഭാഷണം നടത്തി. ഏരിയാതലം വരെ വനിതാ സബ്കമ്മിറ്റികൾ രൂപീകരിക്കപ്പെട്ടു. 2008 നവംബർ 15 ന് എല്ലാ ജില്ലാ കേന്ദ്രങ്ങളിലും വനിതാ ധർണ്ണ നടന്നു.

2009 ജൂൺ 25 മുതൽ 27 വരെ കൊല്ലത്ത് 43-ാം സംസ്ഥാനസമ്മേളനത്തിൽ വനിതാ കൺവീനറായി കെ ടി ശ്രീലതാകുമാരിയെ തെരഞ്ഞെടുത്തു. സമ്മേളനത്തിനു മുന്നോടിയായി കരുനാഗപ്പള്ളിയിൽ 2009 ജൂൺ 9 ന് വനിതാ കൺവെൻഷൻ നടന്നു. ആരോഗ്യ വകുപ്പ് മന്ത്രി പി കെ ശ്രീമതി ടീച്ചർ കൺവെൻഷൻ ഉദ്ഘാടനം ചെയ്തു. 332 വനിതാ ഓഫീസർമാർ പങ്കെടുത്തു.

സംസ്ഥാന സർക്കാർ പദ്ധതി വിഹിതത്തിന്റെ 10% വനിതകൾക്കു മാത്രമായി പ്രത്യേക പദ്ധതിക്ക് നീക്കിവെച്ചുകൊണ്ടും ജെന്റർ ബോർഡും ജെന്റർ ആഡിറ്റിങ്ങും നടപ്പിലാക്കി ഇടതുപക്ഷ സർക്കാർ. ഗാർഹിക പീഡനനിയന്ത്രണനിയമം ഫലപ്രദമായി നടപ്പിലാക്കുന്ന കേരളത്തിൽ വനിതാമേഖലയിലെ സംഘടനാ പ്രവർത്തനം കൂടുതൽ കരുത്തോടെ ഏറ്റെടുക്കണമെന്ന ആശയം കൺവെൻഷൻ മുന്നോട്ടുവച്ചു.

വനിതാജാഥ

കേന്ദ്രസർക്കാറിന്റെ ജനവിരുദ്ധനയങ്ങൾക്കെതിരെ വിവിധ മുദ്രാവാക്യങ്ങൾ ഉന്നയിച്ച് എഫ് എസ് ഇ ടി ഒ യുടെ ജില്ലാതല വനിതാ

വാഹനജാഥ 2009 മാർച്ച് 5, 7 സംഘടിപ്പിച്ചു. കെ ജി ഒ എ വനിതാ നേതാക്കൾ ഉൾപ്പെടെ ജാഥയിൽ പങ്കെടുത്തു. 2010 മെയ് 9, 10 തീയതികളിൽ പാലക്കാട് നടന്ന 44-ാം സംസ്ഥാനസമ്മേളനത്തിന്റെ അനുബന്ധ സമ്മേളനമായി 2010 ഏപ്രിൽ 17 ന് ഒറ്റപ്പാലത്തു നടന്ന വനിതാസമ്മേളനം വിവിധ മേഖലകളിലെ പഠന റിപ്പോർട്ടുകളുടെ അവതരണവും ചർച്ചയുംകൊണ്ട് ഏറെ ശ്രദ്ധേയമായി.

കുടുംബശ്രീ, തൊഴിലുറപ്പു പദ്ധതി, വനിതാ ഘടകപദ്ധതി, സ്ത്രീസൗഹൃദ ഓഫീസുകൾ എന്നീ വിഷയങ്ങളെക്കുറിച്ച് തയ്യാറാക്കിയ പഠന റിപ്പോർട്ട് ക്രോഡീകരിച്ചു. തുടർ പ്രവർത്തനമെന്ന നിലയിൽ സ്ത്രീ പദവി ഉയർത്തുന്നതിനായി പദ്ധതിപ്രവർത്തനത്തിൽ വിവിധ ഏജൻസികളെ ഫലപ്രദമായി കോർത്തിണക്കേണ്ടതുണ്ടെന്നും കൺവെൻഷൻ വിലയിരുത്തി. തദ്ദേശസ്വയംഭരണ സ്ഥാപനങ്ങളിലേക്കുള്ള 50% വനിതാ സംവരണവും സംസ്ഥാന ബജറ്റിലെ സ്ത്രീ സൗഹൃദ സമീപനവും വനിതാനയവും നല്കുന്ന പുതിയ സാദ്ധ്യതകളുടെ പശ്ചാത്തലത്തിലാണ് സംസ്ഥാനവനിതാ കൺവെൻഷൻ സംഘടിപ്പിച്ചത്.

കൺവെൻഷൻ പ്രൊഫ. സി രവീന്ദ്രനാഥ് എം എൽ എ ഉദ്ഘാടനം ചെയ്തു. നാലു വിഷയങ്ങളിൽ നടന്ന സമാന്തര സെക്ഷനുകളിൽ പാലക്കാട് ജില്ലയിലെ തദ്ദേശസ്വയംഭരണ സ്ഥാപനങ്ങളിലെ നിരവധി വനിതാ അധ്യക്ഷമാരും ജനപ്രതിനിധികളും പങ്കെടുത്തു. ഉദ്ഘാടനസമ്മേളനത്തിലും സമാന്തര സെഷനുകളിലും ഗിരിജാ സുരേന്ദ്രൻ എക്സ് എം എൽ എ, ടി കെ ഹംസ എം എൽ എ, പ്രൊഫ. സി പി ചിത്ര, കെ പി മേരി, പി കേശവൻ നായർ തുടങ്ങിയവർ പങ്കെടുത്തു.

തുടർ പ്രവർത്തനങ്ങൾക്ക് കൺവെൻഷൻ രൂപംനല്കി. 300 ലധികം വനിതാ ഗസറ്റഡ് ഓഫീസർമാരും 60 ൽ അധികം മറ്റ് വനിതകളും ഇതിൽ പങ്കെടുത്തു. (പത്തനംതിട്ട ജില്ലയിൽനിന്നും ആരും പങ്കെടുത്തില്ല).

2009-10 പ്രവർത്തന വർഷം വനിതാകമ്മിറ്റി 4 പ്രാവശ്യം ചേർന്നു. വനിതാരംഗത്തെ പ്രവർത്തനങ്ങളിൽ സംഘടനാപരമായി കുറേക്കൂടി മുന്നേറുന്നതിനായി ഒട്ടേറെ പ്രവർത്തനങ്ങൾ പ്രസ്തുത വർഷം നടത്തി. വികസന ക്ഷേമപ്രവർത്തനങ്ങളിൽ സ്വയം ഇടപെട്ടുകൊണ്ട് ജനസാമാന്യത്തിന് പ്രയോജനകരമായ വിധത്തിൽ പരസ്പര പിന്തുണയോടെയുള്ള സ്ത്രീ ശാക്തീകരണ പ്രവർത്തനങ്ങൾ സംഘടന വിഭാവനം ചെയ്യുകയുണ്ടായി.

സ്ത്രീപദവി പഠനവും പ്രവർത്തനവും

വനിതാരംഗത്തെ തുടർ പ്രവർത്തനം ശക്തിപ്പെടുത്തുന്നതിനായി 2009 ജൂലൈ 26 ന് കൊല്ലത്ത് സംസ്ഥാനവനിതാ സബ്കമ്മിറ്റി അംഗങ്ങൾ, സംസ്ഥാന സെക്രട്ടേറിയറ്റ് അംഗങ്ങൾ, ജില്ലാ സെക്രട്ടറിമാർ എന്നിവരെ പങ്കെടുപ്പിച്ച് ശില്പശാല സംഘടിപ്പിച്ചു.

ഗ്രാമീണ തൊഴിലുറപ്പു പദ്ധതി
കുടുംബശ്രീ
വനിതാ ഘടകപദ്ധതി
സ്ത്രീ സൗഹൃദ ഓഫീസ്
വനിതാനയ നിർവ്വഹണം

എന്നീ 5 മേഖലകൾ കേന്ദ്രീകരിച്ച് സ്ത്രീ പദവി ചർച്ചയ്ക്കു വിധേയമാക്കാൻ ശില്പശാലയിൽ തീരുമാനമായി. സ്ത്രീപദവി പഠനത്തിനാവശ്യമായ സങ്കേതങ്ങൾ രൂപപ്പെടുത്തുന്നതിനായി സംസ്ഥാനതല പരിശീലനം 2009 സെപ്തംബർ 13 ന് തിരുവനന്തപുരത്ത് സംഘടിപ്പിച്ചു. ജനാധിപത്യ മഹിളാ അസോസിയേഷൻ സംസ്ഥാന പ്രസിഡന്റ് ടി എൻ സീമ മുഖ്യപ്രഭാഷണം നടത്തി. ജില്ലകളിൽനിന്നുമുള്ള തിരഞ്ഞെടുക്കപ്പെട്ട വനിതാ പ്രവർത്തകരാണ് ഇതിൽ പങ്കെടുത്തത്. വിവിധ വിഷയങ്ങളിന്മേൽ സ്ത്രീപദവി പഠനം നടത്തുന്നതിന് താഴെ പറയും പ്രകാരം ജില്ലകളെ ചുമതലപ്പെടുത്തുകയും ചെയ്തു.

തിരുവനന്തപുരം	-	കുടുംബശ്രീ, വനിതാഘടക പദ്ധതി
കൊല്ലം	-	വനിതാ ഘടകപദ്ധതി
പത്തനംതിട്ട	-	സ്ത്രീ സൗഹൃദ ഓഫീസ്
ആലപ്പുഴ	-	കുടുംബശ്രീ, ഗ്രാമീണ തൊഴിലുറപ്പ് പദ്ധതി
കോട്ടയം	-	സ്ത്രീ സൗഹൃദ ഓഫീസ്, വനിതാഘടക പദ്ധതി
ഇടുക്കി	-	വനിതാ ഘടകപദ്ധതി
എറണാകുളം	-	കുടുംബശ്രീ, സ്ത്രീ സൗഹൃദ ഓഫീസ്
തൃശ്ശൂർ	-	വനിതാ ഘടകപദ്ധതി
പാലക്കാട്	-	തൊഴിലുറപ്പ് പദ്ധതി, സ്ത്രീ സൗഹൃദ ഓഫീസ്
മലപ്പുറം	-	കുടുംബശ്രീ
കോഴിക്കോട്	-	വനിതാ ഘടകപദ്ധതി
വയനാട്	-	തൊഴിലുറപ്പ് പദ്ധതി
കണ്ണൂർ	-	സ്ത്രീസൗഹൃദ ഓഫീസ്
കാസർഗോഡ്	-	കുടുംബശ്രീ

എല്ലാ ജില്ലകളിലും ബന്ധപ്പെട്ട വിഷയങ്ങളിൽ വനിതാ സബ്കമ്മിറ്റിയുടെ നേതൃത്വത്തിൽ പഠനം നടത്തി റിപ്പോർട്ട് തയ്യാറാക്കി. ഈ റിപ്പോർട്ടുകൾ ജില്ലാ സമ്മേളനങ്ങൾക്ക് മുന്നോടിയായി പൊതുപ്രവർത്തകരെയും പങ്കെടുപ്പിച്ച് അര ദിവസത്തെ സമ്മേളനം നടത്തി ചർച്ചയ്ക്ക് വിധേയമാക്കി. വിവിധ ജില്ലകളിൽ തയ്യാറാക്കിയ പഠന റിപ്പോർട്ടുകളെ വിഷയാടിസ്ഥാനത്തിൽ ക്രോഡീകരിക്കുകയും ചെയ്തു.

കേരളത്തിൽ ഭരണമാറ്റത്തെത്തുടർന്ന് എൽ ഡി എഫ് അധികാരത്തിലേറിയ ഉടനാണ് 45-ാം സമ്മേളനം തിരുവനന്തപുരത്ത് നടന്നത്. സമ്മേളനത്തോടനുബന്ധിച്ച് നടന്ന വൻപ്രകടനത്തിൽ വർദ്ധിതവീര്യത്തോടെ ഉണ്ടായ സ്ത്രീപങ്കാളിത്തം ശ്രദ്ധേയമായിരുന്നു. 'സമൂഹത്തിലെ സ്ത്രീപദവി ഉയർത്തുക-തുല്യനീതി ഉറപ്പാക്കുക, സർക്കാർ

ഓഫീസുകൾ സ്ത്രീസൗഹൃദപരമാക്കുക, വനിതാ ജീവനക്കാരുടെ സവിശേഷ ആവശ്യങ്ങൾ അംഗീകരിക്കുക' എന്ന വളരെ പ്രധാനപ്പെട്ട ഡിമാന്റുകൾ ഉൾക്കൊള്ളുന്ന ഈ പ്രമേയം 2011 ജൂൺ 17, 18, 19 തീയതികളിൽ തിരുവനന്തപുരത്ത് വച്ചുനടന്ന 45-ാം സംസ്ഥാനസമ്മേളനത്തിൽ പാസാക്കിയതാണ്. സ്ത്രീപദവി മെച്ചപ്പെടുത്തുക, സംഘടനാപരമായ ശാക്തീകരണപ്രവർത്തനങ്ങൾ മുന്നോട്ടു കൊണ്ടുപോകുക എന്ന ലക്ഷ്യം മുൻനിർത്തിയുള്ള പ്രവർത്തനങ്ങൾ വനിതാകമ്മിറ്റി ഏറ്റെടുത്തു. ജാഥാ കൺവെൻഷനുകൾ ചേർന്നുകൊണ്ട് ഒറ്റപ്പാലം കൺവെൻഷനു ശേഷം അതിന്റെ തുടർച്ചയായി സംഘടനയുടെ മുഖ്യധാരാ പ്രവർത്തനത്തിലേക്ക് വനിതാ സഖാക്കളെ സജ്ജരാക്കുന്നതിന്റെ ഭാഗമായി 'സ്ത്രീശാക്തീകരണത്തിൽ കേരളത്തിന്റെ അനുഭവം' എന്ന വിഷയത്തിലൂന്നി എല്ലാ ജില്ലകളിലും അരദിവസത്തെ സെമിനാർ സെപ്തംബറിൽ നടത്തിയിരുന്നു. ഈ വിഷയം പ്രതിപാദിക്കുന്ന അവകാശരേഖയുടെ അവതരണവും അതിന്മേൽ ചർച്ചകളും നടന്നു. വലിയ വനിതാപങ്കാളിത്തം ഉണ്ടായിരുന്ന പരിപാടിയായിരുന്നു. ഇത് ജില്ലകളിലെ വനിതാ സബ്കമ്മിറ്റികളുടെ പ്രവർത്തനം മെച്ചപ്പെടുത്താൻ ഏറെ സഹായകരമായി.

പൊതു ഇടങ്ങളിലെ സ്ത്രീസുരക്ഷ

പൊതു ഇടങ്ങളിലെ സ്ത്രീസുരക്ഷ കടുത്ത വെല്ലുവിളിയായിരുന്ന സ്ഥിതിയാണ് യു ഡി എഫ് ഭരണത്തിലാകെ നമുക്ക് കാണാൻ കഴിഞ്ഞത്. കെ ജി ഒ എ പ്രവർത്തകയും സാഹിത്യ-സാമൂഹ്യ പ്രവർ

കെ ജി ഒ എ കണ്ണൂർ ജില്ലാ കമ്മിറ്റി ഓഫീസിന്റെയും ഹാളിന്റെയും ഉദ്ഘാടനവേദി

ത്തകയുമായ ശ്രീമതി ജയഗീതയ്ക്ക് ട്രെയിൻ യാത്രയ്ക്കിടയിലുണ്ടായ ദുരനുഭവം വലിയ പ്രതിഷേധത്തിനുംമേൽ വിഷയത്തിൽ വലിയ ചർച്ചയ്ക്കും കാരണമായി. ഈ പശ്ചാത്തലത്തിൽ എഫ് എസ് ഇ ടി ഒ യുടെ നേതൃത്വത്തിലും കെ ജി ഒ എ യുടെ തനതായും വലിയ പ്രക്ഷോഭം ഉയർത്തിക്കൊണ്ടുവന്നു. റയിൽവേ ഡിവിഷണൽ മാനേജരുടെ ഓഫീസിനു മുമ്പിലും സെക്രട്ടേറിയറ്റിനു മുമ്പിലും ജയഗീതയെ അപമാനിച്ച റയിൽവേ ഉദ്യോഗസ്ഥരെ മാതൃകാപരമായി ശിക്ഷിക്കണമെന്നും റയിൽവേ യാത്രയിലും പൊതു ഇടങ്ങളിലും വനിതകൾക്ക് സംരക്ഷണം നല്കണമെന്നും ആവശ്യപ്പെട്ട് പ്രകടനവും ധർണ്ണകളും സംഘടിപ്പിച്ചു. 2012 ൽ തിരൂരിൽ നടന്ന സംസ്ഥാനസമ്മേളനത്തിന് അനുബന്ധമായി 'സ്ത്രീ-സുരക്ഷ തൊഴിലിടങ്ങളിലും പൊതുസ്ഥലങ്ങളിലും' എന്ന വിഷയത്തിൽ നടന്ന വനിതാ കൺവെൻഷൻ പി കെ ശ്രീമതി ഉദ്ഘാടനം ചെയ്തു. കെ അജിത, ടി കെ ആനന്ദി, ബദറുനിസ എന്നിവർ സംസാരിച്ചു. 2013 ലെ തൊടുപുഴ സമ്മേളനത്തിനു മുന്നോടിയായും അനുബന്ധ സമ്മേളനത്തിലും ടി വിഷയം തന്നെയായിരുന്നു മുഖ്യമായി ചർച്ച ചെയ്തത്. തൊടുപുഴയിൽ നടന്ന അനുബന്ധസമ്മേളനം ഡോ. ടി എൻ സീമ ഉദ്ഘാടനം ചെയ്തു. 'പൊതു ഇടങ്ങളിലും തൊഴിലിടങ്ങളിലും സ്ത്രീസുരക്ഷ ഉറപ്പു വരുത്തുക, അതിക്രമങ്ങൾ നിയന്ത്രിക്കാൻ നടപടി സ്വീകരിക്കുക' എന്ന പ്രമേയം അവതരിപ്പിച്ച് പാസാക്കുകയും തുടർപ്രക്ഷോഭങ്ങൾ തീരുമാനിക്കുകയും ചെയ്തു.

വനിതാശില്പശാലയും കൺവെൻഷനും

2014 ലെ 48-ാം സമ്മേളനത്തിനു മുന്നോടിയായി തൃശ്ശൂരിൽ നടന്ന വനിതാ ശില്പശാലയിൽ കൺവെൻഷനും ഉള്ളടക്കവും പങ്കാളിത്തവും കൊണ്ട് ഏറ്റവും ഉയർന്ന നിലവാരം പുലർത്തിയതായിരുന്നു. നാല് വിഷയങ്ങൾ കേന്ദ്രീകരിച്ചു നടന്ന ശില്പശാലയും കൺവെൻഷനും എ ഐ ഡി ഡബ്ല്യു എ ദേശീയ വൈസ് പ്രസിഡന്റ് സുധസുന്ദർരാമൻ ഉദ്ഘാടനം ചെയ്തു. ഡോ. ടി കെ ആനന്ദി, പ്രൊഫ. ടി ആർ ചന്ദ്രദത്ത്, എ ജി രാധാമണി എന്നിവർ സംസാരിച്ചു. ശില്പശാലയിൽ നാലു വിഷയങ്ങൾ അവതരിപ്പിച്ചു.

1. സ്ത്രീസുരക്ഷ(അവതരണം: ഡോ. കെ ടി ശ്രീലതകുമാരി)
2. സ്ത്രീപദവി (കെ ജയ)
3. സ്ത്രീകളുടെ തൊഴിൽ പങ്കാളിത്തം (എസ് സരസ്വതി)
4. സ്ത്രീ ശാക്തീകരണം (മറിയം ജോൺ)

നാലു ഗ്രൂപ്പുകളായി ചേർന്ന് ഈ വിഷയങ്ങൾ ചർച്ച ചെയ്യുകയും ക്രോഡീകരിച്ച് ശില്പശാലയിൽ അവതരിപ്പിക്കുകയും ചെയ്തു. വനിതാ സംഘടനാ പ്രവർത്തനത്തിന് വലിയ മുതൽക്കൂട്ടായിരുന്നു പ്രസ്തുത പരിപാടി.

വനിതാ ജീവനക്കാരുടെ പൊതുപ്രശ്നങ്ങളിലെ ഇടപെടൽ

സമൂഹത്തിൽ ദൈനംദിനം ഉണ്ടാകുന്ന പൊതുവിഷയങ്ങളിൽ സമൂഹത്തോടൊപ്പം ഇടപെടാനും വനിത ജീവനക്കാരെ അണിനിരത്തി പ്രക്ഷോഭവും കാമ്പയിൻ നടത്താനും നമുക്ക് കഴിയാറുണ്ട്. അതോടൊപ്പം അംഗങ്ങളിൽ പകുതിയോളം വരുന്ന വനിതാ ജീവനക്കാർ അനുഭവിക്കുന്ന ഔദ്യോഗിക, ഗാർഹിക, ശാരീരിക, മാനസികമായ പ്രശ്നങ്ങളിലടക്കം ആവശ്യമായ പരിശോധനയും പരിഹാര നിർദ്ദേശങ്ങളും നല്കാനുതകുന്ന വിവിധ പരിപാടികൾ കെ ജി ഒ എ സംഘടിപ്പിച്ചിട്ടുണ്ട്. മാനസിക സമ്മർദ്ദലഘൂകരണം, തൊഴിൽ ക്ഷമതാവർദ്ധന, അന്ധവിശ്വാസവും അനാചാരവും കേരളീയ സമൂഹത്തിൽ, നവമാധ്യമ സാദ്ധ്യതകളും പ്രചാരണവും തുടങ്ങിയ വിഷയങ്ങൾ കേന്ദ്രീകരിച്ച് വിവിധ പരിപാടികൾ ജില്ലാ കമ്മിറ്റികൾ ഏറ്റെടുത്ത് നടത്തി വരുന്നു.

സാംസ്കാരികരംഗത്തെ ഇടപെടലുകൾ

അധിനിവേശത്തിന്റെ അരങ്ങുകളിൽ ഒന്നാണ് സാംസ്കാരികരംഗം എന്ന് കെ ജി ഒ എ തിരിച്ചറിയുന്നു. അതുകൊണ്ടുതന്നെ കലാസാഹിത്യ-സാംസ്കാരികമേഖലകളിലെ സൂക്ഷ്മചലനങ്ങൾപോലും ശ്രദ്ധിക്കാൻ കെ ജി ഒ എ സന്നദ്ധമായിട്ടുണ്ട്. വിദ്യാഭ്യാസ തൊഴിൽ മേഖലയിൽ ഔന്നത്യം വഹിക്കുന്നവർ എന്ന പരിഗണനയാണ് ഗസറ്റഡ് ഉദ്യോഗസ്ഥർക്കുള്ളത്. അച്ചടി-ദൃശ്യമാധ്യമങ്ങൾ ഇതര സാഹിത്യ-കലാരൂപങ്ങൾ എന്നിവയെ ഗൗരവമായി സമീപിക്കുന്നവരാണ് ജീവനക്കാരിലധികവും. കെ ജി ഒ എ ന്യൂസ് എന്ന മുഖപത്രം തന്നെയാണ് ഈ രംഗത്തെ പ്രഥമ ഇടപെടൽ ഉപാധി. വ്യക്തിഗതമായി കല-സാംസ്കാരിക പ്രവർത്തനങ്ങളിൽ ഇടപെടുന്നവർ ഒട്ടേറെയുണ്ട് ജീവനക്കാർക്കിടയിൽ. കവിത, കഥ, നോവൽ, നിരൂപണം, ശാസ്ത്രസാഹിത്യം, തുടങ്ങിയവയിലും നാടകം, ചലച്ചിത്രം, നവമാധ്യങ്ങൾ മുതലായവയിലും സഗൗരവം ഇടപെടുന്നവർ നമുക്കിടയിലുണ്ട്. ഡോ. ബിജുവിനെപ്പോലെ ചലച്ചിത്രനേട്ടങ്ങൾ കൈവരിച്ച പ്രതിഭകളും നമ്മുടെ അംഗങ്ങളായിട്ടുണ്ട്. സാഹിത്യ പ്രവർത്തനത്തിന്റെ പേരിൽ സർക്കാർ നടപടി നേരിട്ട മണമ്പൂർ രാജൻബാബുവിനെ പോലുള്ളവരുണ്ട്. ആവിഷ്കാരസ്വാതന്ത്ര്യം ഹനിക്കുന്നതിനെതിരെ നേരിട്ടും അല്ലാതെയും പ്രതികരിച്ചുകൊണ്ടാണ് ഉദ്യോഗസ്ഥർ അവരുടെ കലാധർമ്മം നിർവ്വഹിച്ചത്. മീരാ സാഹിബിനെ പോലെയുള്ള കോളമിസ്റ്റുകൾ, എസ് രമേശനെപ്പോലെയുള്ള എഡിറ്റർമാർ, ഡോക്ടർ മുഹമ്മദ് അലിയെപ്പോലെയുള്ള സാഹിത്യകാരന്മാർ തുടങ്ങിയവരെല്ലാം ഈ രംഗത്തെ സംഘടനയുടെ സംഭാവനയാണ്.

കഴിഞ്ഞ നൂറ്റാണ്ടിന്റെ അവസാനദശകത്തിൽ തിരുവനന്തപുരത്ത് 'ഗസൽ' എന്ന സാംസ്കാരിക സംഘം രൂപീകരിച്ചതോടെ കൂട്ടായ പ്രവർത്തനങ്ങൾക്കും അവസരമൊരുങ്ങി. തുടർന്ന് കണ്ണൂർ, പാലക്കാട്, എറണാകുളം, കൊല്ലം തുടങ്ങിയിടങ്ങളിൽ സാംസ്കാരിക വേദികൾ പ്രവർത്തനമാരംഭിച്ചു. ഇന്ന് ഏതാണ്ട് എല്ലാ ജില്ലകളിലും സംഘടന

യുടെ സാംസ്കാരിക സംഘങ്ങൾ പ്രവർത്തിക്കുന്നു. മുൻകാല പ്രവർത്തകരെയും അണിചേർക്കാനുള്ള നീട്ടിപ്പിടിച്ച കൈകളാണ് സംഘടനയുടെ സാംസ്കാരികവേദികൾ. സംഘടനാ സമ്മേളനങ്ങളിൽ ഉയർന്നുകേട്ട അഭിവാദ്യഗാനങ്ങൾ, സ്വാഗതഗാനങ്ങൾ, സംഘടിപ്പിക്കപ്പെട്ട ചരിത്ര-സാംസ്കാരിക പ്രദർശനങ്ങൾ മുതലായവയെല്ലാം സാംസ്കാരിക ഇടപെടലുകളുടെ സംഭാവനയായിരുന്നു.

ലൈബ്രറികൾ, വായനാശാലകൾ, ചലച്ചിത്രവേദികൾ, സംവാദവേദികൾ തുടങ്ങി ഒട്ടേറെ സംരംഭങ്ങൾ ഈ തരത്തിൽ ഏറ്റെടുക്കുന്നുണ്ട്. സംസ്ഥാന-ജില്ലാതലത്തിൽ പരിശീലനം നല്കികൊണ്ട് നവമാധ്യമ സംഘങ്ങൾ രൂപീകരിക്കാനും സംഘടന പരിശ്രമിച്ചു. വി കമലാസനൻ, സി ചന്ദ്രൻ തുടങ്ങിയ നവമാധ്യമ സുഹൃത്തുക്കളെ ചട്ടവിരുദ്ധമായി, നിയമവിരുദ്ധമായി സസ്പെന്റ് ചെയ്ത സ്ഥിതിപോലും ഉണ്ടായി. ആവിഷ്കാര സ്വാതന്ത്ര്യത്തിനെതിരെ കറുത്ത ഉത്തരവ് പുറപ്പെടുവിക്കാനും യു ഡി എഫ് സർക്കാർ തയ്യാറായി. വായ്മൂടി കെട്ടി പ്രകടനം നടത്തിക്കൊണ്ടാണ് നാം അതിനെതിരെ പ്രതികരിച്ചത്. മത-വർഗ്ഗീയതയ്ക്കെതിരെ ശക്തമായ സാംസ്കാരിക നിലപാടാണ് നാം വികസിപ്പിച്ചത്. സാദ്ധ്യമായ എല്ലാ മാർഗ്ഗങ്ങളിലൂടെയും ഇത്തരം സാംസ്കാരിക ഇടപെടലുകൾ വളർത്തേണ്ടതുണ്ട് എന്നതാണ് സംഘടനയുടെ കാഴ്ചപ്പാട്.

ഭരണപരിഷ്കാരം സംഘടനയും പങ്കാളിത്തവും

സംസ്ഥാനത്തിന്റെ സിവിൽ സർവ്വീസ് രൂപപ്പെട്ടത് ബ്രിട്ടീഷ് ഇന്ത്യയുടെ ഭാഗമായ മലബാറിലെയും നാട്ടുരാജ്യങ്ങളായ കൊച്ചി-തിരുവിതാംകൂറിന്റെയും ഭരണസംവിധാനങ്ങൾ ഏകോപിച്ചാണ്. മുൻകാല ഭരണസംവിധാനത്തെക്കുറിച്ച് സാമാന്യം വിശദമായി ഭരണസംവിധാനങ്ങളുടെ വളർച്ച എന്ന ഭാഗത്ത് വിശദമാക്കുന്നുണ്ട്. ഈ ഭരണസംവിധാനം പടിപടിയായി ബ്രിട്ടീഷ് റസിഡന്റ് ദിവാന്മാരുടെ നിയമനത്തോടെ ഏതാണ്ട് സമാനരൂപം കൈക്കൊള്ളുന്നതായാണ് കാണുന്നത്. 1811 ൽ കേണൽ മൺറോ റസിഡന്റ് ദിവാനായി നിയമിതനാകുന്നതോടെ റവന്യൂ ഭരണസംവിധാനം അടിമുടി പുനഃസംഘടിപ്പിക്കപ്പെട്ടു. തുടർന്ന് വിവിധ ഘട്ടങ്ങളിലെ പുനഃസംഘടനകളിലൂടെയാണ് 1883 ലെ റവന്യൂ സെറ്റിൽമെന്റ് വകുപ്പ് 1905 ഓടെ റവന്യൂവകുപ്പായി പരിണമിക്കുകയും, എക്സൈസ്, ട്രഷറി, കൃഷിയും മത്സ്യവും അടക്കമുള്ളവ പ്രത്യേക വകുപ്പുകളായി മാറുകയും ചെയ്തത്. റവന്യു പിരിച്ചെടുക്കുന്നത് പ്രധാനമായും ഉപ്പ്, അബ്കാരി, പുകയില, ഏലം, ഭൂമിയുടെ രജിസ്ട്രേഷൻ, പിഴകൾ, ഭൂനികുതി, വനസമ്പത്ത്, എന്നിവയിൽ നിന്നായിരുന്നു. ഇന്നത്തെ വരുമാനസ്രോതസ്സുകളുമായി ഇതിനെ തുലനം ചെയ്യാവുന്നതാണ്. ചിലവ് നടത്തുന്നവയായി പൊലീസ്, നീതിന്യായം, ശുചിത്വം, വിദ്യാഭ്യാസം, പൊതുമരാമത്ത്, വനം എന്നീ വകുപ്പുകളുമാണ് ഉണ്ടായിരുന്നത്.

ഉദ്യോഗസ്ഥ സംവിധാനത്തിന്റെ വളർച്ചയെക്കുറിച്ചും മുമ്പ് പ്രതിപാദിച്ചിരുന്നു. സ്ഥാനപ്പേര് നല്കി സേവകനാകുന്ന നിലയിൽനിന്നും പടിപടിയായി ഓരോ വകുപ്പും സ്വതന്ത്രമായി പ്രവർത്തിക്കുന്നതിലേക്ക് മാറി. രാജാധികാരത്തിന്റെ ഭാഗമായി നിശ്ചയിച്ചിരുന്ന ഉദ്യോഗസ്ഥ സംവിധാനത്തിന്റെ പ്രത്യേകത അത് ഏതാണ്ട് സമ്പൂർണ്ണമായി ഉയർന്ന

ജാതിയിലുള്ളവർക്കായി നീക്കിവെച്ചിരുന്നു. 1931 ലെ തിരുവിതാംകൂറിലെ ഉദ്യോഗസ്ഥരുടെ കണക്കുനോക്കൂ:

ആകെ സർക്കാർ ഉദ്യോഗം	- 24,728
ഉയർന്ന ജാതിക്കാർ	- 18,962 (75.59%)
ക്രിസ്ത്യാനികൾ	- 4042 (16.35%)
മുസ്ലീങ്ങൾ	- 613 (2.48%)
ഈഴവാദി പിന്നോക്കക്കാർ	- 1381 (5.59%)

ഇതിനെതിരെ നടന്ന നിരവധി പ്രക്ഷോഭങ്ങളെക്കുറിച്ചും മുമ്പ് പ്രതിപാദിച്ചിട്ടുണ്ട്. തീക്ഷ്ണമായ സമരങ്ങളും രക്തച്ചൊരിച്ചിലും വഴി ജനകീയഭരണത്തിലേക്കുള്ള മാറ്റം വരുത്തിയിട്ടുള്ള മാറ്റത്തെ ഗൗരവപൂർവ്വം തന്നെ വിലയിരുത്താവുന്നതാണ്.

സ്വാതന്ത്ര്യാനന്തരം ഭരണസംവിധാനത്തെ തിരുവിതാംകൂർ-കൊച്ചിയിൽ ബോർഡ് ഓഫ് റവന്യൂ സംവിധാനവും അതിന്റെ കീഴിൽ നിർവ്വഹിക്കപ്പെടുന്ന വിവിധ വിഷയങ്ങളും എന്ന നില കൈവന്നു. പ്രധാനപ്പെട്ട എല്ലാ പ്രവർത്തനങ്ങളും 3 അംഗങ്ങളുള്ള ബോർഡ് ഓഫ് റവന്യൂവിന് കീഴിലായിരുന്നു. ഇതിനു പുറമെ ആരോഗ്യം, വിദ്യാഭ്യാസം, പൊതുമരാമത്ത്, കൃഷി, വ്യവസായം, പൊലീസ്, സ്റ്റാറ്റിസ്റ്റിക്സ് എന്നിവയായിരുന്നു വകുപ്പുകൾ. 1957 ൽ ഈ സംവിധാനത്തെ സമഗ്രമായി പുനഃസ്ഥാപിക്കുന്നതിനാണ് ഇ എം എസിന്റെ നേതൃത്വത്തിലുള്ള ഭരണപരിഷ്കാര കമീഷൻ ശ്രമിച്ചത്. വില്ലേജ് പഞ്ചായത്തും ജില്ലാ പഞ്ചായത്തും സംസ്ഥാനസർക്കാരും എന്ന നിലയിലുള്ള സമഗ്രമായ പുനഃസംഘടനയ്ക്കുള്ള ശുപാർശകൾ മുന്നോട്ടുപോയില്ല. എന്നാൽ ഇക്കാലങ്ങളിൽ സംഭവിച്ച വകുപ്പുകളുടെ വളർച്ചയിൽ അതിന്റേതായ പ്രൊഫഷണൽ ഇടപെടലും സംസ്ഥാനത്തിന്റെ സാമൂഹ്യ വളർച്ചയിൽ വലിയതോതിൽ പങ്കുവഹിച്ചു. അതിന്റെ ഭാരം താങ്ങാവുന്നതിലും അപ്പുറത്തേക്ക് വളർന്നോ എന്നും, സമഗ്രമായ ഒരു പുനഃസംഘടനയുടെ ഘട്ടമെത്തിയോ എന്നതും ഗൗരവപൂർവ്വം പരിശോധിക്കപ്പെടുന്ന സന്ദർഭമാണ് വന്നുചേരുന്നത്.

9-ാം പദ്ധതി - ജനകീയപദ്ധതി: അധികാരവികേന്ദ്രീകരണം

1996 ൽ അധികാരത്തിലെത്തിയ ഇ കെ നായനാരുടെ നേതൃത്വത്തിലുള്ള സർക്കാർ 9-ാം പഞ്ചവത്സരപദ്ധതി ജനപങ്കാളിത്തത്തോടെ ആവിഷ്കരിക്കുന്നതിനായി ജനകീയാസൂത്രണപദ്ധതിക്ക് രൂപംനല്കി. 1996 ആഗസ്ത് 17 ന് അന്നത്തെ പ്രധാനമന്ത്രി എച്ച് ഡി ദേവഗൗഡ ജനകീയാസൂത്രണപദ്ധതിക്ക് തുടക്കംകുറിച്ചു. സർക്കാർ പദ്ധതിവിഹിതത്തിന്റെ മൂന്നിലൊന്ന് തുക താഴെത്തട്ടിലുള്ള തദ്ദേശ സ്വയം ഭരണ സ്ഥാപനങ്ങൾക്ക് കൈമാറുന്നതിനും തീരുമാനിച്ചു. ഇതിനാവശ്യമായ ഔദ്യോഗിക സംവിധാനത്തിന്റെയും, അധികാരങ്ങളുടേയും കൈമാറ്റത്തിനായി എ കെ ആന്റണിയുടെ നേതൃത്വത്തിലുണ്ടായിരുന്ന സർക്കാർ

ഒരുത്തരവ് പുറപ്പെടുവിച്ചിരുന്നു. അതടക്കം പഠിച്ചുകൊണ്ട് അധികാര വികേന്ദ്രീകരണത്തെ സ്ഥായിയാക്കുന്നതിനാവശ്യമായ നിയമ നിർമ്മാണങ്ങൾ നിർദ്ദേശിക്കുന്നതിനും ഭരണരംഗത്ത് വരുത്തേണ്ട പരിഷ്കാരങ്ങൾ നിർദ്ദേശിക്കുന്നതിനുമായി എസ് ബി സെൻ അദ്ധ്യക്ഷനായി അധികാര വികേന്ദ്രീകരണ കമീഷനെയും സർക്കാർ നിശ്ചയിക്കുകയുണ്ടായി.

പദ്ധതി നിർദ്ദേശത്തെ പ്രോജക്ടുകളും പദ്ധതി രേഖയുമായി രൂപപ്പെടുത്തുന്നതിനുമുള്ള നാളിതുവരെ പരിചയിച്ചിട്ടില്ലാത്ത പ്രവർത്തങ്ങളുമായി ഔദ്യോഗിക സംവിധാനത്തെ കോർത്തിണക്കുന്നതിന് സംഘടന തുടക്കം മുതൽതന്നെ പങ്കാളികളാകുകയും ചെയ്തു. കിലയിൽ ചേർന്ന പ്രധാന പ്രവർത്തകരുടെ യോഗം ജനകീയാസൂത്രണരംഗത്ത് ഔദ്യോഗിക സംവിധാനത്തെ കൂട്ടിയോജിപ്പിക്കുന്നതിനെപ്പറ്റിയും പ്രോജക്ട് രൂപീകരണത്തിന്റെ സാങ്കേതികതയെപ്പറ്റിയും ചർച്ച ചെയ്തു. തുടർന്ന് ചേർന്ന ജില്ലാതല പരിശീലനങ്ങൾ ഉയർന്ന ഉദ്യോഗസ്ഥർക്ക് തങ്ങളുടെ കർമ്മരംഗത്ത് കൂടുതൽ ഫലപ്രദമായി ഇടപെടുന്നതിന് സഹായകമായി. അങ്ങനെ പ്രാദേശിക പദ്ധതിയുടെ നിർവ്വഹണം കാര്യക്ഷമമാക്കുന്നതിനായി സംഘടന നല്കിയ സംഭാവന സർക്കാർ പരിശീലനത്തോടൊപ്പം തന്നെ സമാന്തരമായി കൂടുതൽ മികച്ച ഇടപെടലിന് സഹായിക്കുന്ന പ്രവർത്തനങ്ങളായിരുന്നു ഏറ്റെടുത്ത് നടത്തിയിരുന്നത്.

മാതൃകാപദ്ധതി പ്രവർത്തനം

കുറഞ്ഞത് 100 തദ്ദേശസ്വയംഭരണ സ്ഥാപനങ്ങളിലെങ്കിലും പദ്ധതി പ്രവർത്തനം സമയബന്ധിതവും മാതൃകാപരവുമാക്കുന്നതിനുമായി സംഘടന എടുത്ത തീരുമാനം നടപ്പാക്കുന്നതിനായി തൃശ്ശൂരിൽ 11.06.99 ന് ശില്പശാല സംഘടിപ്പിക്കുകയും തുടർന്ന് 128 തദ്ദേശസ്വയംഭരണ സ്ഥാപനങ്ങളെ തിരഞ്ഞെടുത്ത് സഹായിക്കുകയും ചെയ്തു.

സംസ്ഥാനതല കോ-ഓർഡിനേഷൻ

മാതൃകാ പ്രവർത്തനങ്ങളിൽ സഹായിക്കണമെങ്കിൽ മറ്റ് സംഘടനകളുടെയും വിദ്യാർത്ഥി/യുവജന/വനിതാ/ബഹുജനങ്ങളുടെയും സഹായം ആവശ്യമുണ്ടെന്ന് തിരിച്ചറിഞ്ഞതിന്റെ അടിസ്ഥാനത്തിൽ 25-06-99 ന് സ്റ്റേറ്റ് പ്ലാനിങ് ബോർഡിൽ ചേർന്ന ജില്ല-സംസ്ഥാനതല കോ-ഓർഡിനേഷൻ സമിതി രൂപീകരിക്കുകയും എം കെ വാസുവിനെ കൺവീനറായി നിയമിക്കുകയും ചെയ്തു. ഇതിന്റെ പ്രവർത്തനം ജില്ലാതലത്തിലും വിപുലമായ കൺവെൻഷനോടെ സംഘടിപ്പിച്ചു.

നിർവ്വഹണ കലണ്ടർ

പദ്ധതി പ്രവർത്തനത്തിന്റെ ഒരോ ഘടകവും സമയബന്ധിതമായി നടപ്പാക്കുന്നതിന് നിർവ്വഹണ കലണ്ടർ എന്ന ആശയം സംഘടന

മുന്നോട്ടുവെക്കുകയും ആ മാതൃക തദ്ദേശസ്ഥാപനങ്ങളിൽ പ്രാവർത്തികമാക്കുകയും ചെയ്തു. ഇത് സംസ്ഥാനത്തെ എല്ലാ തദ്ദേശസ്ഥാപനങ്ങളിലേക്കും വ്യാപിപ്പിക്കുകയും ചെയ്തു.

ഡി എൽ ഇ സി/ബി എൽ ഇ സി

ഏറെ വിമർശനങ്ങൾക്ക് വിധേയമായതാണെങ്കിലും പ്രോജക്ടുകളുടെ സാങ്കേതിക പരിശോധനയ്ക്ക് സുതാര്യത ഉറപ്പാക്കാനും അതുവഴി അഴിമതിയുടെ ഘടകത്തെ ഒഴിവാക്കുന്നതിനും ഇത് സഹായിച്ചു. സാങ്കേതിക വൈദഗ്ദ്ധ്യം ഉള്ളവരും സന്നദ്ധതയുള്ളവരുമായ ഒട്ടനവധിപേരുടെ സൗജന്യസേവനം ഈ പ്രവർത്തനങ്ങളിലുണ്ടായി. ഇതിനുള്ള പിന്തുണയും സംഘടന ഈ കാലയളവിൽ നല്കി.

മരാമത്ത് സുതാര്യമായി

മരാമത്ത് പ്രവർത്തനങ്ങൾക്കായുള്ള രൂപരേഖ സാധാരണ ജനങ്ങൾക്ക് മനസ്സിലാവാത്ത ഘടനയിലും ഭാഷയിലുമാണ് തയ്യാറാക്കുന്നത്. ഗുണഭോക്തൃസമിതികൾ വ്യാപകമായി പ്രവർത്തനങ്ങൾ ഏറ്റെടുത്തപ്പോൾ അവർക്കുകൂടി മനസ്സിലാക്കുന്നതിന് എസ്റ്റിമേറ്റുകൾ മലയാളത്തിൽ വേണമെന്ന നിർദ്ദേശമുയർന്നുവരുകയുണ്ടായി. സംഘടനയുടെ വൈസ് പ്രസിഡന്റ് പി സി ബാലന്റെ നേതൃത്വത്തിൽ 1999 ഒക്ടോബർ 27 ന് ചേർന്ന എഞ്ചിനീയർമാരുടെ കൺവെൻഷനിൽ ഇതിന്റെ കരട് രേഖ അംഗീകരിക്കുകയും തുടർന്ന് ജില്ലാതലത്തിൽ എഞ്ചിനീയർമാരുടെ യോഗം ചേരാനും, എഞ്ചിനീയറിങ് സെൽ രൂപീകരിച്ച് കുറച്ച് സ്ഥാപനങ്ങൾക്ക് മുൻകൂർ നിർദ്ദേശം നല്കാനും തീരുമാനിച്ചു.

കൈമാറ്റംചെയ്ത സ്ഥാപനങ്ങൾ

പഞ്ചായത്ത് നടപ്പിലാക്കിയ നിയമത്തിന്റെ ഭാഗമായി കൈമാറ്റം ചെയ്യപ്പെട്ട സ്ഥാപനങ്ങളുടെയും പ്രവർത്തനത്തിന്റെയും കാര്യത്തിൽ നിലനിന്നിരുന്ന ദ്വിമുഖ നിയന്ത്രണം നിരവധി പ്രശ്നങ്ങൾ സൃഷ്ടിച്ചിരുന്നു. ഇതിനെക്കുറിച്ച് ഗൗരവമായ നിർദ്ദേശങ്ങൾ പല ഘട്ടങ്ങളിലായി ഉയർത്തിയിട്ടുള്ള സംഘടന എന്ന നിലയിൽ കൈമാറ്റംചെയ്ത സ്ഥാപനങ്ങളുടെ പ്രവർത്തനത്തെക്കുറിച്ച് ആഴത്തിൽ പരിശോധിക്കുന്ന ശില്പശാല 2000 ഏപ്രിൽ 4-ാം തീയതി കെ രാധാകൃഷ്ണൻ, ഡോ. ടി എം തോമസ് ഐസക്ക് എന്നിവരെ പങ്കെടുവിച്ച് നടത്തുകയുണ്ടായി.

97 ലെ കൊല്ലത്ത് ചേർന്ന സംസ്ഥാന സമ്മേളനത്തോടനുബന്ധിച്ച് നടന്ന സെമിനാർ സംസ്ഥാനതലത്തിൽ ഈ രംഗത്ത് സംഘടനാ പ്രവർത്തനങ്ങൾക്ക് ദിശാബോധം നല്കുന്നതായിരുന്നു. സെമിനാർ നിർദ്ദേശങ്ങൾ ക്രോഡീകരിച്ച് സംഘടന പ്രസിദ്ധീകരിച്ച പുസ്തകം വിപുലമായി അംഗങ്ങൾക്കിടയിൽ പ്രചരിപ്പിക്കുകയും ചെയ്തു. തിരുന

ന്തപുരത്ത് കരകുളം ഗ്രാമീണ പഠന കേന്ദ്രത്തിന്റെ പിന്തുണയോടെ വികേന്ദ്രീകരണവും സദ്ഭരണവും ശില്പശാലയും നവമാദ്ധ്യമ ഇടപെടലുകൾ ശില്പശാലയും ഏറെ ശ്രദ്ധേയമായിരുന്നു.

എസ് ബി സെൻ കമ്മിറ്റിക്ക് നിവേദനം

പഞ്ചായത്ത് രാജ് നിയമത്തിൽ വരുത്തേണ്ട മാറ്റങ്ങളെക്കുറിച്ചും ബന്ധപ്പെട്ട ഇതര വകുപ്പുകളുടെ നിയമത്തിലും ചട്ടങ്ങളിലും വരുത്തേണ്ട ഭേദഗതികളെക്കുറിച്ചും സംഘടന സമഗ്രമായ നിർദ്ദേശം മുന്നോട്ടുവെച്ചു. ഇതിനോടൊപ്പം ഭരണ പരിഷ്കാരങ്ങളെക്കുറിച്ചും കമീഷൻ ഗൗരവമായി അന്വേഷിക്കുന്നതിനായി സംഘടന ഈ രംഗത്തെ മാറ്റങ്ങളെക്കുറിച്ച് വിപുലമായ ചർച്ചയ്ക്ക് തുടക്കം കുറിക്കുകയും വിവിധ ജില്ലകളിൽ വിവിധ വിഷയങ്ങളെക്കുറിച്ച് ആധികാരികമായുള്ള ചർച്ചകൾ സംഘടിപ്പിക്കുകയും ചെയ്തു. വിവിധ ജില്ലകളിൽ തുടർന്നുനടന്ന സെമിനാറുകൾ സമഗ്രമായ പരിശോധന ഓരോ രംഗത്തെയും ഭരണ പരിഷ്കാര നിർദ്ദേശങ്ങളിൽ നടത്തുകയുണ്ടായി. ആ നിർദ്ദേശങ്ങൾ ക്രോഡീകരിച്ച് എസ് ബി സെൻ കമീഷന് നിവേദനം നല്കുകയും അത് പ്രസിദ്ധീകരിക്കുകയും ചെയ്തു.

2002 ലെ ജീവനക്കാരുടെയും അദ്ധ്യാപകരുടെയും അനിശ്ചിതകാല സമരം

സർക്കാർ സംവിധാനങ്ങളെയും, പൊതു നിക്ഷേപങ്ങളെയും നിരുത്സാഹപ്പെടുത്തുന്ന നവലിബറൽനയത്തിന്റെ തികഞ്ഞ ആശയാടിത്തറയിലുള്ള നടപടികളാണ് ജീവനക്കാർക്കും ജനങ്ങൾക്കും എതിരായി എ കെ ആന്റണിയുടെ നേതൃത്തിലുള്ള ഐക്യജനാധിപത്യ മുന്നണി സർക്കാർ സ്വീകരിച്ചത്. ജീവനക്കാരുടെ ആനുകൂല്യങ്ങൾ കവരുക, മാത്രമല്ല തസ്തിക ഇല്ലാതാക്കൽ, സ്കൂളുകൾ അടച്ചുപൂട്ടൽ, സർക്കാർ പിന്മാറ്റം, സ്റ്റാറ്റ്യൂട്ടറി പെൻഷൻ നിർത്തലാക്കൽ, സ്വയം വിരമിക്കൽ പദ്ധതിയെല്ലാം അടങ്ങുന്ന തികഞ്ഞ തൊഴിലാളി വിരുദ്ധ തീരുമാനങ്ങളുടെ കെട്ടഴിക്കലായിരുന്നു. കേരളീയവും കേരളീയരും നേടിയ സാമൂഹ്യനേട്ടങ്ങളെ ആകെ പുറകോട്ടടിപ്പിക്കുന്ന തരത്തിൽ തൊഴിൽ സുരക്ഷിതത്വത്തെയും വേതനഘടനയെയും, സാമൂഹ്യസുരക്ഷയെയും ആണ് ആ വെല്ലുവിളിച്ചത്. ഐതിഹാസികമെന്ന് വിശേഷിപ്പിക്കാവുന്ന സമരത്തിലൂടെ സർക്കാറിനെ മുട്ടുകുത്തിക്കുന്നതിൽ വിജയിച്ചു. തൊഴിലാളി സംഘടനയുടെ നിർലോപമായ പിന്തുണയും കിട്ടി. എന്നാൽ സർക്കാർ പറയാൻ ശ്രമിച്ച 'ഓഫീസുകൾ ഒരു മാസം അടഞ്ഞു കിടന്നാലും ഒന്നുമില്ല' എന്ന ധാർഷ്ട്യത്തെ എതിർക്കുന്നതിൽ ജനസമൂഹം വേണ്ടയളവിൽ മുന്നോട്ടുവന്നില്ല എന്നത് സ്വയം വിമർശനത്തോടെ സംഘടനകളും സ്വീകരിക്കേണ്ടതുണ്ടെന്ന പാഠമാണ് നല്കിയത്. സേവനരംഗം കാര്യക്ഷമമാക്കുന്നതിൽ തടസ്സമുള്ളപ്പോഴും

ഇക്കാര്യത്തിൽ ജീവനക്കാർ തന്നെയാണ് കേന്ദ്രകഥാപാത്രം. അതുകൊണ്ടുതന്നെ പൊതുസേവനമേഖലകളെ തകർക്കുന്ന നയത്തിനെതിരെയുള്ള പോരാട്ടത്തോടൊപ്പം കാര്യക്ഷമമായി സേവനമേഖലകളെ പരിവർത്തനം ചെയ്യുന്നതിലും ശ്രദ്ധവേണം.

ഭരണനവീകരണപദ്ധതി (എം ജി പി)

2003 ൽ ഏഷ്യൻ വികസന ബാങ്കിൽ നിന്ന് ലഭിക്കുന്ന വായ്പ ഉപയോഗപ്പെടുത്തി ഭരണരംഗത്തെ നവീകരിക്കുന്നതിനുള്ള പദ്ധതിക്ക് സർക്കാർ രൂപംനല്കി. താഴെ പറയുന്ന ഘടകങ്ങളാണ് അതിലുൾപ്പെടുത്തിയത്. ഇത് രാജ്യാന്തര ധനകാര്യ സ്ഥാപനങ്ങൾ നടപ്പിലാക്കുവാൻ ശ്രമിക്കുന്നതും ആഗോളതലത്തിൽ പരീക്ഷിക്കാനുള്ള പരിഷ്കരണ അജണ്ടയുടെ ഭാഗമായി തന്നെയാണവർ മുന്നോട്ടുവെച്ചത്. ഈ രേഖയുടെ രൂപീകരണത്തിലേക്ക് നയിച്ച ഘടകങ്ങൾ ആമുഖത്തിൽ തന്നെ വ്യക്തമാക്കിയിട്ടുണ്ട്. അത് സർക്കാറിന്റെ പദ്ധതി ഇതര ചെലവ് കുറയ്ക്കുന്നതിനായി അന്നത്തെ ധനമന്ത്രിയായിരുന്ന പ്രണബ് കുമാർ മുഖർജി ഇ കെ നായനാർ മന്ത്രിസഭയുടെ മുന്നിൽ വെച്ച നിർദ്ദേശങ്ങൾ ശമ്പളപരിഷ്കരണ നടപടികൾ 10 വർഷത്തിലൊരിക്കൽ മതിയെന്നതും ക്ഷാമബത്ത കൊടുക്കുന്നത് റവന്യൂ കമ്മി കൂട്ടുമെന്നും തസ്തികകൾ സൃഷ്ടിക്കുന്നത് തടഞ്ഞും, അധിക തസ്തിക കണ്ടെത്തി കുറവ് ചെയ്യുന്നതിനും പദ്ധതി പ്രവർത്തനങ്ങൾ തന്നെ കുറച്ചുകൊണ്ട് പൊതുധനസ്ഥിതി മെച്ചപ്പെടുത്തുന്നതിനുമുള്ളവയായിരുന്നു. കൂടാതെ 11-ാം ധനകമീഷന്റെ അഡീഷണൽ ടേംസ് ഓഫ് റഫറൻസും ഇതിന്റെ രൂപീകരണത്തിൽ നിർണ്ണായകമായി മാറ്റുകയുണ്ടായി. ഇത് ഫലത്തിൽ 2002 ൽ യു ഡി എഫ് സർക്കാർ മുന്നോട്ടുവെച്ച ചെലവ് കുറയ്ക്കൽ നയത്തിന്റെയും പരിഷ്കരണ ശ്രമത്തിന്റെയും തുടർച്ചയായിരുന്നെങ്കിലും അതിനെക്കുറിച്ച് ശരിയായ കാഴ്ചപ്പാടും വ്യക്തതയും കൈവരിക്കുന്നതിനായി കെ ജി ഒ എ യുടെയും എഫ് എസ് ഇ ടി ഒ യുടെയും നേതൃത്വത്തിൽ നടന്ന സംസ്ഥാനതല ശില്പശാലയും ജില്ലാതല സെമിനാറുകളും ഭരണനവീകരണപദ്ധതിയുടെ രീതിശാസ്ത്രമാകെ മാറണമെന്ന് ആവശ്യപ്പെട്ടു. തൊലിപ്പുറമേയുള്ള ചികിത്സപോലെ മാറിയ പദ്ധതി തെരഞ്ഞെടുത്ത ഓഫീസുകളിലെ പഴയ ഫർണിച്ചർ മാറ്റുന്നതിലും ഇലക്ട്രോണിക്സ് ഉപകരണങ്ങൾ വാങ്ങുന്നതിലും പരിശീലന പരിപാടികളിലും മാത്രമായി ചുരുങ്ങുകയാണ് ഉണ്ടായത്. മോഡേണൈസേഷൻ ഇൻ ഗവൺമെന്റ് പ്രോഗ്രാം. എം ജി പി യുടെ നിർവ്വഹണത്തിന്റെ ബാക്കിപത്രം പ്ലാനിങ് ബോർഡ് തുടർന്ന് പരിശോധിച്ചപ്പോൾ ഒരു ഫലവും ചെയ്യാത്ത ചെലവഴിക്കലായി പരിണമിച്ചതായാണ് വ്യക്തമായത്. കേവലവും യാന്ത്രികവുമായ എതിർപ്പിനപ്പുറം ഉചിതവും പ്രായോഗികവുമായ ബദൽ അവതരിപ്പിക്കാനാണ് കെ ജി ഒ എ ശ്രമിച്ചത്.

സിവിൽ സർവ്വീസിന്റെ ജനാധിപത്യവല്കരണം

അധികാര വികേന്ദ്രീകരണത്തെ തടഞ്ഞ് പൂർണ്ണമായതിനെ തകർക്കുന്നതിന് സാധിക്കാതെ വന്നപ്പോൾ തന്നെ അതിന്റെ ജനകീയാംശം ചോർത്തുന്നതിനും ഫണ്ടുകളുടെ വിനിയോഗം ഉദ്യോഗസ്ഥ കേന്ദ്രീകൃതമാക്കുന്നതിനും അതുവഴി വലിയ തോതിലുള്ള പട്ടികജാതി-പട്ടികവർഗ്ഗ ഫണ്ടുകളിൽ അടക്കം നിശ്ചലാവസ്ഥ ഉടലെടുക്കാനും വഴിതെളിക്കുകയാണുണ്ടായത്. വിവിധ മേഖലകളെ സ്വകാര്യവല്ക്കരിക്കുന്നതിനായി സർക്കാർ മുൻകൈ എടുത്ത് നടത്തിയ ഗ്ലോബൽ ഇൻവെസ്റ്റർ മീറ്റ് (ജി ഐ എം) പോലുള്ള സംരംഭങ്ങൾ ഫലത്തിൽ സർക്കാർ പിന്മാറ്റവും സർക്കാർ സേവനങ്ങളുടെ ആകർഷണീയത ഇല്ലാതാക്കുന്നതിനും ലക്ഷ്യമിട്ടായിരുന്നു. ഉന്നത വിദ്യാഭ്യാസരംഗത്ത് പരീക്ഷിച്ച സ്വാശ്രയ വല്ക്കരണം വിദ്യാഭ്യാസത്തെ വാണിജ്യവല്ക്കരിക്കുക മാത്രമല്ല, നിലവിലുണ്ടായിരുന്ന സർക്കാർ മെറിറ്റ് സീറ്റുകളെ തന്നെ ആയിരക്കണക്കിന് ചുരുക്കുന്നതിലേക്കും മാറി. നൂറ്റെട്ട് സ്ഥാപനങ്ങളിൽ ഡോക്ടർമാരുടെയും ജീവനക്കാരുടെയും ഒഴിവുകൾ നികത്താതെ സ്വകാര്യമേഖലയുടെ ആശ്രിതരായി സാധാരണക്കാരെ മാറ്റി. ഇത്തരത്തിൽ സാധാരണക്കാരിൽ നിന്ന് അകലുന്ന സർക്കാർ മേഖലയെ കൂടുതൽ മികച്ച നിലയിൽ പുനഃസംഘടിപ്പിക്കേണ്ടതിന്റെ ആവശ്യകത ചർച്ച ചെയ്യുന്നതിന് 2005 ആഗസ്ത് 30, 31 തീയതികളിൽ നടന്ന സെമിനാർ ഒട്ടേറെ മേഖലകളുടെ പുനഃസംഘാടനത്തെക്കുറിച്ച് ആഴത്തിലുള്ള ചർച്ചയ്ക്ക് കാരണമായി.

അധികാരവികേന്ദ്രീകരണവും കേരളവികസനവും

കേരളവികസനത്തിന് അധികാരവികേന്ദ്രീകരണത്തെ ശക്തിപ്പെടുത്തേണ്ടതിന്റെ ആവശ്യകതയും ഗൗരവമായി ചർച്ച ചെയ്യുന്നതിനായി 2005 ഒക്ടോബർ 10 ന് സംഘടന സെമിനാർ സംഘടിപ്പിക്കുകയുണ്ടായി. സർക്കാരുകൾ ഏതു തന്നെയായാലും സിവിൽ സർവ്വീസിന്റെ പുനഃസംഘടനയും അതിനായുള്ള ക്രമങ്ങളെയും പോസിറ്റീവായി തന്നെ കണ്ടുകൊണ്ടാണ് ഈ കാലഘട്ടത്തിൽ സംഘടന ഇടപെട്ടത്. ഒപ്പം തെറ്റായ നയങ്ങളെ പ്രതിരോധിക്കുന്നതിനും അവയെ തുറന്ന് എതിർക്കുന്നതിനും സംഘടന തയ്യാറാവുകയുണ്ടായി.

ജനോന്മുഖ സിവിൽ സർവ്വീസ്

എ കെ ആന്റണിയുടെയും ഉമ്മൻചാണ്ടിയുടെയും ഐക്യജനാധിപത്യമുന്നണി സർക്കാരുകൾ 2001 മുതൽ 2006 വരെ നവലിബറൽ നയങ്ങളുടെ പാദസേവകരായി എല്ലാ സേവനമേഖലകളെയും വാണിജ്യവല്ക്കരിക്കാനാണ് ശ്രമിച്ചത്. ഇത് ഫലത്തിൽ സിവിൽ സർവ്വീസിന്റെയും പൊതുവിദ്യാഭ്യാസരംഗത്തിന്റെയും നിലനില്പിനെ വെല്ലുവിളിച്ചുകൊണ്ടുമായിരുന്നു. ഈ നയത്തെ തിരസ്കരിച്ചുകൊണ്ട് 2006 ൽ അധികാരത്തിലെത്തിയ വി എസ് അച്യുതാനന്ദന്റെ നേതൃത്വത്തിലുള്ള ഇടതു

പക്ഷ ജനാധിപത്യമുന്നണി സർക്കാറിന് സാർവ്വദേശീയതലത്തിൽ ത്തന്നെ പൊതുനിക്ഷേപത്തെയും പൊതുസേവനമേഖലകളെയും തകർക്കുന്ന നയങ്ങൾക്കുള്ള ബദൽ സൃഷ്ടിക്കേണ്ട കടമയുണ്ടായിരുന്നു. പൊതുചെലവ് കുറയ്ക്കാതെ വിഭവസമാഹരണം ഊർജ്ജിതപ്പെടുത്തിയുള്ള ധനനയവും സാമൂഹ്യനീതിയുടെ അടിസ്ഥാനത്തിലുള്ള ഉന്നതവിദ്യാഭ്യാസവും പൊതുജനാരോഗ്യവും മറ്റ് സേവന മേഖലകളുടെ സംരക്ഷണവും വികാസവുമാണ് ആ സർക്കാർ ലക്ഷ്യമിടുന്നത്. അതുപോലെ തന്നെ വൈദ്യുതിയടക്കമുള്ള അടിസ്ഥാനസൗകര്യവും പൊതുമേഖലയും അധികാരവികേന്ദ്രീകരണം, ജീവനക്കാരുടെ പുനർ വിന്യാസം എന്നിവ പുനഃസംഘടിപ്പിക്കുന്നതിനുള്ള കർമ്മപദ്ധതികൾക്ക് ഔദ്യോഗിക പിന്തുണയുണ്ടെങ്കിലേ വിജയിക്കാനാകൂ. അതിനുള്ള സർക്കാരിന്റെ പരിശ്രമങ്ങൾക്ക് നയപിന്തുണ നല്കിക്കൊണ്ട് ഭരണരംഗം ചടുലമാക്കുന്നതിന് സംഘടന പരമാവധി ശ്രമിച്ചു. ജനോന്മുഖ സിവിൽ സർവ്വീസ് എന്ന ആശയമാണതിന് സംഘടന പ്രാവർത്തികമാക്കിയത്.

ഓഫീസും സ്ഥാപനവും ജനസൗഹൃദമാക്കാൻ

ഓഫീസിലെ ഹാജർ, പൊതുജനങ്ങളോടുള്ള സമീപനം, പദ്ധതിയും അപേക്ഷയും തീർപ്പാക്കൽ, നിർവ്വഹണം, ഓഫീസ് പ്രവർത്തനങ്ങളിൽ കൂട്ടായ ആലോചന, കൃത്യമായ ലക്ഷ്യബോധം, അഴിമതി തടയൽ, ഓഫീസ് പ്രവർത്തനം, സാമൂഹ്യ പരിശോധനയ്ക്ക് വിധേയമാക്കൽ തുടങ്ങിയവ മുൻനിർത്തിയുള്ള ഗൗരവമായ ആലോചനകൾ സംഘടന നടത്തി. 2007 ജൂലൈ 7, 8 തീയതികളിൽ കരകുളം ഗ്രാമീണപഠനകേന്ദ്രവുമായി സഹകരിച്ച് നടത്തിയ ജനോന്മുഖ സിവിൽ സർവ്വീസ് ശില്പശാലയിൽ ഉരുത്തിരിഞ്ഞ നിർദ്ദേശങ്ങളുടെ അടിസ്ഥാനത്തിൽ ഏരിയാതല ശില്പശാലയും ടാക്സ്ഫോഴ്സ് രൂപീകരണവും പൂർത്തിയാക്കിയാണ് പ്രധാനപ്പെട്ട ഓഫീസുകളെയും സ്ഥാപനങ്ങളെയും ജനസൗഹൃദമാക്കുന്നതിന് നടപടി ആരംഭിച്ചത്.

ഈ പ്രവർത്തനങ്ങൾ ഒരു ഘട്ടം മുന്നോട്ടു പോയപ്പോൾ ഓഫീസ് മേധാവിയോടൊപ്പം ഓഫീസ് ജീവനക്കാരും യോജിച്ച പ്രവർത്തനങ്ങളിൽ പങ്കാളികളാകേണ്ടതിന്റെ ഭാഗമായി എൻ ജി ഒ യൂണിയനുമായി സഹകരിച്ച് 2007 ആഗസ്ത് 26, 27 തീയതികളിൽ സംയുക്തജില്ലാതലയോഗങ്ങളും തുടർന്ന് ജില്ലാതല ശില്പശാലയും താലൂക്കുതല യോഗവും ചേർന്ന് ഈ പ്രവർത്തനങ്ങൾ മുന്നോട്ടുകൊണ്ടുപോയി.

കാര്യക്ഷമമായ പ്രവർത്തനത്തിനും ഓഫീസ് നവീകരണത്തിനും അപ്പുറത്തേക്ക്

ഭരണസംവിധാനത്തിന്റെ കാര്യക്ഷമത ഉയർത്തലിൽ അത് പ്രദാനം ചെയ്യേണ്ട സേവനങ്ങൾ മെച്ചപ്പെടുന്നത് വഴിയേ ഗുണകരമാവൂ. വിഭവസമാഹരണമായാലും കാർഷികവളർച്ചയായാലും പാലുല്പാദന വർദ്ധ

നയായാലും മെച്ചപ്പെട്ട വിദ്യാഭ്യാസവും ആരോഗ്യവും ആയാലും ഇതു തന്നെയാണ് പ്രധാനം. ആയതിനാൽ 12-ാം പദ്ധതിയുടെ പടിവാതുക്കലുള്ള സമയമായതിനാൽ ഓരോ വികസനമേഖലയുടെയും പദ്ധതിപരിപേക്ഷ്യം ഗൗരവമായി ചർച്ച ചെയ്യുന്നതിനായി 6 മേഖലാ ശില്പശാലകളും അതിന്റെ അടിസ്ഥാനത്തിൽ 11-ാം പദ്ധതിയുടെ വികസനഅജണ്ട ക്രോഡീകരിച്ച് പ്രസിദ്ധീകരിക്കുകയും സർക്കാറിന് നല്കുകയും ചെയ്തു.

നികുതി വളർച്ച - ഉദ്യമവും വാളയാർ പരീക്ഷണവും

2006-2007 ലെ ബജറ്റ് പ്രകാരം പ്രതീക്ഷിച്ചിരുന്ന 2900 കോടി രൂപയുടെ വാറ്റ് നികുതി സമാഹരണ ലക്ഷ്യം 4500 കോടിയിലെത്തിക്കുക എന്ന ധനമന്ത്രിയുടെ നിർദ്ദേശം തെല്ലൊരു ശങ്കയോടെയാണെങ്കിലും സംഘടനയുടെ നേതൃത്വത്തിൽ ഓഫീസർമാർ നടത്തിയ പ്രവർത്തനം വഴി 4440 കോടിയായി വർദ്ധിപ്പിക്കാൻ സാധിച്ചു. വാറ്റ് നികുതിയുടെ കാര്യത്തിലുള്ള ഈ വർദ്ധനവ് ഒരു സർവ്വകാല റെക്കോർഡ് തന്നെയായിരുന്നു. ഇതിന്റെ തുടർച്ചയായി ഏറ്റെടുത്ത വാളയാർ അഴിമതിരഹിത ചെക്ക്പോസ്റ്റ് എന്ന പരീക്ഷണവും ഉണ്ടായി. കെ ജി ഒ എ-എൻ ജി ഒ യൂണിയൻ സംഘടനാപ്രവർത്തകർ ആ ദൗത്യം ഏറ്റെടുക്കുകയായിരുന്നു. ചെക്ക് പോസ്റ്റുകളിലൂടെയുള്ള ചരക്ക് കടത്തിന്റെ കൃത്യമായ വിവരങ്ങൾ കേരളത്തിലേക്കും അതുപയോഗിച്ചുള്ള നികുതി ചോർച്ച തടയുന്നതിനുള്ള ശ്രമവും സംസ്ഥാനത്തെ നികുതി വരുമാനത്തോതിൽ ശരാശരി 22-23 % വളർച്ച രേഖപ്പെടുത്തി. ഇത് സംസ്ഥാനത്ത് ഒരു റെക്കോർഡ് ആണ്. ഇതിന്റെ തുടർച്ചയായി നികുതി വകുപ്പിലെ ജീവനക്കാരെ ആകെ വിശ്വാസത്തിലെടുത്തുള്ള പുനഃസംഘടനയും നടപ്പാക്കുന്നതിന് കഴിയുകയുണ്ടായി. വാണിജ്യ നികുതി വകുപ്പിലെ കെ ജി ഒ എ അംഗങ്ങളായ ഉദ്യോഗസ്ഥരുടെ സമർപ്പിത സേവനം ഇതിൽ നിർണ്ണായകമായി.

വാളയാർ ചെക്ക്പോസ്റ്റ്-
പൗരാവകാശങ്ങളും സോഷ്യൽ ഓഡിറ്റും

വാളയാറിൽ പ്രഖ്യാപിക്കപ്പെട്ട സേവനങ്ങളുടെ ലഭ്യതയുടെ സമയക്കുറവും നടത്തിപ്പ് അഴിമതിരഹിതമാക്കിയതും നികുതിദായകർ കാത്തുകെട്ടിക്കിടക്കുന്നതിൽ വരുത്തിയ മാറ്റവും ഒക്കെ ദേശീയ ശ്രദ്ധയിലേക്കും അതിന്റെ പ്രവർത്തനത്തെ വിലയിരുത്തുന്നതിനുള്ള സോഷ്യൽ ഓഡിറ്റിലേക്കും വളരുകയുണ്ടായി. വാളയാറിലെ അഴിമതിരഹിത പരീക്ഷണം ഇതര ചെക്ക്പോസ്റ്റുകളിലേക്കും വ്യാപിപ്പിക്കുന്നതിന് സാധിച്ചു. സംഘടനാ പ്രവർത്തകരും അംഗങ്ങളായ ഉദ്യോഗസ്ഥരുമാണ് മാതൃകാപരമായി ഈ സേവന നിർവ്വഹണത്തിന് നേതൃത്വം വഹിച്ചത്.

ട്രഷറികളിലെ പൗരാവകാശങ്ങളും സോഷ്യൽ ഓഡിറ്റും

സംസ്ഥാനത്തെ 2002 ട്രഷറികളും ഒരേ ദിവസംതന്നെ ജീവനക്കാരുടെ പരിശോധനയുടെയും അംഗീകാരത്തിന്റെയും അടിസ്ഥാനത്തിൽ പൗരാവകാശരേഖ പുറപ്പെടുവിച്ചു. ഒട്ടേറെപ്പേർ സേവനം തേടിയെത്തുന്ന ട്രഷറിയുടെ മുഖഛായ തന്നെ മാറ്റുന്നതിലേക്കും സോഷ്യൽ ഓഡിറ്റിനെത്തുടർന്ന് അപര്യാപ്തതകളുടെ പരിഹാരത്തിലേക്കും ആ സംവിധാനം വളർത്തുന്നതിന് സാധിക്കുകയുണ്ടായി. ട്രഷറി സേവിങ്സ് ബാങ്ക് പ്രവർത്തനം വിപുലപ്പെടുത്തി നിക്ഷേപം ട്രഷറിയിൽ സമാഹരിക്കുന്നതിന്റെ ഭാഗമായി എല്ലാ ഗസറ്റഡ്/നോൺ ഗസറ്റഡ് ജീവനക്കാരും തങ്ങളുടെ പേരിൽ ട്രഷറി സേവിങ്സ് അക്കൗണ്ട് തുടങ്ങുവാൻ സാധിച്ചു. ശമ്പളാനുകൂല്യ വിതരണം ട്രഷറി സേവിങ്സ്ബാങ്ക് അക്കൗണ്ട് വഴി പ്രാവർത്തികമാക്കി. എന്നാൽ ഇതിനെ തകർക്കുന്നതിനാണ് തുടർന്നു വന്ന യു ഡി എഫ് സർക്കാർ ശ്രമിച്ചത്. ഫലത്തിൽ സംസ്ഥാനത്തിന്റെ ഖജനാവിൽ സ്വരൂപിക്കുവാൻ കഴിയുന്ന പണത്തെ ഷെഡ്യൂൾഡ് ബാങ്കിലേക്കും മറ്റ് സ്വകാര്യ ബാങ്കുകളിലേക്കും വകമാറ്റുന്നതിനുള്ള തീരുമാനംതന്നെ സംസ്ഥാന താല്പര്യത്തിന് എതിരായിരുന്നു. ഇതിനെതിരെ ശക്തമായ പ്രക്ഷോഭം സംഘടിപ്പിക്കുവാനും സംഘടന ശ്രമിച്ചു.

ലോട്ടറി ഓഫീസിലെ അധികാരവികേന്ദ്രീകരണവും കമ്പ്യൂട്ടറൈസേഷനും

സംസ്ഥാന ലോട്ടറിവകുപ്പ് വലിയ തോതിലുള്ള സ്വകാര്യവല്ക്കരണത്തിന് വിധേയമാക്കിയിരുന്നു മുൻ യു ഡി എഫ് സർക്കാർ. ആളുകളിൽ നിന്ന്, പടിപടിയായി ലോട്ടറി സംവിധാനം സംസ്ഥാന സർക്കാറിന്റെ മാത്രം നിയന്ത്രണത്തിലേക്ക് എത്തിക്കുന്നതിന് ഇടതുപക്ഷസർക്കാറിന്റെ ഈ കാലയളവിൽ സാധിക്കുകയും സെക്രട്ടറിയേറ്റിൽ കേന്ദ്രീകരിച്ചിരുന്ന ട്രഷറിയുമായി ബന്ധപ്പെട്ട് തീരുമാനമെടുക്കൽ രീതി മാറ്റി ഡയറക്ടറേറ്റിലേക്ക് വളരുന്നതിന് വഴി തെളിക്കുകയും ചെയ്തു. അത് 700-800 കോടിയുടെ വരുമാനത്തിലേക്ക് ഉയർന്നു. ലോട്ടറിയുടെ വരവ് ഇന്നത്തെ 2000 കോടിയിലേക്ക് വളർത്തുന്നതിൽ സംഘടനയും ജീവനക്കാരും ചർച്ച ചെയ്തു നടത്തിയ ഇടപെടലാണ് വഴിയൊരുക്കിയത്.

തൊഴിലുറപ്പ് പദ്ധതി

തൊഴിലുറപ്പുപദ്ധതി ദേശീയസർക്കാർ തുടങ്ങിയത് പൈലറ്റ് പദ്ധതിയായിട്ടാണ്. വയനാടും പാലക്കാടും ആരംഭിച്ച പദ്ധതി നടപ്പാക്കുമ്പോൾ കേരളത്തിൽ ഇതിന് താല്പര്യക്കാർ ഉണ്ടാകില്ലെന്നും പൊതുസ്ഥലം കുറവായതിനാൽ പദ്ധതിനിർദ്ദേശങ്ങൾ കുറയുമെന്നുമായിരുന്നു ധാരണ. എന്നാൽ കേരളത്തിൽ തൊഴിലുറപ്പു പദ്ധതിയിൽ വനിതകളുടെ

ശ്രദ്ധേയമായ പങ്കാളിത്തവും മുന്നേറ്റവും ഉണ്ടായി. നടത്തിപ്പിന് ഗ്രാമ പഞ്ചായത്തുകളെയും കുടുംബശ്രീയേയും ഉപയോഗിച്ചുകൊണ്ട് പദ്ധതിരൂപീകരണം നടത്തി. ഇതിന് പാലക്കാടും വയനാടും സംഘടന തന്നെ പിന്തുണ നല്കി. അതിന്റെ തുടർച്ചയായി സംസ്ഥാന വ്യാപകമായി പദ്ധതി മാറിയപ്പോൾ സ്വകാര്യ ഭൂമിയിലടക്കം ഗുണഭോക്തൃപ്രവർത്തനം സാദ്ധ്യമാകുന്ന നിലയിൽ നീർത്തട മാസ്റ്റർ പ്ലാൻ തയ്യാറാക്കുന്നതിനും പദ്ധതി വിപുലീകരിക്കുന്നതിനും സംഘടന ഇടപെട്ടു. ജില്ലയിൽ നിന്ന് തിരഞ്ഞെടുത്ത ഓരോ ബ്ലോക്കിലും മാതൃകാ പദ്ധതി ഏറ്റെടുക്കാൻ സംഘടന തീരുമാനിച്ചു. ഇ ടി സി യിൽ വച്ച് നടന്ന രണ്ടു ദിവസത്തെ ശില്പശാല അത് പ്രാവർത്തികമാക്കുന്നതിന് രൂപരേഖ തയ്യാറാക്കി. തുടർന്ന് കോട്ടയം ജില്ലയിലെ വൈക്കം ബ്ലോക്കിൽ എല്ലാ പഞ്ചായത്തുകളുടെയും നീർത്തട മാസ്റ്റർ പ്ലാൻ ധനമന്ത്രി ഡോ. ടി എം തോമസ് ഐസക്ക് പ്രഖ്യാപിച്ചു. പദ്ധതി പ്രവർത്തനം ഓരോ പഞ്ചായത്തിലും ഒരു കോടിയിലധികമായി വർദ്ധിച്ചു. ഈ പ്രവർത്തനങ്ങളിൽനിന്നും ഉൾക്കൊണ്ട പാഠം ഇതര തദ്ദേശസ്വയംഭരണ സ്ഥാപനങ്ങളുടെയും നീർത്തട മാസ്റ്റർ പ്ലാൻ റീവിസിറ്റ് ചെയ്യുന്നതിനുള്ള പരിശ്രമമാക്കി കോട്ടയത്ത് സംഘടന സംഘടിപ്പിച്ചു. തുടർന്ന് തൊഴിലുറപ്പുപദ്ധതിയുടെ സോഷ്യൽ ഓഡിറ്റിങ്ങിനും പിന്തുണ നല്കി. ഇതെല്ലാം തൊഴിലുറപ്പു പദ്ധതി പ്രവർത്തനത്തിലുള്ള കാര്യക്ഷമമായ ഇടപെടൽ ആകുകയും ഗുണപരമായ നിർവ്വഹണഫലം കൈവരിക്കുന്നതിന് സഹായിക്കുകയും ചെയ്തു. ദേശീയ തൊഴിലുറപ്പ് പദ്ധതിച്ചട്ടങ്ങളുടെ രൂപീകരണം ജില്ലാതല പദ്ധതി നിർവ്വഹണ നിരീക്ഷണം സോഷ്യൽ ഓഡിറ്റ് ചട്ടങ്ങൾ രൂപീകരണം തുടങ്ങിയവയിലും സംഘടനയുടെ ഇടപെടലുണ്ടായി. പ്രൊഫ. എ സുഹൃത് കുമാറിന്റെ സേവനം ഇതിനായി ലഭ്യമാക്കി.

പെൻഷൻ തീയതിയുടെ ഏകീകരണം

2008-2009 ലെ ബജറ്റിലൂടെ പെൻഷൻ തീയതിയുടെ ഏകീകരണം മാർച്ച് 31 ആക്കി മാറ്റുന്നതിന് സർക്കാർ തീരുമാനിച്ചത് കാര്യക്ഷമമായ പദ്ധതി നിർവ്വഹണത്തിനും വിഭവസമാഹരണത്തിനും ഉതകുന്നതായിരുന്നു. പദ്ധതിനിർവ്വഹണത്തിന്റെ ഇടയ്ക്കുവെച്ച് സർവ്വീസിൽ നിന്ന് പിരിയുകയും പുതിയ ആൾ വന്ന് പരിചയപ്പെട്ടുവരുന്നതും മറ്റും ഒഴിവാക്കാനും നികുതി സമാഹരണത്തിന്റെ ലക്ഷ്യവുമായി ബന്ധപ്പെട്ട് അത് പൂർത്തിയാക്കുന്നതിനുവേണ്ടി പ്രവർത്തിക്കുവാനും ഈ തീരുമാനം സഹായിച്ചു. അതുപോലെ ഇടയ്ക്കിടെയുള്ള സ്ഥലംമാറ്റവും അതുയർത്തുന്ന അനാരോഗ്യകരമായ പ്രവണതകളും കുറയ്ക്കുന്നതിനും സഹായിച്ചു. ഫലത്തിൽ സർവ്വീസ് ഒരു വർഷംവരെ നീട്ടുന്നതിനും അതിന്റെ ആനുകൂല്യങ്ങൾ ലഭിക്കുന്നതിനും സാധിച്ച ഈ തീരുമാനം മൂലം പ്രൊമോഷൻ ലഭിക്കാതെ പിരിയുന്ന ഒരു ചെറുന്യൂനപക്ഷത്തിന്റെ പ്രശ്നവും പരിഹരിക്കുന്നതിന് ഇടതുപക്ഷ സർക്കാർ പരിശോധന

നടത്തി വരികയായിരുന്നു. കൂടുതൽ മെച്ചപ്പെട്ട ഈ പരീക്ഷണത്തെ തുടർന്നു വന്ന യു ഡി എഫ് സർക്കാർ തകർത്തുകളഞ്ഞു.

സ്പാർക്ക് (SPARK)

ജീവനക്കാരുടെ ശമ്പളവിതരണം ഉൾപ്പെടെയുള്ള കാര്യങ്ങൾ കമ്പ്യൂട്ടർ ശൃംഖലാ സംവിധാനത്തിൽ ഏകോപിപ്പിക്കുന്നതിനായി സംസ്ഥാന ഐ ടി മിഷനുമായി സംയുക്തസംരംഭമായി നിർദ്ദേശിക്കപ്പെട്ട സ്പാർക്കിന്റെ രൂപീകരണത്തിലും നടത്തിപ്പിലും നിർണ്ണായക സാങ്കേതിക ഇടപെടൽ നടത്താനും സംഘടനയ്ക്ക് കഴിഞ്ഞു. പദ്ധതിയുടെ വൈജ്ഞാനിക സാങ്കേതിക ഘടകങ്ങളിൽ വി എം സുനിലിന്റെ ഉൾപ്പെടെ സേവനം നിർണ്ണായക സംഭാവനയായിരുന്നു.

ആരോഗ്യവിദ്യാഭ്യാസരംഗത്ത് സ്വകാര്യപ്രാക്ടീസ് നിരോധം

സംസ്ഥാനത്ത് മെഡിക്കൽ കോളേജുകളിൽ സ്വകാര്യ പ്രാക്ടീസ് അവസാനിപ്പിക്കുന്നതിനുള്ള നിർദ്ദേശം മുമ്പ് പല ഘട്ടത്തിലും ചർച്ച ചെയ്തിട്ടുണ്ട്. എന്നാൽ അത് സാദ്ധ്യമാക്കുന്നതിനുള്ള അവസരമായി 2009 ലെ ശമ്പളപരിഷ്കരണ ഘട്ടത്തിൽ നമ്മുടെ സംഘടന മുന്നോട്ടു വെച്ച നിർദ്ദേശം ചുരുക്കം ചിലരൊഴികെ അംഗീകരിക്കുന്ന സ്ഥിതിയുണ്ടായി. മികച്ച ശമ്പളവർദ്ധനവോടുകൂടി നടപ്പാക്കിയ ഈ നിർദ്ദേശം മെഡിക്കൽ കോളേജ് അദ്ധ്യാപകർക്ക് കൂടുതൽ മെച്ചപ്പെട്ട സേവനം നല്കുന്നതിനും ഗവേഷണരംഗത്ത് ഇടപെടുന്നതിനും കഴിയുന്ന അന്തരീക്ഷമുണ്ടാക്കി. എല്ലാ മെഡിക്കൽ കോളേജുകളിലും ഇതുമായി ബന്ധപ്പെട്ട് കെ ജി ഒ എ സംഘടിപ്പിച്ച തുറന്ന ചർച്ച വിപുലമായ സംവാദമായി മാറി. തുടർന്ന് മെഡിക്കൽ വിദ്യാഭ്യാസരംഗത്ത് ഗുണമേന്മയിലുണ്ടാകുന്ന മാറ്റം ആരോഗ്യ-പരിപാലന രംഗത്തെ നേട്ടമാക്കി മാറ്റുന്നതിനെക്കുറിച്ച് തിരുവനന്തപുരത്ത് ഡോ. പ്രഭാത് പട്നായിക്, പി കെ ശ്രീമതി ടീച്ചർ എന്നിവരുടെ പങ്കാളിത്തത്തോടെ ആഴത്തിലുള്ള വിഷയാവതരണത്തോടെ ശില്പശാല സംഘടിപ്പിച്ചു.

മെഡിക്കൽ യൂണിവേഴ്സിറ്റി

ഈ നേട്ടങ്ങൾ ഉറപ്പിക്കുന്നതിനും കേരളത്തിന്റെ സവിശേഷമായ ആരോഗ്യപ്രശ്നങ്ങളും ചികിത്സാസംവിധാനവും ആരോഗ്യ പരിപാലന മുറകളും ഒക്കെ പഠനവിധേയമാക്കുന്നതിലേക്കും ഗൗരവമുള്ള ഗവേഷണ സ്ഥാപനങ്ങൾ രൂപപ്പെടുത്തുന്നതിലേക്കും ഒക്കെ നീങ്ങാനുള്ള നിർദ്ദേശത്തോടെയാണ് സ്ഥാപിച്ചത്. എന്നാൽ അതനുസരിച്ചിട്ടുള്ള പുരോഗതി തുടർന്നുവന്ന സർക്കാർ തടഞ്ഞു. സ്വകാര്യപ്രാക്ടീസ് തന്നെ തിരിച്ചു കൊണ്ടുവരുന്നതിനുള്ള നീക്കത്തെയും സംഘടന ശക്തമായ പ്രതിഷേധം ഉയർത്തിയാണ് തടഞ്ഞത്. കാര്യക്ഷമതയുടെ രംഗത്തെ ഇടപെടലിന് ഇത്തരത്തിലുള്ള നിരവധി മാനങ്ങളുണ്ടെന്ന് സംഘടന

യുടെ പങ്കാളിത്തം ഈ ഓരോ രംഗത്തും തെളിയിക്കുകയുണ്ടായി. ഇതുവഴി ബന്ധപ്പെട്ട നിയമ-ചട്ടങ്ങളുടെ രൂപീകരണം, ഏകോപന ശില്പശാല മുതലായവ സംഘടനയുടെ ഇടപെടൽ വേദികളായി മാറി.

ആരോഗ്യവകുപ്പ്

ആരോഗ്യവകുപ്പിന്റെ സംവിധാനത്തെ ചിട്ടപ്പെടുത്തുന്നതിനായി തസ്തികകൾ നികത്തുന്നതിനും അവധി അവസാനിപ്പിച്ചും മെഡിക്കൽ വിദ്യാർത്ഥികൾക്ക് കമ്പൽസറി റൂറൽ പോസ്റ്റിങ് ഏർപ്പെടുത്തിയും എൻ ആർ എച്ച് എം പദ്ധതിയിൽ സംസ്ഥാനത്തെ ഉൾപ്പെടുത്തിയും വലിയ മുന്നേറ്റമാണ് ഈ കാലയളവിൽ നടത്തിയത്.

പൊതുആരോഗ്യസേവന സ്ഥാപനങ്ങൾക്ക് ആവശ്യമായ മരുന്ന് സംഭരിച്ച് വിതരണംചെയ്യുന്നതിന് പ്രത്യേക മെഡിക്കൽ സർവ്വീസ് കോർപ്പറേഷൻ എന്ന ആശയം സംഘടന ചർച്ച ചെയ്ത് സർക്കാറിന് നല്കി. അതിനു പുറമെ അഡ്മിനിസ്ട്രേറ്റീവ് /സ്പെഷ്യാലിറ്റി കേഡർ എന്ന പ്രതാപൻ കമീഷന്റെ കാലത്തുമുതൽ നിലനില്ക്കുന്ന ആശയ ത്തിന്മേൽ അന്നു മുതൽ സംഘടന ഉയർത്തിയ നിർദ്ദേശങ്ങൾ പ്രായോഗി കമാക്കുന്നതിന് ഇടപെടുകയുണ്ടായി. 16 ചീഫ് കൺസൾട്ടന്റ് തസ്തി കയും 50 സീനിയർ കൺസൾട്ടന്റ് തസ്തികയും കൂടുതൽ സൃഷ്ടിച്ചു കൊണ്ടാണ് വിദഗ്ദ്ധ ഡോക്ടർമാരുടെ സേവനം ആരോഗ്യവകുപ്പിൽ നിലനിർത്തുകയും ആ വകുപ്പിനെ നവീകരിക്കുകയും ചെയ്തത്. പൊതു ജനാരോഗ്യ മേഖലയുടെ ഗുണമേന്മ പരിപാലിക്കുന്നതിൽ നിർണ്ണായക നടപടിയായി ഇതു മാറി.

1989 ലെ എറണാകുളം സമ്മേളനത്തിന്റെ മുഖ്യ സംഘാടകനായിരുന്ന എ വി ഉമ്മനോടൊപ്പം ജനറൽ സെക്രട്ടറി ഡോ. എൻ എം മുഹമ്മദ് അലിയും, പ്രസിഡന്റ് എൻ ഭഗീരഥനും.

തദ്ദേശസ്വയംഭരണവകുപ്പ്

തദ്ദേശസ്വയംഭരണവകുപ്പിന്റെ പ്രവർത്തനം 96-2001 കാലത്ത് ഏകോപിപ്പിക്കുന്നതിനുവേണ്ടി ഗ്രാമവികസനം കൈകാര്യം ചെയ്തിരുന്ന ടി കെ രാമകൃഷ്ണനിൽനിന്നും ആ വകുപ്പ് മാറ്റി തദ്ദേശഭരണവകുപ്പ് ഏകോപിപ്പിച്ച് പാലോളി മുഹമ്മദ്കുട്ടിയെ ഏല്പിക്കുകയും ഡി ആർ ഡി എ എന്ന എജൻസി സംവിധാനത്തെ പുനഃസംഘടിപ്പിച്ച് ജില്ലാ പഞ്ചായത്തിന്റെ ദാരിദ്ര്യലഘൂകരണ യൂണിറ്റാക്കി, അതിന്റെ നിയന്ത്രണങ്ങൾ ചുരുക്കുകയുമുണ്ടായി. ഇതൊക്കെ ദാരിദ്ര്യത്തെ നേരിടുന്നതിനുള്ള പ്രവർത്തനങ്ങളെ കാര്യക്ഷമമാക്കാനായിരുന്നെങ്കിൽ തുടർന്നുവന്ന 2001 ലെ യു ഡി എഫ് സർക്കാർ ഇതിനെ മൂന്നു മന്ത്രിമാരുടെ കീഴിലാക്കി ഡി ആർ ഡി എ യെ പുനരുജ്ജീവിപ്പിച്ചു. എന്നാൽ 2006 ൽ ഇതിനെ വീണ്ടും പഴയതുപോലെ ഒരു മന്ത്രിയുടെ കീഴിലും സെക്രട്ടേറിയറ്റിൽ ഒരു വകുപ്പായിട്ടും ഏകോപിപ്പിക്കുകയുണ്ടായി. താഴെയുള്ള ഫീൽഡ് ഡിപ്പാർട്ടുമെന്റുകളെ ഏകോപിപ്പിച്ച് തദ്ദേശസ്വയംഭരണ കേഡർ എന്നത് നടപ്പാക്കുന്നതിന് തീരുമാനിക്കുകയും ചെയ്തു. 2011 ൽ തുടർന്നുവന്ന ഐക്യമുന്നണി സർക്കാർ ഇതിനെയും തകർത്തുകളഞ്ഞു. മൂന്നു മന്ത്രിമാർക്കായി വിഭജിച്ച് ഇതിനെ തകർക്കുന്നതിനെതിരെ ധർണ്ണയും ദേശീയ സെമിനാറും എഫ് എസ് ഇ ടി ഒ സംഘടിപ്പിച്ചത് ഇതിന്റെ പ്രാധാന്യം കണ്ടറിഞ്ഞാണ്.

കാർഷികരംഗത്തെ ഇടപെടൽ

കാർഷികരംഗം ബോധപൂർവ്വമായ സർക്കാർ ഇടപെടലിലൂടെയേ പുനരുജ്ജീവിപ്പിക്കാൻ കഴിയൂയെന്ന് തിരിച്ചറിഞ്ഞതിന്റെ അടിസ്ഥാനത്തിൽ 2008 ജൂലൈ 27 ന് കെ ജി ഒ എ ഹാളിൽ ചേർന്ന കൃഷി ഉദ്യോഗസ്ഥരുടെ ശില്പശാല വളരെ ആഴത്തിൽ കേരളത്തിലെ കാർഷികമേഖലയുടെ പ്രശ്നങ്ങൾ പരിശോധിച്ചു. കാർഷിക രംഗത്തെ വിദഗ്ദ്ധരെയും കാർഷികസംഘടനാനേതൃത്വത്തെയും പങ്കെടുപ്പിച്ച് നടന്ന ചർച്ചയെ തുടർന്ന് പ്രായോഗിക പ്രവർത്തനം ഏറ്റെടുക്കുന്നതിന് തീരുമാനിക്കുകയും ജില്ലകളിൽനിന്ന് തിരഞ്ഞെടുത്ത 35 പഞ്ചായത്തുകളിലെ ജനപ്രതിനിധികളെയും കൃഷി ഓഫീസർമാരെയും 2008 സെപ്തംബർ 21, 22 തീയതികളിൽ വയനാട് മാനന്തവാടിയിൽ ചേർന്ന ശില്പശാലയിൽ പങ്കെടുപ്പിച്ച് കർമ്മസേന രൂപീകരിക്കുകയും ആ കർമ്മ പദ്ധതിയുടെ തീരുമാനത്തിന് നേതൃത്വംകൊടുക്കുകയും ചെയ്തു. ഈ നിലയിലുള്ള ഇടപെടലും തൊഴിലുറപ്പുപദ്ധതിയെ പ്രയോജനപ്പെടുത്തിയും തദ്ദേശസ്വയംഭരണസ്ഥാപനങ്ങളുടെ പ്രാദേശികപദ്ധതിയെ അടക്കം ഉൾക്കൊണ്ടുകൊണ്ടുള്ള കാർഷിക ഇടപെടൽ കേരളത്തിലെ വിപരീത വളർച്ചയെന്ന പ്രതിഭാസത്തിനെ മറിക്കടക്കുന്നതിന് സഹായകമായി.

11-ാം പദ്ധതിക്കായി കെ ജി ഒ എ തയ്യാറാക്കിയ വികസന അജണ്ടയിലെ സംസ്ഥാനമേഖലാ നിർദ്ദേശങ്ങൾ എല്ലാ ഉദ്യോഗസ്ഥർ

ക്കും അയച്ചു കൊടുത്തുകൊണ്ട് മന്ത്രി സി ദിവാകരൻ വിളിച്ചുചേർത്ത ഉദ്യോഗസ്ഥരുടെയും സംഘടനാ പ്രതിനിധികളുടെയും വിപുലീകൃത യോഗം, തുടർന്ന് ആ വകുപ്പിന്റെ നിരവധി പ്രവർത്തനങ്ങൾക്ക് രൂപം നല്കുന്നതിന് സഹായിക്കുകയുണ്ടായി. പ്രവർത്തനങ്ങൾക്ക് രൂപം നല്കുന്നതിന് കെ ജി ഒ എ സാങ്കേതിക പ്രൊഫഷണൽ ഉദ്യോഗസ്ഥവിഭാഗം ഏറെ സഹായിക്കുകയുണ്ടായി.

"മുസിരിസ്" പൈതൃക സംരക്ഷണം

സംഘകാല സംസ്കൃതിയുമായും വിദേശ വ്യാപാര പ്രക്രിയയുമായും മലയാളിയെ ബന്ധിപ്പിക്കുന്ന പുരാതന നഗര മാതൃകയായ മുസിരിസ് പട്ടണത്തിന്റെ ചരിത്രപൈതൃക സംരക്ഷണ പ്രവർത്തനത്തിലും നിർണ്ണായക സംഭാവന സംഘടന നല്കി. കൊടുങ്ങല്ലൂർ-പരവൂർ മേഖലയെ പൊതുവിലും മുസിരിസ് പ്രദേശത്തെ വിശേഷിച്ചും ഈ പ്രവർത്തനങ്ങളിൽ ഉൾച്ചേർക്കാനായി. വി എം സുനിലിന്റെ ഉൾപ്പെടെ കർമ്മകുശലത ഇതിനായി നാം വിനിയോഗിച്ചു.

സംസ്ഥാനസർവ്വീസിലെ ഫീൽഡുതല ഉദ്യോഗസ്ഥർ

സംസ്ഥാന സിവിൽ സർവ്വീസിലെ ഭരണ, പ്രൊഫഷണൽ, സാങ്കേതിക, സയന്റിഫിക്/മാനേജ്മെന്റ് തലങ്ങളിൽ പ്രവർത്തിക്കുന്ന ഉദ്യോഗസ്ഥരാണ് പദ്ധതി ആസൂത്രണത്തിന്റെയും നിർവ്വഹണത്തിന്റെയും വിഭവസമാഹരണത്തിന്റെയും ചുക്കാൻ പിടിക്കുന്നത്. സർവ്വീസിലുള്ള ഈ വിഭാഗം ജീവനക്കാരും സെക്രട്ടേറിയറ്റ് സർവ്വീസുമായുള്ള നിലവിലുണ്ടായിരുന്ന തുല്യതയെ എട്ടാം ശമ്പളപരിഷ്കരണം വഴി അട്ടിമറിച്ചത് വലിയ പ്രതിഷേധമാണ് ഉണ്ടാക്കിയത്. ഒമ്പതാം ശമ്പളപരിഷ്കരണത്തിൽ ഈ അനോമലി ഒരു പരിധിവരെ പരിഹരിക്കുന്നതിന് കമീഷൻ തയ്യാറായി. എന്നാൽ ഗൗരവമായ ഒരു പരിശോധനയും കൂടാതെ മുഖ്യമന്ത്രി ഉമ്മൻചാണ്ടിയുടെ നേരിട്ടുള്ള ഇടപെടലിലൂടെ ഈ തുല്യത അട്ടിമറിച്ചുള്ള മാറ്റം വരുത്തുന്ന ഉത്തരവ് പുറപ്പെടുവിക്കുകയാണ് ഉണ്ടായത്. കേരള സിവിൽ സർവ്വീസ് പുനഃസംഘടിപ്പിക്കണമെന്ന നിർദ്ദേശം ഗൗരവമായി സർക്കാരുകൾ എടുക്കാതിരിക്കുന്നതും ഇന്ന് ചില ഭരണ പ്രതിസന്ധി തന്നെ സൃഷ്ടിക്കുന്നു. കേരള അഡ്മിനിസ്ട്രേറ്റീവ് സർവ്വീസ് രൂപീകരിച്ചുകൊണ്ടുള്ള തീരുമാനം നിലവിലുള്ള ഒരു റിപ്പോർട്ടുകളും പരിശോധിക്കാതെയും സെക്രട്ടേറിയേറ്റിനെയും സാങ്കേതികേതര വകുപ്പുകളെ ഉൾപ്പെടുത്താതെയും പ്രമോഷൻ അവസരങ്ങൾ പാടെ അട്ടിമറിച്ചുമായിരുന്നു. ഇതിനെതിരെ കെ ജി ഒ എ യുടെ നേതൃത്വത്തിൽ നടത്തിയ ഒറ്റയ്ക്കും കൂട്ടായുമുള്ള പ്രവർത്തനങ്ങൾ സർക്കാറിനെക്കൊണ്ട് ചില മാറ്റങ്ങൾക്ക് ഇടയാക്കിയെങ്കിലും പ്രശ്നത്തെ സമഗ്രമായി കണ്ടുകൊണ്ട് ഭരണപരിഷ്കാരത്തിനും കാര്യക്ഷമതയ്ക്കും സഹായക

മാകുന്ന നിലയിലേക്ക് പുനരാവിഷ്കരിക്കുന്നതിന് കഴിയേണ്ടതുണ്ട്. സ്റ്റേറ്റ് സിവിൽ സർവ്വീസും കേരള അഡ്മിനിസ്ട്രേറ്റീവ് സർവ്വീസും രൂപപ്പെടുത്തുന്നതിന് സമഗ്രസമീപനം പ്രാവർത്തികമാക്കാനാകണം. അതിലേക്കുള്ള ആശയ രൂപീകരണത്തിനാണ് സംഘടനയുടെ പരിശ്രമം.

കേരള അഡ്മിനിസ്ട്രേറ്റീവ് ട്രിബ്യൂണൽ

ജീവനക്കാർക്കിടയിലും സർക്കാർ ജീവനക്കാർ തമ്മിലും ഉണ്ടാകുന്ന വ്യവഹാരങ്ങൾ ദ്രുതഗതിയിൽ ചെലവു കുറഞ്ഞവിധം തീർപ്പാക്കാൻ ഉദ്ദേശിച്ചാണ് കേരള അഡ്മിനിസ്ട്രേറ്റീവ് ട്രിബ്യൂണൽ എന്ന ആശയം രൂപംകൊണ്ടത്. പ്രതീക്ഷയ്ക്കനുസൃതമായി ഈ സംവിധാനം പ്രയോജനപ്രദമായില്ല എന്നു മാത്രമല്ല ഇരട്ട വ്യവഹാര അവസ്ഥ സംജാതമാകുകയും ചെയ്യുകയാണിപ്പോൾ. ബദൽ തർക്കപരിഹാര ഉപാധിയായി ഇത് മാറണമെന്ന കെ ജി ഒ എ നിലപാട് സാധൂകരിക്കയാണിപ്പോൾ. 10-ാം ശമ്പള കമീഷനും 7-ാം കേന്ദ്ര ശമ്പള കമീഷനും പൊതുസേവന സംവിധാനത്തിനെതിരെ വാളോങ്ങുകയാണിന്ന്. കൃഷിയും മൃഗപരിപാലനവും ഉൾപ്പെടെ വകുപ്പുകൾ പോലും അപ്രസക്തമാണെന്നാണ് വാദം. ഗ്രേഡ് III, IV ജീവനക്കാർ അനിവാര്യമല്ല എന്നാണ് സൂചന. കുടിവെള്ളം, വൈദ്യുതി, ഗതാഗത മേഖലകൾ കച്ചവടവല്ക്കരിക്കുന്നു. വിദ്യാഭ്യാസ ആരോഗ്യ രംഗങ്ങൾ കൈയൊഴിയുന്നു. ഇഷ്ടാനുസരണം നിയമിക്കാനും പിരിച്ചുവിടാനും അനുവദിക്കുന്നു. സാമൂഹ്യ സുരക്ഷാ പദ്ധതികൾ നിർത്തലാക്കുന്നു. നികുതി ബാദ്ധ്യത ഉയർത്തുന്നു. സംപ്രീതിതത്ത്വം ബാധകമാകുന്നു. ഈ ഘട്ടത്തിലാണ് ജനപക്ഷ സേവനം വഴി ജനപിന്തുണ ആർജ്ജിക്കേണ്ടതിന്റെ പ്രസക്തി സിവിൽ സർവ്വീസിൽ വർദ്ധിക്കുന്നത്.

കേരളത്തിലെ ശമ്പളപരിഷ്കരണം വിവിധ ഘട്ടങ്ങൾ

വ്യവസായം, കൃഷി ഉൾപ്പെടെ എല്ലാ മേഖലകളിലും പണിയെടുക്കുന്നവർക്ക് മാന്യമായ ജീവിതനിലവാരവും സാമൂഹിക-സാംസ്കാരികരംഗങ്ങളിൽ അവസരങ്ങളും വിശ്രമത്തിനുള്ള അവസരങ്ങളും ഉറപ്പുവരുത്തുന്ന തരത്തിൽ തൊഴിലാളിക്കും അവന്റെ കുടുംബത്തിനും സാമാന്യം സുഖമായി ജീവിക്കാനുതകുന്ന ജീവിതവേതനം ലഭിക്കാൻ തക്കതായ നടപടികൾ ഗവൺമെന്റുകൾ കാലാകാലങ്ങളിൽ സ്വീകരിക്കണമെന്ന് ഇന്ത്യൻഭരണഘടന വ്യവസ്ഥ ചെയ്യുന്നു. എന്നാൽ ഭരണഘടന നിലവിൽ വന്ന് ആറര പതിറ്റാണ്ടിനു ശേഷവും ജീവിതവേതനം പോയിട്ട് ആവശ്യാധിഷ്ഠിത മിനിമം വേതനംപോലും സ്വപ്നം കാണാനാകാത്ത സ്ഥിതിയാണ്.

ഐക്യരാഷ്ട്രസഭയുടെ ഡിപ്പാർട്ടുമെന്റ് ഓഫ് ഇക്കണോമിക്സ് ആന്റ് സോഷ്യൽ അഫയേഴ്സ് പ്രസിദ്ധീകരിച്ചിട്ടുള്ള *ഹാൻഡ് ബുക്ക് ഓഫ് സിവിൽ ലോ ആന്റ് പ്രാക്ടീസ്* എന്ന പ്രസിദ്ധീകരണത്തിൽ വേതനഘടന നിശ്ചയിക്കുമ്പോൾ പരിഗണിക്കേണ്ട കാര്യങ്ങൾ പ്രതിപാദിച്ചിട്ടുണ്ട്. ഒരു നല്ല വേതനഘടന സൃഷ്ടിക്കുന്നതിന് മൂന്നു കാര്യങ്ങൾ കണക്കിലെടുക്കണമെന്ന് പ്രസിദ്ധീകരണം ഊന്നി പറയുന്നു. പരിഗ്രാഹ്യത, സംഗ്രാഹ്യത, പര്യാപ്തത എന്നിവയാണവ. സമാനമോ തുല്യമായതോ ആയ ജോലി ചെയ്യുന്ന എല്ലാ വിഭാഗങ്ങൾക്കും തുല്യമായ വേതനഘടനയും സേവനവ്യവസ്ഥകളും വേണമെന്നതാണ് പരിഗ്രാഹ്യത കൊണ്ടുദ്ദേശിക്കുന്നത്. ജീവനക്കാർക്ക് നല്കുന്ന ശമ്പളസ്കെയിലുകൾ അവർക്ക് ലഭിക്കുന്ന മൊത്തവരുമാനത്തിന്റെ ശരിയായ രൂപം പ്രതിഫലിക്കുന്നതായിരിക്കണമെന്നതാണ് സംഗ്രാഹ്യത കൊണ്ടുദ്ദേശിക്കുന്നത്. ശമ്പളസ്കെയിലുകൾ അതിജീവന പര്യാപ്തവുമായിരിക്കണം. ഒരു തസ്തികയിൽ ജോലിയിൽ പ്രവേശിക്കുന്ന ഒരാൾക്ക് തന്നെ ഏല്പി

ച്ചിട്ടുള്ള ജോലി കൃത്യമായും കാര്യക്ഷമമായും നിർവ്വഹിക്കുന്നതിനും, സേവനകാലം കൂടുന്തോറും കൂടുതൽ കാലം ജോലി ചെയ്യുന്നതിനും പര്യാപ്തമായിരിക്കണം ശമ്പളസ്കെയിൽ.

ഇന്ത്യയിൽ നിലവിലുള്ള പരിതഃസ്ഥിതികളിൽ ഇതര സംഘടിത മേഖലകളേക്കാൾ ഏറ്റവും കുറഞ്ഞ വേതനം പറ്റുന്നത് സർക്കാർ ജീവനക്കാരാണ്. ബാങ്ക്, എൽ ഐ സി, റിസർവ്വ് ബാങ്ക്, സ്റ്റേറ്റ് ഇലക്ട്രിസിറ്റി ബോർഡുകൾ, പൊതുമേഖലാ വ്യവസായസ്ഥാപനങ്ങൾ തുടങ്ങിയ സംഘടിത പൊതുമേഖലകളുമായി താരതമ്യപ്പെടുത്തുമ്പോൾ സർക്കാർ ജീവനക്കാരുടെ വേതനഘടനയും സേവനവ്യവസ്ഥകളും വളരെ പിന്നോക്കമാണ്. കേന്ദ്ര-സംസ്ഥാന ഗവൺമെന്റുകൾ രാജ്യത്തെ ഏറ്റവും വലിയ മാതൃകാ തൊഴിലുടമയായിരിക്കണം. സ്വാതന്ത്ര്യാനന്തര ഇന്ത്യയുടെ വേതനനയം തൊഴിലെടുക്കുന്നവരുടെ യഥാർത്ഥ വരുമാനം വർദ്ധിപ്പിച്ച് ജീവിതനിലവാരം ക്രമമായി ഉയർത്താൻ പര്യാപ്തമായ ഒന്നല്ല എന്നതാണ് വസ്തുത.

ഇന്ത്യയിൽ മിനിമം വേതനത്തെക്കുറിച്ചുള്ള ചർച്ച ആദ്യമായി നടന്നത് 1921 ൽ ബംഗാൾ നിയമസഭയിലായിരുന്നു. അന്താരാഷ്ട്ര തൊഴിൽ സംഘടന മിനിമം വേതനതത്ത്വം ആവിഷ്കരിച്ചത് ഇന്ത്യൻ തൊഴിലാളിവർഗ്ഗത്തേയും സ്വാധീനിച്ചു. 1929 ൽ തൊഴിൽപ്രശ്നങ്ങൾ പഠിച്ച് റിപ്പോർട്ട് ചെയ്യാൻ നിയുക്തമായ വൈറ്റ് ലീ കമീഷൻ മിനിമം വേതനം നടപ്പാക്കുന്ന കാര്യത്തിൽ അടിയന്തര നടപടികളൊന്നും ആവശ്യമില്ലെന്ന ശുപാർശയാണ് നല്കിയത്. 1948 ൽ മിനിമം വേജസ് (വേതന) ആക്ട് പാസാക്കി. ഇന്ത്യയിലെ തൊഴിൽ നിയമനിർമ്മാണ ചരിത്രത്തിൽ പുതിയൊരു നാഴികക്കല്ലായിരുന്നു ആ ആക്ട്. എങ്കിലും ഈ ആക്ട് കൂലിയുടെയും ലാഭത്തിന്റെയും അനുപാതത്തിൽ തൊഴിലാളിക്ക് അനുകൂലമായി ഒരു മാറ്റവും വരുത്തിയില്ല. തൊഴിലാളികളുടെ ജീവിത സാഹചര്യങ്ങൾ മെച്ചപ്പെടുത്തുന്നതിനും ഈ ആക്ട് ഉതകിയില്ല. വളരെ കുറഞ്ഞ കൂലി മാത്രം കൊടുത്ത് നടത്തുന്ന വ്യവസായങ്ങൾക്ക് മാത്രം ബാധകമാകുന്ന ഒന്നായിരുന്നു ആക്ട്. സംഘടിതമേഖലയെ ആക്ടിന്റെ പരിധിയിൽനിന്നും ഒഴിവാക്കി. ഒരിക്കൽ തീരുമാനിക്കുന്ന മിനിമം വേതനം കാലോചിതമായി പരിഷ്കരിക്കണമെന്ന നിബന്ധനയുമില്ല. ഇതിനൊക്കെ പുറമേ മിനിമം നിർണ്ണയിക്കുന്നതിനുള്ള ഒരു മാനദണ്ഡവും നിശ്ചയിച്ചിരുന്നില്ല.

സംഘടിതമേഖലയിലെ തൊഴിലാളികൾക്കും മിനിമം വേതനം നിശ്ചയിക്കണമെന്നുള്ള ആവശ്യം കേന്ദ്രീകരിച്ച് പ്രക്ഷോഭം ഉയർന്ന സാഹചര്യത്തിൽ തൊഴിലാളികളുടെ ന്യായമായ വേതനം (ഫെയർ വേജസ്) എന്തായിരിക്കണമെന്ന് പഠിച്ച് റിപ്പോർട്ട് സമർപ്പിക്കാൻ 1948 ൽ തന്നെ ഫെയർ വേജസ് കമ്മിറ്റിയെ നിയോഗിച്ചു. മിനിമം വേതനം, ന്യായമായ വേതനം (ഫെയർ വേജസ്), ജീവിതവേതനം (ലിവിങ് വേജസ്) എന്നിവയെക്കുറിച്ച് പഠിച്ച് റിപ്പോർട്ട് സമർപ്പിക്കുവാൻ ഫെയർ വേജസ് കമ്മിറ്റിയോട് ആവശ്യപ്പെട്ടിരുന്നു. സർക്കാരിന്റെയും തൊഴിലുടമകളുടെയും പ്രതിനിധികൾ അടങ്ങുന്നതായിരുന്നു 1948 ലെ ഫെയർ

വേജസ് കമ്മിറ്റി. മൂന്നുതരത്തിലുള്ള വേതനങ്ങളെക്കുറിച്ച് ഫെയർ വേജസ് കമ്മിറ്റി നല്കിയ നിർവ്വചനം ഇന്നും ഇന്ത്യൻ തൊഴിലാളി വർഗ്ഗത്തിന്റെ ആധാരരേഖകളാണ്. ഫെയർ വേജസ് കമ്മിറ്റിയുടെ അഭിപ്രായത്തിൽ വേതന നിരക്കുകളിൽ മിനിമം വേതനം ഏറ്റവും താഴത്തെ നിലവാരവും ലിവിങ് വേതനം ഏറ്റവും ഉയർന്ന നിലവാരവും ന്യായ വേതനം ഇതിന് രണ്ടിനുമിടയ്ക്കുള്ള ഒരു നിലവാരവുമാണ്. മിനിമം വേതനമെന്നാൽ ജീവിതം നിലനിർത്തുന്നതിന് ആവശ്യമായതും തുടർന്ന് ജോലി ചെയ്യാൻ ആവശ്യമായ ഊർജ്ജസ്വലത കൈവരിക്കുന്നതിനാവശ്യമായതും, വിദ്യാഭ്യാസം, വൈദ്യശുശ്രൂഷ തുടങ്ങിയ ആവശ്യങ്ങൾക്കൂടി നിർവ്വഹിക്കാൻ ഉതകുന്നതുമായ ഒന്നായിരിക്കണമെന്ന് ഫെയർ വേജസ് കമ്മിറ്റി അഭിപ്രായപ്പെട്ടു. 1957 ജൂലൈ മാസത്തിൽ നടന്ന 15-ാമത് ത്രികക്ഷിസമ്മേളനം (15-ാമത് ഇന്ത്യൻ ലേബർ കോൺഫറൻസ്) ആണ് ഫെയർ വേജസ് കമ്മിറ്റിയുടെ മിനിമം വേതനതത്ത്വം സമൂർത്തമാക്കിയത്. ഈ മിനിമം വേതനതത്ത്വത്തിന്റെ അടിസ്ഥാനത്തിലാണ് സംസ്ഥാനത്ത് നിലവിൽ വന്നിട്ടുള്ള ശമ്പളപരിഷ്കരണ കമീഷനുകളെയെല്ലാം കേരള ഗസറ്റഡ് ഓഫീസേഴ്സ് അസോസിയേഷൻ സമീപിച്ചിട്ടുള്ളത്.

സംസ്ഥാന രൂപീകരണത്തിനു മുമ്പുള്ള സ്ഥിതി

1956 നവംബർ ഒന്നിന് കേരളസംസ്ഥാനം രൂപംകൊള്ളുന്നതിനു മുമ്പ് തിരുവിതാംകൂറിലും കൊച്ചിയിലും അതാത് സർക്കാരുകൾ രൂപീകരിച്ച ശമ്പളപരിഷ്കരണ കമീഷനുകളുടെ ശുപാർശയുടെ അടിസ്ഥാനത്തിൽ കാലാകാലങ്ങളിൽ സർക്കാർ ജീവനക്കാരുടെ വേതനം പുതുക്കി നിശ്ചയിച്ചിരുന്നു. മലബാർ മേഖലയിൽ പണിയെടുത്തിരുന്ന മദിരാശി സർക്കാരിന്റെ അലോട്ടഡ് ഓഫീസർമാർക്ക് മദിരാശി സർക്കാർ നടപ്പിലാക്കിയ വേതന പരിഷ്കരണവും നിലവിലിരുന്നു. കൊച്ചി സംസ്ഥാനത്ത് കേരള രൂപീകരണത്തിനു മുമ്പ് 1930 ൽ ശമ്പളപരിഷ്കരണത്തിനെ തുടർന്ന് നീണ്ട 17 വർഷത്തെ ഇടവേളയ്ക്കു ശേഷം 1947 ഡിസംബറിൽ (കൊല്ലവർഷം ധനു 1, 1122) ആണ് ശമ്പളം പരിഷ്കരിച്ചത്. ഇതിനായി പി വി റാഫേൽ ചീഫ് സെക്രട്ടറി(ചെയർമാൻ), ബി വി കെ മേനോൻ സെക്രട്ടറി (ഫിനാൻസ് ഡിപ്പാർട്ട്മെന്റ്), സി ജെ മാത്യു, സെക്രട്ടറി (ഡെവലപ്പ്മെന്റ് ഡിപ്പാർട്ട്മെന്റ്), കെ ഗോവിന്ദമേനോൻ കംട്രോളർ ഓഫ് ഫിനാൻസ് ആന്റ് അക്കൗണ്ട്സ് (അംഗങ്ങൾ), കെ എസ് രാഘവൻ ഡെപ്യൂട്ടി സെക്രട്ടറി (സെക്രട്ടറി) എന്നിവർ അടങ്ങുന്ന ഔദ്യോഗിക സമിതിയെ സർക്കാർ നടപടിക്രമം നമ്പർ എഫ് 240815/21 തീയതി 27.07.1946, എഫ് 2 40815/21 തീയതി 31.08.1946 എന്നിവ പ്രകാരം സർക്കാർ നിയമിച്ചു. കമീഷൻ സമർപ്പിച്ച റിപ്പോർട്ടിന്റെ അടിസ്ഥാനത്തിൽ ലെജിസ്ലേറ്റീവ് കൗൺസിലിൽനിന്നും തിരഞ്ഞെടുക്കപ്പെട്ട അനൗദ്യോഗിക കമ്മിറ്റിയുടെ പരിശോധനയുടെയുംകൂടി അടിസ്ഥാനത്തിൽ

ശമ്പളം പരിഷ്കരിച്ചുകൊണ്ട് ഉത്തരവ് നമ്പർ എഫ് 1 25172/1122, തീയതി 21.08.1947 പ്രകാരം സർക്കാർ ഉത്തരവ് പുറപ്പെടുവിച്ചു.

ശമ്പളപരിഷ്കരണത്തിൽ ആദ്യമായി ടൈം സ്കെയിൽ നടപ്പിലാക്കുന്നതിനുള്ള ശുപാർശ ഉൾക്കൊള്ളുന്നതായിരുന്നു കമീഷന്റെ റിപ്പോർട്ട്. വകുപ്പ് മേധാവികൾക്ക് പരിഷ്കരണം നടത്തേണ്ടതില്ലെന്ന തരത്തിലുള്ള അഭിപ്രായത്തേയും കമീഷൻ തള്ളിക്കളഞ്ഞു. വകുപ്പ് മേധാവികളെ ശമ്പള സ്കെയിലുകളുടെ അടിസ്ഥാനത്തിൽ അഞ്ചു ഗ്രൂപ്പുകളായി തരംതിരിക്കുന്നതിന് ശുപാർശ ചെയ്തു. വകുപ്പ് മേധാവികളുടെ ശരാശരി വാർഷിക ശമ്പളം നിലവിലുള്ള 2.32 ലക്ഷം രൂപയിൽനിന്നും 2.68 ലക്ഷമായി വർദ്ധിപ്പിച്ചതുൾപ്പെടെ പെൻഷൻ ആനുകൂല്യമടക്കം 18.01 ലക്ഷം രൂപയുടെ അധിക ബാദ്ധ്യത വരുന്ന ശുപാർശയാണ് കമീഷൻ സർക്കാരിന് സമർപ്പിച്ചത്. എന്നാൽ 18.81 ലക്ഷം രൂപയുടെ അധിക ബാദ്ധ്യത വരുന്ന തരത്തിൽ പെൻഷൻ ഉൾപ്പെടെയുള്ള ശമ്പളയിനത്തിലെ ചെലവ് നിലവിലെ 56.95 ലക്ഷത്തിൽനിന്നും 75.76 ലക്ഷം രൂപയായി വർദ്ധിക്കുന്ന നിലയ്ക്കുള്ള ശമ്പളപരിഷ്കരണ ഉത്തരവാണ് കമീഷൻ റിപ്പോർട്ടിനെത്തുടർന്ന് സർക്കാർ പുറപ്പെടുവിച്ചത്.

തിരു-കൊച്ചി സംയോജനത്തെ തുടർന്ന് രണ്ടു സംസ്ഥാനങ്ങളിലും ഗസറ്റഡ്, നോൺ ഗസറ്റഡ് ഓഫീസർമാർക്ക് നടപ്പിലാക്കിയിട്ടുള്ള ശമ്പളപരിഷ്കരണങ്ങളെ പരിശോധിക്കുന്നതിനും ആവശ്യമായ ഭേദഗതികൾ ശുപാർശ ചെയ്യുന്നതിനുമായി സർക്കാർ നടപടിക്രമം പി ആർ 1 6132/55/ഫിൻ. തീയതി 24.03.1955 പ്രകാരം ഒരു കമീഷനെ നിയമിച്ചു. കമീഷൻ അതിന്റെ റിപ്പോർട്ട് സർക്കാറിന് സമർപ്പിച്ചു. റിപ്പോർട്ടിലെ ശുപാർശകളുടെ അടിസ്ഥാനത്തിൽ ഉത്തരവ് നമ്പർ. 30226/55/ഫിൻ. തീയതി 07.12.1955 പ്രകാരം ഗസറ്റഡ് ഓഫീസർമാരുടെ ശമ്പളം 01.04.1955 മുതൽ പുതുക്കി നിശ്ചയിച്ചു.

കേരള സംസ്ഥാന രൂപീകരണത്തെ തുടർന്ന് തിരു-കൊച്ചിയിലെയും മലബാർ പ്രദേശത്തെയും (മദ്രാസ് സർവ്വീസ്) ഗസറ്റഡ്, നോൺ-ഗസറ്റഡ് ഉദ്യോഗസ്ഥരുടെ ശമ്പള സ്കെയിലുകൾ പരിശോധിക്കുന്നതിനും ഏകീകൃത ശമ്പള സ്കെയിലുകൾ ശുപാർശ ചെയ്യുന്നതിനുമായി സർക്കാർ നടപടിക്രമം നമ്പർ ഫിൻ(ഇ ഡി)-11487/57 തീയതി 04.09.1957 പ്രകാരം ആർ ശങ്കരനാരായണ അയ്യർ കമ്മിറ്റിയെ സർക്കാർ നിയോഗിച്ചു. കമ്മിറ്റി അതിന്റെ റിപ്പോർട്ട് 26.04.1958 ന് സർക്കാരിന് സമർപ്പിച്ചു. കമീഷന്റെ ശുപാർശകളുടെ അടിസ്ഥാനത്തിൽ ജി ഒ (പി)നമ്പർ:150/58/ഫിൻ. തീയതി 23.06.1958 പ്രകാരം ഗസറ്റഡ്-നോൺ ഗസറ്റഡ് തസ്തികകളുടെ ശമ്പളസ്കെയിൽ 01.04 1958 മുതൽ പുതുക്കി നിശ്ചയിച്ചു. തിരു-കൊച്ചിയിലെയും മലബാറിലെയും (മദ്രാസ് സർവ്വീസ്) ശമ്പള സ്കെയിലുകൾ ഏകീകരിക്കുക എന്ന ലക്ഷ്യം മാത്രമേ ഈ കമീഷന് ഉണ്ടായിരുന്നുള്ളൂ.

തിരു-കൊച്ചിയിലും മലബാറിലും ഗസറ്റഡ് ഓഫീസർമാർക്ക്

വ്യത്യസ്തമായ ശമ്പളസ്കെയിലുകളാണ് നിലനിന്നിരുന്നത്. 01.11.1956 ൽ മലബാറിലെ ഗസറ്റഡ് ഓഫീസർമാരുടെ ശമ്പളം തിരു-കൊച്ചിയിലെ സമാന തസ്തികകളുടെ ശമ്പള സ്കെയിലുകളേക്കാൾ ഉയർന്നതായിരുന്നു. സംയോജനത്തെതുടർന്ന് തുല്യജോലിക്ക് രണ്ട് വ്യത്യസ്തമായ ശമ്പളസ്കെയിലുകൾ നിലനില്ക്കുന്നത് ഗസറ്റഡ് ഓഫീസർമാരുടെ ഇടയിൽ അസംതൃപ്തിക്ക് ഇടയാക്കി. ശമ്പളസ്കെയിലുകളിൽ നിലനില്ക്കുന്ന അസമാനത ഇല്ലാതാക്കി ശമ്പളസ്കെയിലുകൾ പുനർനിർണ്ണയം ചെയ്തുകൊണ്ട് ജി ഒ (പി)434/60/ഫിൻ.തീയതി 08.09.1960 പ്രകാരം സർക്കാർ നേരിട്ട് ഉത്തരവുകൾ പുറപ്പെടുവിച്ചു. 01.04.1958 മുതൽ ഈ പരിഷ്കരണത്തിന് പ്രാബല്യം നല്കി.

ഒന്നാം ശമ്പളപരിഷ്കരണം

ഐക്യകേരള രൂപീകരണത്തിനുശേഷം 1965 ഫെബ്രുവരി 27 ന്റെ സർക്കാർ ഉത്തരവിലൂടെ കെ എം ഉണ്ണിത്താൻ ഐ സി എസ് (റിട്ട.) ചെയർമാനായി രൂപീകരിച്ച ശമ്പളപരിഷ്കരണ കമീഷനെയാണ് സംസ്ഥാനത്തെ ആദ്യത്തെ ശമ്പളപരിഷ്കരണ കമീഷൻ എന്ന നിലയിൽ കണക്കാക്കിയിട്ടുള്ളത്. സർക്കാറിതര മേഖലയിലെ വേതനവുമായി താരതമ്യംചെയ്യുമ്പോൾ സർക്കാർ ജീവനക്കാർ സുരക്ഷിതരും മെച്ചപ്പെട്ട വേതനവും പെൻഷൻ ആനുകൂല്യങ്ങൾ ഉൾപ്പെടെ കൈപ്പറ്റുന്നവരും ആണെന്നുള്ള നിരീക്ഷണമാണ് കമീഷൻ അതിന്റെ റിപ്പോർട്ടിൽ നടത്തിയിരുന്നത്. മെച്ചപ്പെട്ട ശമ്പളഘടന നിലനില്ക്കുന്ന മദിരാശിയിലെ ശമ്പള സ്കെയിലുകൾ പകർത്തണമെന്ന വാദത്തിന് നൂറോളം ശമ്പള സ്കെയിലുകൾ നിലവിലുള്ള മദിരാശിയിലെ ശമ്പള സ്കെയിലുകൾ 52 ശമ്പള സ്കെയിലുകൾ നിലനില്ക്കുന്ന കേരളത്തിലെ ശമ്പള സ്കെയിലുകളുമായി തുലനം ചെയ്യുന്നതും പകർത്തുന്നതും അപ്രായോഗികമാണെന്ന നിലപാടാണ് കമീഷൻ സ്വീകരിച്ചത്. കമീഷൻ സമർപ്പിച്ച ശുപാർശകളിൽ ഭേദഗതികൾ വരുത്തിക്കൊണ്ട് 01.01.1966 മുതൽ ശമ്പള പരിഷ്കരണം സംസ്ഥാനത്ത് നടപ്പാക്കി. ഉയർന്ന സ്കെയിലുകളിൽ വെട്ടിക്കുറവ് വരുത്തിക്കൊണ്ടും ലാസ്റ്റ് ഗ്രേഡ് തുടങ്ങിയ താഴ്ന്ന തസ്തികകളിൽ വർദ്ധനവ് വരുത്തിക്കൊണ്ടുള്ളതുമായിരുന്നു പരിഷ്കരണം. 400 രൂപയ്ക്ക് മുകളിൽ അടിസ്ഥാന ശമ്പളത്തിന് സർവ്വീസ് വെയ്റ്റേജും 1000 രൂപയ്ക്ക് മുകളിൽ അടിസ്ഥാന ശമ്പളത്തിന് ക്ഷാമബത്തയും അനുവദിച്ചിരുന്നില്ല. വലിയ അസംതൃപ്തിയാണ് പൊതുവിലും ഗസറ്റഡ് ജീവനക്കാരുടെ മേഖലയിൽ പ്രത്യേകിച്ചും ഇതുണ്ടാക്കിയത്.

ഗസറ്റഡ് മേഖലയിൽ കേരള ഗസറ്റഡ് ഓഫീസേഴ്സ് അസോസിയേഷൻ രൂപീകരിച്ച് പ്രവർത്തിച്ചുവരുന്നത് മുമ്പ് സൂചിപ്പിച്ചിരുന്നല്ലോ. 18.06.1966 ൽ ചേർന്ന കെ ജി ഒ എ യുടെ മാനേജിങ് കമ്മിറ്റി ഇക്കാര്യം വിശദമായി പരിശോധിച്ചു. ദീർഘകാല സേവനത്തിനുള്ള പ്രതിഫലമായി

ശമ്പള പരിഷ്കരണത്തോടൊപ്പം നല്കുന്ന ആനുകൂല്യമാണ് സർവ്വീസ് വെയ്റ്റേജ്. പ്രതിമാസം 15 രൂപയുടെ കേവലമായ വർദ്ധനവാണ് ഇതുമൂലം ജീവനക്കാരന് ലഭിക്കുന്നത്. 400 രൂപയിൽ കൂടുതൽ അടിസ്ഥാന ശമ്പളം ലഭിക്കുന്നവർ വളരെ ചെറിയൊരു ന്യൂനപക്ഷം മാത്രമാണ്. 8 കോടി രൂപയുടെ അധിക ബാദ്ധ്യത കണക്കാക്കിയിട്ടുള്ള പരിഷ്കരണത്തിൽ 16 ലക്ഷത്തിൽ താഴെ രൂപമാത്രം വരുന്നതാണ് സർവ്വീസ് വെയ്റ്റേജ് ഇത്തരത്തിൽ പരിമിതപ്പെടുത്തുന്നതു മൂലമുള്ള സാമ്പത്തിക നേട്ടം. ഇക്കാര്യം പുനഃപരിശോധിക്കാൻ സർക്കാർ തയ്യാറാകണമെന്ന് അസോസിയേഷൻ ആവശ്യപ്പെട്ടു. 1000 രൂപയ്ക്ക് മുകളിൽ അടിസ്ഥാനശമ്പളം വാങ്ങുന്നവർക്ക് ക്ഷാമബത്ത നിഷേധിക്കുന്നതുമൂലം ഏതാണ്ട് 60 ഗസറ്റഡ് ജീവനക്കാർ മാത്രമാണ് ക്ഷാമബത്തയുടെ ആനുകൂല്യത്തിന് പുറത്താകുന്നത്. സംസ്ഥാന ഖജനാവിൽ നിന്നും ശമ്പളം പറ്റുന്ന ഐ എ എസ് ഉദ്യോഗസ്ഥരും മറ്റു ചില കേന്ദ്ര ജീവനക്കാരുംവരെ ക്ഷാമബത്തയുടെ ആനുകൂല്യം അനുഭവിക്കുമ്പോൾ സംസ്ഥാനത്തെ 60 ൽ താഴെ ജീവനക്കാർക്ക് മാത്രമായി നിഷേധിക്കുന്നത് നീതികരിക്കാൻ ആവുന്നതല്ല. ഇവകൂടി പുനഃപരിശോധിക്കുന്നതിനും ഇപ്പോൾ കേന്ദ്രജീവനക്കാർക്ക് ലഭിക്കുന്ന കേന്ദ്രനിരക്കിലെ ക്ഷാമബത്ത സംസ്ഥാന ജീവനക്കാർക്കും അനുവദിക്കണമെന്നും അസോസിയേഷൻ സർക്കാരിനോട് ആവശ്യപ്പെട്ടു.

ആദ്യ ശമ്പളകമീഷന്റെ ശുപാർശകളുടെ അടിസ്ഥാനത്തിൽ നടപ്പാക്കിയ പരിഷ്കരണത്തിനെതിരെ സർവ്വീസ് സംഘടനകളും അദ്ധ്യാപകരും വ്യാപകമായ പ്രതിഷേധവുമായി രംഗത്തെത്തി. ഇതിനെ തുടർന്ന് അദ്ധ്യാപകരുടെ ശമ്പളത്തിലും റേഷ്യോ പ്രമോഷനിലും ചില ഭേദഗതികൾ വരുത്താൻ സർക്കാർ തയ്യാറായി. മാത്രവുമല്ല, പുതുക്കിയ ശമ്പള നിർണ്ണയച്ചട്ടങ്ങളിലും ഭേദഗതികൾ വരുത്തി.ഘട്ടംഘട്ടമായി സർക്കാർ നടത്തിയ ഭേദഗതികളിൽ സർവ്വീസ് സംഘടനകളും അദ്ധ്യാപകരും തൃപ്തരായില്ല. സ്കെയിലുകൾ പരിഷ്കരിക്കണം എന്നും അപാകതകൾ പരിഹരിക്കണമെന്നുമുള്ള ആവശ്യത്തെതുടർന്ന് ജീവനക്കാരുടെ ആവലാതികൾ പരിശോധിക്കുന്നതിനും പരിഹാരമാർഗ്ഗം നിർദ്ദേശിക്കുന്നതിനുമായി റവന്യൂ ബോർഡ് ഫസ്റ്റ് മെമ്പർ ജോർജ് തോമസ് ഐ എ എസിനെ സ്പെഷ്യൽ ഓഫീസറായി നിയമിച്ചു. 1968 മാർച്ചിൽ സ്പെഷ്യൽ ഓഫീസർ തന്റെ ശുപാർശകൾ സർക്കാരിന് സമർപ്പിച്ചു. ഈ ശുപാർശകളിലും സർവ്വീസ് സംഘടനകൾ തൃപ്തരായില്ല. തുടർന്ന് 09.07.1968 ലെ സർക്കാർ ഉത്തരവിലൂടെ കേരള പബ്ലിക് സർവ്വീസ് കമീഷൻ ചെയർമാൻ (റിട്ട.) വി കെ വേലായുധൻ ചെയർമാനായ കമീഷനെ സർക്കാർ നിയോഗിച്ചു. കമീഷന്റെ ശുപാർശകളുടെ അടിസ്ഥാനത്തിൽ 09.06.1969 ലെ ജി ഒ (പി)നമ്പർ 290/ 69/ഫിൻ. പ്രകാരം 1968 ജൂലൈ ഒന്നു മുതൽ മുൻകാല പ്രാബല്യത്തോടെ സർക്കാർ ശമ്പളം പരിഷ്കരിച്ച് ഉത്തരവായി. 17.50 കോടി രൂപയുടെ അധിക ബാദ്ധ്യത വരുന്നതായിരുന്നു പരിഷ്കരണം.

നിലവിലുള്ള അലവൻസുകൾ പരിഷ്കരിച്ചും പുതിയ മേഖലകളിൽ അലവൻസുകൾ അനുവദിച്ചുകൊണ്ടുമുള്ള സമഗ്രമായ പരിഷ്കരണ മായിരുന്നു നടപ്പാക്കിയത്. എന്നാൽ കുറഞ്ഞ അടിസ്ഥാനശമ്പളമായ 600 രൂപയും അതിനു മുകളിലും പരിഷ്കരണം അനുവദിക്കാൻ തയ്യാറായില്ല. വിവിധ വകുപ്പുകളിൽ വകുപ്പു മേധാവികളുടെ ഓഫീസിൽ കാര്യനിർവ്വഹണ വിഭാഗത്തിൽ സൂപ്പർ വൈസർമാരുടെ തസ്തികയുടെ എണ്ണം നിശ്ചയിച്ച് നടപ്പാക്കിയതായിരുന്നു കേരളത്തിലെ ഒന്നാമത്തെ ശമ്പളപരിഷ്കരണം.

രണ്ടാം ശമ്പളപരിഷ്കരണം

അഞ്ചു വർഷത്തിനു മുമ്പ് ശമ്പള സ്കെയിലുകൾ പുനഃപരിശോധി ക്കില്ലെന്ന ഉറച്ച നിലപാട് സർക്കാർ വ്യക്തമാക്കണമെന്ന ശുപാർശ ഒന്നാം ശമ്പളകമീഷൻ വ്യക്തമാക്കിയിരുന്നു. 1969-74 കാലത്തെ ചെലവ് കണക്കാക്കിയായിരുന്നു സർക്കാരിനുള്ള അധിക ബാദ്ധ്യത കമീഷൻ നിശ്ചയിച്ചിരുന്നത്. 1968 ജൂലൈ ഒന്നു മുതൽ മുൻകാല പ്രാബല്യ ത്തോടുകൂടി പരിഷ്കരണം നടപ്പാക്കിയതിന്റെ ഫലമായി സംസ്ഥാന ജീവനക്കാരുടെയും അദ്ധ്യാപകരുടെയും ശമ്പളം 1973 ജൂലൈ ഒന്നു മുതൽ പരിഷ്കരിക്കണം. മൂന്നാം കേന്ദ്രശമ്പള കമീഷന്റെ ശുപാർശ യിന്മേൽ കേന്ദ്രജീവനക്കാരുടെ ശമ്പളം പരിഷ്കരിക്കാനുള്ള കേന്ദ്ര സർക്കാർ തീരുമാനം പുറത്തു വന്നതോടെ സംസ്ഥാന ജീവനക്കാരുടെ ശമ്പളവും പരിഷ്കരിക്കണമെന്ന ആവശ്യം ശക്തമായി. അതിനെ ത്തുടർന്ന് സംസ്ഥാന ജീവനക്കാരുടെ ശമ്പളം പരിഷ്കരിക്കുന്നതിനുള്ള ശുപാർശകൾ സമർപ്പിക്കുന്നതിനായി മന്ത്രിസഭ ഉപസമിതിയെ ചുമത ലപ്പെടുത്തി. ഉപസമിതിയെ സഹായിക്കുന്നതിനായി ഒരു സ്പെഷ്യൽ ഓഫീസറെയും നിയമിച്ചു. ഉപസമിതി അതിന്റെ ശുപാർശകൾ 1974 ഏപ്രിൽ മാസം സർക്കാരിന് സമർപ്പിച്ചു. അതിന്റെ അടിസ്ഥാനത്തിൽ 1973 ജൂലൈ ഒന്നുമുതൽ സംസ്ഥാന ജീവനക്കാരുടെയും അദ്ധ്യാപക രുടെയും ശമ്പളം പരിഷ്കരിച്ച് നടപ്പിലാക്കി. ജീവനക്കാരുടെ സംഘ ടനകളുടെ ശക്തമായ പ്രക്ഷോഭത്തിന്റെ ഫലമായി കേന്ദ്രജീവനക്കാർക്ക് അനുവദിച്ച ഏറ്റവും കുറഞ്ഞ വേതനമായ 196 രൂപ സംസ്ഥാനത്തെ ക്ലാസ് ഫോർ ജീവനക്കാരനും അടിസ്ഥാന ശമ്പളമായി അനുവദിച്ചു. 01.05.1973 നു മുമ്പുള്ള ക്ഷാമബത്തയും അഡ്ഹോക്ക് വർദ്ധനയും അടിസ്ഥാനശമ്പളത്തിൽ ലയിപ്പിച്ചുകൊണ്ട് സ്കെയിലുകൾ പരിഷ്ക രിച്ചു. ഏഴ് വർഷത്തിന് ഒരു ഇൻക്രിമെന്റ് (പരമാവധി 3)എന്ന കണ ക്കിന് സർവ്വീസ് വെയ്റ്റേജും കുറഞ്ഞ വർദ്ധനവായി നല്കി. കെ ജി ഒ എ നടത്തിയ നിവേദനങ്ങളുടെയും സമ്മർദ്ദത്തിന്റെയും ഫലമായി ഒന്നാം ശമ്പളകമീഷന്റെ ശുപാർശയിന്മേൽ 600 രൂപയും അതിനു മുകളിലുമുള്ള ശമ്പള സ്കെയിലുകൾക്ക് നിഷേധിച്ച പരിഷ്കരണം അപ്പോൾ നല്കാൻ സർക്കാർ തയ്യാറായി.

മൂന്നാം ശമ്പളപരിഷ്കരണം

1978 മുതൽ നടപ്പാക്കേണ്ട മൂന്നാം ശമ്പളപരിഷ്കരണത്തിനുള്ള ശുപാർശകൾ സമർപ്പിക്കുന്നതിനായി 1977 ൽ മുൻ ചീഫ് സെക്രട്ടറി എൻ ചന്ദ്രഭാനുവിനെ ഏകാംഗ കമീഷനായി സർക്കാർ നിയമിച്ചു. 1978 സെപ്തംബറിൽ കമീഷൻ റിപ്പോർട്ട് സർക്കാരിന് സമർപ്പിച്ചു. കമീഷൻ നടത്തിയ ശുപാർശകളുടെ അടിസ്ഥാനത്തിൽ 1978 ജൂലൈ ഒന്നു മുതൽ സംസ്ഥാന ജീവനക്കാരുടെ ശമ്പളം പരിഷ്കരിച്ചു. കമീഷന്റെ പ്രവർത്തനത്തെപ്പറ്റി കെ ജി ഒ എ സംസ്ഥാനകമ്മിറ്റി വിശദമായി പരിശോധിച്ചു. ശമ്പളപരിഷ്കരണത്തിന്റെ നാനാവശങ്ങൾ പരിശോധിച്ചുകൊണ്ട് സമഗ്രമായ നിവേദനം കമീഷന് നല്കാൻ അസോസിയേഷൻ തീരുമാനിച്ചു. നിവേദനം തയ്യാറാക്കുന്നതിന് ഒരു സബ് കമ്മിറ്റിയെയും ചുമതലപ്പെടുത്തി. അതനുസരിച്ച് കമീഷന് നിവേദനം സമർപ്പിച്ചു. നിവേദനത്തിലെ വിഷയങ്ങളെ സംബന്ധിച്ച് കമീഷനുമായി കൂടിക്കാഴ്ചയ്ക്ക് ക്ഷണിച്ചു. കൂടിക്കാഴ്ചയിൽ പങ്കെടുത്തുകൊണ്ട് ശമ്പളപരിഷ്കരണത്തിൽ സ്വീകരിക്കേണ്ട അസോസിയേഷന്റെ നിലപാട് കാര്യകാരണസഹിതം കമീഷനെ ബോദ്ധ്യപ്പെടുത്തി.

01.09.1975 നു മുമ്പു വരെയുള്ള ക്ഷാമബത്ത ശമ്പളത്തിൽ ലയിപ്പിച്ചു. 10 വർഷത്തിന് ഒന്നും 20 വർഷത്തിന് രണ്ടും ഇൻക്രിമെന്റുകൾ പരമാവധി 50 രൂപ എന്ന തോതിൽ സർവ്വീസ് വെയ്റ്റേജ് അനുവദിച്ചു. ഏറ്റവും ചുരുങ്ങിയത് 25 രൂപയുടെ ആനുകൂല്യം ഉറപ്പു വരുത്തുന്നതായിരുന്നു പരിഷ്കരണം. സർവ്വീസ് സംഘടനകൾ ഉന്നയിച്ചിരുന്ന സമയബന്ധിത ഹയർ ഗ്രേഡ് പ്രൊമോഷൻ എന്ന ആവശ്യം കമീഷൻ നിഷേധിച്ചു. സർവ്വീസ് വെയ്റ്റേജ് 3 ഇൻക്രിമെന്റ് പരമാവധി 100 രൂപ എന്ന കണക്കിൽ വർദ്ധിപ്പിക്കാനും പരിഷ്കരണത്തിന് മുമ്പു വരെ ചില വിഭാഗങ്ങൾക്ക് അനുവദിച്ചിരുന്ന സ്പെഷ്യൽ പേ പുനഃസ്ഥാപിക്കാനും തത്തുല്യമായ തസ്തികയിൽ കേന്ദ്രജീവനക്കാർക്ക് ലഭിച്ചുകൊണ്ടിരിക്കുന്ന അലവൻസുകൾ സംസ്ഥാനജീവനക്കാർക്കും ബാധകമാക്കണമെന്നും ഡെപ്യൂട്ടേഷൻ അലവൻസ് സ്ലാബ് അടിസ്ഥാനത്തിലുള്ളത് അടിസ്ഥാനശമ്പളത്തിന്റെ ശതമാനാടിസ്ഥാനത്തിൽ അനുവദിക്കണമെന്നും അസോസിയേഷൻ നിവേദനത്തിലൂടെ സർക്കാരിനോട് ആവശ്യപ്പെട്ടു.

നാലാം ശമ്പളപരിഷ്കരണം

സംസ്ഥാനത്തെ നാലാം ശമ്പളപരിഷ്കരണത്തിനുള്ള ശുപാർശ സമർപ്പിക്കുന്നതിനായി മുൻ കേരള ഹൈക്കോടതി ചീഫ് ജസ്റ്റിസ് വി പി ഗോപാലൻ നമ്പ്യാർ ചെയർമാനും സി തോമസ്, ഗവൺമെന്റ് സെക്രട്ടറി (റിട്ട.) അംഗവുമായിട്ടുള്ള ദ്വയാംഗ കമീഷനെ 29.04.1983 ന് സർക്കാർ നിയമിച്ചു. 11.08.1983 ലെ ഉത്തരവിലൂടെ പ്രൊമോഷൻ സാദ്ധ്യതയുൾപ്പെടെ കമീഷന്റെ പരിഗണനാ വിഷയങ്ങളും തീരുമാനിച്ചു നല്കി. ഇതേ കാലത്തുതന്നെ 1983 ജൂലൈയിൽ കേന്ദ്രജീവനക്കാരുടെ

നാലാംശമ്പളകമീഷനെ കേന്ദ്രസർക്കാരും നിയമിച്ചു. സംസ്ഥാന ശമ്പള കമീഷൻ 1984 ജൂണിൽ റിപ്പോർട്ട് സമർപ്പിച്ചു. പ്രൊഫഷണൽ കാറ്റഗറി ഉൾപ്പെടെയുള്ള പ്രവേശന തസ്തികകളുടെ അടിസ്ഥാന വിദ്യാഭ്യാസ യോഗ്യത, ഓരോ കോഴ്സിന്റെയും കാലദൈർഘ്യം തുടങ്ങിയവ വില യിരുത്തിയ കമീഷൻ മെഡിക്കൽ, വെറ്ററിനറി, ദന്തൽ ബിരുദങ്ങളെ എഞ്ചി നീയറിങ്, അഗ്രികൾച്ചർ ബിരുദങ്ങളേക്കാൾ ഉയർന്ന തലത്തിൽ പരി ഗണിച്ചു. ആയുർവ്വേദം, ഹോമിയോ എന്നീ ബിരുദങ്ങൾക്ക് താഴ്ന്ന തലത്തിലുള്ള തൽസ്ഥിതി തന്നെ നിലനിർത്തും. കമീഷൻ ശുപാർശക ളുടെ അടിസ്ഥാനത്തിൽ 01.07.1983 മുതൽ മുൻകാല പ്രാബല്യത്തോടെ 16.09.1985 ന് ശമ്പളം പരിഷ്കരിച്ച് ഉത്തരവായി. എന്നാൽ 01.04.1985 മുതലുള്ള കുടിശ്ശികമാത്രമേ അനുവദിച്ചുള്ളൂ.

നാലാം ശമ്പളപരിഷ്കരണ കമീഷനെക്കുറിച്ചുള്ള സർക്കാർ പ്രഖ്യാപനം പുറത്തുവന്നപ്പോൾ തന്നെ സംഘടനയുടെ വ്യക്തമായ അഭിപ്രായങ്ങൾ കെ ജി ഒ എ നിവേദനത്തിലൂടെ സർക്കാരിനെ അറി യിച്ചു. സർവ്വീസ് സംഘടനാ പ്രതിനിധികളുമായി ചർച്ച നടത്തി അവ രുടെ അഭിപ്രായങ്ങൾ കൂടി കണക്കിലെടുത്തുകൊണ്ട് ജീവനക്കാരുടെ വിശ്വാസം ആർജ്ജിക്കാൻ കഴിയത്തക്ക വിധത്തിലുള്ള ഒരു കമീഷനെ നിയമിക്കണമെന്നായിരുന്നു സംഘടന സർക്കാരിനോട് അഭ്യർത്ഥിച്ചത്. എന്നാൽ ഏകപക്ഷീയമായി ഒരു കമീഷനെ നിയമിക്കുകയാണ് സർക്കാർ ചെയ്തത്. കെ ജി ഒ എ സമഗ്രവും ശാസ്ത്രീയവുമായ മെമ്മോ റാണ്ടം തയ്യാറാക്കി കമീഷന് സമർപ്പിച്ചു. വിവിധ സംസ്ഥാനങ്ങളിലെയും കേന്ദ്രത്തിലെയും ശമ്പള കമീഷൻ റിപ്പോർട്ടുകൾ, വിവിധ കാല ഘട്ടങ്ങളിൽ നിലവിലുണ്ടായിരുന്ന വേജ്ബോർഡുകളുടെയും ഫെയർ വേജ് കമ്മിറ്റികളുടെയും റിപ്പോർട്ടുകൾ, ശുപാർശകൾ തുടങ്ങിയ രേഖകൾ ഇതിനായി പരിശോധിച്ചു. വിവിധരാജ്യങ്ങളിൽ നിലവിലുള്ള പെൻഷൻ വ്യവസ്ഥകൾ, ഇന്ത്യയിലെ തന്നെ പൊതു-സ്വകാ ര്യമേഖലകളിലെ വേതനഘടനകൾ എന്നിവ പരിശോധിച്ചു. പതിനഞ്ചാം ഇന്ത്യൻ ലേബർ കോൺഫറൻസ് അംഗീകരിച്ച പ്രമേയത്തിന്റെ അടിസ്ഥാനത്തിൽ 1982 ഡിസംബർ 31 ന്റെ നിലവാരം അനുസരിച്ച് സർക്കാർ സർവ്വീസിലെ അവിദഗ്ദ്ധ തൊഴിലാളിയായ ക്ലാസ് ഫോർ ജീവനക്കാരന് കുറഞ്ഞ അടിസ്ഥാന ശമ്പളം 1100 രൂപയായിരി ക്കണമെന്നും ഏറ്റവും കുറഞ്ഞ വേതനവും കൂടിയ വേതനവും തമ്മി ലുള്ള അനുപാതം 1:5 ആയിരിക്കണമെന്നും മെമ്മോറാണ്ടത്തിൽ സംഘടന യുക്തിപൂർവ്വം വാദിച്ചു. തുല്യജോലിക്ക് തുല്യ വേതനം എന്ന പൊതുതത്ത്വത്തിന്റെ അടിസ്ഥാനത്തിൽ സ്വകാര്യ-പൊതുമേഖലാ സ്ഥാപനങ്ങളിലെ സമാന തസ്തികകളിലെ ജീവനക്കാർക്ക് ലഭിക്കുന്ന ആനുകൂല്യമെങ്കിലും സംസ്ഥാന ജീവനക്കാർക്ക് ലഭിക്കേണ്ടതാണെന്ന് കമീഷനോട് ആവശ്യപ്പെട്ടു.

01.05.1983 ലെ ക്ഷാമബത്ത അടിസ്ഥാന ശമ്പളത്തിൽ ലയിപ്പിച്ചു കൊണ്ടാണ് ശമ്പളം പരിഷ്കരിച്ചത്. നിലവിലെ 31 ശമ്പള സ്കെയിലു

കൾ 26 ആക്കി ചുരുക്കി നിശ്ചയിച്ചു. വകുപ്പ് തലവന്മാരുടെ ഉത്തരവാദിത്വവും വകുപ്പുകളുടെ പ്രാധാന്യവും കണക്കിലെടുത്തുകൊണ്ട് വകുപ്പ്മേധാവികളുടെ ഗ്രൂപ്പിങ് പുനഃക്രമീകരിക്കണമെന്ന കമീഷൻ ശുപാർശയുടെ അടിസ്ഥാനത്തിൽ വകുപ്പ് മേധാവികളെ നിലവിലുള്ള അഞ്ച് ഗ്രൂപ്പുകളെന്ന് പുനർനിർണ്ണയിച്ചു. അതനുസരിച്ച് പൊതുമരാമത്ത്, പബ്ലിക് ഹെൽത്ത് എഞ്ചിനീയറിങ്, ആർബിട്രേഷൻ എന്നീ വകുപ്പുകളുടെ ചീഫ് എഞ്ചിനീയർമാർ, ആരോഗ്യം, സാങ്കേതികവിദ്യാഭ്യാസം, ആരോഗ്യ വിദ്യാഭ്യാസം എന്നിവയുടെ ഡയറക്ടർമാർ, ചിഫ് ടൗൺ പ്ലാനർ, താല്ക്കാലികമായി ഐ എ എസ് ഉദ്യോഗസ്ഥർ ചുമതല വഹിക്കുന്ന പൊതു വിദ്യാഭ്യാസം, കോളേജ് വിദ്യാഭ്യാസം എന്നിവയുടെ ഡയറക്ടർമാർ എന്നിവരാണ് ഒന്നാം ഗ്രൂപ്പിൽ ഉൾപ്പെടുന്ന വകുപ്പ് മേധാവികൾ. കൃഷി, മൃഗസംരക്ഷണം, തുറമുഖം എന്നീ വകുപ്പ് ഡയറക്ടർമാർ, ചീഫ് ഇലക്ട്രിക്കൽ ഇൻസ്പെക്ടർ, ഹാർബർ എഞ്ചിനീയറിങ് ചീഫ് എഞ്ചിനീയർ, ചീഫ് ഹൈഡ്രോജിയോളജിസ്റ്റ് എന്നിവരെ രണ്ടാം ഗ്രൂപ്പിൽ ഉൾപ്പെടുത്തിക്കൊണ്ടുള്ളതായിരുന്നു നാലാം ശമ്പളപരിഷ്കരണ ഉത്തരവ്.

അഞ്ചാം ശമ്പളപരിഷ്കരണം

ജസ്റ്റിസ് ടി ചന്ദ്രശേഖരമേനോൻ, റിട്ട. ചീഫ് ജസ്റ്റിസ്, കേരള ഹൈക്കോടതി, ചെയർമാനായി സംസ്ഥാനത്തെ 5-ാം ശമ്പള കമീഷനെ 1987 ഡിസംബറിൽ സർക്കാർ നിയമിച്ചു. റിട്ട. ചീഫ് സെക്രട്ടറി എസ് അനന്തകൃഷ്ണൻ, ഇൻസ്റ്റിറ്റ്യൂട്ട് ഓഫ് മാനേജ്മെന്റ് ഇൻ ഗവൺമെന്റിലെ എക്കണോമിക്സ് പ്രൊഫ. എം എ ഉമ്മൻ എന്നിവരാണ് കമീഷനിലെ മറ്റ് അംഗങ്ങൾ. കമീഷൻ അതിന്റെ റിപ്പോർട്ട് 1989 മേയിൽ സർക്കാരിന് സമർപ്പിച്ചു. ശമ്പളസ്കെയിലുകൾ 27 ആക്കുന്നതിനും മാസ്റ്റർ സ്കെയിൽ നടപ്പാക്കുന്നതിനുമുള്ള ശുപാർശകൾ അടങ്ങുന്നതായിരുന്നു റിപ്പോർട്ട്. ഒരേ ശമ്പളം വാങ്ങുന്നവർക്ക് ഒരേ ഇൻക്രിമെന്റ് നിരക്ക് എന്ന വിവിധ സർവ്വീസ് സംഘടനകളുടെ ആവശ്യം യുക്തിരഹിതമല്ലെന്ന നിലപാടായിരുന്നു കമീഷന്. ഇതിനായി കർണ്ണാടക മോഡൽ മാസ്റ്റർ സ്കെയിൽ സംസ്ഥാനത്ത് ആദ്യമായി നടപ്പാക്കി. 1988 ലെ ശമ്പളപരിഷ്കരണം തീരുമാനിച്ചു. പ്രൊഫഷണൽ കാറ്റഗറികളുടെ കാര്യത്തിൽ, പ്രവേശന തസ്തികയിൽ വിദ്യാഭ്യാസ യോഗ്യത സമാനമെങ്കിൽ അത്തരം പ്രൊഫഷണലുകളെ ആകെ തുല്യമായി പരിഗണിക്കണമെന്ന സമീപനമായിരിന്നു കമീഷന്റേത്. സാങ്കേതിക വിദ്യാഭ്യാസ ഡയറക്ടർ, ആരോഗ്യ വിദ്യാഭ്യാസ ഡയറക്ടർ, സീനിയറായ ചീഫ് എഞ്ചിനീയർ, ഹെൽത്ത് സർവ്വീസ് ഡയറക്ടർ എന്നിവർക്ക് ഏറ്റവും ഉയർന്ന ശമ്പള സ്കെയിലുകൾ കമീഷൻ ശുപാർശചെയ്തു. 01.07.1988 മുതൽ മുൻകാല പ്രാബല്യത്തോടെ 01.11.1989 ലെ ഉത്തരവിലൂടെ സർക്കാർ ശമ്പളം പരിഷ്കരിച്ചു.

സംസ്ഥാന ജീവനക്കാരുടെ ശമ്പളപരിഷ്കരണം സംബന്ധിച്ച കമീഷന്റെ ഘടന, പരിഗണനാവിഷയങ്ങൾ എന്നിവ സംബന്ധിച്ച് ഗവൺമെന്റും സംഘടനാപ്രതിനിധികളുമായി 1987 ഡിസംബർ 16 ന് ചർച്ച നടന്നു. കെ ജി ഒ എ യുടെ 2 പ്രതിനിധികൾക്കായിരുന്നു ക്ഷണം ലഭിച്ചത്. പ്രസിഡന്റ് എൻ ഭഗീരഥനും ജനറൽ സെക്രട്ടറി ഡോ. എൻ എം മുഹമ്മദ് അലിയും ചർച്ചയിൽ പങ്കെടുത്തു. കമീഷനിൽ ചുരുങ്ങിയത് മൂന്ന് പേരെങ്കിലും ഉണ്ടായിരിക്കണമെന്നും വിദഗ്ദ്ധ സമിതിക്കു പുറമെ ട്രേഡ് യൂണിയൻ പ്രതിനിധി, സംഘടനാപ്രതിനിധി കൾ എന്നിവരെക്കൂടി ഉൾപ്പെടുത്തണമെന്ന് അസോസിയേഷൻ ആവ ശ്യപ്പെട്ടു. ആവശ്യാധിഷ്ഠിത മിനിമം വേതനതത്ത്വം പരിശോധനാ വിഷ യമാക്കണമെന്നും കേന്ദ്ര-പൊതുമേഖലാ ശമ്പള നിരക്കുകളുമായി തുല്യത ലഭിക്കത്തക്ക വിധത്തിൽ ശമ്പള കമീഷന്റെ അന്വേഷണ വിഷയം തീരുമാനിക്കണമെന്ന ആവശ്യവും ഉന്നയിച്ചു.

സംസ്ഥാന ജീവനക്കാരുടെ ശമ്പളപരിഷ്കരണത്തിനുള്ള കമീ ഷനെ നിയമിക്കുന്നതിനു മുമ്പ് ആ കമീഷന്റെ ഘടന, അന്വേഷണ വിഷയങ്ങൾ എന്നിവയെക്കുറിച്ച് സംഘടനാ പ്രതിനിധികളുടെ അഭിപ്രായം ആരായുന്നത് സംസ്ഥാന ചരിത്രത്തിൽ ആദ്യമായിരുന്നു. ഇത്തരം ഒരു സന്ദർഭം ജീവനക്കാരുടെ താല്പര്യം സംരക്ഷിക്കാൻ വേണ്ടി ഉപയോഗിക്കുന്നതിനു പകരം ശമ്പളം പരിഷ്കരിക്കാൻ ഒരു കമീഷൻ ആവശ്യമില്ലെന്നും കേന്ദ്രശമ്പള നിരക്കുകൾ അതേപടി പകർത്താൻ ഒരു സ്പെഷ്യൽ ഓഫീസറെ നിയമിച്ച് എക്സിക്യൂട്ടീവ് ഉത്തരവിലൂടെ നടപ്പാക്കിയാൽ മതിയെന്നുമുള്ള വിചിത്രമായ വാദഗതി യാണ് ചില സർവ്വീസ് സംഘടനകൾ സ്വീകരിച്ചത്. കേന്ദ്രത്തിന്റെയും സംസ്ഥാനത്തിന്റെയും സിവിൽ സർവ്വീസിന്റെ ഘടനയും സേവന വ്യവ സ്ഥകളും തമ്മിൽ കാര്യമായ അന്തരമുണ്ടെന്നിരിക്കെ കേന്ദ്രനിരക്കുകൾ യാന്ത്രികമായി പകർത്താൻ കഴിയുന്നതല്ലെന്നും അതിന് വിശദമായ പഠനവും പരിശോധനയും ആവശ്യമാണെന്നും അതിന് ഏറ്റവും ഉചി തമായ മാർഗ്ഗം സ്വതന്ത്രമായി പ്രവർത്തിക്കാൻ കഴിയുന്ന ഒരു കമീ ഷനെ നിയമിക്കുന്നതാണെന്നും അതിനാൽ കമീഷനെ നിയമിക്കാനുള്ള സർക്കാർ തീരുമാനം ഉടൻ നടപ്പാക്കണമെന്നും കെ ജി ഒ എ ഉൾപ്പെടെ യുള്ള സർവ്വീസ് സംഘടനകൾ ആവശ്യപ്പെട്ടു. ഈ അഭിപ്രായങ്ങൾ കൂടി പരിഗണിച്ചുകൊണ്ടാണ് 5-ാം ശമ്പള കമീഷനെ സർക്കാർ നിയമിച്ചത്.

ശമ്പളപരിഷ്കരണത്തിന്റെ അടിസ്ഥാനതത്ത്വങ്ങളും നിർദ്ദേശ ങ്ങളും ഉൾക്കൊള്ളുന്ന സമഗ്രമായ ഒരു പൊതു മെമ്മോറാണ്ടവും 68 വകുപ്പുകളിലെ വിവിധ കാറ്റഗറികളുടെ ശമ്പള സ്കെയിലുകൾ, പ്രൊ മോഷൻ സാദ്ധ്യതകൾ തുടങ്ങിയ കാര്യങ്ങൾ പരാമർശിക്കുന്ന മെമ്മോ റാണ്ടവും കമീഷന് കെ ജി ഒ എ സമർപ്പിച്ചു.

ശമ്പള സ്കെയിലുകളിൽ കേന്ദ്രതുല്യതയ്ക്ക് അനുകൂലമായ സമീപനമായിരുന്നു കമീഷന്റേതെങ്കിലും സംസ്ഥാന ഗവൺമെന്റിന്റെ

സാമ്പത്തിക പരിമിതികൾ കണക്കിലെടുത്തുകൊണ്ട് ഏറ്റവും താഴ്ന്ന മൂന്നു സ്കെയിലുകൾക്ക് മാത്രമേ കേന്ദ്ര തുല്യത ശുപാർശ ചെയ്തുള്ളൂ. ഇൻക്രിമെന്റ് നിരക്കുകൾ ഏകീകരിക്കുന്നതിനും പ്രൊമോഷൻ ലഭിക്കുമ്പോൾ എല്ലാവർക്കും ഒരു പോലെ ശമ്പളവർദ്ധനവ് ലഭിക്കുന്നതിനും ഒരു മാസ്റ്റർ സ്കെയിൽ ആവിഷ്കരിക്കണം എന്ന് നാലാം ശമ്പളകമീഷനു മുമ്പിൽ അസോസിയേഷൻ ആവശ്യപ്പെട്ടിരുന്നെങ്കിലും ആ കമീഷൻ പ്രസ്തുത ആവശ്യം തള്ളിക്കളയുകയായിരുന്നു. എന്നാൽ 5-ാം ശമ്പളകമീഷൻ ഈ ആവശ്യം അംഗീകരിച്ച് ശുപാർശയിൽ ഉൾപ്പെടുത്തുകയായിരുന്നു. മാസ്റ്റർ സ്കെയിൽ ഉൾപ്പെടെ മെച്ചപ്പെട്ട സേവന-വേതന വ്യവസ്ഥകളും അലവൻസുകളിൽ വർദ്ധന, പെൻഷൻ കമ്യൂട്ടേഷനിൽ വർദ്ധന, ലീവ് സറണ്ടറിന് ഏർപ്പെടുത്തിയിരുന്ന നിയന്ത്രണം പിൻവലിക്കൽ ഉൾപ്പെടെ നടത്തിക്കൊണ്ട് കമീഷൻ ശുപാർശചെയ്ത 104 കോടിയുടെ അധിക ബാദ്ധ്യത 125 കോടിയായി വർദ്ധിപ്പിച്ചാണ് സർക്കാർ 5-ാം ശമ്പള പരിഷ്കരണം സംസ്ഥാനത്ത് നടപ്പിലാക്കിയത്.

ആറാം ശമ്പളപരിഷ്കരണത്തിന് പകരം പേ ഇക്വലൈസേഷൻ

1991 ലെ ലോകസഭാ തിരഞ്ഞെടുപ്പിനോടൊപ്പം കേരള നിയമസഭയിലേക്കും നടന്ന തിരഞ്ഞെടുപ്പിൽ ഐക്യ ജനാധിപത്യമുന്നണി അധികാരത്തിൽ വന്നു. 1982 മുതൽ 1987 വരെ എടുത്തിരുന്ന നിഷേധാത്മക നിലപാടുകൾ ആവർത്തിക്കരുതെന്നും ജീവനക്കാരുടെ സംഘടനാസ്വാതന്ത്ര്യവും അഭിപ്രായസ്വാതന്ത്ര്യവും അനുവദിച്ചുകൊണ്ട് അനുരഞ്ജനത്തിന്റെ മാർഗ്ഗം സ്വീകരിക്കണമെന്നും കെ ജി ഒ എ ഗവൺമെന്റിനോട് അഭ്യർത്ഥിച്ചു. കേന്ദ്രനിരക്കിൽ ശമ്പളം, മിനിമം ബോണസ് എന്നീ ആനുകൂല്യങ്ങൾ അനുവദിക്കുമെന്നുള്ള ഗവൺമെന്റ് പ്രഖ്യാപനം ജീവനക്കാരിൽ പ്രത്യാശ ഉളവാക്കി. എങ്കിലും മുൻകാല അനുഭവങ്ങളുടെ അടിസ്ഥാനത്തിൽ അവകാശങ്ങൾ നേടിയെടുക്കുന്ന കാര്യത്തിൽ ജാഗ്രത പുലർത്തേണ്ടതുണ്ടെന്ന് കെ ജി ഒ എ ജീവനക്കാരോട് ആഹ്വാനം ചെയ്തു. 1993 ൽ ആറാം ശമ്പളപരിഷ്കരണം നടപ്പാക്കേണ്ടതുണ്ട്. അതിനു മുമ്പായി നടപ്പാക്കേണ്ട നടപടി ആയതിനാൽ കേന്ദ്ര പാരിറ്റി അനുവദിക്കുന്നത് നീട്ടിക്കൊണ്ടു പോകരുതെന്ന് ഗവൺമെന്റിനോട് അഭ്യർത്ഥിച്ചു. ഒമ്പതാം ധനകാര്യ കമീഷന്റെ റിപ്പോർട്ടിന്റെ അടിസ്ഥാനത്തിലായിരിക്കും കേന്ദ്ര ശമ്പള സ്കെയിലുകൾ അനുവദിക്കുക എന്നുള്ള ഗവൺമെന്റിന്റെ പ്രഖ്യാപനം ജീവനക്കാരിൽ സംശയങ്ങൾ ഉളവാക്കി. അടിസ്ഥാന ശമ്പളത്തിൽ മാത്രം തുല്യത അനുവദിക്കുന്നതിന് എന്ത് ചെലവു വേണ്ടി വരുമെന്ന് കണക്കാക്കുകയും അത് സംസ്ഥാനങ്ങളുടെ ചെലവിനങ്ങളുടെ പട്ടികയിൽ പെടുത്തുകയുമാണ് ഒമ്പതാം ധനകാര്യ കമീഷൻ യഥാർത്ഥത്തിൽ ചെയ്തത്. ഈ അടിസ്ഥാനത്തിൽ പരിശോധിക്കുമ്പോൾ 1991-92 മുതൽ 1996-97 വരെയുള്ള അഞ്ചു വർഷത്തേക്ക് കേരളത്തിന് 513.27 കോടി രൂപയുടെ അധിക ചെലവ് ഉണ്ടാകുമെന്നാണ് ഒമ്പതാം ധനകാര്യ കമീഷൻ കണക്കാക്കിയത്. കേന്ദ്രനിരക്കിൽ ശമ്പളം

അനുവദിക്കുന്നതിന് പ്രതിവർഷം 102.65 കോടി രൂപയുടെ അധികചെലവ് മാത്രമേ വരികയുള്ളൂ എന്നായിരുന്നു ഒമ്പതാം ധനകാര്യ കമീഷന്റെ കണക്കുക്കൂട്ടൽ. കേരളത്തിൽ നടപ്പാക്കിയ 5-ാം ശമ്പള പരിഷ്കരണ ത്തിന് മുമ്പുണ്ടായിരുന്ന സ്ഥിതി വെച്ചുകൊണ്ടാണ് ഈ കണക്കുക്കൂട്ടലുകൾ നടത്തിയിരുന്നത് എന്നതാണ് വസ്തുത.

കേന്ദ്രപാരിറ്റി എന്നതുകൊണ്ട് ജീവനക്കാർ ആവശ്യപ്പെട്ടിരുന്നത് അടിസ്ഥാന ശമ്പളത്തിലുള്ള തുല്യത മാത്രമല്ല, വീട്ടുവാടക അലവൻസ്, സിറ്റി കോമ്പൻസേറ്ററി അലവൻസ് തുടങ്ങിയ ആനുകൂല്യങ്ങളിൽ തുല്യത അനുവദിക്കുന്നതോടൊപ്പം കേന്ദ്രത്തിൽ നിലവിലുള്ളതും കേരളത്തിൽ ഇതുവരെ അനുവദിക്കപ്പെട്ടിട്ടില്ലാത്ത ആനുകൂല്യങ്ങളും അനുവദിക്കണമെന്നുള്ളതാണ്. അതേ സമയം, കേന്ദ്രതുല്യത അനുവദിക്കുമ്പോൾ കഴിഞ്ഞ അഞ്ചു ശമ്പളപരിഷ്കരണങ്ങളിലൂടെ കേരളത്തിൽ സംസ്ഥാന സർക്കാർ നേടിയെടുത്ത മെച്ചപ്പെട്ട ആനുകൂല്യങ്ങൾ അതുപോലെ നിലനിർത്തണമെന്ന് കെ ജി ഒ എ ആവശ്യപ്പെട്ടിരുന്നു. ചില സംസ്ഥാനങ്ങളിൽ നിലവിലുള്ള ആനുകൂല്യങ്ങൾ നഷ്ടപ്പെടുകയും മെച്ചപ്പെട്ട സേവനവ്യവസ്ഥകൾ നിരാകരിക്കപ്പെടുകയും ചെയ്തതിന്റെ അനുഭവങ്ങളും ചൂണ്ടിക്കാണിക്കുകയുണ്ടായി.

1991 ഒക്ടോബർ 15 ന് സംഘടനാ പ്രതിനിധികളുമായി ചർച്ച നടത്തുമെന്ന് ധനമന്ത്രി പ്രഖ്യാപിച്ചു. പക്ഷേ, അതനുസരിച്ച് ചർച്ച നടന്നില്ല. മുഖ്യമന്ത്രിയുടെ അസൗകര്യംമൂലം ചർച്ച മാറ്റിവെച്ചു എന്നാണ് ധനമന്ത്രിയെ സന്ദർശിച്ച കെ ജി ഒ എ ഭാരവാഹികളെ അറിയിച്ചത്. ഒക്ടോബർ 24 ന് ചർച്ച നടത്താൻ തീരുമാനിച്ചുകൊണ്ടുള്ള അറിയിപ്പുകൾ മൂന്നു സമരസമിതികൾക്ക് ഗവൺമെന്റ് പിന്നീട് നല്കുകയുണ്ടായി. കെ ജി ഒ എയ്ക്ക് അറിയിപ്പ് നല്കിയിരുന്നില്ല. ഇക്കാര്യം ചൂണ്ടിക്കാണിച്ചുകൊണ്ട് മുഖ്യമന്ത്രിക്ക് നിവേദനം നല്കിയെങ്കിലും കെ ജി ഒ എയെ ചർച്ചയ്ക്ക് ക്ഷണിക്കേണ്ടതില്ലെന്ന് തീരുമാനിക്കുകയാണ് സർക്കാർ ചെയ്തത്. സമരസമിതികളിൽ ഒന്നിലും അംഗമാകാത്ത സ്വതന്ത്രമായി പ്രവർത്തിക്കുന്ന പൊതുസംഘടന എന്ന നിലയ്ക്ക് മുൻ ഗവൺമെന്റിന്റെ കാലത്ത് സമരസമിതികളുമായി ചർച്ച നടത്തിയപ്പോഴൊക്കെ സംഘടനയുടെ രണ്ട് പ്രതിനിധികളെ ചർച്ചയിൽ പങ്കെടുപ്പിക്കാറുണ്ടായിരുന്നു. സ്ഥലമാറ്റ മാനദണ്ഡങ്ങൾ ആവിഷ്കരിക്കുന്നതിനെക്കുറിച്ചും 5-ാം ശമ്പളകമീഷനെ നിയമിക്കുന്നതും അതിന്റെ അന്വേഷണ വിഷയങ്ങൾ നിർണ്ണയിക്കുന്നതും സംബന്ധിച്ചും ശമ്പളകമീഷൻ റിപ്പോർട്ടിനെക്കുറിച്ചും മുൻ ഗവൺമെന്റ് പൊതു ചർച്ചകൾ നടത്തിയത് സമരസമിതികളുമായിട്ടാണ്. ഈ സന്ദർഭങ്ങളിലെല്ലാം സമരസമിതികളിൽ ഒന്നിലും പെടാത്ത കെ ജി ഒ എയുടെ രണ്ട് പ്രതിനിധികളെ ചർച്ചയ്ക്ക് ക്ഷണിച്ചിരുന്ന കാര്യം മുഖ്യമന്ത്രിക്ക് സമർപ്പിച്ചിരുന്ന നിവേദനത്തിൽ ചൂണ്ടിക്കാണിച്ചു. അക്കാര്യങ്ങൾ പരിഗണിക്കാനോ തീരുമാനം പുനഃപരിശോധിക്കാനോ സർക്കാർ തയ്യാറായില്ല. എഫ് എസ് ഇ ടി ഒ പ്രതിനിധിസംഘത്തിൽ കെ ജി ഒ എ പ്രതിനിധിയെ ഉൾപ്പെടുത്തി

ചർച്ചയിൽ പങ്കെടുപ്പിക്കാൻ ബഹുജന സംഘടന മുതിർന്നു.

ചർച്ചാവേളയിൽ ഭരണാനുകൂല സംഘടനകൾ ഉന്നയിച്ചത് ഒരു പേ ഇക്വലൈസേഷൻ കമ്മിറ്റിയെ നിയമിക്കണമെന്ന ആവശ്യമാണ്. നിലവിലുള്ള ആനുകൂല്യങ്ങൾ സംരക്ഷിക്കുന്ന കാര്യത്തിലോ 1993 ജൂലൈ മുതൽ നടപ്പാക്കേണ്ട ആറാം ശമ്പളപരിഷ്കരണത്തിന്റെ കാര്യത്തിലോ യാതൊരു ഉറപ്പും ഗവൺമെന്റ് നല്കിയില്ല. ഒക്ടോബർ 24 നു നടന്ന ചർച്ചയ്ക്കു ശേഷം 1992 ജനുവരി 15 നാണ് ഇതുസംബന്ധിച്ച് ഒരു ഉത്തരവ് പുറപ്പെടുവിച്ചത്. ഭരണാനുകൂല സംഘടനകൾ ആവശ്യപ്പെട്ട പ്രകാരം പേ ഇക്വലൈസേഷൻ കമ്മിറ്റിയെ നിയമിക്കുകയാണ് സർക്കാർ ചെയ്തത്. സക്കറിയ മാത്യു ഐ എ എസ്, അഡീഷണൽ ചീഫ് സെക്രട്ടറി (ചെയർമാൻ), ആർ നാരായണൻ ഐ എ എസ്, (ചെയർമാൻ, കെ എസ് ഇ ബി), എം മോഹൻകുമാർ, ഐ എ എസ്, (ഫിനാൻസ്), വി കൃഷ്ണമൂർത്തി, സെക്രട്ടറി, പൊതുഭരണവകുപ്പ് (അംഗങ്ങൾ) എന്നിവർ അടങ്ങുന്നതായിരുന്നു പേ ഇക്വലൈസേഷൻ കമ്മിറ്റി. 1992 ആഗസ്തിൽ കമ്മിറ്റി അതിന്റെ റിപ്പോർട്ട് സർക്കാരിന് സമർപ്പിച്ചു. 25.09.1993 ലെ ഉത്തരവിലൂടെ 01.03.1992 മുതൽ പേ ഇക്വലൈസേഷൻ സംസ്ഥാനത്ത് നടപ്പാക്കി. അടിസ്ഥാന ശമ്പളത്തിൽ 7 % വർദ്ധനവ് മാത്രമാണ് അനുവദിച്ചത്. ക്ഷാമബത്ത അടിസ്ഥാന ശമ്പളത്തിൽ ലയിപ്പിക്കാതെയുള്ള സ്കെയിൽ പരിഷ്കരണമാണ് നടപ്പിലാക്കിയത്. കുറഞ്ഞ ഇൻക്രിമെന്റ് നിരക്കുകാരണം ലഭിച്ചുകൊണ്ടിരുന്ന ശമ്പളത്തിൽ കുറവ് വരികയും ഇത് പരിഹരിക്കുന്നതിന് അധികമായി വന്ന തുക 'പേഴ്സണൽ പേ' ആയി നിലനിർത്തുകയുമാണ് ഉണ്ടായത്. ലീവ് സറണ്ടർ വർഷത്തിൽ 15 എന്ന കണക്കിൽ പരിമിതപ്പെടുത്തുകയും ചെയ്തു.

ഏഴാം ശമ്പളപരിഷ്കരണം

സംസ്ഥാന ജീവനക്കാരുടെ സേവന-വേതന വ്യവസ്ഥകൾ പരിഷ്കരിക്കാനുള്ള സന്നദ്ധത ബജറ്റ് അവതരണത്തിലൂടെ തന്നെ സർക്കാർ വ്യക്തമാക്കിയിരുന്നു. എന്നാൽ ഇത് പ്രാവർത്തികമാക്കുന്നതിൽ വരുത്തിയ കാലതാമസം ജീവനക്കാരിൽ അസംതൃപ്തിയും ആശങ്കയും ഉളവാക്കി. കാലവിളംബം കൂടാതെ ശമ്പള പരിഷ്കരണ നടപടികൾ ആരംഭിക്കണമെന്നും അടിസ്ഥാന ശമ്പളത്തിന്റെ 20% (ചുരുങ്ങിയത് 250 രൂപ)ഇടക്കാലാശ്വാസം അനുവദിക്കണമെന്നും, ക്ഷാമബത്ത കൂടി പെൻഷൻ ആനുകൂല്യങ്ങൾക്ക് കണക്കാക്കണമെന്നും ഉൾപ്പെടെയുള്ള ആവശ്യങ്ങൾ ഉന്നയിച്ചുകൊണ്ട് 1996 നവംബർ 19 ന് പണിമുടക്കാൻ ആക്ഷൻ കൗൺസിൽ ഓഫ് സ്റ്റേറ്റ് എംപ്ലോയീസ് ആന്റ് ടീച്ചേഴ്സ് സംസ്ഥാനകമ്മിറ്റി തീരുമാനിച്ചു. സമയ ബന്ധിത ശമ്പളപരിഷ്കരണം പുനഃസ്ഥാപിക്കുന്നതിനും പേ ഇക്വലൈസേഷനിലൂടെ നഷ്ടപ്പെട്ട മാസ്റ്റർ സ്കെയിൽ, ഉയർന്ന ഇൻക്രിമെന്റ് നിരക്ക്, ലീവ് സറണ്ടർ ആനുകൂല്യം എന്നിവ വീണ്ടെടുക്കുന്നതിനും സേവന-വേതന വ്യവസ്ഥകളുടെ കാലോചിതമായ പരിഷ്കരണം ഉറപ്പുവരുത്തുന്നതിനും കെ ജി ഒ എ

ഉൾപ്പെടുന്ന ആക്ഷൻ കൗൺസിൽ മുന്നോട്ടു വെച്ച സമഗ്രമായ ശമ്പളപരിഷ്കരണമെന്ന ആവശ്യത്തിനു പിന്നിൽ ബഹുഭൂരിപക്ഷം വരുന്ന ജീവനക്കാരും അണിനിരക്കുകയുണ്ടായി.

നവംബർ 6, 13 തീയതികളിൽ യഥാക്രമം സെറ്റോ സംഘടനകളും ജോയിന്റ് കൗൺസിലും പണിമുടക്ക് പ്രഖ്യാപിച്ചു. കേന്ദ്ര ശമ്പളപരിഷ്കരണം നടപ്പിലാക്കിയതിനുശേഷം യാന്ത്രികമായി സംസ്ഥാനത്തും മറ്റൊരു പേ ഇക്വലൈസേഷൻ നടപ്പിലാക്കിയാൽ മതി എന്നായിരുന്നു ഈ സംഘടനകളുടെ ആവശ്യം. വ്യത്യസ്ത തീയതികളിൽ ഇവർ തീരുമാനിച്ച പണിമുടക്കം നവംബർ 12 ലേക്ക് മാറ്റി യോജിച്ചു നടത്തുന്നതിന് പിന്നീട് തീരുമാനിച്ചു. നവംബർ 12 നും 19 നും സൂചന പണിമുടക്കുകളാണ് പ്രഖ്യാപിക്കപ്പെട്ടിരുന്നതെങ്കിലും ഗവൺമെന്റ് സംഘടനാ പ്രതിനിധികളെ നവംബർ 11 ന് ചർച്ചയ്ക്ക് വിളിച്ചു. വേതന പരിഷ്കരണം ഉൾപ്പെടെ ജീവനക്കാരുടെ ആവശ്യങ്ങൾ അനുഭാവപൂർവ്വം പരിഗണിക്കുമെന്നും കാലവിളംബം കൂടാതെ അവ സംബന്ധിച്ച് തീരുമാനം കൈക്കൊള്ളുമെന്നും ചർച്ചയിൽ മുഖ്യമന്ത്രി വ്യക്തമാക്കി. നിർദ്ദിഷ്ട ശമ്പള കമീഷന്റെ അന്വേഷണ പരിധിയിൽ കേന്ദ്ര അഞ്ചാം ശമ്പള കമീഷൻ ശുപാർശ കൂടി ഉൾപ്പെടുത്തണമെന്നും ധനകാര്യമന്ത്രി അഭിപ്രായപ്പെട്ടു. ഇതിന്റെ അടിസ്ഥാനത്തിൽ ഒരു ഉന്നതതല കമ്മിറ്റിയെ സർക്കാർ നിയോഗിച്ചു. ആ കമ്മിറ്റിയുടെ ശുപാർശകളുടെ അടിസ്ഥാനത്തിൽ പി എം അബ്രഹാം ഐ എ എസ് (റിട്ട.)ചെയർമാനും ഡോ. കെ രാമചന്ദ്രൻ നായർ മെമ്പറും കെ ജി സുകുമാരപിള്ള മെമ്പർ സെക്രട്ടറിയുമായി മൂന്നംഗ ശമ്പള പരിഷ്കരണ കമ്മിറ്റിയെ സർക്കാർ നിയമിച്ചു. അതോടൊപ്പം അടിസ്ഥാന ശമ്പളത്തിന്റെ 10% ഇടക്കാലാശ്വാസവും അനുവദിച്ചു.

ശമ്പളപരിഷ്കരണ കമ്മിറ്റി പുറപ്പെടുവിച്ച ചോദ്യാവലിയുമായി ബന്ധപ്പെടുത്തി കെ ജി ഒ എ വിപുലമായ മെമ്മോറാണ്ടം തയ്യാറാക്കി കമീഷന് സമർപ്പിച്ചു. രണ്ട് ഭാഗങ്ങളായാണ് നിവേദനം തയ്യാറാക്കി കമീഷന് സമർപ്പിച്ചത്. ഒന്നാം ഭാഗത്തിൽ ശമ്പളപരിഷ്കരണ കാര്യത്തിൽ സ്വീകരിക്കേണ്ട അടിസ്ഥാന സമീപനം, ലഭിക്കേണ്ട ആനുകൂല്യങ്ങൾ, ഇൻക്രിമെന്റ് ഘടന, തോത്, മാസ്റ്റർ സ്കെയിൽ പുനഃസ്ഥാപനം തുടങ്ങി ജീവനക്കാരെ പൊതുവിൽ ബാധിക്കുന്ന എല്ലാ പ്രശ്നങ്ങളും ഉൾപ്പെടുത്തിയിരുന്നു. രണ്ടാം ഭാഗത്തിൽ, എല്ലാ വകുപ്പുകളുടെയും കാറ്റഗറികളുടെയും ജോലിയുടെ പ്രത്യേകതകളുമായി ബന്ധപ്പെട്ട പ്രശ്നങ്ങൾ വകുപ്പ് അടിസ്ഥാനത്തിൽ തയ്യാറാക്കി സമർപ്പിച്ചു. ഗസറ്റഡ് വിഭാഗത്തിൽപ്പെടുന്ന കാറ്റഗറികൾ തമ്മിൽ നിലനില്ക്കേണ്ട സന്തുലിതത്വത്തിന് കോട്ടം വരാതെ പ്രത്യേക ഉത്തരവാദിത്വങ്ങൾക്ക് ലഭിക്കേണ്ട പരിഗണനകൾ നിവേദനത്തിൽ ചൂണ്ടിക്കാണിച്ചു.

കമീഷൻ റിപ്പോർട്ട് 1998 മെയ് 16 ന് സർക്കാരിന് സമർപ്പിച്ചു. റിപ്പോർട്ട് നടപ്പാക്കുന്നതു സംബന്ധിച്ച് തീരുമാനം എടുക്കുന്നതിനു മുമ്പായി കമീഷൻ റിപ്പോർട്ടിന്മേൽ സംഘടനകൾ ഉന്നയിച്ച നിർദ്ദേശങ്ങൾ

കൂടി കണക്കിലെടുത്ത് 25.11.1998 ലെ ഉത്തരവിലൂടെ 01.03.1997 മുതൽ ജീവനക്കാരുടെ ശമ്പളം പരിഷ്കരിച്ചു. സംസ്ഥാനത്ത് നിലനിന്നു പോന്നതും 1992 ൽ അട്ടിമറിക്കപ്പെട്ടതുമായ പരിഷ്കരണതത്ത്വം പുനഃ സ്ഥാപിക്കപ്പെടുകയും റിപ്പോർട്ടിലെ ശുപാർശകളേക്കാൾ 267 കോടി രൂപയുടെ അധിക ബാദ്ധ്യത വരുന്നതലത്തിൽ ശമ്പള പരിഷ്കരണം മെച്ചപ്പെടുത്തുകയും ചെയ്തു. അടഞ്ഞ അദ്ധ്യായമായി കരുതിയിരുന്ന ലീവ് സറണ്ടർ ആനുകൂല്യം വർദ്ധിപ്പിച്ചു. പ്രസവാവധി വർദ്ധിപ്പിച്ചു. പെൻഷൻ ആനുകൂല്യങ്ങൾ, ഭവന വായ്പ, ചികിത്സാ സഹായങ്ങൾ എന്നിവ മെച്ചപ്പെടുത്തി. സമയബന്ധിത ഗ്രേഡ് ആനുകൂല്യം ഉദാരമാക്കി. ഗ്രാറ്റുവിറ്റി തുക കണക്കാക്കുന്നതിന് ക്ഷാമബത്ത കൂടി കണക്കിലെടു ക്കുന്നതിന്റെ ഫലമായി പെൻഷൻ ആനുകൂല്യങ്ങളിൽ ഗണ്യമായ വർ ദ്ധന വന്നു. ക്ഷാമബത്ത സമീകരണം പൂർണ്ണയളവിൽ എല്ലാ വിഭാഗം ജീവനക്കാർക്കും ബാധകമാക്കി. നടപ്പിലാക്കിയ പരിഷ്കരണം സംബ ന്ധിച്ച ഉത്തരവിലെ അപാകതകൾ പരിഹരിക്കുന്നതിന് ഒരു എംപവേർഡ് കമ്മിറ്റിയും ഉത്തരവിന്റെ ഭാഗമായി രൂപീകരിച്ചു.

എട്ടാം ശമ്പളപരിഷ്കരണം

സമയബന്ധിത ശമ്പളപരിഷ്കരണം അട്ടിമറിക്കാനുള്ള സർക്കാ രിന്റെ നയത്തിനെതിരെ ആക്ഷൻ കൗൺസിലും ഐക്യസമരസമിതിയും സംയുക്തമായി നടത്തിയ നിരന്തരമായ പ്രക്ഷോഭങ്ങളുടെ ഫലമായിട്ടാണ് 02.03.2005 ന് ചേർന്ന മന്ത്രിസഭായോഗം ശമ്പളകമീഷനെ നിയമിക്കാൻ നിർബന്ധിതമായത്. ആർ നാരായണൻ നായർ ഐ എ എസ് (റിട്ട.) ചെയർമാനും സി എം രാധാകൃഷ്ണൻ നായർ ഐ പി എസ് (റിട്ട.), കെ എ തോമസ് എന്നിവർ അംഗങ്ങളും ചന്ദ്രമതി അമ്മ മെമ്പർ സെക്രട്ടറിയുമായിട്ടുള്ള കമീഷൻ 05.08.2005 ന് ഇടക്കാല റിപ്പോർട്ടും 23.02.2016 ന് അന്തിമ റിപ്പോർട്ടും സർക്കാരിന് സമർപ്പിച്ചു. ഇടക്കാല ഉത്തരവിന്റെ അടിസ്ഥാനത്തിൽ 300 രൂപ ഇടക്കാലാശ്വാസമായി സർക്കാർ പ്രഖ്യാപിച്ചു. പ്രതിലോമകരമായ നിരവധി നിർദ്ദേശങ്ങൾ അടങ്ങുന്നതാ യിരുന്നു അന്തിമ റിപ്പോർട്ട്. അഞ്ചു വർഷത്തിലൊരിക്കൽ ശമ്പളപരി ഷ്കരണമെന്ന കീഴ്വഴക്കം അട്ടിമറിച്ചുകൊണ്ട് 01.07.2004 മുതൽ മാത്രം ശമ്പളപരിഷ്കരണം ശുപാർശ ചെയ്തുകൊണ്ടും സാമ്പത്തിക ആനു കൂല്യങ്ങൾ 01.04.2005 മുതൽ മാത്രമായി പരിമിതപ്പെടുത്തിക്കൊണ്ടും സർക്കാർ ജീവനക്കാരുടെ താല്പര്യങ്ങൾക്കെതിരായ റിപ്പോർട്ടാണ് കമീഷൻ സർക്കാരിന് സമർപ്പിച്ചത്. പ്രൊഫഷണൽ-സാങ്കേതിക മേഖലകളിലെ സ്റ്റാഗ്നേഷൻ കമീഷൻ പരിഗണിച്ചതേയില്ല. ഡോക്ടർ മാരുടെ നിലവിലുള്ള ശമ്പളഘടനയെപ്പോലും അട്ടിമറിച്ചു. സെക്രട്ടേറി യറ്റ്-നോൺ സെക്രട്ടേറിയറ്റ് തുല്യതയും അട്ടിമറിച്ചു. മാസ്റ്റർ സ്കെയിൽ ശുപാർശ ചെയ്തുവെങ്കിലും ഇൻക്രിമെന്റ് നിരക്ക് കുറച്ചതു വഴി ജീവന ക്കാർക്ക് ശമ്പള നഷ്ടമുണ്ടായി. ഭാവിയിൽ സമഗ്ര പരിഷ്കരണം ആവ

ശ്യമില്ലെന്നും കേന്ദ്രത്തിൽ ശമ്പളം പരിഷ്കരിക്കുമ്പോൾ കേരളത്തിലും പരിഷ്കരിച്ചാൽ മതിയെന്നും കമീഷൻ ശുപാർശചെയ്തു.

ഒരു റാങ്കിന് ഒരു പെൻഷൻ എന്ന തത്ത്വം അംഗീകരിച്ചെങ്കിലും പെൻഷൻ പരിഷ്കരിക്കുന്നത് സംബന്ധിച്ച് നിരവധി നിബന്ധനകൾ കമീഷൻ മുന്നോട്ടു വെച്ചു. പെൻഷൻ പരിഷ്കരണം 01.04.2005 മുതൽ ആക്കുകയും ഉയർന്ന ഗ്രാറ്റുവിറ്റിയും കമ്യൂട്ടേഷനും 2006 മാർച്ച് മുതൽ മാത്രം അനുവദിക്കുകയും ചെയ്തുകൊണ്ട് യഥാർത്ഥത്തിൽ പെൻഷൻകാരെ നിരാശരാക്കുകയാണ് കമീഷൻ ചെയ്തത്.

ശമ്പളകമീഷൻ റിപ്പോർട്ടിന്മേൽ സർക്കാർ തീരുമാനം യഥാസമയം കൈക്കൊള്ളാതിരിക്കുകയും തിരഞ്ഞെടുപ്പ് വിജ്ഞാപനം ശമ്പളം പരിഷ്കരിക്കുന്നതിൽ അനിശ്ചിതത്വം സൃഷ്ടിക്കുകയുംചെയ്തു. നിയമസഭയുടെ പ്രത്യേക പ്രമേയവും തിരഞ്ഞെടുപ്പു കമീഷന്റെ അനുമതിക്കുമൊടുവിൽ റിപ്പോർട്ടിന്മേൽ യാതോരു പരിശോധനയും നടത്താതെ കമീഷൻ റിപ്പോർട്ടിലെ പ്രതിലോമകരമായ എല്ലാ ശുപാർശകളും നിലനിർത്തിക്കൊണ്ട് 2006 മാർച്ചിൽ ശമ്പള പരിഷ്കരണ ഉത്തരവ് സർക്കാർ പുറപ്പെടുവിച്ചു. 01.07.2003 ലെ ക്ഷാമബത്ത ലയിപ്പിച്ചു കൊണ്ടുള്ളതായിരുന്നു പരിഷ്കരണം. 01.07.2002 ന് പകരം 01.07.2004 മുതൽ മാത്രമാണ് ജീവനക്കാർക്ക് ശമ്പള പരിഷ്കരണ ആനുകൂല്യങ്ങൾ ലഭ്യമാക്കിയത്. നാല് വർഷത്തേക്ക് ഒന്ന് എന്ന തോതിൽ പരമാവധി നാല് ഇൻക്രിമെന്റ് പുതുക്കിയ ശമ്പളസ്കെയിലിൽ അനുവദിച്ചതും ക്ലാസ് ഫോർ ജീവനക്കാരന് 28 വർഷത്തെ സേവനത്തിന് നാലാമതായി ഒരു ഗ്രേഡ് അനുവദിച്ചതും മാത്രമാണ് എടുത്തു കാട്ടാവുന്ന നേട്ടങ്ങൾ.

ഒമ്പതാം ശമ്പളപരിഷ്കരണം

2006 മെയ് മാസം അധികാരത്തിൽ വന്ന ഇടതുപക്ഷ ജനാധിപത്യ മുന്നണി സർക്കാർ എട്ടാം ശമ്പളപരിഷ്കരണത്തിന്റെ മുഴുവൻ ബാദ്ധ്യതയും ഏറ്റെടുക്കുക മാത്രമല്ല, സംസ്ഥാനത്ത് അതുവരെ ഉണ്ടായിരുന്ന മുഴുവൻ ക്ഷാമബത്ത കുടിശ്ശികയും കൊടുത്ത് തീർക്കാനും തുടർന്നുള്ള ക്ഷാമബത്ത, കേന്ദ്രം പ്രഖ്യാപിക്കുന്ന മുറയ്ക്കു തന്നെ സംസ്ഥാനജീവനക്കാർക്കും അനുവദിക്കുവാനും തയ്യാറായി. എങ്കിൽപ്പോലും മുൻ ശമ്പള പരിഷ്കരണത്തിന്റെ കാലാവധി പൂർത്തിയാകുന്ന 01.07.2009 നു തന്നെ പ്രാബല്യം നല്കിക്കൊണ്ട് ശമ്പളം പരിഷ്കരിക്കുമെന്ന് ജീവനക്കാർക്ക് സർക്കാർ ഉറപ്പ് നല്കിയിരുന്നു. അതനുസരിച്ച് ശമ്പള പരിഷ്കരണത്തിനുള്ള ശുപാർശ സമർപ്പിക്കുന്നതിനായി 20.02.2010 ന് ജസ്റ്റിസ് ആർ രാജേന്ദ്രബാബു (മുൻ ജഡ്ജി കേരള ഹൈക്കോടതി ചെയർമാനും), ഡോ. പി മോഹനൻ പിള്ള, (പ്രൊഫ. സെന്റർ ഫോർ ഡെവലപ്പ്മെന്റ് സ്റ്റഡീസ്), അഡ്വ. പി വേണുഗോപാലൻ നായർ എന്നിവർ അംഗങ്ങളുമായുള്ള സമിതിയെ സർക്കാർ നിയമിച്ചു. കമീഷൻ അതിന്റെ റിപ്പോർട്ട് 31.12.2010 ന് സർക്കാരിന് സമർപ്പിച്ചു. റിപ്പോർട്ടിലെ ശുപാർശകളുടെ അടിസ്ഥാന

ത്തിൽ 2011 ഫെബ്രുവരിയിൽ ജീവനക്കാരുടെ ശമ്പളം പരിഷ്കരിച്ച് സർക്കാർ ഉത്തരവായി. 01.07.2009 മുതൽതന്നെയാണ് പരിഷ്കരണ ആനുകൂല്യങ്ങൾ ലഭ്യമാക്കിയത്.

ശമ്പളകമീഷനെ നിയമിക്കുന്നതിനു മുമ്പായി ജീവനക്കാരുടെ സംഘടന പ്രതിനിധികളുമായി കമീഷന്റെ ഘടന, അന്വേഷണ വിഷയങ്ങൾ എന്നിവ സംബന്ധിച്ച് സർക്കാർ ചർച്ച നടത്തിയിരുന്നു. അതിന്റെ അടിസ്ഥാനത്തിലുംകൂടിയായിരുന്നു അന്വേഷണ വിഷയം തീരുമാനിക്കപ്പെട്ടത്. അന്വേഷണ വിഷയത്തെ സംബന്ധിച്ച് ഗവൺമെന്റുമായുള്ള ചർച്ചാവേളയിലും തുടർന്ന് കമീഷനു നല്കിയ നിവേദനത്തിലും കെ ജി ഒ എ യുടെ അഭിപ്രായം വ്യക്തമാക്കപ്പെട്ടിരുന്നു. 2006 ലെ ശമ്പള കമീഷൻ ഭരണനിർവ്വഹണ-സെക്രട്ടേറിയറ്റ് വകുപ്പുകളിലെ സമാന തസ്തികകൾ തമ്മിൽ നിലനിന്നിരുന്ന ശമ്പള സ്കെയിലുകളിലെ തുല്യത അട്ടിമറിക്കുകയുണ്ടായി. ഇതിനു മുമ്പുള്ള ശമ്പള കമീഷനുകളെല്ലാം സമാനതസ്തികകൾക്ക് തുല്യ സ്കെയിലുകളാണ് നല്കിയിരുന്നത്. സെക്രട്ടേറിയറ്റിതര ഗസറ്റഡ് ജീവനക്കാരിൽ ഭൂരിഭാഗവും പ്രൊഫഷണൽ-സയന്റിഫിക് മേഖലകളിൽ പണിയെടുക്കുന്നവരും വിവിധ തലങ്ങളിലെ നിർവ്വഹണ ഉദ്യോഗസ്ഥരുമാണ്. സെക്രട്ടേറിയറ്റ് ജീവനക്കാരുമായി തുലനം ചെയ്യുമ്പോൾ സെക്രട്ടേറിയറ്റിതര വിഭാഗങ്ങൾക്ക് പ്രൊമോഷൻ സാദ്ധ്യതയും കുറവാണ്. ഈ യാഥാർത്ഥ്യങ്ങൾ പരിഗണിച്ച് സെക്രട്ടേറിയറ്റ്- ഭരണ നിർവ്വഹണ വകുപ്പുകളിലെ സമാന തസ്തികകൾക്ക് നിലനിന്നിരുന്ന ശമ്പള തുല്യത പുനഃസ്ഥാപിക്കണമെന്ന് സംഘടന ആവശ്യപ്പെട്ടു.

സർക്കാർ സർവ്വീസിൽ നേരിട്ട് ഗസറ്റഡ് തസ്തികയിൽ ജോലിയിൽ പ്രവേശിക്കുന്നവർക്കും പ്രൊമോഷൻ വഴി ഗസറ്റഡ് തസ്തികയിൽ എത്തുന്നവർക്കും തുടർന്നുള്ള പ്രൊമോഷൻ സാദ്ധ്യതകൾ വിരളമാണ്. 2025 വർഷം ഗസറ്റഡ് സർവ്വീസുള്ള ജീവനക്കാർക്ക് കേവലം ഒന്നോ രണ്ടോ പ്രൊമോഷൻ മാത്രമേ അവരുടെ സർവ്വീസ് കാലയളവിൽ ലഭിക്കാൻ സാദ്ധ്യതയുള്ളൂ. ഇത് കണക്കിലെടുത്തുകൊണ്ടാണ് 1988 വരെയുള്ള ശമ്പളകമീഷനുകൾ ഈ വിഭാഗം ജീവനക്കാർക്ക് ഗ്രേഡ് പ്രൊമോഷൻ നല്കാൻ ശുപാർശ ചെയ്യുകയും അതിന് പ്രൊമോഷൻ തസ്തികയുടെ സ്കെയിൽ നല്കാൻ തീരുമാനിക്കുകയും ചെയ്തത്. എന്നാൽ 1992 ലെ പേ ഇക്വലൈസേഷൻ ഇത് നിഷേധിക്കുകയും ഇതിനേക്കാൾ കുറഞ്ഞ പുതിയ സ്കെയിൽ നിശ്ചയിക്കുകയും ചെയ്തു. ഗസറ്റഡ് തസ്തികയിൽ നേരിട്ട് നിയമനം ലഭിക്കുന്ന ചില സാങ്കേതിക വകുപ്പുകളിലെ ജീവനക്കാരിൽ നല്ലൊരു വിഭാഗം പ്രൊമോഷൻ പോലും ലഭിക്കാതെ അതേ തസ്തികയിൽ നിന്നു തന്നെ വിരമിക്കുന്ന സ്ഥിതിയും ഉണ്ട്. അതിനാൽ ഗസറ്റഡ് ജീവനക്കാർക്ക് ഒരു നിശ്ചിത സമയപരിധി നിശ്ചയിച്ച് നോൺ-കേഡർ പ്രൊമോഷൻ അനുവദിക്കണമെന്നും കമീഷനോട് അഭ്യർത്ഥിച്ചു. ഒരേ പ്രവേശനപരീക്ഷ വഴി പ്രൊഫഷണൽ യോഗ്യത നേടുന്നവരെന്ന നിലയിൽ ഒരു ഏകീകൃത ശമ്പളഘടന

1989 എറണാകുളം സമ്മേളന ഹാൾ - ഒരു വിഹഗ വീക്ഷണം

തുടരേണ്ടതുണ്ടെന്നും നിവേദനത്തിൽ ചൂണ്ടിക്കാട്ടി.

മുൻ കമീഷനുകളിൽ നിന്നു വ്യത്യസ്തമായി ഒട്ടേറെ സവിശേഷതകളോടു കൂടിയ ശുപാർശകൾ അടങ്ങുന്നതായിരുന്നു ജസ്റ്റിസ് ആർ രാജേന്ദ്രബാബു കമീഷന്റെ റിപ്പോർട്ട്. വകുപ്പുകളുടെ പ്രാധാന്യം വ്യക്തമായി നിർവ്വചിച്ചു. സെക്രട്ടേറിയറ്റുമായി നിലനിന്ന തുല്യത പുനഃസ്ഥാപിക്കുന്നതിനും വകുപ്പുതലവന്മാരുടെ ശമ്പള സ്കെയിൽ ഉയർത്തുന്നതിനും ശുപാർശചെയ്തു. സൂപ്പർവൈസറി തസ്തികകൾക്ക് ഉയർന്ന ശമ്പളഘടനയും പ്രൊഫഷണൽ വിഭാഗങ്ങൾക്ക് ഉയർന്ന പരിഗണനയും സ്കെയിലും നിശ്ചയിച്ചു. നോൺ-കേഡർ പ്രൊമോഷനും പ്രൊമോഷൻ തസ്തികയുടെ സ്കെയിലും ശുപാർശ ചെയ്യുന്ന കരിയർ അഡ്വാൻസ്മെന്റ് സ്കീം, ഉയർന്ന റേഷ്യോ പ്രൊമോഷനുള്ള നിർദ്ദേശം, ലീവ് ട്രാവൽ കൺസഷന് തുടക്കം, വനിതാ ജീവനക്കാർക്ക് പ്രത്യേക പരിഗണനയും ആനുകൂല്യങ്ങളും തുടങ്ങിയ ശുപാർശകളും കമീഷൻ നടത്തിയിരുന്നു. നിരവധി തസ്തികകൾ പുതുതായി ഗസറ്റഡ് പദവിയിലേക്ക് ഉയർത്തി. പുരുഷ ജീവനക്കാർക്ക് പെറ്റേണിറ്റി ലീവ് ആനുകൂല്യം ആദ്യമായി അനുവദിക്കുന്നതിനുള്ള ശുപാർശയും കമീഷൻ നടത്തിയിരുന്നു. പാർട്ട്-ടൈം കണ്ടിൻജന്റ് ജീവനക്കാർക്ക് ടൈം സ്കെയിൽ ശുപാർശ ചെയ്ത ആദ്യത്തെ കമീഷൻ എന്ന ഖ്യാതിയും ഒമ്പതാം ശമ്പളകമീഷനുള്ളതായിരുന്നു.

എട്ടാം ശമ്പളപരിഷ്കരണത്തിൽ അട്ടിമറിക്കപ്പെട്ട അഞ്ചു വർഷ തത്ത്വം പുനഃസ്ഥാപിക്കുക മാത്രമല്ല, കേന്ദ്ര-സംസ്ഥാന സർവ്വീസുകളിലെയും ബാങ്കിങ് മേഖലയിലെയും കുറഞ്ഞ അടിസ്ഥാന ശമ്പളത്തേ

ക്കാൾ ഉയർന്ന നിരക്ക് നല്കിക്കൊണ്ടുള്ളതായിരുന്നു കമീഷൻ ശുപാർശകളുടെ അടിസ്ഥാനത്തിൽ സർക്കാർ പുറത്തിറക്കിയ ഉത്തരവ്.

പത്താം ശമ്പളപരിഷ്കരണം

ഒമ്പതാം ശമ്പളപരിഷ്കരണത്തിലൂടെ പുനഃസ്ഥാപിക്കപ്പെട്ട സംസ്ഥാനത്തെ വിവിധ വകുപ്പുകളിലെ ജില്ലാതലം മുതൽ വകുപ്പ് അദ്ധ്യക്ഷൻ വരെയുള്ള തസ്തികകളുടെ ശമ്പളവുമായി സെക്രട്ടേറിയറ്റ് തസ്തികകളുമായുള്ള ശമ്പള തുല്യത 2012 മാർച്ച് 29 ന് ഇറക്കിയ സർക്കാർ ഉത്തരവിലൂടെ വീണ്ടും അട്ടിമറിക്കപ്പെട്ടു. ഇതിനായി സെക്രട്ടേറിയറ്റിൽ അണ്ടർ സെക്രട്ടറി മുതൽ സ്പെഷ്യൽ സെക്രട്ടറി വരെയുള്ള തസ്തികകളുടെ ശമ്പള സ്കെയിൽ ഈ ഇടക്കാല ഉത്തരവിലൂടെ സർക്കാർ ഉയർത്തി നല്കി. രണ്ട് ശമ്പള പരിഷ്കരണങ്ങൾക്കിടയിൽ ഇത്തരത്തിൽ സമൂലമായ മാറ്റം വരുത്തുന്നത് സംസ്ഥാന ചരിത്രത്തിൽ നടാടെയാണ്. മാത്രമല്ല, ഒമ്പതാം ശമ്പള കമീഷൻ ചില വിഭാഗങ്ങൾക്ക് അനർഹവും വിശദീകരിക്കാനാകാത്തതുമായ ശമ്പള വർദ്ധനവ് നല്കിയെന്നും അടുത്ത പരിഷ്കരണത്തിൽ ഇത് തിരിച്ചു പിടിക്കുമെന്ന വിചിത്രമായ നിർദ്ദേശവും ഇതിന്റെ ഭാഗമായ ഉത്തരവിൽ വ്യക്തമാക്കി.

2014 ലെ പതിമൂന്നാം ലോക്സഭാ തിരഞ്ഞെടുപ്പിന്റെ പശ്ചാത്തലത്തിൽ 30.11.2013 ൽ ജസ്റ്റിസ് സി എൻ രാമചന്ദ്രൻ നായർ ചെയർമാനും അഡ്വ. ടി വി ജോർജ്, ധനകാര്യവകുപ്പ് മുൻ അഡീഷണൽ സെക്രട്ടറി കെ വി തോമസ് എന്നിവർ അംഗങ്ങളുമായ പത്താം ശമ്പള കമീഷനെ സർക്കാർ നിയമിച്ചു. ആറുമാസക്കാലം കമീഷന് പ്രവർത്തിക്കാനുള്ള സ്ഥലസൗകര്യമോ ആവശ്യമായ ഉദ്യോഗസ്ഥ സംവിധാനമോ നല്കിയിരുന്നില്ല. കേരളത്തിലെ സർക്കാർ ജീവനക്കാരുടെ ശമ്പള പരിഷ്കരണ ചരിത്രത്തിലെ ഏറ്റവും ദൈർഘ്യമേറിയ കാലയളവ് വിനിയോഗിച്ച കമീഷൻ 2015 ജൂലൈയിൽ അതിന്റെ റിപ്പോർട്ടിന്റെ ഒന്നാം ഭാഗം സർക്കാരിന് സമർപ്പിച്ചു. രണ്ടാം ഭാഗം ഡിസംബർ അവസാനവും. ശമ്പളപരിഷ്കരണം പത്തു വർഷത്തിലൊരിക്കൽ മതിയെന്ന തടക്കമുള്ള പ്രതിലോമകരമായ നിർദ്ദേശങ്ങളാണ് ആദ്യഭാഗ റിപ്പോർട്ടിൽ ഉൾപ്പെടുത്തിയിരുന്നത്. അഞ്ചു വർഷത്തേക്ക് ശുപാർശചെയ്ത ഒമ്പതാം ശമ്പള കമീഷന്റെ വേതനഘടനയിൽ മൗലികമായ ഒരു മാറ്റവും വരുത്താതെയുള്ളതാണ് പത്തു വർഷത്തേക്ക് ശുപാർശചെയ്തിട്ടുള്ള വേതനഘടനയും ഗ്രേഡ് പ്രൊമോഷനിലടക്കം കാര്യക്ഷമത മാനദണ്ഡമാക്കണമെന്ന് ശുപാർശചെയ്ത കമീഷൻ ഇതിനുള്ള കൂടുതൽ നിർദ്ദേശങ്ങൾ റിപ്പോർട്ടിന്റെ രണ്ടാം ഭാഗത്തിൽ ഉൾപ്പെടുത്തി. വകുപ്പുകൾ പുനഃസംഘടിപ്പിച്ച് സിവിൽ സർവ്വീസ് രംഗം തകർക്കുന്നതിനുള്ള നിർദ്ദേശങ്ങൾ അടങ്ങുന്നതാണ് റിപ്പോർട്ടിന്റെ രണ്ടാം ഭാഗം. നിയമസഭാ തിരഞ്ഞെടുപ്പ് ആസന്നമായ ഘട്ടത്തിൽ ജീവനക്കാരുടെ എതിർപ്പിനെ

ഭയന്ന് ശമ്പളപരിഷ്കരണ ഉത്തരവ് പുറപ്പെടുവിക്കാൻ സർക്കാർ നിർബ്ബന്ധിതമായി. കമീഷൻ നിർദ്ദേശിച്ചതിനേക്കാൾ താഴ്ന്നതാണ് ഏറ്റവും കുറഞ്ഞ അടിസ്ഥാന ശമ്പളം. സർവ്വീസിലെ ആദ്യ ഗസറ്റഡ് തസ്തികയായ സീനിയർ സൂപ്രണ്ട് തുടങ്ങിയ തസ്തികകൾക്ക് കമീഷൻ ശുപാർശചെയ്ത രണ്ടുതലം ഉയർത്തിയ ശമ്പള സ്കെയിൽ ഒന്നായി ചുരുക്കുകയും എല്ലാതലത്തിലുള്ള തസ്തികകൾക്കും ഒരുതലം ഉയർത്തി നിശ്ചയിച്ച ശമ്പള സ്കെയിൽ നിരാകരിച്ച് തൽസ്ഥിതിയിൽ പരിഷ്കരണം വരുത്തിക്കൊണ്ടുള്ള ഉത്തരവാണ് സർക്കാർ നടപ്പാക്കിയത്. 01.02.2016 മുതൽ നടപ്പാക്കിയ പരിഷ്കരണത്തിന് 01.07.2014 മുതൽ മുൻകാല പ്രാബല്യം ഉണ്ടെങ്കിലും കുടിശ്ശിക നല്കുന്നത് 2017 ഏപ്രിലിന് ശേഷം മാത്രമാണ്, അതും നാലു ഗഡുക്കളായി. ഇതും കേരളത്തിലെ ശമ്പളപരിഷ്കരണ ചരിത്രത്തിൽ ആദ്യമാണ്.

ധനകാര്യകമ്മീഷനുകളും സംഘടനാ നിർദ്ദേശങ്ങളും

കേന്ദ്രസർക്കാരും സംസ്ഥാന സർക്കാരുകളും തമ്മിൽ കേന്ദ്ര ഫണ്ട് എങ്ങനെ വീതം വയ്ക്കണമെന്ന് നിർദ്ദേശിക്കാനുള്ള ഭരണഘടനാ ദത്തമായ ഒരു സമിതിയാണ് ധനകാര്യകമ്മീഷൻ ഭരണഘടനയുടെ ആർട്ടിക്കിൾ 280 അനുസരിച്ചാണ് കമ്മീഷനെ കേന്ദ്രസർക്കാർ നിയമിക്കുന്നത്. ധനകാര്യ കമ്മീഷന്റെ ഘടന, അന്വേഷണ വിഷയങ്ങൾ എന്നിവയെല്ലാം സംസ്ഥാന സർക്കാരുകളുമായി ചർച്ചചെയ്ത് തീരുമാനിച്ചെങ്കിൽ മാത്രമേ ധനകാര്യ കമ്മീഷനുകൾക്ക് ഭരണഘടനാപരമായ ചുമതലകൾ നിർവ്വഹിക്കാൻ കഴിയുകയുള്ളൂ. എന്നാൽ പലപ്പോഴും കേന്ദ്ര സർക്കാർ ഏകപക്ഷീയമായാണ് ഇത് തീരുമാനിക്കാറുള്ളത്.

ആറ്, ഏഴ്, എട്ട് എന്നീ ധനകാര്യകമ്മീഷനുകളുടെ അന്വേഷണ വിഷയങ്ങളിൽ സംസ്ഥാന ജീവനക്കാർക്ക് നല്കേണ്ട വേതനം, ക്ഷാമബത്ത, ബോണസ്, പെൻഷൻ ആനുകൂല്യങ്ങൾ എന്നിവയ്ക്കുവേണ്ടി വരുന്ന അധികച്ചെലവുകളെക്കുറിച്ചും, സംസ്ഥാന ഗവൺമെന്റുകൾക്ക് ഇത്തരം അധികച്ചെലവിനു വേണ്ട വിഹിതത്തെക്കുറിച്ചും വ്യക്തമായ പരാമർശങ്ങളുണ്ടായിരുന്നു. എന്നാൽ 9-ാം ധനകാര്യ കമ്മീഷന്റെ അന്വേഷണ വിഷയങ്ങളിൽ ഇക്കാര്യം ഉൾപ്പെടുത്തിയിരുന്നില്ല. ഒൻപതാം ധനകാര്യ കമ്മീഷൻ 1988 ഏപ്രിൽ 26, 26 തീയതികളിൽ കേരളം സന്ദർശിച്ച് തെളിവെടുപ്പ് നടത്തി. ഗസറ്റഡ് ജീവനക്കാരുടെ മാത്രം പ്രശ്നങ്ങൾക്കുപരിയായി പൊതുപ്രസ്ഥാനമായി ഇതിനകം ഉയർന്നുവന്ന കെ ജി ഒ എ ഏപ്രിൽ 27 ന് കമ്മീഷനുമായി ചർച്ച നടത്തി. വിശദമായ മെമ്മോറാണ്ടവും നല്കി. സംഘടനയെ പ്രതിനിധീകരിച്ച് സംസ്ഥാന പ്രസിഡന്റ് എൻ ഭഗീരഥൻ, വൈസ് പ്രസിഡന്റ് പി വൈ ജേക്കബ്, ജനറൽ സെക്രട്ടറി ഡോ. എൻ എം മുഹമ്മദ് അലി എന്നിവരാണ് പങ്കെടുത്തത്. സംസ്ഥാന ജീവനക്കാരുടെ ശമ്പളം പരിഷ്കരിക്കുന്നതിനുള്ള അഞ്ചാം ശമ്പള കമ്മീഷൻ കേരളത്തിൽ പ്രവർത്തിച്ചുകൊണ്ടിരുന്ന സന്ദർഭത്തിലാണ് ഒൻപതാം ധനകാര്യകമ്മീഷൻ കേരളം സന്ദർശിച്ചത്. കേന്ദ്ര ശമ്പള

നിരക്കുകളുമായി തുല്യത വേണമെന്നുള്ളതാണ് സംസ്ഥാന ജീവനക്കാരുടെ ആവശ്യം. ഈ ആവശ്യം അംഗീകരിച്ചുകൊണ്ട് അഞ്ചാം ശമ്പള കമ്മീഷൻ ശുപാർശ നല്കിയാൽ അവ നടപ്പിലാക്കാൻ സംസ്ഥാന സർക്കാരിന് കഴിയുമോ എന്ന ആശങ്ക ജീവനക്കാർക്കുണ്ടായിരുന്നു. ഈ സാഹചര്യത്തിൽ ജീവനക്കാരുടെ ശമ്പള പരിഷ്കരണം, ക്ഷാമബത്ത, ബോണസ്, പെൻഷൻ ആനുകൂല്യങ്ങൾ എന്നിവ നല്കാൻ കഴിയുന്ന തരത്തിൽ കേന്ദ്ര ഫണ്ടിൽ നിന്നും വിഹിതം അനുവദിക്കാൻ ശുപാർശ ചെയ്യണമെന്ന് കെ ജി ഒ എ ചർച്ചാവേളയിൽ ചൂണ്ടിക്കാണിച്ചു. ധനകാര്യകമ്മീഷന്റെ അന്വേഷണവിഷയത്തിൽ ഉൾപ്പെട്ടതല്ലെങ്കിൽക്കൂടി, ഇക്കാര്യം ശുപാർശയിൽപ്പെടുത്താൻ കമ്മീഷൻ തയ്യാറായി. എങ്കിൽപ്പോലും, കമ്മീഷന്റെ ശുപാർശകൾ കേരളത്തെ സംബന്ധിച്ചിടത്തോളം നിരാശാജനകമായിരുന്നു. നികുതിയും ഗ്രാന്റും ചേർത്ത് സംസ്ഥാനങ്ങൾക്ക് നീക്കിവച്ച ആകെ തുകയുടെ 3.70 ശതമാനം കേരളത്തിന്റെ വിഹിതമായി ഏഴാം കമ്മീഷൻ അനുവദിച്ചത് 3.27 ശതമാനമായി എട്ടാം കമ്മീഷനും 3.01 ശതമാനമായി ഒൻപതാം കമ്മീഷനും കുറവുവരുത്തി.

മുൻ പ്രതിരോധ മന്ത്രി കെ സി പന്ത് ചെയർമാനായ പത്താം ധനകാര്യ കമ്മീഷന് 1992 സെപ്തംബർ 22 ന് കെ ജി ഒ എ മെമ്മോറാണ്ടം നല്കി. സംസ്ഥാന ജീവനക്കാർക്ക് കേന്ദ്രപാരിറ്റി അനുവദിക്കുന്നതിനുവേണ്ടി ഒൻപതാം ധനകാര്യ കമ്മീഷൻ സംസ്ഥാനത്തിന്റെ ചെലവിനത്തിൽ ഒരിനം ഉൾപ്പെടുത്തിയിരുന്നെങ്കിലും തികച്ചും അശാസ്ത്രീയമായ രീതിയിലായിരുന്നു അതിന് വേണ്ടി വരുന്ന ചെലവ് കണക്കാക്കിയിരുന്നത്. പ്രതിവർഷം 102.65 കോടി രൂപ മതിയാകുമെന്നായിരുന്നു 9-ാം കമ്മീഷന്റെ കണക്കുകൂട്ടൽ. അതിന്റെ ഫലമായി സംസ്ഥാന ജീവനക്കാർക്ക് കേന്ദ്ര പാരിറ്റി ലഭ്യമായിരുന്നില്ല. കേന്ദ്ര പാരിറ്റി, 1993 ജൂലൈ മുതൽ നടപ്പാക്കേണ്ട ആറാം ശമ്പള പരിഷ്കരണം വിലക്കയറ്റംമൂലം നല്കേണ്ടിവരുന്ന ക്ഷാമബത്ത ഗഡുക്കൾ എന്നിവയെല്ലാം കണക്കിലെടുത്തുകൊണ്ട് ചെലവിനങ്ങൾ തിട്ടപ്പെടുത്തണമെന്നും അതിനനുസരിച്ച് ഗ്രാന്റിന് ശുപാർശ ചെയ്യണമെന്നും കെ ജി ഒ എ മെമ്മോറാണ്ടത്തിൽ ആവശ്യപ്പെട്ടു. കൂടാതെ വർദ്ധിച്ചുവരുന്ന തൊഴിലില്ലായ്മ, ധനകമ്മി കുറയ്ക്കുന്നതിന്റെ പേരിൽ ജനങ്ങളുടെയും തൊഴിലെടുത്ത് ജീവിക്കുന്നവരുടെയും മേൽ കെട്ടിവയ്ക്കുന്ന അധികഭാരം എന്നിവ കണക്കിലെടുത്ത് അതിനനുസരണമായ ശുപാർശയാണ് ഉണ്ടാകേണ്ടതെന്നും ചൂണ്ടിക്കാട്ടി. കമ്മീഷനുമായുള്ള ചർച്ചയിലും ഇക്കാര്യം സ്ഫുടീകരിച്ചു.

സംസ്ഥാനം നേരിടുന്ന ബഹുമുഖമായ പ്രശ്നങ്ങൾ കണക്കിലെടുത്തുകൊണ്ടുള്ളതാകണം ശുപാർശയെന്ന് ചൂണ്ടിക്കാണിച്ച് പതിനൊന്നാം ധനകാര്യ കമ്മീഷന് സംഘടന മെമ്മോറാണ്ടം നല്കി. ജനസംഖ്യാനുപാതത്തിൽ തുക സംസ്ഥാനങ്ങൾക്ക് വീതം വയ്ക്കുമ്പോൾ 1971 ലെ ജനസംഖ്യയാണ് കണക്കാക്കേണ്ടതെന്ന നിർദ്ദേശമാണ് കമ്മീഷൻ സമർപ്പിച്ചത്. ദേശീയ കുടുംബക്ഷേമപദ്ധതി മാതൃകാപരമായി നടപ്പാക്കിയ സംസ്ഥാനമാണ് കേരളം. രാജ്യത്താകെ രജിസ്റ്റർ ചെയ്തിട്ടുള്ള

തൊഴിൽ രഹിതരിൽ 9.42 ശതമാനം കേരളത്തിൽനിന്നാണ്. അധികാര വികേന്ദ്രീകരണത്തിന്റെ മേഖലയിൽ സംസ്ഥാനം നേടിയ വിപ്ലവകരമായ മുന്നേറ്റം കണക്കിലെടുക്കണം. വർദ്ധിച്ചുവരുന്ന ജീവനക്കാരുടെ ശമ്പള ച്ചെലവും കണക്കിലെടുത്ത് വിഹിതം നിശ്ചയിക്കണമെന്നും കമ്മീഷ നോട് സംഘടന ആവശ്യപ്പെട്ടു. എന്നാൽ കേരളത്തിന്റെ ചരിത്രത്തിൽ സംസ്ഥാന താല്പര്യങ്ങളെ ഏറ്റവുമധികം ദോഷകരമായി ബാധിച്ച അവാർഡായിരുന്നു പതിനൊന്നാം ധനകാര്യ കമ്മീഷന്റേത്. 10-ാം ധന കാര്യ കമ്മീഷൻ ശുപാർശചെയ്ത 3.88 ശതമാനം വിഹിതം 3.06 ശത മാനമാക്കി പതിനൊന്നാം ധനകാര്യ കമ്മീഷൻ കുറച്ചു.

ഡോ. രംഗരാജൻ അദ്ധ്യക്ഷനായുള്ള പന്ത്രണ്ടാം ധനകാര്യ കമ്മീ ഷന് സമഗ്രമായ നിവേദനം നല്കുന്നതിന് കെ ജി ഒ എ തീരുമാനിച്ചു. സംസ്ഥാനത്തിന്റെ റവന്യൂ കമ്മി നികത്തുന്നതിനും ജീവനക്കാർക്ക് നല്കേണ്ട ശമ്പള പരിഷ്കരണത്തിന്റെ ബാദ്ധ്യത എന്നിവ കണക്കിലെ ടുത്തും യാഥാർത്ഥ്യബോധത്തോടെ കമ്മി കണക്കാക്കണമെന്ന് ആവ ശ്യപ്പെട്ടു. പദ്ധതി ദുരിതാശ്വാസത്തുക എന്നിവ നല്കണമെന്നതിലെ പക്ഷപാതിത്വം പതിനൊന്നാം ധനകാര്യകമ്മീഷന്റെ തെറ്റായ മാനദണ്ഡം പുനഃപരിശോധിക്കൽ, അധികാരവികേന്ദ്രീകരണത്തിന് അധികവെയിറ്റേജ് മൂല്യവർദ്ധിത നികുതിയുടെ നഷ്ടം നികത്തൽ എന്നിവ അടങ്ങിയ നിവേ ദനമാണ് കമ്മീഷന് നല്കിയത്.

പതിമൂന്നും പതിനാലും ധനകാര്യ കമ്മീഷനുകൾക്ക് തനത് സംഘ ടനാ നിവേദനത്തിന് പകരം സംയുക്തമായിട്ടുള്ള മെമ്മോറാണ്ടമായി ഫെഡറേഷൻ ഓഫ് സ്റ്റേറ്റ് എംപ്ലോയീസ് ആന്റ് ടീച്ചേഴ്സ് ഓർഗനൈ സേഷൻ (എഫ് എസ് ഇ ടി ഒ) ന്റെ നേതൃത്വത്തിലാണ് ശുപാർശകൾ സമർപ്പിച്ചത്. "പതിനാലാം ധനകാര്യ കമ്മീഷനും സിവിൽ സർവ്വീസും എന്ന വിഷയത്തിൽ എഫ് എസ് ഇ ടി ഒയുടെ ആഭിമുഖ്യത്തിൽ വിപുല മായ സെമിനാർ സംഘടിപ്പിച്ച് അതിലുയർന്നുവന്ന നിർദ്ദേശങ്ങളുടെ അടി സ്ഥാനത്തിലാണ് പതിനാലാം ധനകാര്യ കമ്മീഷൻ സംസ്ഥാനം സന്ദർശി ച്ചവേളയിൽ കമ്മീഷന് നിവേദനം സമർപ്പിച്ചത്.

സഹോദരസംഘടനാ ഐക്യദാർഢ്യ പ്രവർത്തനം

കെ ജി ഒ എ യുടെ സംഘടനാ രൂപീകരണം മുതൽതന്നെ തങ്ങളുടെ കൊടിക്കീഴിൽ അണിനിരത്തിയിട്ടുള്ള ജീവനക്കാരുടെ താല്പര്യം കൂടി സംരക്ഷിക്കുന്നതിനായി നടക്കുന്ന പ്രത്യക്ഷ സമരങ്ങളോട് അനുഭാവം പ്രകടിപ്പിച്ചു വന്നിരുന്നു. 1971 ൽ ജീവനക്കാരുടെ സമരത്തോട് സ്വീകരിച്ച ക്രിയാത്മകമായ നിലപാടുകൾ അന്നത്തെ പരിതസ്ഥിതിയിൽ മികച്ച ഐക്യദാർഢ്യമായിരുന്നു. സർക്കാരിനെ നേരിട്ട് എതിർത്തു നില്ക്കുന്നതിനും അവകാശബോധം അംഗങ്ങളിലേക്ക് എത്തിച്ചുകൊണ്ട് ട്രേഡ് യൂണിയൻ ബോധത്തിലേക്ക് എൺപതുകളുടെ മദ്ധ്യത്തോടെയാണ് സംഘടന മാറുന്നത്.

1985 ആഗസ്ത് 7 ന് ആരംഭിച്ച സമരത്തിൽ ഏകീകൃത സംഘടനാവേദി ഉണ്ടായിരുന്നില്ല. ആഗസ്ത് 7-ാം തീയതി ആരംഭിച്ച പണിമുടക്കം 11-ാം തീയതിക്ക് മുമ്പ് അവസാനിപ്പിക്കുന്നതിന് ആവശ്യമായ നടപടികൾ ഗവൺമെന്റ് ഭാഗത്തുനിന്ന് ഉണ്ടാകുന്നില്ലെങ്കിൽ 12-ാം തീയതി മുതൽ ഗസറ്റഡ് ജീവനക്കാരും പണിമുടക്കുമെന്ന് സംഘടന തീരുമാനിച്ചു. അനിശ്ചിതകാല പണിമുടക്കിൽ ആദ്യമായി പങ്കെടുത്തു. ഗസറ്റഡ് വിഭാഗത്തിലെ ബഹുഭൂരിപക്ഷം പേരും 12-ാം തീയതി മുതൽ പണിമുടക്കി. 21 മാസക്കാലത്തെ ആനുകൂല്യം നമുക്ക് നഷ്ടപ്പെടുത്തിക്കൊണ്ടാണ് യു ഡി എഫിന്റെ കരുണാകരൻ സർക്കാർ 4-ാം ശമ്പള പരിഷ്കരണം നടപ്പിലാക്കിയത്. ഇനി ഒരിക്കലും അവകാശനഷ്ടം ഉണ്ടാകാതിരിക്കാൻ ഐക്യം ഉറപ്പിക്കണമെന്ന് കെ ജി ഒ എ ആവശ്യപ്പെട്ടിരുന്നു. ഈ സമരത്തിൽ പങ്കെടുത്ത സംസ്ഥാന കമ്മിറ്റി അംഗം സി ജെ ജോസഫിനെ സർവ്വീസിൽ നിന്ന് പിരിച്ചുവിട്ടു. സി ജെ ജോസഫ് ഹൈക്കോടതിയിൽ സമർപ്പിച്ച കേസിന്റെ നടത്തിപ്പിലും പ്രതികാര നട

16-ാം സംസ്ഥാന സമ്മേളനം എം കെ എൻ ചെട്ടിയാർ നഗർ കവാടം
(വി ജെ ടി ഹാൾ, തിരുവനന്തപുരം.)

പടിക്കിരയായ ഗസറ്റഡ് ജീവനക്കാരെ സംരക്ഷിക്കുന്നതിലും എഫ് എസ് ഇ ടി ഒ യും മറ്റ് സഹോദര സംഘടനകളും നല്കിയ പിന്തുണ വലിയ ആത്മവിശ്വാസം ഈ സംഘടനയുടെ അംഗങ്ങൾക്ക് നല്കി. 27.02.1987 ന് റിട്ടയർ ചെയ്യുന്നതിന്റെ തലേ ദിവസം സി ജെ ജോസഫിനെ പിരിച്ചുവിട്ട നടപടിക്കെതിരെ എൻ ജി ഒ - അദ്ധ്യാപക ഐക്യ സമരസമിതിയുടെ നേതൃത്വത്തിൽ വമ്പിച്ച പ്രകടനം നടത്തി.

എൻ ജി ഒ യൂണിയൻ, അദ്ധ്യാപക സംഘടനകൾ, എഫ് എസ് ഇ ടി ഒ, കേന്ദ്രജീവനക്കാരുടെ സംഘടനകൾ, പൊതുമേഖലാ ജീവനക്കാർ, ലായേഴ്സ് യൂണിയൻ, വനിതകളുടെ സംഘടനകൾ തുടങ്ങിയവർ നടത്തിയ പ്രക്ഷോഭങ്ങൾക്കെല്ലാം പിന്തുണ നല്കുന്ന നിലയിലേക്ക് സംഘടന വളർന്നു.

നവലിബറൽ നയങ്ങൾക്കെതിരായ ദേശീയ പ്രക്ഷോഭങ്ങൾ

1992 മുതൽ രാജ്യത്ത് നടപ്പാക്കിയ നവലിബറൽ നയങ്ങൾക്കെതിരായ ദേശീയ പ്രക്ഷോഭങ്ങളിലെല്ലാം എഫ് എസ് ഇ ടി ഒ യോടൊപ്പം അണിനിരക്കുന്നതിലേക്കും, എല്ലാ ദേശീയ പണിമുടക്കങ്ങളിലും പങ്കെടുക്കുന്നതിലേക്കും സംഘടന വളർന്നു.

ദുർബ്ബല വിഭാഗങ്ങൾക്ക് എന്നും ഉറച്ച പിന്തുണ

ആദിവാസിവിഭാഗം അനുഭവിക്കുന്ന ബുദ്ധിമുട്ടുകളും പട്ടിണിയും

അധികാരികളുടെ ശ്രദ്ധയിൽ കൊണ്ടുവരുന്നതിനും, വിഭവ സമാഹരണത്തിലൂടെ ആശ്വാസ പ്രവർത്തനങ്ങൾ ഏറ്റെടുക്കുന്നതിനുമായി എ കണാരന്റെ നേതൃത്വത്തിൽ നടന്ന പട്ടിണി സമരത്തിന് സംഘടന സാമ്പത്തികസഹായം നല്കുകയും, വിവിധ കേന്ദ്രങ്ങളിൽ സ്വീകരണം നല്കുകയും ചെയ്തു.

വയനാട്ടിലെ ആദിവാസികളുടെ ദയനീയാവസ്ഥ കണക്കിലെടുത്ത് ദുരിതാശ്വാസ പ്രവർത്തനം നടത്താൻ സംഘടന തീരുമാനിക്കുകയും വയനാട് ജില്ലാകമ്മിറ്റി വൈത്തിരി പഞ്ചായത്തിലെ 2 കോളനികളിൽ ആവശ്യമായ ഭക്ഷ്യപദാർത്ഥങ്ങളും മരുന്നും വസ്ത്രവും എത്തിച്ചു. തുടർന്ന് ആദിവാസിമേഖലകളിലെ പ്രശ്നങ്ങൾ പഠിക്കുന്നതിന് അടിമാലിയിലെ പഞ്ചായത്തിൽ നടത്തിയ പ്രവർത്തനം ഇതര സന്നദ്ധ പ്രവർത്തരെ കൂടി കൂട്ടിയോജിപ്പിച്ചുകൊണ്ടുള്ള മാതൃകാപരമായ ഒട്ടനവധി പദ്ധതികൾ നടപ്പാക്കുന്നതിലേക്കും 68 വിദ്യാർത്ഥികളെ സ്കൂളിൽ പുനഃപ്രവേശിപ്പിക്കുന്നതിലേക്കും വളർന്നു. അട്ടപ്പാടിയുടെ പ്രശ്നങ്ങളിലും മാതൃകാപരമായി ഇടപെട്ടു.

പട്ടികജാതി സങ്കേതങ്ങളുടെ സമഗ്രമായ വികസനപദ്ധതി രൂപീകരിക്കുന്നതിനായി പറവൂരിലും മറ്റും നടത്തിയ പ്രവർത്തനവും, മത്സ്യമേഖലയിലെ ദുരിതത്തിന് ശാശ്വത പരിഹാരത്തിനായുള്ള ഇടപെടലും, ഭിന്നശേഷിക്കാരുടേയും, തൊഴിലാളികളുടെ കാര്യത്തിലും സ്വീകരിച്ച നടപടികളും ഇവിടെ സ്മരണീയമാണ്.

സുനാമി ദുരന്തം

2004 ഡിസംബർ 26 ന് ഏഷ്യൻ ഭൂഖണ്ഡത്തിലെ തീരദേശ നിവാസികളെ സംബന്ധിച്ചിടത്തോളം സർവ്വവും നഷ്ടപ്പെട്ട ദിവസമായിരുന്നു. ഈ സുനാമിയിൽ കേരളത്തിൽ 166 പേർ കൊല്ലപ്പെടുകയും ആയിരക്കണക്കിന് വീടുകൾ നാശത്തിനിരയാകുകയും ചെയ്തു. കോടിക്കണക്കിനു രൂപയുടെ നഷ്ടം സംഭവിക്കുകയും ചെയ്തു. ദുരിത ബാധിതരെ സഹായിക്കാനായി കെ ജി ഒ എ പ്രവർത്തകർ വൈദ്യസഹായവും മറ്റ് ദുരിതാശ്വാസ പ്രവർത്തനങ്ങളും നടത്തിയിരുന്നു. എറണാകുളം, കോട്ടയം, തിരുവനന്തപുരം കമ്മിറ്റികൾ വസ്ത്രങ്ങളും ഭക്ഷ്യസാധനങ്ങളും ശേഖരിച്ചു നല്കുകയും ചെയ്തു. സർക്കാരിന്റെ ആഹ്വാനപ്രകാരം ഒരു ദിവസത്തെ ശമ്പളം നല്കിയതിനു പുറമെ കെ ജി ഒ എ തനതായി 1,75,000 രൂപ പിരിച്ച് മുഖ്യമന്ത്രിയുടെ ദുരിതാശ്വാസ നിധിയിലേക്ക് സംഭാവന ചെയ്യുകയും ചെയ്തു.

തമിഴ്നാട് ജീവനക്കാർക്ക് പിന്തുണ

2002 ഒക്ടോബർ 23 മുതൽ ആരംഭിച്ച തമിഴ്നാട് ജീവനക്കാരുടെ അനിശ്ചിതകാല പണിമുടക്കിൽ ഐക്യദാർഢ്യം പ്രകടിപ്പിച്ച് കോയമ്പ

പ്രതിപക്ഷനേതാവ് ഇ കെ നായനാർ 17-ാം സംസ്ഥാന സമ്മേളനത്തിൽ പ്രതിനിധികളെ അഭിസംബോധന ചെയ്യുന്നു. സ്ഥലം: സാഹിത്യ അക്കാദമി ഹാൾ, തൃശൂർ

ത്തൂർ കളക്ടറേറ്റിനു മുന്നിൽ ധർണ്ണ നടത്തുന്നതിനു പാലക്കാട്ട് നിന്നും പോയ നൂറിലധികം ആക്ഷൻ കൗൺസിൽ അംഗങ്ങളെ തമിഴ്നാട് പൊലീസ് അറസ്റ്റ് ചെയ്തു. അറസ്റ്റ് ചെയ്യപ്പെട്ടവരിൽ അഞ്ചുപേർ കെ ജി ഒ എ പ്രവർത്തകരായിരുന്നു. പണമുടക്കിന് അനുഭാവം പ്രകടിപ്പിച്ച് 2002 നവംബർ 13, 14 ദിവസങ്ങളിൽ ആക്ഷൻ കൗൺസിൽ നേതാക്കൾ തിരുവനന്തപുരത്ത് നടത്തിയ 24 മണിക്കൂർ ഉപവാസ സമരത്തിൽ പങ്കെടുത്തു.

തമിഴ്നാട് ജീവനക്കാരുടെ സമരം പിൻവലിക്കുകയും 1.7 ലക്ഷം ജീവനക്കാരെ പിരിച്ചുവിടുകയുംചെയ്തു. ഇവർക്ക് സഹായവുമായി എഫ് എസ് ഇ ടി ഒ നേതാക്കൾ മദ്രാസിലെത്തുകയും ദുരിതാശ്വാസ തുകയുടെ ആദ്യഗഡുവായി 1.5 ലക്ഷം രൂപ കൈമാറുകയും ചെയ്തു. സംഘടന 20,000 രൂപ നല്കുകയും പ്രതിനിധി സംഘത്തിൽ സംഘടനയുടെ സംസ്ഥാന പ്രസിഡന്റ് കെ എൻ മോഹനൻ അംഗമാകുകയും ചെയ്തിട്ടുണ്ട്. പണിമുടക്ക് നിരോധിച്ച സുപ്രീംകോടതി വിധിക്കെതിരെ കെ ജി ഒ എ തിരുവനന്തപുരത്ത് ഒരു സെമിനാർ സംഘടിപ്പിച്ചു.

സി ഐ ടി യു സംഘടനയുമായി അടുത്ത ബന്ധം

സി ഐ ടി യു വിന്റെ ഒമ്പതാം സംസ്ഥാനസമ്മേളനം നവംബർ 27 മുതൽ 30 വരെ കൊല്ലത്ത് ചേരുകയുണ്ടായി. ഈ സമ്മേളനത്തിലേക്ക് ഒരു കെ ജി ഒ എ പ്രതിനിധിയെ നിരീക്ഷകനായി ക്ഷണിക്കുകയും സംഘടനയുടെ ജനറൽ സെക്രട്ടറി പങ്കെടുക്കുകയും ഉണ്ടായി. തുടർന്നുള്ള സമ്മേളനങ്ങളിലും ട്രേഡ് യൂണിയൻ ക്യാമ്പയിൻ കമ്മിറ്റി പ്രക്ഷോഭങ്ങളും സംഘടന പങ്കാളിയായി മാറി.

എഫ് എസ് ഇ ടി ഒ പ്രവർത്തനം

2002 ലെ സമരത്തെത്തുടർന്ന് എഫ് എസ് ഇ ടി ഒ യിൽ അംഗത്വമെടുക്കുന്നതിന് തീരുമാനിക്കുകയും 2003 ൽ കെ ജി ഒ എ അംഗമായി ചേർന്നതിനു ശേഷം ആദ്യമായി തിരുവനന്തപുരത്ത് നടന്ന സംസ്ഥാന കൺവെൻഷനിൽ കെ ജി ഒ എ ജനറൽ സെക്രട്ടറിയെ എഫ് എസ് ഇ ടി ഒ സംസ്ഥാന ട്രഷററായി തിരഞ്ഞെടുത്തു. എഫ് എസ് ഇ ടി ഒ യുടെ ആഭിമുഖ്യത്തിൽ നടന്ന എല്ലാ ദേശീയ-പ്രാദേശിക പ്രക്ഷോഭങ്ങളിലും സജീവ പങ്കാളിത്തം വഹിച്ചു വരികയാണ്.

2002 ലെ പണിമുടക്ക് നിരോധിച്ചുകൊണ്ടുള്ള സുപ്രീംകോടതി വിധിക്കെതിരെ എ ഐ എസ് ജി ഇ എഫിന്റെ ആഭിമുഖ്യത്തിൽ വിവിധ സംസ്ഥാനങ്ങളിലെ ജീവക്കാരിൽനിന്നും ശേഖരിച്ച ഒപ്പുകൾ 2004 ഡിസംബർ 7 ന് പാർലമെന്റിലേക്ക് മാർച്ച് നടത്തി സ്പീക്കർക്ക് നല്കി. പാർലമെന്റ് മാർച്ചിൽ കെ ജി ഒ എ നേതാക്കളായ ടി എസ് രഘുലാൽ, അലോഷ്യസ് ജോസഫ് എന്നിവർ പങ്കെടുത്തു.

ഏജീസ് ഓഫീസ് സമരം

കേരളസർക്കാർ നടപ്പാക്കിയ വൺ റാങ്ക് വൺ പെൻഷൻ പദ്ധതിയുടെ അധിക ജോലിക്ക് പുറം കരാർ നല്കാനുള്ള കേന്ദ്രസർക്കാർ നിർദ്ദേശം നടപ്പാക്കുന്നതിന് അക്കൗണ്ടന്റ് ജനറൽ സ്വീകരിച്ച നടപടിയെ എതിർത്ത ജീവനക്കാർക്കെതിരെ നിരന്തരമായി സ്വീകരിച്ച പ്രതികാര നടപടിയുടെ ഭാഗമായി ക്ലാസ് രണ്ട് സംഘടനയുടെ ജനറൽ സെക്രട്ടറി കെ എ മാനുവലിനെ പിരിച്ചു വിട്ടു. തരം താഴ്ത്തുക, ഇൻക്രിമെന്റ് വെട്ടിക്കുറയ്ക്കുക, പിരിച്ചുവിടൽ നോട്ടീസ് നല്കുക, ഡയസ്നോൺ ഏർപ്പെടുത്തുക തുടങ്ങി ആയിരത്തോളം ജീവനക്കാരെ ശിക്ഷാനടപടിക്ക് വിധേയരാക്കി. കെ ജി ഒ എ യുടെ നേതൃത്വത്തിൽ നിരവധി ഐക്യദാർഢ്യ പ്രവർത്തനങ്ങൾ നടത്തി. സർവ്വീസ് മേഖലയിൽ നിന്ന് 10,43,100 രൂപ ശേഖരിച്ചു നല്കുകയുണ്ടായി.

ദേശീയ പ്രക്ഷോഭങ്ങൾ

കോൺഗ്രസ്, ബി ജെ പി സർക്കാരുകളുടെ ജനവിരുദ്ധനയങ്ങൾക്കെതിരെയും വിലക്കയറ്റം, പൊതുമേഖലാ സ്ഥാപന ഓഹരി വില്പന, അഴിമതി, തൊഴിൽ നിയമങ്ങൾ തുടങ്ങിയവയിൽ ഊന്നിയ ഡിമാന്റുകളുമായി സി ഐ ടി യും, എ ഐ ടി യു സി, ഐ എൻ ടി യു സി തുടങ്ങിയ ട്രേഡ് യൂണിയനുകളും കേന്ദ്ര-സംസ്ഥാന ജീവനക്കാരുടേയും വിവിധ ഫെഡറേഷനുകളുടെയും നേതൃത്വത്തിൽ പാർലമെന്റിലേക്ക് നടന്ന വിവിധ പ്രകടനങ്ങളിൽ ലക്ഷക്കണക്കിന് തൊഴിലാളികൾ മാർച്ചിൽ പങ്കെടുത്തു. കെ ജി ഒ എ യെ പ്രതിനിധീകരിച്ചുള്ള സംഘങ്ങളും ഇതിലെല്ലാം പങ്കെടുത്തു.

ഇന്ന് കെ ജി ഒ എ സംഘടന, തികഞ്ഞ സാമൂഹ്യ ബോധത്തോടെ, ഉയർന്നു വരുന്ന എല്ലാ സഹോദരസംഘടനാ പ്രക്ഷോഭങ്ങളോടും ഐക്യദാർഢ്യം പുലർത്തുകയും പിന്തുണ നല്കുകയും ചെയ്യുന്ന നിലയിലേക്ക് വളർന്നിരിക്കുന്നു. മിനിമം വേതനം, ജോലി-വരുമാന സ്ഥിരത, കരാർവല്ക്കരണം അവസാനിപ്പിക്കൽ, പെൻഷൻ സുരക്ഷാ പ്രാബല്യം മുതലായ ആവശ്യങ്ങൾകൂടി ഉന്നയിച്ചുള്ള ദേശീയ പണിമുടക്കങ്ങൾ, കേന്ദ്രജീവനക്കാരുടെയും ഇതര സംസ്ഥാന ജീവനക്കാരുടെയും പ്രക്ഷോഭങ്ങൾ എന്നിവയോടും സംഘടനയുടെ അചഞ്ചലമായ ഐക്യദാർഢ്യം പ്രകടമാക്കുകയുണ്ടായി. 2016 ലെ തമിഴ്നാടു ജീവനക്കാരുടെ ഐതിഹാസിക സമരത്തിന് സംഘടനയുടെ പിൻതുണയും സഹായവും എത്തിക്കാനായി എന്നതും സമരം ചെയ്യില്ലെന്ന നിയമാവലി വ്യവസ്ഥ നിരാകരിച്ച് സമര സംഘടനയായി പൊരുതിക്കയറുന്ന കെ ജി ഒ എ യുടെ സുവർണ്ണ ചരിത്രസ്മൃതിയിലെ നിർണ്ണായക നിമിഷങ്ങളായി മാറുകയാണ്.

പുതിയ സാഹചര്യങ്ങളും വെല്ലുവിളിയും

കേരള ഗസറ്റഡ് ഓഫീസേഴ്സ് അസോസിയേഷൻ - കെ ജി ഒ എ അതിന്റെ രൂപീകരണത്തിന്റെ സുവർണ്ണ ജൂബിലി ആഘോഷിക്കുകയാണ്. അരനൂറ്റാണ്ട് പിന്നിടുന്ന ഘട്ടത്തിൽ, കെ ജി ഒ എ കേവലം സിവിൽ സർവ്വീസ് സംഘടനയെന്ന നിലയിൽനിന്ന് സാമൂഹ്യ ജീവിതത്തിന്റെ നാനാമുഖങ്ങളിൽ വ്യവഹരിക്കുന്ന ഒരു പ്രസ്ഥാനമായി മാറുകയാണ്. ഇതോടൊപ്പം ഉത്തരവാദിത്വവും പ്രതീക്ഷയും വെല്ലുവിളികളും വർദ്ധിക്കുകയാണ്. ഒറ്റപ്പെട്ട സമീപനമോ തീരുമാനമോ കൊണ്ട് ഇത് പരിഹരിക്കാൻ കഴിയില്ല. യോജിച്ച പ്രവർത്തനവും സംഘടനാശേഷിയുടെ ശാക്തീകരണവും കൊണ്ടേ ഇത് സാദ്ധ്യമാകൂ. കേരളത്തിന്റെ വികസന ചരിത്രത്തിലിടം നേടാനും ജീവനക്കാരുടെ അവകാശ സമരപ്പോരാട്ടങ്ങളിൽ നേതൃത്വപരമായ പങ്ക് വഹിക്കാനും കഴിഞ്ഞത് കെ ജി ഒ എയെ സംബന്ധിച്ച് അഭിമാനകരമാണ്. ഒറ്റുകാരുടെ ഒളിയിടമാണ് കാറ്റഗറി സംഘടനകളെന്ന വസ്തുത ജീവനക്കാർ തിരിച്ചറിഞ്ഞു കഴിഞ്ഞു. പൊതു സംഘടനയായി പ്രവർത്തിക്കുമ്പോൾ തന്നെ വകുപ്പ് കാറ്റഗറി മനോഭാവത്തെയും നിക്ഷിപ്ത-സ്ഥാപിത താല്പര്യങ്ങളെ ചെറുത്തുതോല്പിക്കയും പൊതുതാല്പര്യം സംരക്ഷിക്കുകയും ചെയ്യുകയെന്ന ഭാരിച്ച ഉത്തരവാദിത്വം അതീവഗൗരവത്തോടെയാണ് സംഘടന നിറവേറ്റി വരുന്നത്. അതുകൊണ്ടുതന്നെയാണ് കേവലം കെ ജി ഒ എ ചരിത്രത്തിനുപരി ഗസറ്റഡ് ജീവനക്കാരുടെ സംഘടനാ ചരിത്രമായി ഈ കൃതി മാറുന്നത്.

വർദ്ധിച്ചുകൊണ്ടേയിരിക്കുന്ന ആഗോള സാമൂഹ്യ സാമ്പത്തിക അസമത്വങ്ങൾ കടുത്ത തൊഴിൽ അസ്ഥിരതയ്ക്കും അസ്വസ്ഥതയ്ക്കും കാരണമായിക്കൊണ്ടിരിക്കുകയാണ്. തൊഴിലില്ലായ്മയും വരുമാനക്കു

റവും ജനങ്ങളുടെ ക്രയശേഷി കുറയുന്നതിന് കാരണമായി. കരാർ താല്ക്കാലിക തൊഴിലാളികളുടെ എണ്ണം വർദ്ധിക്കുകയും സ്ഥിരം തൊഴിലും സ്ഥിരവരുമാനവും ഇടിഞ്ഞുകൊണ്ടിരിക്കുന്നു. കടമെടുപ്പും വായ്പാ പരിരക്ഷയും ചെലവു ചുരുക്കലും കൊണ്ട് സ്ഥിതി മറികടക്കാനാവുന്നില്ല. വരുമാനത്തിലും ആസ്തിയിലും ജീവിത നിലവാരത്തിലും ഉണ്ടായിക്കൊണ്ടിരിക്കുന്ന അതിയായ അന്തരം നവലിബറൽ നയങ്ങളുടെ ദുരന്തഫലമാണ്. അതിദരിദ്രരായവരുടെ വരുമാനവും ക്രയശേഷിയും ഉയർത്തുക മാത്രമാണ് ഈ സ്ഥിതിക്ക് പരിഹാരം. ലോക സാമ്പത്തിക ശക്തികൾ ധനക്കുഴപ്പത്തിൽ നിന്ന് ദുർബ്ബലമായ വീണ്ടെടുപ്പുകൾ നടത്താൻ ശ്രമിക്കുന്നുവെങ്കിലും വിപല്ക്കരമായ അപകട സാദ്ധ്യതയാണ് പ്രകടമാകുന്നത്. മാന്ദ്യത്തിന്റെ ആഘാതം ഇപ്പോഴും തൊഴിൽ വിപണിയിൽ തുടരുകയാണ്. ലോലവും അനിശ്ചിതവുമായ വീണ്ടെടുക്കൽ സ്ഥിതി പുതിയ തൊഴിലവസര സൃഷ്ടിക്ക് ഗുണകരമാകുന്നില്ല. മാത്രമല്ല തൊഴിൽ ഗുണനിലവാരത്തിലിടിവിനും കാരണമാകുന്നു. അനാകർഷകവും നിലവാരരഹിതവുമായ തൊഴിലുകളിൽ ഏർപ്പെടുന്നവരുടെ എണ്ണവും കൂടുന്നു. ലോകതൊഴിൽ ശക്തിയിൽ കൂലിയവകാശം ഉറപ്പായവർ 45 ശതമാനംമാത്രം. കൂലിയവകാശം ഉറപ്പില്ലാത്ത ദുർബ്ബലതൊഴിൽ മേഖലയിൽ പണിയെടുക്കുന്നവർ 47 ശതമാനം വരും. തൊഴിൽ സേനയുടെ 65 ശതമാനം ആശ്രയിക്കാനുതകുന്ന തൊഴിൽ ഇല്ലാത്തവരായിരിക്കുന്നു.

ലോകത്താകെ തൊഴിലാളി സംഘടനാ അംഗത്വത്തിലും പ്രവർത്തനത്തിലും കഴിഞ്ഞ രണ്ട് പതിറ്റാണ്ടായി വലിയ ഇടിവ് സംഭവിക്കുന്നുണ്ട്. ഇത് കൂട്ടായ വിലപേശൽശേഷി കുറയ്ക്കുകയും തകർക്കുകയും ചെയ്യുന്നു. നിലവിലുള്ള അസമത്വ തോത് ഉയർത്തുകയും അസ്വസ്ഥത വർദ്ധിപ്പിക്കുകയുമാണ്. സ്വകാര്യ മേഖലയിലെ സംഘടനാവല്ക്കരണം എല്ലാകാലത്തെയും കുറഞ്ഞ 6.6 ശതമാനം നിരക്കിലാണ്. 1954 ലെ 35 ശതമാനം സംഘടനാവല്ക്കരണത്തിന്റെ പരമാവധി നിരക്കിൽനിന്നുള്ള പതനമാണിത്. സംഘടിത തൊഴിലാളിപ്രസ്ഥാനം ദുർബ്ബലപ്പെട്ടതോടെ വേതന അസമത്വം 1920 ലെ അവസ്ഥയിലേക്ക് കൂപ്പുകുത്തി.

15.12.2015 ലെ *വാഷിങ്ടൺ പോസ്റ്റി*ന്റെ റിപ്പോർട്ട് പ്രകാരം 7.3 ബില്യൺ തൊഴിലാളികളിൽ 3.2 ബില്യൺ മാത്രമാണ് സ്ഥിരം തൊഴിലാളികൾ. 50 ശതമാനം പേരും കാഷ്വൽ തൊഴിലാളികളാണ്. ഇവർക്ക് എല്ലാവിധ പരിരക്ഷാ ഉപാധികളും നിഷേധിക്കപ്പെടുന്നു. പരമ്പരാഗത-കാർഷികതൊഴിൽ മേഖലയിൽ നിന്ന് ഒഴിവാക്കപ്പെട്ടവർ ദുർബ്ബല - പലായന തൊഴിലാളികളായി പരിണമിക്കുന്നു. വരുമാന-വിഭവ വിതരണത്തിലെ വർദ്ധിച്ച അസമത്വം കടുത്ത അരാജകത്വത്തിലേക്ക് മാനവരാശിയെ നയിക്കുകയാണ്.

ലോകമാകെ വിശേഷിച്ച് യൂറോപ്പ്, ലാറ്റിനമേരിക്ക, തുടങ്ങിയ മേഖലകളിൽ ഇടത് - പുരോഗമന ആശയങ്ങൾക്ക് വമ്പിച്ച പ്രാമുഖ്യം ലഭി

ക്കുന്നുണ്ട്. ഇംഗ്ലണ്ടിൽ ജർമി കോർബൻ ലേബർ പാർട്ടി നേതാവായി തിരഞ്ഞെടുക്കപ്പെട്ടതും അമേരിക്കയിൽ ബേർണിസാൻഡേഴ്സ് പ്രസിഡന്റ് സ്ഥാനാർത്ഥിത്വത്തിലേക്ക് കടന്നു വരുന്നതുമെല്ലാം ഇതിന്റെ സാദ്ധ്യതകളാണ്. തിരഞ്ഞെടുപ്പ് രംഗത്ത് മിനിമം കൂലി ഉൾപ്പെടെ ചർച്ചാവിഷയമാകുന്നു. തൊഴിലാളിക്ക് യന്ത്രത്തേക്കാൾ മൂല്യം കല്പിക്കപ്പെടണമോയെന്ന ചോദ്യം ഉന്നയിക്കപ്പെടുന്നു. രാഷ്ട്രീയ ചർച്ചകളുടെ മർമ്മസ്ഥാനത്ത് തൊഴിലെടുക്കുന്നവരുടെ അവകാശ പരിരക്ഷ ഉന്നയിക്കപ്പെടുന്നു എന്ന സ്ഥിതിയിലേക്കെത്തുന്നു.

ആഗോളീകരണത്തിന്റെ വക്താക്കളും പ്രയോക്താക്കളുമായവർ ലോകരാജ്യങ്ങളിൽ പലയിടത്തും തൊഴിൽ നിയമഭേദഗതികൾ ആവശ്യപ്പെടുകയാണ്. ഫ്രാൻസ്, ബ്രിട്ടൻ, ഗ്രീസ്, കൊറിയ തുടങ്ങി വിവിധ രാജ്യങ്ങളിൽ തൊഴിലാളികൾ ഇത്തരം ഭേദഗതിക്കെതിരെ പ്രതിരോധത്തിലാണ്. തൊഴിൽ സമയം, തൊഴിൽ സ്ഥിരത, തൊഴിൽ അവകാശം, സംഘടനാ അവകാശം, വിലപേശൽ അവകാശം, പണിമുടക്കവകാശം, പിക്കറ്റിങ് അവകാശം തുടങ്ങി ഐ എൽ ഒ യുടെ 87, 98 കൺവെൻഷനുകൾ അനുശാസിക്കുന്ന വ്യവസ്ഥകൾ ലംഘിക്കപ്പെട്ടിരിക്കുകയാണ്. അതിനെതിരായ പോരാട്ടം രൂക്ഷമാകുകയാണ്.

തൊഴിലാളി വിരുദ്ധതക്കെതിരെ സമരരൂപങ്ങൾ ലോകമാകെ ശക്തിപ്പെടുകയാണ്. സ്ഥിരംതൊഴിലും മാന്യമായ വേതനവും മാത്രമല്ല തസ്തിക നിരോധനത്തിന് എതിരും ചെലവുചുരുക്കലിനും വിറ്റൊഴിക്കലിനും സമാനമായ ഉദാരീകരണ നടപടികൾക്കും എതിരായ പോരാട്ടമായിത് മാറുകയാണ്. ചൂഷണത്തിനും അതിലാഭത്തിനും എതിരായ പ്രതിരോധം ഐക്യപ്പെടലിന്റെയും ശക്തിപ്പെടലിന്റെയും മാർഗ്ഗമാകുകയാണ്. ഗസറ്റഡ് ജീവനക്കാരും അവരുടെ സംഘടനയും ലോക സംഘടനയുടെ ഭാഗമായി മാറുന്നതിന്റെ യുക്തിയും പ്രസക്തിയും ഇതു തന്നെയാണ്.

ഇന്ത്യയിലാകട്ടെ യു പി എ നടപ്പാക്കിവന്ന തൊഴിലാളിവിരുദ്ധ നയങ്ങൾ തീവ്രവും അതിദ്രുതവുമായ വിധത്തിൽ നടപ്പാക്കുകയാണ്. നരേന്ദ്രമോഡിയുടെ നേതൃത്വത്തിലുള്ള എൻ ഡി എ സർക്കാർ. ചങ്ങാത്ത മുതലാളിത്തത്തിന്റേതായ എല്ലാ സവിശേഷതകളും ഈ കടന്നുകയറ്റത്തിനു പിന്നിലുണ്ട്. ജനജീവിതത്തിന്റെ സമസ്ത മേഖലകളിലും ഈ കോർപ്പറേറ്റ് അധിനിവേശം വ്യാപിച്ചിരിക്കുന്നു. ഇതിന്റെ ഫലമായി ദേശീയ വളർച്ചാനിരക്ക് കുത്തനെ ഇടിയുന്നു. വ്യവസായ വളർച്ചാനിരക്ക് പൂജ്യത്തിനും താഴെയായിരിക്കും എന്നാണ് പ്രവചനം. ഇന്ത്യയുടെ ശരാശരി സമ്പത്ത് 7 ശതമാനം കണ്ട് കുറഞ്ഞു. വികസന - വളർച്ചാ കണക്കുകൾ പെരുപ്പിച്ചു കാണിക്കുന്നവർ തകർച്ചയുടെ ചിത്രങ്ങൾ പരിഗണിക്കുന്നില്ല.

മേക് ഇൻ ഇന്ത്യ, സ്റ്റാർട്ട് അപ് ഇന്ത്യ തുടങ്ങിയവയൊന്നും ആശാവഹമല്ല. 32 ദേശീയ മേഖലകൾകൂടി പുതിയതായി വിദേശനിക്ഷേപത്തിന് തുറന്നു കൊടുക്കുന്നു. തൊഴിലവസരം സൃഷ്ടിക്കുകയെന്നതാണ്

ഇതിന് കാരണമായി പറയുന്നത്. എന്നാൽ വാണിജ്യ- വ്യവസായ-സേവനമേഖലകളിൽ ആധിപത്യം സ്ഥാപിക്കുന്ന വിദേശ നിക്ഷേപകർ തദ്ദേശീയ സ്ഥാപനങ്ങളെ അപകടപ്പെടുത്തുന്നു. തൽഫലമായി തൊഴിലില്ലായ്മ രൂക്ഷമാകുന്നു.

രജിസ്റ്റർ ചെയ്യപ്പെട്ടതിൽ 19.7% കമ്പനികൾ, പണിശാലകൾ എന്നിവ അടച്ചുപൂട്ടി. വ്യാവസായിക ഉല്പാദന സൂചിക 6.4% ൽ നിന്ന് 3.4% ആയി കുറഞ്ഞു. നിർമ്മാണമേഖലയിലെ വളർച്ചാ നിരക്ക് 6.9% ൽ നിന്ന് 2.6% ആയി മാറി. വിദേശ നിക്ഷേപംമൂലം തൊഴിൽനഷ്ടവും ക്രയശേഷിക്കുറവും ഫലം.

തൊഴിലെടുക്കുന്നവർക്കു നേരെ കടുത്ത കടന്നാക്രമണമാണ് നടക്കുന്നത്. കാർഷിക - തോട്ടം മേഖലകൾ കടുത്ത തകർച്ചയിലാണ്. തൊഴിലാളി കുടുംബങ്ങൾ പട്ടിണിയിൽ. കർഷകർ വിളകൾക്ക് - വില സ്ഥിരതയില്ലാത്തതുമൂലം വൻ പ്രതിസന്ധിയിലായി ആത്മഹത്യാ മുനമ്പിലാണ്. തൊഴിലെടുക്കുന്നവരുടെ എല്ലാ ആനുകൂല്യങ്ങളും കവർന്നെടുക്കുന്നു. 43 നിയമങ്ങൾ 4 ക്രോഡീകൃത നിയമം ആക്കാനാണ് നീക്കം. തൊഴിലാളികളുടെ നിയമപരമായ പരിരക്ഷകൾ ഇല്ലാതാക്കാനും അംഗീകൃത ആനുകൂല്യങ്ങൾപോലും കവർന്നെടുക്കാനുമാണ് നീക്കം. ട്രേഡ് യൂണിയൻ രൂപീകരണാവകാശംപോലും നിഷേധിക്കപ്പെടുന്നു. 8 മണിക്കൂർ ജോലി സമയതത്ത്വം അട്ടിമറിക്കപ്പെടുന്നു. ജോലിസ്ഥിരത നിഷേധിക്കപ്പെടുന്നു. തോന്നുംപോലെ നിയമനവും പിരിച്ചുവിടലും നടത്താൻ തൊഴിലില്ലായ്മയ്ക്കു സ്വാതന്ത്ര്യം നല്കുന്നു. നിക്ഷേപകന് ലാഭം ഉറപ്പാക്കാൻ ചെലവു ചുരുക്കൽ അനുവാദവും ചൂഷണ അനുമതിയും നല്കുന്നു. സ്ത്രീതൊഴിലാളി പരിരക്ഷകൾപോലും ഇല്ലാതാകുന്നു. ഇ പി എഫ് നിക്ഷേപത്തിനും വായ്പത്തുകയ്ക്കും നികുതിയേർപ്പെടുത്തി പരിമിത സമ്പാദ്യ സാദ്ധ്യതപോലും നിഷേധിക്കുന്നു. ഇ പി എഫ് നിക്ഷേപപ്പലിശ വെട്ടിക്കുറയ്ക്കുന്നു. അവശ്യ ജീവനോപാധികൾ ഉറപ്പുവരുത്തുന്നില്ല. ഭരണഘടനാ വാഗ്ദത്തങ്ങളായ അടിസ്ഥാന മൗലികാവകാശങ്ങൾ നിഷേധിക്കുന്നു.

സേവന മേഖലയിലും ഇതിന്റെ തുടർച്ച കാണാം. പങ്കാളിത്ത പെൻഷൻ പദ്ധതി സാർവ്വത്രികമാക്കുകയും നിയാമക പെൻഷൻ ഇല്ലാതാക്കുകയും ചെയ്യുന്നു. കാലഹരണദോഷം ആരോപിച്ച് 1879 ലെ ഇന്ത്യൻ പെൻഷൻ നിയമം റദ്ദാക്കാൻ തീരുമാനിക്കുന്നു. പ്രതിഷേധിക്കാനും സമരം ചെയ്യാനുമുള്ള അവകാശംപോലും ജീവനക്കാർക്ക് നിഷേധിക്കുന്നു. സ്ഥിരം നിയമനവും കൂലി സ്ഥിരതയും നിഷേധിച്ച് കരാർ - താല്ക്കാലിക നിയമനവും പുറംകരാർവല്ക്കരണവും പ്രോത്സാഹിപ്പിക്കുന്നു. 50 വയസ്സ് കഴിഞ്ഞ ജീവനക്കാരെ കാരണംപോലും കാണിക്കാതെ, സാമാന്യനീതിതത്ത്വം ലംഘിച്ച് ക്ഷമതാപരിശോധനയുടെ പേരിൽ പിരിച്ചുവിടുന്നു. ജീവനക്കാരുടെ അർഹമായ സർവ്വീസ് സീനിയോറിറ്റിയും സേവനത്തുടർച്ചയും ക്ഷമതയുടെയും ദക്ഷതയുടെയും

അളവുകോൽ വച്ച് ഇല്ലാതാക്കുന്നു.

ഇന്ത്യൻ റിപ്പബ്ലിക്കിന്റെ മതനിരപേക്ഷത തകർക്കപ്പെടുന്നു. ത്വരിതഗതിയിലുള്ള ഉദാരീകരണ നയനിർവ്വഹണം തുടരുന്നു. ജനാധിപത്യത്തെ അവഗണിച്ച് സ്വേച്ഛാധികാരം സ്ഥാപിക്കുന്നു. ലൗജിഹാദ്, ഘർവാപ്സി, ഗോവധനിരോധം, ദുരഭിമാനഹത്യ, ഖാപ്പഞ്ചായത്ത് തുടങ്ങി എല്ലാത്തരം വർഗ്ഗീയ പ്രീണന മാർഗ്ഗങ്ങളും പിന്തുടരുന്നു. വിദ്യാഭ്യാസ - ഗവേഷണ മേഖലയെ അന്ധവിശ്വാസ- അശാസ്ത്രീയ- കാവിവല്ക്കരണ പ്രക്രിയയ്ക്ക് വിധേയമാക്കുന്നു. ഭരണഘടനാ പരിരക്ഷ ഉപാധികൾ പോലും ചാതുർവർണ്ണ്യവിവേചനത്തിന്റെ പേരിൽ അട്ടിമറിക്കുന്നു. ദേശീയ അന്വേഷണ ഏജൻസികളെയും നീതിന്യായ കോടതികളെയും ഹൈന്ദവ വർഗ്ഗീയതയുടെ ഉപകരണങ്ങളാക്കി മാറ്റുന്നു. മതമൗലികതയ്ക്കു കീഴടങ്ങി ഭീകരവാദത്തെ പ്രോത്സാഹിപ്പിക്കുന്നു.

ജനാധിപത്യസ്ഥാപനങ്ങളെയൊകെ തകർക്കുന്നു. രാജ്യസഭയുടെ ഭരണഘടനാപരമായ പാർലമെന്ററി അധികാരങ്ങൾ നിഷേധിക്കുന്നു. ഭൂമി ഏറ്റെടുക്കൽ ഓർഡിനൻസ്, ആധാർ നിയമനിർമ്മാണം തുടങ്ങിയവയിൽ പാർലമെന്ററി ജനാധിപത്യ വ്യവസ്ഥയ്ക്ക് നിരക്കാത്ത സ്വേച്ഛാധികാര രീതി പിന്തുടരുന്നു. സംസ്ഥാന സർക്കാരുകളെ അകാരണമായി പിരിച്ചുവിട്ടും കുതിരക്കച്ചവടവും അസ്ഥിരീകരണവും പ്രോത്സാഹിപ്പിച്ചും അരാജകത്വം വിളിച്ചുവരുത്തുന്നു. പരമോന്നത നീതിന്യായാധികാരത്തെയും കോടതികളുടെ സ്വതന്ത്രപ്രവർത്തനത്തെയും ജഡ്ജിമാരുടെ നിയമനപ്രക്രിയയെയും സ്വേച്ഛാപരമാക്കാൻ ശ്രമിക്കുന്നു.

എല്ലാ മേഖലയിലും തകർച്ചയുടെ ചിത്രമാണ്. ജി ഡി പി വളർച്ചാനിരക്ക് അയഥാർത്ഥവും കൃത്രിമവുമായി. കയറ്റുമതി നിരക്ക് സ്വാതന്ത്ര്യാനന്തര ഭാരതത്തിലെ ഏറ്റവും കുറഞ്ഞ സ്ഥിതിയിലെത്തി. ജനങ്ങളുടെ വാങ്ങൽശേഷിയിൽ വമ്പിച്ച ഇടിവുണ്ടായി. വളർച്ചാ സൂചിക 0.1% മാത്രം വർദ്ധന. നിക്ഷേപ രംഗത്ത് 25% ഇടിവുണ്ടായി. വർഷംതോറും 140 ലക്ഷം പേർക്ക് തൊഴിൽ നഷ്ടപ്പെടുന്നു. ഒരു ദശകത്തിലെ ഏറ്റവും കുറഞ്ഞ തൊഴിൽ അവസര നിരക്കായി മാറി. പ്രതിവർഷം 2 കോടി തൊഴിൽ അവസരം എന്നത് വ്യാജമായി. നീതി ആയോഗ് ഉൾപ്പെടെ ഭരണഘടനാതീത സ്ഥാപനങ്ങൾ വഴി സ്വേച്ഛാധികാരവും മന്ത്രാലയനിരീക്ഷണം വഴി ഏകാധികാരപ്രവണതയും സൃഷ്ടിക്കുന്നു. ഫാസിസത്തിന്റെ ദംഷ്ട്രകൾ കാർന്നു തിന്നുന്ന സ്ഥിതിയിലേക്ക് രാഷ്ട്രം മാറിയിരിക്കുന്നു.

ആഗോളീകരണ നയങ്ങൾക്കും വർഗ്ഗീയതയ്ക്കും ജനവിരുദ്ധ നയങ്ങൾക്കും എതിരായ ജനകീയപ്രതിരോധവും പോരാട്ടവും ശക്തിപ്പെടുക തന്നെയാണ്. 2015 സെപ്തംബർ 2 ന് നടന്ന ദേശീയ പണിമുടക്കം ഇന്ത്യാ ചരിത്രത്തിൽ ഇടംപിടിക്കുന്നതായി മാറി. ഭരണവർഗ്ഗാനുകൂല സംഘടനകൾ വൈമുഖ്യം കാട്ടിയപ്പോഴും അവയിൽ അംഗങ്ങളായ തൊഴിലാളികൾപോലും പ്രക്ഷോഭത്തിൽ അണിചേർന്നു. കൂടുതൽ ഐക്യവും യോജിപ്പും സൃഷ്ടിച്ച് വർദ്ധിച്ച കരുത്തും ജാഗ്രതയും ഉറ

പ്പാക്കിക്കൊണ്ടുള്ള പ്രക്ഷോഭങ്ങൾതന്നെയാണ് ഭാവി വെല്ലുവിളികൾ.

ഭരണ- വികസന- ക്ഷേമ രംഗങ്ങളിലെ അഴിമതിയും അരാജകത്വവും, പാർശ്വവല്കൃതർക്കെതിരായ കടന്നാക്രമണവും നിരാകരണവും, ജീവനക്കാർക്കും തൊഴിലെടുക്കുന്നവർക്കുമെതിരായ നയങ്ങളും, ജനവിരുദ്ധ ഏകാധികാര പ്രമത്തതയും വർഗ്ഗീയ മതമൗലികതയും, മതനിരപേക്ഷതയ്ക്കെതിരായ അസഹിഷ്ണുതയും ചേർന്നുള്ള കാലികപരിസ്ഥിതി ഒരു ഇടതുപക്ഷ ബദലിന്റെ അനിവാര്യതയാണ് ചൂണ്ടിക്കാട്ടുന്നത്. മതവർഗ്ഗീയതയെയും കോർപ്പറേറ്റ് അധിനിവേശത്തെയും ജനവിരുദ്ധനയങ്ങളെയും ചെറുക്കാൻ ഇടതുപക്ഷമല്ലാതെ ഇതരബദലില്ല എന്ന സ്ഥിതിയിലേക്കാണ് നാം എത്തുന്നത്.

കേരളമാകട്ടെ ഇക്കാലമത്രയും സൃഷ്ടിച്ച നേട്ടങ്ങൾ തകർക്കുന്ന ഗതകാല ചിത്രമാണ് 2011-16 കാലഘട്ടത്തെ യു ഡി എഫ് സർക്കാർ നല്കിയത്. ക്ഷേമ- സുരക്ഷ- വികസന മേഖലകളിൽ മാതൃകയായി പരിഗണിക്കപ്പെട്ട, സംസ്ഥാനാടിസ്ഥാനത്തിൽ ഒന്നാമതായുള്ള കേരളത്തെ സോമാലിയയോട് ഉപമിക്കുന്ന കേന്ദ്ര ഭരണാധികാരികളുടെ വൈകൃതം ചെറുതല്ല. കേരളം ഗുജറാത്തിനെ മാതൃകയാക്കണമെന്നും ചൈനയുടെ മാർഗ്ഗം പിന്തുടരണമെന്നും ഉപദേശിക്കുന്നവർ നമ്മുടെ തനതായ ജനപക്ഷബദലിനെ നിരാകരിക്കുകയാണ്. ഇവിടെയാണ് പ്രതീക്ഷാനിർഭരമായ ഭൂരിപക്ഷത്തോടെ ഒരു ഇടതുപക്ഷ സർക്കാർ അധികാരത്തിലെത്തുന്നത്. അഴിമതിയെയും കാര്യജീർണ്ണതയെയും മതജാതി വർഗ്ഗീയതയെയും മറികടന്ന തിളക്കമാർന്ന രാഷ്ട്രീയ മുന്നേറ്റവും നിർണ്ണായകമായ മേൽകൈയും പുലർത്താൻ ഇടതുപക്ഷത്തിനായത് ശ്രദ്ധേയം.

കേരളത്തെ മാതൃകാ സംസ്ഥാനമാക്കുന്നതിൽ ഇവിടെ രൂപം കൊണ്ട പൊതുസേവന മേഖലയ്ക്കും നിർണ്ണായകപങ്കാളിത്തമുണ്ട്. കാര്യക്ഷമതയും പ്രതിബദ്ധതയും സുതാര്യതയും ഉറപ്പാക്കി അഴിമതിക്കതീതമായ ജനപക്ഷ സിവിൽ സർവ്വീസ് പ്രാപ്യമാകണം. ഭരണപരിഷ്കരണ ഉപാധികൾ ശാസ്ത്രീയവും പ്രായോഗികവുമായി സിവിൽ സേവന വ്യവസ്ഥ ഉറപ്പാക്കണം. ഇതിനെതിരായി അല്പമാത്രമായോ അപവാദമായോ പോലും ഉണ്ടാകുന്ന സാഹചര്യങ്ങൾ ഒഴിവാക്കണം. മൂവാറ്റുപുഴയിലും വെള്ളറടയിലും പെരുമ്പാവൂരിലും പുറ്റിങ്ങലും സംഭവിച്ചത് ആവർത്തിക്കാനനുവദിക്കരുത്. വില്ലേജ് ഓഫീസിന് തീയിടുന്ന തരം പ്രതികരണത്തിലേക്ക് പൗരന്മാരെ കൊണ്ടെത്തിക്കുന്ന സ്ഥിതി മാറണം. പൗരാവകാശവും സേവനാവകാശവും പരാതിപരിഹാരവും നഷ്ടോത്തരവാദിത്വവും സാമൂഹ്യനിരീക്ഷണവും ഉറപ്പാക്കുന്ന സദ്ഭരണം ഇവിടെ നടപ്പാക്കണം. അത് ഓരോ പൗരന്റെയും അവകാശവും അനുഭവവും ആയി മാറണം. വാക്കിലും പ്രയോഗത്തിലും ഈ ജനപക്ഷ സേവന പാലനം സാദ്ധ്യമാക്കുകയെന്നതാണ് നമുക്ക് മുമ്പിലുള്ള വെല്ലുവിളിയും നമ്മുടെതന്നെ പ്രതീക്ഷയും.

1985 ലെ കൊല്ലം സമ്മേളനത്തിൽ സംസ്ഥാന പ്രസിഡന്റ് പതാക ഉയർത്തുന്നു.

സംഘടനയെ ഊർജ്ജസ്വലമാക്കിയും ചിട്ടപ്പെടുത്തിയും ശക്തമാക്കിയുമാകണം ഈ വെല്ലുവിളി ഏറ്റെടുക്കേണ്ടത്. ജനങ്ങളുടെ പ്രതീക്ഷക്കൊത്ത സേവനപ്രദാനം സംഘടനാ പ്രവർത്തനത്തിന്റെ അടിത്തറയാകണം. ഒപ്പം സംഘടനാ അവകാശങ്ങളുടെ അനിവാര്യതയാണ് സേവന തുറയുടെ നിലനില്പും വികാസവും എന്ന തിരിച്ചറിവും ഉണ്ടാകണം. ഭാവിയുടെ സാദ്ധ്യതയും പ്രതീക്ഷയും തിരിച്ചറിഞ്ഞുകൊണ്ടുള്ള മുന്നണിപ്പോരാളിയായി മാറാൻ സംഘടനയ്ക്ക് കഴിയണം. എത്തിപ്പെടാത്തവരിലേക്ക് എത്തിച്ചേരാനും അദൃശ്യരായവരെ വെളിപ്പെടുത്താനും അവരെ സംഘടനയിലണി ചേർക്കാനും കഴിയണം. സംഘടനാ വേദികളിലെ വനിതാ സാന്നിദ്ധ്യവും നേതൃത്വവും ഉയരണം. ഐക്യത്തിനായുള്ള സമരവും സമരത്തിനുവേണ്ടിയുള്ള ഐക്യവും ഉയർത്തിപ്പിടിക്കണം. സമൂഹം ആവശ്യപ്പെടുന്ന, ഏല്പിച്ചുതരുന്ന കടമകൾ ഏറ്റെടുത്തുകൊണ്ട് ജനപക്ഷ സേവന ദൗത്യം നിറവേറ്റിക്കൊണ്ട് ഇടതുപക്ഷബദലിന്റെ സാദ്ധ്യതകൾ വിനിയോഗിച്ചുകൊണ്ടുള്ള പുതിയസംഘടനാ കാലഘട്ടത്തിലേക്കു നാം കുടികൊള്ളുക തന്നെയായിരിക്കണം ലക്ഷ്യവും മാർഗ്ഗവും അതിന്റെ സാധൂകരണവും.

അനുബന്ധം 1
1989 ലെ സ്മരണിക ലേഖനം

സംസ്ഥാന ജീവനക്കാരും സംഘടിത പ്രസ്ഥാനങ്ങളും ഗസറ്റഡ് ഉദ്യോഗസ്ഥന്മാരും

ഡോ. എൻ എം മുഹമ്മദലി

ഇന്ത്യയിലൊട്ടാകെ സംസ്ഥാന ജീവനക്കാർ അറുപതു ലക്ഷത്തിലധികമുണ്ട്. അദ്ധ്യാപകൻ, തദ്ദേശ സ്വയം ഭരണ സ്ഥാപനങ്ങളിലെ ജീവനക്കാർക്ക് സംസ്ഥാന ഗവൺമെന്റുകളുടെ കീഴിലുള്ള കോർപ്പറേഷനുകൾ, ബോർഡുകൾ എന്നിവയിലെ ജീവനക്കാർ തുടങ്ങിയ വിഭാഗങ്ങളെക്കൂടി ഉൾപ്പെടുത്തിയാൽ ഒരു കോടിയിലധികം വരും. ഈ വിഭാഗം ജീവനക്കാർ പ്രക്ഷോഭ സമരങ്ങളുടെ കാര്യത്തിലും ലക്ഷ്യബോധത്തിന്റെ കാര്യത്തിലും വ്യവസായ തൊഴിലാളികളോടും അവരുടെ ട്രേഡ് യൂണിയൻ പ്രസ്ഥാനങ്ങളോടും കൂടുതൽ കൂടുതൽ അടുത്തുകൊണ്ടിരിക്കുന്ന ഒരു ചിത്രമാണ് നമുക്ക് കാണാൻ കഴിയുന്നത്. "വൈറ്റ് കോളർ വിഭാഗം" എന്ന് വിശേഷിപ്പിക്കപ്പെടുന്ന സർക്കാർ ജീവനക്കാർ ട്രേഡ് യൂണിയൻ പ്രസ്ഥാനവുമായി കൂടുതൽ കൂടുതൽ അടുത്തുവരുന്നത് ഇന്ത്യയിലും മറ്റു വികസിത രാജ്യങ്ങളിലും കണ്ടുവരുന്ന നൂതനമായ ഒരു പ്രവണതയാണ്. ഈ രാജ്യങ്ങളിൽ ഗുരുതരമായിക്കൊണ്ടിരിക്കുന്ന സാമൂഹ്യ സാമ്പത്തിക രംഗങ്ങളിലെ പ്രതിസന്ധിയാണ് ശക്തമായ പ്രക്ഷോഭ സമരങ്ങളിലേക്ക് നീങ്ങുവാൻ ഇവരെ നിർബ്ബന്ധിതരാക്കുന്നത്.

ഇന്ത്യയിൽ സർക്കാർ ഡിപ്പാർട്ടുമെന്റുകളിലും അർദ്ധ സർക്കാർ സ്ഥാപനങ്ങളിലും ജോലിയെടുക്കുന്ന ജീവനക്കാർ ഗുരുതരമായ പ്രശ്നങ്ങളെയാണ് നേരിട്ടു കൊണ്ടിരിക്കുന്നത്. വേതന നിരക്കുകളുടെ കാര്യത്തിൽ പൊതുവായ പിന്നോക്ക നിലവാരം, തസ്തികകളുടെ വെട്ടിക്കുറയ്ക്കൽ, വിലക്കയറ്റവും പണപ്പെരുപ്പവും മൂലം യഥാർത്ഥ വേതനത്തിലുണ്ടാകുന്ന ശോഷണം തുടങ്ങിയ പ്രശ്നങ്ങൾക്കു കാരണം സാമൂഹ്യ സാമ്പത്തിക രംഗങ്ങളിലെ പ്രതിസന്ധിയാണ്. ശാസ്ത്ര സാങ്കേതിക രംഗങ്ങളിലുണ്ടാകുന്ന നേട്ടങ്ങൾ, മുഴുവൻ ജനതയുടെയും ക്ഷേമത്തിനു വേണ്ടി ഉപയോഗപ്പെടുത്തുന്നതിനുപകരം കുത്തകകളുടെയും ഫൈനാൻസ് മൂലധനത്തിന്റെ താല്പര്യത്തിനുവേണ്ടി ഉപയോഗപ്പെടുത്തുക എന്ന നയമാണ് ഇന്ത്യാ ഗവൺമെന്റ് സ്വീകരിച്ചു വരുന്നത്. ഇതിനു പുറമെ, ആയുധ നിർമ്മാണത്തിനും ആയുധങ്ങൾ വാങ്ങുന്നതിനും വേണ്ടി വൻതോതിൽ വിഭവങ്ങളും ഫണ്ടും ചെലവഴിക്കേണ്ടിവ

രുന്നു. വർദ്ധിച്ചു വരുന്ന ബജറ്റ് കമ്മി, ആഭ്യന്തര-വിദേശകടങ്ങൾ പരോക്ഷനികുതിയുടെ വർദ്ധനവ് തുടങ്ങിയ കാര്യങ്ങൾ വിലവർദ്ധനവിനും പണപ്പെരുപ്പത്തിനും ആക്കം കൂട്ടുന്നു. ഇത് പെട്ടെന്ന് ബാധിക്കുന്നത് വേതനത്തിന്റെ കാര്യത്തിൽ പിന്നോക്കം നില്ക്കുന്ന സർക്കാർ ജീവനക്കാരെയാണ്. ഗുരുതരമായ ഈ സ്ഥിതിവിശേഷം സർക്കാർ ജീവനക്കാരെയും സേവനതുറകളിൽ ജോലിയെടുക്കുന്നവരെയും ഉശിരൻ ട്രേഡ് യൂണിയൻ സമരങ്ങളിലേക്ക് നയിക്കുന്നു.

ജീവനക്കാരുടെ ആവശ്യങ്ങളോട് അനുഭാവം പുലർത്തുകയും, സാമ്പത്തികാനുകൂല്യങ്ങൾ അനുവദിച്ചു കൊടുക്കുവാൻ സന്നദ്ധത കാണിക്കുകയും ചെയ്യുന്ന ഗവൺമെന്റുകൾ സംസ്ഥാനങ്ങളിൽ അധികാരത്തിൽ വന്നാൽപ്പോലും സംസ്ഥാന ഗവൺമെന്റുകൾക്ക് ജീവനക്കാരുടെ സാമ്പത്തികാവശ്യങ്ങൾ അനുവദിച്ചു കൊടുക്കുവാൻ പറ്റാത്ത ഒരു സ്ഥിതിവിശേഷമാണ് ഇപ്പോൾ നിലവിലുള്ളത്. കേരളത്തിലെ സർക്കാർ ജീവനക്കാരുടെ അനുഭവമതാണ്. ശമ്പള പരിഷ്കരണം, ക്ഷാമബത്ത, ബോണസ് തുടങ്ങിയ സാമ്പത്തികാനുകൂല്യങ്ങൾ അനുവദിച്ചു കൊടുക്കുവാൻ കേരളത്തിൽ അധികാരത്തിലുള്ള ഇടതുപക്ഷ ജനാധിപത്യ മുന്നണി ഗവൺമെന്റിന് അമാന്തമൊന്നുമില്ലെങ്കിലും, സാമ്പത്തിക പരിമിതികൾ അതിനു തടസ്സം സൃഷ്ടിക്കുന്നു എന്നതാണ് യാഥാർത്ഥ്യം. ഇത് കേരളത്തിലെ മാത്രം സർക്കാർ ജീവനക്കാരുടെ അനുഭവമല്ല. ഈ പൊതുവായ അനുഭവത്തിന്റെ വെളിച്ചത്തിലാണ് സംസ്ഥാന ജീവനക്കാർ അഖിലേന്ത്യാ വ്യാപകമായിത്തന്നെ പ്രക്ഷോഭരംഗത്തേക്കു വന്നത്. ഫെബ്രുവരി പത്തിന്റെ അഖിലേന്ത്യാ പണിമുടക്കിനു ആസ്പദമായി ഉന്നയിക്കപ്പെട്ട മുഖ്യ ആവശ്യം കേന്ദ്രസർക്കാർ ജീവനക്കാർക്ക് നല്കി വരുന്ന തോതിൽ വേതനവും ക്ഷാമബത്തയും സംസ്ഥാന ജീവനക്കാർക്ക് നല്കുവാൻ കഴിയുമാറ് കേന്ദ്ര ഗവൺമെന്റ് സംസ്ഥാന ഗവൺമെന്റുകൾക്ക് കൂടുതൽ തുക അനുവദിക്കണം എന്നതായിരുന്നു. പ്രസ്തുത പണിമുടക്കു സമരത്തിനാധാരമായ മറ്റാവശ്യങ്ങളും പ്രധാനപ്പെട്ടവയാണ്. വിശദീകരണം കൂടാതെ പിരിച്ചുവിടാൻ അധികാരം നല്കുന്ന ഭരണഘടനാ വകുപ്പുകളായ 311 (2) എ ബി സി വകുപ്പുകൾ എടുത്തു കളയുക, ട്രേഡ് യൂണിയൻ വിരുദ്ധ നിയമങ്ങൾ കൊണ്ടുവരുന്നത് നിർത്തലാക്കുക, നാസ, എസ്മ തുടങ്ങിയ കരിനിയമങ്ങളും പിൻവലിക്കുക തുടങ്ങിയ ആവശ്യങ്ങളും ഉന്നയിച്ചിരുന്നു.

കേന്ദ്ര സംസ്ഥാനങ്ങൾക്ക് കൂടുതൽ ഫണ്ട് അനുവദിക്കുകയെന്നത് കേന്ദ്ര സംസ്ഥാന ബന്ധങ്ങൾ സംബന്ധിച്ച് ഇന്നു നടന്നുവരുന്ന ചർച്ച

സംഘടനാ പ്രമേയാവതരണം ശ്രീ പി ആർ രാജൻ

കളിലെ ഒരു മുഖ്യപ്രശ്നമാണ്. പെട്ടെന്ന് എന്തെങ്കിലും സാമ്പത്തിക നേട്ടമുണ്ടാക്കുക എന്ന സങ്കുചിത ലക്ഷ്യത്തോടെ സംസ്ഥാന ജീവനക്കാർ ഉയർത്തിയ മുദ്രാവാക്യമല്ല. മറിച്ച് കൂടുതൽ ജനാധിപത്യപരമായ ഒരു സംസ്ഥാനത്തിനുവേണ്ടിയുള്ള സമരപ്രഖ്യാപനമാണ്. ഈപ്രശ്നത്തെ ആസ്പദമാക്കിയുള്ള പണിമുടക്കിന്റെ ഫലമായി ഹിന്ദി മേഖലയിലാകെയും ബഹുഭൂരിപക്ഷം സംസ്ഥാനങ്ങളിലും ഭരണം നിശ്ചലമായി എന്നത് ചെറിയ കാര്യമല്ല. അഖിലേന്ത്യാ പ്രാധാന്യമുള്ള പ്രശ്നങ്ങളോട് സംസ്ഥാന ജീവനക്കാർ കൂടുതൽ കൂടുതൽ ക്രിയാത്മകമായി പ്രതികരിക്കുന്നുവെന്നതാണ് ഇത് സൂചിപ്പിക്കുന്നത്.

ഫെബ്രുവരി 10 ന്റെ പണിമുടക്കിൽ ഗസറ്റഡ് ഓഫീസേഴ്സ് അസോസിയേഷൻ പങ്കെടുത്തില്ലെങ്കിലും സമരത്തിനാധാരമായ പ്രശ്നങ്ങളോട് പൂർണ്ണമായും യോജിക്കുകയുണ്ടായി. അഖിലേന്ത്യാ പ്രാധാന്യമുള്ള പ്രശ്നങ്ങളോട് കൂടുതൽ ക്രിയാത്മകമായി പ്രതികരിക്കുകയും സംസ്ഥാന ജീവനക്കാരുടെ പ്രസ്ഥാനങ്ങളുമായി കൂടുതൽ അടുക്കുകയും ചെയ്യേണ്ടത് കാലഘട്ടത്തിന്റെ ഒരാവശ്യമാണ്. മറ്റു തൊഴിൽ മേഖലകളിലെന്നപോലെതന്നെ സർക്കാർ ജീവനക്കാരുടെ മേഖലയിലും അവകാശബോധത്തിന്റെയും സംഘടനാ ബോധത്തിന്റെയും കാര്യത്തിൽ താരതമ്യേന പിന്നോക്കം നില്ക്കുന്നവരാണ് മിഡിൽ മാനേജ്മെന്റ് വിഭാഗങ്ങളിൽപ്പെട്ട എക്സിക്യൂട്ടീവ്/ ഗസറ്റഡ് വിഭാഗം. ഈ വിഭാഗത്തെ പിന്നോക്കാവസ്ഥയിൽനിന്നും ഉയർത്തുവാൻ അസോസിയേഷന്റെ പ്രവർത്തനങ്ങൾ കുറേയൊക്കെ ഉപകരിച്ചിട്ടുണ്ടെങ്കിലും സർക്കാർ ജീവനക്കാരുടെ അഖിലേന്ത്യാ പ്രസ്ഥാനങ്ങളുമായി മറ്റു ട്രേഡ് യൂണിയൻ പ്രസ്ഥാനങ്ങളുമായും കൂടുതൽ അടുക്കുന്നതിനും, അവരുടെ പ്രക്ഷോഭ സമരങ്ങളുമായി ബന്ധപ്പെടുന്നതിനും ഇനിയും കുറേദൂരം കൂടി പോകേണ്ടിയിരിക്കുന്നു. അസോസിയേഷന്റെ 22-ാം സമ്മേളനം ഇത്തരം പ്രശ്നങ്ങളെക്കുറിച്ച് കൂടുതൽ ഗൗരവപൂർവ്വം ചർച്ച ചെയ്യുമെന്ന് പ്രതീക്ഷിക്കാം.

അനുബന്ധം 2
1989 ലെ സ്മരണികയിലെ ലേഖനം

ഭരണം

തോപ്പിൽ ഭാസി

ഭരണമെന്ന വാക്കിന്റെ അർത്ഥം ആധിപത്യം ചെലുത്തുകയെന്നാണ്. ഒരാളോ ഒരു സമൂഹമോ, മറ്റൊരാളിലോ മറ്റൊരു സമൂഹത്തിലോ ആധിപത്യം ചെലുത്തുന്നതിനെ ഭരണം എന്നുപറയുന്നു. ഈ ആധിപത്യം ചെലുത്തുന്നതിനുള്ള ഭരണത്തിനുള്ള സംവിധാനത്തിനാണ് 'ഭരണകൂടം' എന്നു പറയുക.

ഒരു വ്യക്തിയിൽ - ഭാര്യയിലായാലും സന്താനത്തിനായാലും ആധിപത്യം ചെലുത്തുന്നത് ശരിയല്ല എന്ന് നമ്മുടെ സ്വാതന്ത്ര്യബോധവും ജനാധിപത്യബോധവും നമ്മെ ഓർമ്മിപ്പിക്കുന്നു. അപ്പോൾ ഏതു ഭരണവും സോഷ്യലിസ്റ്റ് ഭരണമാകട്ടെ, മുതലാളിത്ത ഭരണമാകട്ടെ, പട്ടാള ഭരണമാകട്ടെ രാജഭരണമാകട്ടെ, ഏറ്റക്കുറച്ചിലിലൂടെ മനുഷ്യന്റെ സ്വാതന്ത്ര്യത്തിന് വിലങ്ങുവയ്ക്കുന്നു.

ആരും ആരേയും ഭരിക്കാത്ത ഒരു കാലഘട്ടം മനുഷ്യ സമൂഹം പിന്നിട്ടിട്ടുണ്ട്. പ്രകൃതിയിൽ നിന്നു കിട്ടുന്നതെല്ലാം ഭക്ഷിച്ച് പ്രകൃതിയോടിണങ്ങിച്ചേർന്ന്, പ്രകൃതി കാട്ടിക്കൊടുക്കുന്ന സങ്കേതങ്ങളിൽ (ഗുഹകളിലും മറ്റും) അഭയം തേടി പ്രകൃതിക്ഷോഭങ്ങളിൽ നിന്ന് രക്ഷനേടി. മനുഷ്യന്റെ ഒട്ടേറെ തലമുറകൾ ജീവിച്ചന്തരിച്ചു. ഈ കാലഘട്ടത്തെ മാർക്സിസ്റ്റുകൾ വ്യവഹരിക്കുന്നത് പ്രാചീന കമ്യൂണിസ്റ്റ് കാലഘട്ടമെന്നാണ്. ആരും ആരെയും ചൂഷണം ചെയ്യാത്ത, ആരും ആരെയും ഭരിക്കാത്ത കാലഘട്ടമെന്നർത്ഥം.

ക്രമേണ മനുഷ്യർ വർദ്ധിച്ചുവന്നതോടെ പ്രകൃതിയിൽ നിന്നു കിട്ടുന്നതിവർക്ക് തികയാതായി. പ്രകൃതിയിൽ നിന്നു കിട്ടുന്ന ഫലമൂലാദികൾ തിന്നുപേക്ഷിച്ച സ്ഥലങ്ങളിൽ വിത്തുകൾ മുളപൊട്ടുന്നതും വളരുന്നതും കായ്ക്കുന്നതും കണ്ട മനുഷ്യരുടെ മനസ്സിൽ കൃഷി ചെയ്തുല്പാദിപ്പിക്കുന്ന മാർഗ്ഗം തെളിഞ്ഞു. അതോടെ വ്യക്തികളും ഗോത്രങ്ങളും തമ്മിൽ മത്സരവും തുടങ്ങി. അവിടെ ഭരണം ആവശ്യമായിത്തീർന്നു.

കൈയൂക്കുള്ളവൻ ഭരണാധികാരിയായി. മനുഷ്യൻ ഒറ്റയ്ക്കും കൂട്ടായും കാട്ടുന്ന മത്സരങ്ങളൊഴിവാക്കാൻ ചില ഏർപ്പാടുകൾ ഉണ്ടായി. അങ്ങനെ ഭരണത്തിനു തറക്കല്ലിട്ടു. മനുഷ്യരാശിയുടെ നിലനില്പിനും വളർച്ചയ്ക്കും ഭരണം ആവശ്യമായ ഒരു ഘടകം ആയിത്തീർന്നു. എന്നാൽ ഭരിക്കുന്നവരും ഭരിക്കപ്പെട്ടവരും തമ്മിലുള്ള ഉരസലും അതോടെ ജന്മമെടുത്തു. അപ്പോൾ ഭരിക്കുന്നവരെ അടക്കി നിർത്താൻ ഭരിക്കുന്നവർ കണ്ടെടുത്ത മാർഗ്ഗങ്ങളാണ് ആയുധവും അതു പ്രയോഗിക്കാൻ വിരുതുള്ള അനുചരരും. ഭരിക്കുന്നവരും ഭരിക്കപ്പെടുന്നവരും തമ്മിലുള്ള മാനസിക സംഘർഷം ഒഴിവാക്കുവാൻ ഭരിക്കുന്നവർ കണ്ടെടുത്ത മാർഗ്ഗമാണ് 'ദൈവം'. ഭരണാധികാരി ദൈവത്താൽ നിയോഗിക്കപ്പെട്ടവനാണെന്ന് വന്നതോടെ സംഘർഷം ഒരുപരിധി വരെ കുറഞ്ഞു.

ഈ പരിഷ്കൃതയുഗത്തിൽ പോലും ഭരണാധികാരി ദൈവം നിയോഗിക്കപ്പെട്ടവനാണെന്ന വിശ്വാസം ചിലേടത്ത് നിലനില്ക്കുന്നുണ്ടല്ലോ. ഉദാഹരണം ജപ്പാൻ ചക്രവർത്തി ഇറാനിലെ ഖൊമേനിക്കും ദൈവത്തിന്റെ പരിവേഷമാണുണ്ടായിരുന്നത്. ഫ്യൂഡൽ വ്യവസ്ഥിയിൽ ഈ വിശ്വാസം വളരെ ബലവത്തായിരുന്നുവെന്നുള്ളതിന് തിരുവിതാംകൂർ രാജ്യം തന്നെ തെളിവ് നല്കുന്നു.

തെക്കൻ തിരുവിതാംകൂറിലുള്ള കഷ്ടിച്ച് ഒരുതാലൂക്കിന്റെ വലുപ്പമുള്ള വേണാട് രാജ്യത്തിന്റെ ഭരണാധികാരികളായിരുന്നു തിരുവിതാംകൂർ രാജാക്കന്മാർ, മാർത്താണ്ഡവർമ്മയുടെ കാലമായപ്പോൾ അവരെപ്പോലുള്ള കൊച്ചു രാജാക്കന്മാരെ കീഴ്പ്പെടുത്തി തിരുവിതാംകൂർ രാജ്യത്തിന്റെ വിസ്തൃതി ആലുവാവരെ ആക്കിയെന്ന ചരിത്രം നമുക്ക് അറിവുള്ളതാണ്. പടയോട്ടം നടത്തി പുതിയ രാജ്യം സൃഷ്ടിച്ച മാർത്താണ്ഡവർമ്മ ഉടവാൾ ശ്രീപത്മനാഭന്റെ (പത്മനാഭസ്വാമി ക്ഷേത്രത്തിൽ) പാദങ്ങളിൽവച്ച് രാജ്യത്തെ ദൈവത്തിനു സമർപ്പിച്ചശേഷം ശ്രീപത്മനാഭദാസനായി (പ്രതിനിധിയായി) ഭരണം തുടരുകയാണ് ചെയ്തത്. വെട്ടിപ്പിടിച്ച രാജ്യങ്ങളിലെ ഭരണീയരെ അടക്കി നിർത്തുവാൻ മാർത്താണ്ഡവർമ്മ പ്രയോഗിച്ച തന്ത്രമാണ് 'ശ്രീപത്മനാഭദാസൻ'

മനുഷ്യരാശി ശാസ്ത്രത്തിലൂടെയും സമൂഹ്യമായ ഉയർന്ന അറിവിലൂടെയും വളർന്നതോടെ ദൈവത്തിന്റെപേരിലും ആയുധ ബലത്തിന്റെ പേരിലും ഭരണീയരെ അടക്കിവയ്ക്കാൻ വയ്യാത്ത ഒരു സ്ഥിതിവിശേഷമുണ്ടായി. അങ്ങനെ ഉരുത്തിരിഞ്ഞുവന്ന ഭരണസമ്പ്രദായമാണ് 'ജനാധിപത്യം.'

ജനാധിപത്യം ഭരണകർത്താവിന്റെ അധികാരത്തിന് പരിമിതികൾ വരുത്തുന്നു. ജനങ്ങൾ ഭൂരിപക്ഷപ്രകാരം തെരഞ്ഞെടുത്ത ആളിനെയോ പാർട്ടിയേയോ ഭരണം ഏല്പിക്കുകയാണല്ലോ ജനാധിപത്യ ഭരണം. അതുകൊണ്ടുതന്നെ, ചരിത്രം കണ്ടിട്ടുള്ളതിൽ നല്ല ഭരണസമ്പ്രദായമായി ജനാധിപത്യം ആദരിക്കപ്പെടുന്നു.

ഭരണത്തിന് മൂന്ന് ഘടകങ്ങളാണുള്ളത്. ഒന്ന്, ഭരണത്തലവൻ അഥവാ പാർട്ടി, രണ്ട് ഭരണത്തിനുള്ള സംവിധാനം അഥവാ ഭരണകൂടം. മൂന്ന് ഭരിക്കപ്പെടുന്ന ജനങ്ങൾ ഭരിക്കപ്പെടുന്നവർ ഭരണത്തലവനെ തീരു

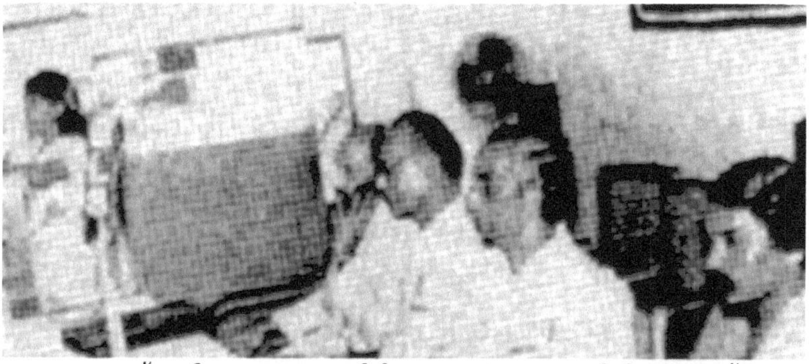

*സാംസ്കാരിക സമ്മേളനത്തിൻ കൃതജ്ഞത പ്രകാശിപ്പിച്ചുകൊണ്ട്
വൈസ് പ്രസിഡന്റ് ശ്രീമതി ഏഴ്സലാ ഫ്രാൻസിസ്*

മാനിക്കുമ്പോൾ മികച്ച ജാധിപത്യ ഭരണ സമ്പ്രദായമായി എന്നാൽ ഭരണത്തലവന്റെ നയങ്ങൾ ജനങ്ങളിലെത്തേണ്ടത് ഭരണകൂടത്തിലൂടെയാണ്. ഭരണകൂടമെന്നു വച്ചാൽ പൊലീസും പട്ടാളവും സെക്രട്ടേറിയറ്റും താഴോട്ട് കളക്ടറേറ്റും വില്ലേജാഫീസുംവരെയുള്ള ഭരണ സംവിധാനം.

എല്ലാ ജനാധിപത്യ രാഷ്ട്രങ്ങളിലേയും ഭരണ സംവിധാനം ഭരണകൂടം യന്ത്രംമാതിരിയാണ് പ്രവർത്തിക്കുന്നതെന്നുള്ളതാണ് ജനാധിപത്യ ഭരണത്തിനേറ്റിട്ടുള്ള ശാപം. ഉദാഹരണമായി പറഞ്ഞാൽ കോൺഗ്രസ് അധികാരത്തിൽ വന്നാലും കമ്യൂണിസ്റ്റ് പാർട്ടി അധികാരത്തിൽ വന്നാലും സെക്രട്ടറിയേറ്റുമുതലുള്ള സ്ഥിരം ഭരണസംവിധാനം ഒരേരീതിയിലേ പ്രവർത്തിക്കൂ എന്നു വന്നാൽ ജനാധിപത്യ ഭരണ സംവിധാനം അർത്ഥശൂന്യമാവുകയല്ലേ?

ഭരണകൂടത്തിന്റെ ഈ തന്ത്രസ്വഭാവത്തെ ലഘൂകരിക്കാൻ ഭരണത്തിന്റെ എല്ലാ തലത്തിലും പങ്കാളിത്തം ഉണ്ടാകുന്ന ഏർപ്പാടുകളെപ്പറ്റി രാഷ്ട്രീയക്കാരും ഭരണത്തെപ്പറ്റി ശാസ്ത്രീയമായി ചിന്തിക്കുന്നവരും പറയുന്നുണ്ടെങ്കിലും അതു പ്രായോഗികമാവുകയില്ല. ബൂർഷ്വാ ജനാധിപത്യ സമ്പ്രദായം നിലനില്ക്കുന്നിടത്തോളം ഭരണകൂടത്തിന്റെ ഇരുമ്പു മുഷ്ടിക്ക് അയവുവരികയില്ല.

മാർക്സും ലെനിനും പറഞ്ഞിരിക്കുന്നതിതാണ്. 'ഭരണകൂടം' ഇല്ലാതായെങ്കിലേ ഭരണത്തിന്റെ ജനങ്ങളിലുള്ള ആധിപത്യ സ്വഭാവം നശിക്കുകയുള്ളൂ. അത് കമ്യൂണിസ്റ്റ് വ്യവസ്ഥിതിയിലേ (സോവിയറ്റ് യൂണിയനിലും മറ്റും ഇപ്പോഴുള്ള സോഷ്യലിസ്റ്റ് ഭരണത്തിലല്ല, സോഷ്യലിസ്റ്റ് ഭരണം കമ്യൂണിസ്റ്റ്വ്യവസ്ഥയിലേക്കുള്ള മാർഗ്ഗം മാത്രമേ ആകുന്നുള്ളൂ) സാദ്ധ്യമാകൂ.

അപരിഷ്കൃത മനുഷ്യൻ പ്രാചീന കമ്യൂണിസ്റ്റ് വ്യവസ്ഥയിൽ അനുഭവിച്ച സ്വാതന്ത്ര്യം പരിഷ്കൃത മനുഷ്യന് അനുഭവവേദ്യമാകും. ലോകം കമ്യൂണിസ്റ്റ് വ്യവസ്ഥയിൽ എത്തിച്ചേരുമ്പോൾ.

അനുബന്ധം 3

കെ ജി ഒ എ സ്ഥാപക സാരഥികൾ

പ്രസിഡന്റ്	:	ആർ കേശവൻ നായർ
വൈസ് പ്രസിഡന്റ്	:	കെ എച്ച് നമ്പൂതിരിപ്പാട്
സെക്രട്ടറി	:	എ നാരായണൻ നായർ
ജോയിന്റ് സെക്രട്ടറി	:	കെ സി അലക്സാണ്ടർ
ട്രഷറർ	:	എൻ രാമകൃഷ്ണപിള്ള
കമ്മിറ്റി അംഗങ്ങൾ	:	ടി ടി ജേക്കബ്
		എൻ ശിവൻകുട്ടി നായർ
		കെ കൃഷ്ണൻ നമ്പ്യാർ
		പി വേലായുധൻ പിള്ള

കെ ജി ഒ എ
സംസ്ഥാന ഭാരവാഹികൾ

വർഷം	പ്രസിഡന്റ്	ജനറൽ സെക്രട്ടറി	ട്രഷറർ
1967	ആർ കേശവൻ നായർ	എ നാരായണൻ നായർ	ജെ എ ഗോഡ്രിഗ്വ
1968	ആർ കേശവൻ നായർ	എ നാരായണൻ നായർ	ജെ എ ഗോഡ്രിഗ്വ
1969	ആർ കേശവൻ നായർ	എ നാരായണൻ നായർ	ജെ എ ഗോഡ്രിഗ്വ
1970	ആർ കേശവൻ നായർ	എ നാരായണൻ നായർ	ജെ എ ഗോഡ്രിഗ്വ
1971	കെ വേലപ്പൻ നായർ	എ നാരായണൻ നായർ	ആർ ശ്രീധരൻ
1972	എസ് കേശവൻ നായർ	എ നാരായണൻ നായർ	ആർ ശ്രീധരൻ
1973	എസ് കേശവൻ നായർ	എ നാരായണൻ നായർ	ആർ ശ്രീധരൻ
1974	എസ് കേശവൻ നായർ	എ നാരായണൻ നായർ	ആർ ശ്രീധരൻ
1975	കെ സദാനന്ദൻ	എൻ രാജേന്ദ്രൻ	ഡോ. എം പത്മനാഭൻ നായർ

1976	കെ സദാനന്ദൻ	കെ ആർ രാജശേഖരൻ നായർ	പി നാരായണൻ നായർ
1977	കെ സദാനന്ദൻ	കെ ആർ രാജശേഖരൻ നായർ	പി നാരായണൻ നായർ
1978	കെ സദാനന്ദൻ	ജനാർദ്ദന അയ്യർ	പത്മനാഭൻ നായർ
1979	എസ് രാമനാഥപ്പൈ	എൻ രാജേന്ദ്രൻ	പി നാരായണൻ നായർ
1980	എസ് രാമനാഥപ്പൈ	എൻ രാജേന്ദ്രൻ	പി. നാരായണൻ നായർ
1981	എസ് രാമനാഥപ്പൈ	എൻ രാജേന്ദ്രൻ	പി നാരായണൻ നായർ
1982	വൈ ജോർജ്	വി സോമനാഥൻ	എൻ നാരായണൻ പിള്ള
1983	എസ് ജെ മാത്യു	ഡോ. എൻ എം മുഹമ്മദലി	എൻ നാരായണ പിള്ള
1984	എൻ ഭഗീരഥൻ	ഡോ. എൻ എം മുഹമ്മദലി	വി രാജശേഖരൻ
1985	എൻ ഭഗീരഥൻ	ഡോ. എൻ എം മുഹമ്മദലി	വി. രാജശേഖരൻ
1986	എൻ ഭഗീരഥൻ	ഡോ. എൻ എം മുഹമ്മദലി	വി രാജശേഖരൻ
1987	എൻ ഭഗീരഥൻ	ഡോ. എൻ എം മുഹമ്മദലി	വി രാജശേഖരൻ
1988	എൻ ഭഗീരഥൻ	ഡോ. എൻ എം മുഹമ്മദലി	വി രാജശേഖരൻ
1989	എൻ ഭഗീരഥൻ	ഡോ. എൻ എം മുഹമ്മദലി	വി രാജശേഖരൻ
1990	എൻ ഭഗീരഥൻ	ഡോ. എൻ എം മുഹമ്മദലി	വി രാജശേഖരൻ
1991	എൻ ഭഗീരഥൻ	ഡോ. എൻ എം മുഹമ്മദലി	വി രാജശേഖരൻ
1992	എഴ്സലാ ഫ്രാൻസിസ്	ഡോ. എൻ എം മുഹമ്മദലി	ആർ കെ രഘുനാഥൻ
1993	വി വി സുധാകരൻ	ഡോ. എൻ എം മുഹമ്മദലി	ആർ കെ രഘുനാഥൻ
1994	വി വി സുധാകരൻ	ഡോ. എൻ എം മുഹമ്മദലി	ആർ കെ രഘുനാഥൻ
1995	വി വി സുധാകരൻ	ഡോ. എൻ എം മുഹമ്മദലി	ആർ കെ രഘുനാഥൻ
1996	ഡോ. എൻ എം മുഹമ്മദലി	എം കെ വാസു	ആർ കെ രഘുനാഥൻ
1997	ഡോ. എൻ എം മുഹമ്മദലി	എം കെ വാസു	ആർ കെ രഘുനാഥൻ
1998	ഡോ. കെ രാജഗോപാൽ	എം.കെ. വാസു	കെ എൻ മോഹനൻ
1999	ഡോ. കെ രാജഗോപാൽ	എം കെ വാസു	കെ എൻ മോഹനൻ
2000	ഡോ. കെ രാജഗോപാൽ	ആർ വിജയൻ	കെ എൻ മോഹനൻ
2001	എ മീരാസാഹിബ്	ആർ വിജയൻ	കെ എൻ മോഹനൻ
2002	എ മീരാ സാഹിബ്	ആർ വിജയൻ	കെ എൻ മോഹനൻ
2003	കെ എൻ മോഹനൻ	കെ ശിവകുമാർ	ഡോ. പി സഞ്ജീവ്കുമാർ
2004	കെ എൻ മോഹനൻ	കെ ശിവകുമാർ	ഡോ. പി സഞ്ജീവ്കുമാർ
2005	കെ എൻ മോഹനൻ	കെ ശിവകുമാർ	ഡോ. പി സഞ്ജീവ്കുമാർ
2006	കെ എൻ മോഹനൻ	കെ ശിവകുമാർ	ടി എസ് രഘുലാൽ
2007	കെ കൃഷ്ണപ്പണിക്കർ	കെ. ശിവകുമാർ	ടി എസ് രഘുലാൽ
2008	കെ കൃഷ്ണപ്പണിക്കർ	കെ ശിവകുമാർ	ടി എസ് രഘുലാൽ
2009	കെ കൃഷ്ണപ്പണിക്കർ	കെ ശിവകുമാർ	ടി എസ് രഘുലാൽ
2010	ടി കെ സുഭാഷ്	കെ. ശിവകുമാർ	ടി എസ് രഘുലാൽ
2011	ടി കെ സുഭാഷ്	കെ ശിവകുമാർ	ടി എസ് രഘുലാൽ
2012	ടി കെ സുഭാഷ്	കെ ശിവകുമാർ	ഡോ. കെ എം ദിലീപ്
2013	ടി കെ സുഭാഷ്	കെ ശിവകുമാർ	ഡോ. കെ എം ദിലീപ്
2014	ടി കെ സുഭാഷ്	കെ ശിവകുമാർ	ഡോ. സി സുന്ദരേശൻ
2015	ഡോ. കെ എം ദിലീപ്	ടി എസ് രഘുലാൽ	ഡോ. സി സുന്ദരേശൻ

സംസ്ഥാന സമ്മേളനങ്ങൾ

1966 ലെ സംഘടനാരൂപീകരണത്തിനുശേഷം
1982 ലെ കൺവെൻഷൻ വരെ തിരുവനന്തപുരത്ത് വാർഷിക
ജനറൽ ബോഡികളായാണ് സമ്മേളനങ്ങൾ ചേർന്നിരുന്നത്

1982 ഫെബ്രുവരി 14, 15	തിരുവനന്തപുരം	16-ാം സംസ്ഥാന സമ്മേളനം
1983 മെയ് 21,22	തൃശൂർ	17-ാം സംസ്ഥാന സമ്മേളനം
1984 മെയ് 20, 21	കോഴിക്കോട്	18-ാം സംസ്ഥാന സമ്മേളനം
1985 മെയ് 26, 27	കൊല്ലം	19-ാം സംസ്ഥാന സമ്മേളനം
1986 മെയ് 25,26	കണ്ണൂർ	20-ാം സംസ്ഥാന സമ്മേളനം
1987 ജൂൺ 6, 7, 8	തിരുവനന്തപുരം	21-ാം സംസ്ഥാന സമ്മേളനം
1988 മെയ് 22, 23, 24	പാലക്കാട്	22-ാം സംസ്ഥാന സമ്മേളനം
1989 മെയ് 1, 2, 3	എറണാകുളം	23-ാം സംസ്ഥാന സമ്മേളനം
1990 മെയ് 19, 20, 21	ആലപ്പുഴ	24-ാം സംസ്ഥാന സമ്മേളനം
1991 എപ്രിൻ 20, 21	തൃശൂർ	25-ാം സംസ്ഥാന സമ്മേളനം
1992 മെയ് 23, 24, 25	കോഴിക്കോട്	26-ാം സംസ്ഥാന സമ്മേളനം
1993 മെയ് 16, 17, 18	തിരുവനന്തപുരം	27-ാം സംസ്ഥാന സമ്മേളനം
1994 മെയ് 7, 8, 9	തിരൂർ	28-ാം സംസ്ഥാന സമ്മേളനം
1995 മെയ് 20, 21	തിരുവനന്തപുരം	29-ാം സംസ്ഥാന സമ്മേളനം
1996 മെയ് 25, 26	കോട്ടയം	30-ാം സംസ്ഥാന സമ്മേളനം
1997 മെയ് 24, 25, 26	കൊല്ലം	31-ാം സംസ്ഥാന സമ്മേളനം
1998 മെയ് 28, 29, 30	പാലക്കാട്	32-ാം സംസ്ഥാന സമ്മേളനം
1999 മെയ് 20, 21, 22	കണ്ണൂർ	33-ാം സംസ്ഥാന സമ്മേളനം
2000 മെയ് 6, 7, 8	തൃശൂർ	34-ാം സംസ്ഥാന സമ്മേളനം
2001 ജൂൺ 9, 10, 11	എറണാകുളം	35-ാം സംസ്ഥാന സമ്മേളനം
2002 മെയ് 11, 12, 13	ആലപ്പുഴ	36-ാം സംസ്ഥാന സമ്മേളനം
2003 മെയ് 9, 10, 11	കാസർഗോഡ്	37-ാം സംസ്ഥാന സമ്മേളനം
2004 ജൂൺ 11, 12, 13	കൽപ്പറ്റ	38-ാം സംസ്ഥാന സമ്മേളനം
2005 മെയ്21, 22, 23	തിരുവനന്തപുരം	39-ാം സംസ്ഥാന സമ്മേളനം
2006 ജൂൺ 10, 11, 12	കോഴിക്കോട്	40-ാം സംസ്ഥാന സമ്മേളനം
2007 മെയ് 12, 13, 14	കോട്ടയം	41-ാം സംസ്ഥാന സമ്മേളനം
2008 മെയ് 16, 17	എറണാകുളം	42-ാം സംസ്ഥാന സമ്മേളനം
2009 ജൂൺ 25, 26,27	കൊല്ലം	43-ാം സംസ്ഥാന സമ്മേളനം
2010 മെയ് 8, 9, 10	പാലക്കാട്	44-ാം സംസ്ഥാന സമ്മേളനം
2011 ജൂൺ 17, 18, 19	തിരുവനന്തപുരം	45-ാം സംസ്ഥാന സമ്മേളനം
2012 മെയ് 18, 19, 20	മലപ്പുറം	46-ാം സംസ്ഥാന സമ്മേളനം
2013 മെയ് 17, 18, 19	തൊടുപുഴ	47-ാം സംസ്ഥാന സമ്മേളനം
2014 ജൂൺ 21, 22, 23	തൃശൂർ	48-ാം സംസ്ഥാന സമ്മേളനം
2015 മെയ് 15, 16, 17	കണ്ണൂർ	49-ാം സംസ്ഥാന സമ്മേളനം
2016 ജൂൺ 10, 11, 12, 13, 14	തിരുവനന്തപുരം	50-ാം സംസ്ഥാന സമ്മേളനം

സംസ്ഥാന പ്രസിഡന്റ്
ശ്രീ വൈ ജോർജ് 16–ാം സംസ്ഥാന
സമ്മേളനത്തിനു തുടക്കം
കുറിച്ചുകൊണ്ട് തിരുവനന്തപുരം
പാളയം രക്തസാക്ഷി മണ്ഡപത്തിൽ
പുഷ്പാർച്ചന നടത്തുന്നു

1983 ൽ തൃശൂരിൽ നടന്ന
17–ാം സംസ്ഥാന സമ്മേളനത്തിന്റെ
ഭാഗമായിട്ടുള്ള പ്രകടനത്തിന്റെ മുൻ നിര
(കെ ജി ഒ എ സുവനീർ മുഖചിത്രം)

തൃശൂരിൽ നടന്ന കെ ജി ഒ എ
17–ാം സംസ്ഥാന
സമ്മേളനം ഉദ്ഘാടനവേദി

തൃശൂരിൽ നടന്ന കെ ജി ഒ എ 17–ാം
പൊതുസമ്മേളന വേദി

കെ ജി ഒ എ മേഖലാ കൺവെൻഷൻ ആഭ്യന്തരമന്ത്രി
കോടിയേരി ബാലകൃഷ്ണൻ ഉദ്ഘാടനം ചെയ്യുന്നു.

2005 ജൂലൈ 19 ന് കെ ജി ഒ എ നടത്തിയ സെക്രട്ടറിയറ്റ്
ധർണ്ണയ്ക്ക് മുമ്പുള്ള പ്രകടനം

കെ ജി ഒ എ തിരുവനന്തപുരത്തു നടത്തിയ വനിതാ
സെക്രട്ടറിയേറ്റ് ധർണ്ണ അഖിലേന്ത്യാ ജനാധിപത്യ മഹിളാ അസോസിയേഷൻ
സംസ്ഥാന പ്രസിഡന്റ് ടി എൻ സീമ ഉദ്ഘാടനം ചെയ്യുന്നു.

കെ ജി ഒ എയുടെ ആഭിമുഖ്യത്തിൽ സംഘടിപ്പിച്ച മെഡിക്കൽ സർവ്വകലാശാല സംസ്ഥാന ശില്പശാലയുടെ ഉദ്ഘാടനം ഉന്നത വിദ്യാഭ്യാസ കൗൺസിൽ ചെയർമാൻ ഡോ. കെ എൻ പണിക്കർ നിർവ്വഹിക്കുന്നു.

കെ ജി ഒ എ സംസ്ഥാന കൗൺസിൽ യോഗത്തിൽ ജനറൽ സെക്രട്ടറി കെ ശിവകുമാർ റിപ്പോർട്ട് അവതരിപ്പിക്കുന്നു

കെ ജി ഒ എ സംസ്ഥാന പ്രസിഡന്റ് ടി കെ സുഭാഷ് സംസാരിക്കുന്നു

വിവിധ സമരമുഖങ്ങളിലൂടെ...

അധികാരവികേന്ദ്രീകരണം മുൻ തദ്ദേശ ഭരണ വകുപ്പുമന്ത്രി അഡ്വ. വി ജെ തങ്കപ്പൻ ഉദ്ഘാടനം ചെയ്യുന്നു.

2008 നവംബർ 8 ന് കെ ജി ഒ എ എറണാകുളം ജില്ലാ കമ്മിറ്റി സംഘടിപ്പിച്ച സ്ത്രീ സൗഹൃദ ഓഫീസ് ശില്പശാലയുടെ ഭാഗമായി സമാഹൃദ റിപ്പോർട്ട് ജില്ല പഞ്ചായത്ത് പ്രസിഡന്റ് പി എസ് ഷൈലയ്ക്ക് കൈമാറുന്നു.

39-ാം വാർഷിക സമ്മേളന സുവനീർ പ്രകാശനം മുൻ ചീഫ് സെക്രട്ടറി സി പി നായർ ഡോ. എൻ എം മുഹമ്മദ് അലിക്ക് ആദ്യ പ്രതി നല്കിക്കൊണ്ട് നിർവ്വഹിക്കുന്നു

കെ ജി ഒ എ 45-ാം സംസ്ഥാന സമ്മേളന ഭാഗമായി കാട്ടാക്കടയിൽ സംഘടിപ്പിച്ച സ്പെഷ്യാലിറ്റി മെഡിക്കൽ ക്യാമ്പിന്റെ ഉദ്ഘാടനം അഡ്വ. എ സമ്പത്ത് എം പി നിർവ്വഹിക്കുന്നു

കെ ജി ഒ എ പുത്തൻ ചന്ത ഏരിയാ സമ്മേളനം
ജനറൽ സെക്രട്ടറി എം കെ വാസു നിർവ്വഹിക്കുന്നു

തിരുവനന്തപുരം പബ്ലിക് ഓഫീസ് ഏരിയാ സമ്മേളനം
ജനറൽ സെക്രട്ടറി ആർ വിജയൻ ഉദ്ഘാടനം ചെയ്യുന്നു

കെ ജി ഒ എ സംസ്ഥാനപ്രസിഡന്റ് കെ കൃഷ്ണപ്പണിക്കർ സംസാരിക്കുന്നു

കെ ജി ഒ എ സംസ്ഥാനപ്രസിഡന്റ് എ മീരാ സാഹിബ് സംസാരിക്കുന്നു

കെ ജി ഒ എ സംസ്ഥാനപ്രസിഡന്റ് കെ എൻ മോഹനൻ സംസാരിക്കുന്നു

GOVERNMENT OF KERALA

Abstract

Associations - Kerala Gazetted Officers' Association - Recognition - Granted -

Public (Services D) Department
G.O.Ms.309/66 dated Trivandrum, 26-7-1966.

Read: From the Secretary, Kerala Gazetted Officers' Association Letters dated 20-6-1966, and 12-7-66.

ORDER

Recognition is granted to "The Kerala Gazetted Officers' Association" subject to the conditions specified in the Kerala Government Servants' Conduct Rules, 1960.

2. The Association shall forward to Government copies of the amendments, if any, made to its bye-laws from time to time and annual statement of accounts for information.

3. All communications to Government from the Association [illegible] be addressed through the Chief Secretary to Government.

4. The recognition granted to "The Travancore-Cochin Gazetted Officers' Association" and "The Allotted Officers' Association", is hereby cancelled.

(By order of the Governor)

T.S.Ramakrishnan

Assistant Secretary.

To

Sri [illegible] Narayanan Nair,
(Financial Assistant to Registrar of Cooperative Societies, Trivandrum), Secretary, The Kerala Gazetted Officers' Association (with c.l.)
The Director of Public Relations (with 6 copies)

Copy to:

All Office Sections (including Office Sections [illegible] Legislature, Finance Departments) of the [illegible]iat for the inclusion of the name of the Association in the mailing list of recognised [illegible] Associations maintained by them. The [illegible] the Associations mentioned in para 4 of [illegible] shall be deleted from their lists.

Forwarded by order,

[illegible signature]
Superintendent. 26/7

കെ ജി ഒ എ സംഘടനയ്ക്ക് അംഗീകാരം നല്കുന്ന സർക്കാർ ഉത്തരവിന്റെ പകർപ്പ്

Resolution

Trivandrum
9-2-71

കേരളത്തിലെ സർക്കാർ ജീവനക്കാരെ അനിശ്ചിത കാല സമരത്തിലേക്ക് തള്ളിവിട്ട സാഹചര്യങ്ങൾ വ്യക്തമാണല്ലോ. ഇന്നത്തെ ഗുരുതരമായ പരിതസ്ഥിതി സൃഷ്ടിച്ച സാഹചര്യത്തിൽ ഈ അസോസിയേഷൻ അതിയായ ഉൽക്കണ്ഠയും പ്രതിഷേധവും രേഖപ്പെടുത്തുന്നു. ഈ സംഘടനയുടെ വിശേഷാൽ പൊതുയോഗത്തിന്റെ തീരുമാനമനുസരിച്ച് ഗസറ്റഡ് ഉദ്യോഗസ്ഥന്മാർ സമരത്തിൽ നേരിട്ട് പങ്കെടുക്കുന്നതല്ല. 500 രൂപായിൽ കൂടുതൽ ശമ്പളമുള്ളവർക്ക് ഇടക്കാലാശ്വാസം നിഷേധിച്ചിരിക്കുന്നു. 1250 രൂപാവരെ ശമ്പളമുള്ളവർക്ക് കേന്ദ്ര നിരക്കിൽ ഇടക്കാലാശ്വാസം ലഭിക്കുന്നതിലേക്ക് സംസ്ഥാന ജീവനക്കാർ 10-2 മുതൽ നടത്തുന്ന സമരത്തിന് വേണ്ട സഹായങ്ങൾ നൽകണമെന്ന് അസോസിയേഷൻ ഉറച്ചു തീരുമാനിക്കുന്നു.

സംസ്ഥാന സർവ്വീസിലുള്ള എല്ലാ ഗസറ്റഡ് ഉദ്യോഗസ്ഥന്മാരും താഴെ കൊടുത്തിരിക്കുന്ന നിർദ്ദേശങ്ങൾ പാലിക്കണമെന്ന് അഭ്യർത്ഥിക്കുന്നു.

(1) 10-2 മുതൽ ആഫീസ് പ്രവർത്തന സമയത്ത് മുഴുവൻ ആഫീസിൽ ഹാജരാകരുത്.

(2) ആഫീസിൽ കയറുന്നതിന് തടസ്സമുണ്ടായാൽ പോലീസ് സംരക്ഷണം ആവശ്യപ്പെടരുത്.

(3) സമരത്തിൽ പങ്കെടുക്കുന്ന ഉദ്യോഗസ്ഥന്മാരെപ്പറ്റി റിപ്പോർട്ട് ചെയ്യാനോ അച്ചടക്ക നടപടികൾ കൈക്കൊള്ളാനോ പാടില്ല.

(4) സമരത്തിൽ പങ്കെടുക്കുന്ന സംസ്ഥാന ജീവനക്കാർക്ക് കഴിയുന്ന സാമ്പത്തിക സഹായം ചെയ്യുക.

N.B.- സമരസമിതിയോട് ഒരഭ്യർത്ഥന:- Essential Services, Heads of institutions എന്നിവ ജീവനക്കാർ ആക്രമിക്കപ്പെടാതിരിക്കാനുള്ള നടപടി സ്വീകരിക്കണം.

9/2/71

[illegible]

കെ ജി ഒ എ യുടെ റസല്യൂഷൻ

. തിരിഞ്ഞു നോക്കുമ്പോൾ

വി. സോമനാഥൻ
(മുൻ ജന: സെക്രട്ടറി,
K. G. O. A.)

(**ഇ**ന്ത്യൻ റിപ്പബ്ലിക്കിന്റെ 33-ാമത് സംവത്സരമാണിത്. ഈ 33 സംവത്സരം മാത്രമല്ല അതിനു പിന്നിലുള്ള മൂന്നുവർഷം ഉൾപ്പെടെ 36 കൊല്ലത്തെ സേവനം പൂർത്തിയാക്കി സർവ്വീസിൽ നിന്നും 31-5-83 ന് പെൻഷൻപററി പിരിയുകയാണ് ലേഖകൻ).

ഒരു സർവ്വീസ് സംഘടനാ പ്രവർത്തകൻ എന്ന ലയിൽ എന്റെ ചില അനുഭവങ്ങൾ കുറിക്കട്ടെ.

ഇന്ത്യ സ്വതന്ത്രയാകുന്നതിനു മുമ്പ്, കൃത്യമായി ഞ്ഞാൽ 3-2-47 ന് സ്റ്റേററ് ലേബർ ഡിപ്പാർ മെൻറിൽ 25-30 സ്കെയിലിൽ ക്ലാർ യി ഞാൻ തെരഞ്ഞെടുക്കപ്പെട്ടു. 'ഹെഡ് ർക്ക്' അന്ന് ആഫീസ് മേധാവി കഴി താൽ സർവ്വ പ്രധാനിയാണ്. സീററിൽ ന്നിരുന്നാൽ അത്യാവശ്യമായി ഒന്നു വെ യിലിറങ്ങാൻ, ഹെഡ് ക്ലാർക്കിന്റെ പ്രത്യേകാ വാദം കൂടാതെ പാടില്ല. സമയം തെററി ആഫീ ലെത്താൻ പാടില്ല. ഏൽപിക്കുന്ന ജോലികൾ ത്രിയായാൽപോലും ചെയ്തു തീർത്തിരിക്കണം. മ്പളം തിരുവിതാംകൂർ നാണയമായി കൃത്യമായി ട്ടും. ബ്രിട്ടീഷ് രൂപ ശമ്പളമായി വാങ്ങണമെ ൽ രൂപക്കു 8 കാശ് (അരചക്രം) കണക്കാക്കി അ ങ്ങോട്ടു കൊടുത്താൽ ബ്രിട്ടീഷ് രൂപതന്നെ കൈപ ാം. തിരുവിതാംകൂർ രാജ്യം രാജവാഴ്ചയിലും ർ സി. പി. രാമസ്വാമി അയ്യരുടെ ദിവാൻ ഭര ത്തിലും എരിഞ്ഞമരുന്ന കാലം. യുദ്ധകെടുതിയും ലക്കയററവും കാരണം രണ്ടു രൂപാ ഡി. എ. ഉൾ പ്പടെ എന്നെപ്പോലുള്ള ഗുമസ്തനു കിട്ടുന്നതു 27 രൂപ ത്രം. അതിൽനിന്നും മററു നിർബ്ബന്ധപ്പിരിവുക ഉണ്ടാവും.

1939-45 ലോകമഹായുദ്ധം കഴിഞ്ഞകാലം. തൊഴിലില്ലായ്മയും ദാരിദ്ര്യവും മൂർദ്ധന്യ ദശ ിൽ പട്ടാളത്തിൽനിന്നും പിരിഞ്ഞുവന്ന തൊഴി ില്ലാത്തവരുടെ എണ്ണം ക്രമാധീതം. ഈ അവസരത്തിൽ ദിവാൻഭരണം സ്വാതന്ത്ര്യ ഭടൻമാരെ കൊല്ലാക്കൊല ചെയ്യുന്ന അവസരം. വയലാർ പുന്നപ്ര സമരത്തിനുശേഷം ജനങ്ങളെ മൊത്തം വിശ്വാസമില്ലാതെ മർദ്ദകഭരണം തുടരുന്നു.

ഇന്ത്യ 1947 ആഗസ്റ്റിൽ സ്വാതന്ത്ര്യം നേടിയതോടെ സ്വതന്ത്രഭാരതത്തിൽ സംസ്ഥാന ജീവനക്കാർ സംഘടിച്ചുതുടങ്ങി. തിരുവിതാംകൂറിലും അത്തരമൊരു സംഘടനക്കു രൂപംനൽകാൻ ശ്രമങ്ങൾ ആരംഭിച്ചു. മാത്രമല്ല സ്വാതന്ത്ര്യം, ജനാധിപത്യം ഇതെല്ലാം എന്താണെന്നു കോൺഗ്രസ്സ് നേതാക്കളിലൂടെ നാം പഠിച്ചുതുടങ്ങി. പക്ഷെ സംഘടിച്ചതോടെയാണ് സർക്കാർ ജീവനക്കാരൻ ജനാധിപത്യം എന്തെന്നു മനസ്സിലാക്കി തുടങ്ങിയതു്.

തിരുവനന്തപുരത്തെ ചില സർക്കാർ ജീവനക്കാർ രഹസ്യമായൊന്നു ആലോചിച്ചു. ഇംഗ്ലീഷിൽ ടൈപ്പു ചെയ്തു കൊച്ചു നോട്ടീസുമായി രണ്ടു എൻ. ജി. ഓ. സുഹൃത്തുക്കൾ തിരുവനന്തപുരത്തെ എല്ലാ ആഫീസുകളും കയറിയിറങ്ങി. പരിചയക്കാർ വഴിയും മററു പ്രകാരത്തിലും ജീവനക്കാരുടെയിടയിൽ നോട്ടീസ് വിതരണം ചെയ്തു. അതു് നഗരത്തിൽ വലിയ ചർച്ചാവിഷയമായി. അന്ന് ഇത്തരമൊരു യോഗം ഏർപ്പാടാക്കാൻ നല്ല ചങ്കൂററം തന്നെ വേണമായിരുന്നു. സംഘാടകരിൽ ഒരാൾ പിൽക്കാലത്തു ഇൻകംടാക്സ് ഡിപ്പാർട്ടുമെൻറിൽനിന്നും സംഘടനാ പ്രവർത്തനത്തിന്റെ പേരിൽ അച്ചടക്ക നടപടികൾക്കു വിധേയനായി ക്ലേശങ്ങൾ അനുഭവിച്ചു പെൻഷൻപ്പററി പിരിഞ്ഞ ശ്രീ. കെ. ശിവരാമപിള്ളയും മറെറാന്നു് സർക്കാർ സേ

മുൻ ജനറൽ സെക്രട്ടറി വി സോമനാഥൻ എഴുതിയ ലേഖനത്തിന്റെ ആദ്യപേജും പിരിച്ചു വിടൽ ഉത്തരവ് ഉള്ളടക്കവും

നാഴികക്കല്ലുകൾ

കെ ജി ഒ എ ന്യൂസിന് 25 വയസ്

കെ ജി ഒ എ ന്യൂസ് പ്രഥമ ലക്കത്തിന്റെ മുഖപ്രസംഗം

കേരള ഗസറ്റഡ് ഓഫീസേഴ്സ് അസോസിയേഷന്റെ മുഖപത്രമായ 'കെ ജി ഒ എ ന്യൂസി'ന്റെ ആദ്യലക്കമാണിത്.

സംഘടനയുടെ സന്ദേശം അംഗങ്ങളിൽ എത്തിക്കാനും പ്രവർത്തനം കാര്യക്ഷമമാക്കാനും മുഖപത്രം ഒരു അവശ്യോപാധിയാണ്. ഇത് കണക്കിലെടുത്തുകൊണ്ടാണ് അസോസിയേഷൻ ഏതാനും മാസം മുമ്പ് ഒരു മുഖപത്രം തുടങ്ങാൻ തീരുമാനിച്ചത്. ഇതിനുള്ള അനുവാദം അധികൃത സ്ഥാനങ്ങളിൽ നിന്നും ലഭിക്കുന്നതിനുവേണ്ടി, ഏറെ നാളുകൾ കാക്കേണ്ടി വന്നു. അടുത്ത കാലത്തു മാത്രമാണ് അനുവാദം ലഭിച്ചത്.

സംസ്ഥാന സർവ്വീസിലെ ജീവനക്കാരുടെ മിക്കവാറും സംഘടനകൾക്ക്, അവയുടേതായ മുഖപത്രങ്ങളുണ്ട്. കൃത്യമായി പ്രസിദ്ധീകരിക്കുന്നതും അല്ലാത്തതുമാണ്, അവയിൽ പലതും. വളരെ വൈകിയാണ് ഈ രംഗത്ത് ഗസറ്റഡ് ഓഫീസേഴ്സ് അസോസിയേഷൻ കടന്നു വരുന്നത്. ഒരു ദ്വൈമാസികയായി കൃത്യമായും കെ ജി ഒ എ ന്യൂസ് പ്രസിദ്ധീകരിക്കാനാണുദ്ദേശിക്കുന്നത്.

കേരള ഗസറ്റഡ് ഓഫീസേഴ്സ് അസോസിയേഷന്റെ പ്രവർത്തനം വിപുലപ്പെട്ടുവരുന്ന ഘട്ടത്തിലാണ് ഈ മുഖപത്രം പ്രസിദ്ധീകരിക്കുന്നത്. അംഗങ്ങളുമായുള്ള ആശയ വിനിമയം ഫലപ്രദമാക്കുന്നതിനും, സംഘടനയുടെ നയവും, പരിപാടികളും, തീരുമാനങ്ങളും അംഗങ്ങളിലെത്തിക്കുന്നതിനും മുഖപത്രത്തിന്റെ അഭാവം വളരെയേറെ പ്രയാസം സൃഷ്ടിച്ചിരുന്നു.

ജീവനക്കാരോട്, പ്രത്യേകിച്ചും ഗസറ്റഡ് ജീവനക്കാരോട്, സർക്കാർ തുടർന്നു വരുന്ന അവഗണനയും പ്രതിഷേധാർഹമായ നിലപാടും, മാറ്റിയെടുക്കണമെങ്കിൽ നാം കൂടുതൽ കരുത്താർജ്ജിക്കേണ്ടിയിരിക്കുന്നു. മുഴുവൻ ഗസറ്റഡ് ജീവനക്കാരെയും നമ്മുടെ സംഘടനയുടെ കൊടിക്കീഴിൽ അണിനിരത്താനുള്ള പരിശ്രമത്തിൽ, മുഖപത്രത്തിന് കാര്യമായ പങ്കുവഹിക്കാൻ കഴിയും.

എളിയ തുടക്കമെന്ന നിലയ്ക്ക് ഈ ലക്കത്തിൽ പോരായ്മകൾ കണ്ടേക്കാം. അവ പരിഹരിച്ച് മുഖപത്രത്തെ സംഘടനയുടെ ശക്തമായ ജിഹ്വയായി മാറ്റണമെന്നാണാഗ്രഹം. അതിനാവശ്യമായ ഉപദേശ നിർദ്ദേശങ്ങളും, സഹകരണവും പ്രതീക്ഷിക്കുന്നു.

എല്ലാ അംഗങ്ങളും മാസികയുടെ വരിക്കാരാകണമെന്ന് ഈ സന്ദർഭത്തിൽ അഭ്യർത്ഥിക്കുന്നു. തുടർന്നുള്ള ലക്കങ്ങൾ കൃത്യമായി പ്രസിദ്ധീകരിക്കുന്നതിന് എല്ലാ അംഗങ്ങളുടെയും സഹകരണം ഉണ്ടാകുമെന്നു പ്രതീക്ഷിക്കുന്നു. ◆

സി.ജെ. ജോസഫിനെ പിരിച്ചുവിട്ടു

1985 ആഗസ്റ്റ് 7ന് ആരംഭിച്ച സംസ്ഥാന ജീവനക്കാരുടെയും അദ്ധ്യാപകരുടെയും പണിമുടക്കത്തിൽ 12-ാം തീയതിമുതൽ ഗസറ്റഡ് ജീവനക്കാരും പങ്കെടുക്കാൻ തീരുമാനിച്ചു. തുടർന്ന് കെ ജി ഒ എ സംസ്ഥാന കമ്മിറ്റിയംഗവും കെ ജി ഒ എ ന്യൂസ് പത്രാധിപസമിതിയംഗവുമായ സ. സി. ജെ ജോസഫിനെ സർവ്വീസിൽ നിന്ന് പിരിച്ചുവിട്ടുകൊണ്ട് ആഗസ്റ്റ് 13ന് സർക്കാർ ഉത്തരവായി. സഖാവിന് എല്ലാ ജില്ലകളിലും ഉജ്ജ്വല സ്വീകരണം നൽകി. സഖാവിന്റെയും കുടുംബത്തിന്റെയും സാമ്പത്തിക സംരക്ഷണം ഉൾപ്പെടെ എഫ് എസ് ഇ ടി ഒ പ്രസ്ഥാനം ഏറ്റെടുത്തു.

കെ ജി ഒ എ ന്യൂസ് ● 2010 ഫെബ്രുവരി 29

*കെ ജി ഒ എ ന്യൂസ് പ്രഥമ ലക്കത്തിന്റെ മുഖപ്രസംഗവും
സി ജെ ജോസഫിന്റെ പിരിച്ചുവിടൽ വാർത്തയും*

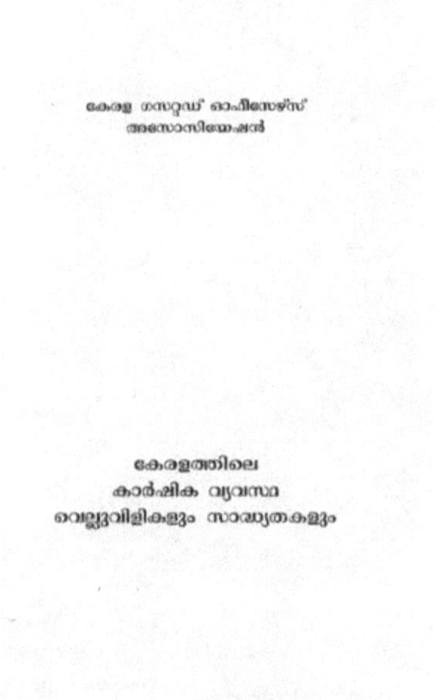

*കെ ജി ഒ എ നേതൃത്വത്തിൽ പുറപ്പെടുവിച്ച ഒക്കേഷണൽ
പേപ്പറുകളുടെ കവർ ചിത്രങ്ങൾ*

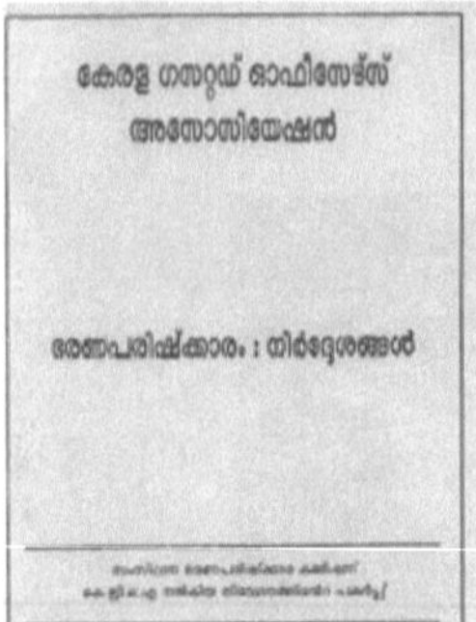

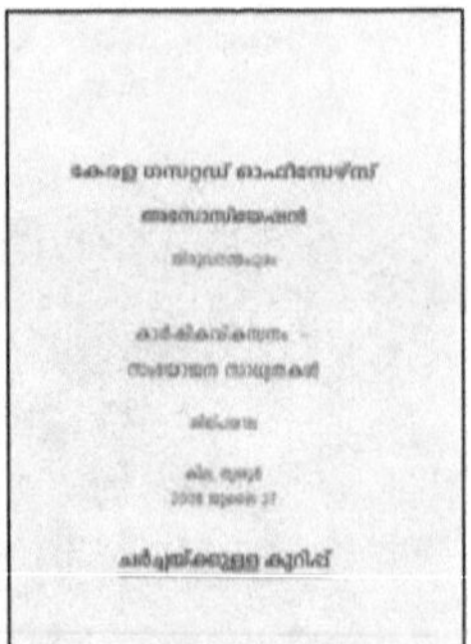

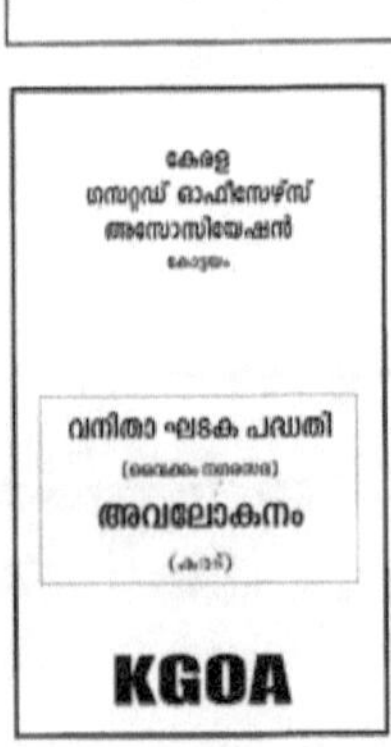

കെ ജി ഒ എ നേതൃത്വത്തിൽ പുറപ്പെടുവിച്ച ഒക്കേഷണൽ പേപ്പറുകളുടെ കവർ ചിത്രങ്ങൾ

45-ാം സംസ്ഥാന സമ്മേളനത്തിൽ കെ എൻ രവീന്ദ്രനാഥ്
ട്രേഡ് യൂണിയൻ പ്രഭാഷണം നടത്തുന്നു

കെ ജി ഒ എ അധികാരവികേന്ദ്രീകരണ ശില്പശാല ഉദ്ഘാടനം
ഡോ. ടി എം തോമസ് ഐസക് നിർവ്വഹിക്കുന്നു

ഡോ. എൻ എം മുഹമ്മദ് അലി എന്റോവ്മെന്റ് അവാർഡ് പ്രഥമ
പുരസ്കാരം ഡോ. എ മുഹമ്മദിന് ബഹുമാനപ്പെട്ട വൈദ്യുതി-ദേവസ്വം
വകുപ്പുമന്ത്രി കടകംപള്ളി സുരേന്ദ്രൻ സമ്മാനിക്കുന്നു

കേരളത്തിലെ ഗസറ്റഡ് ജീവനക്കാരുടെ സംഘടനാ ചരിത്രം പുസ്തക പ്രകാശനം ആദ്യപ്രതി മുൻ പ്രസിഡന്റ് വി വി സുധാകരന് നല്കിക്കൊണ്ട് വൈക്കം വിശ്വൻ നിർവ്വഹിക്കുന്നു. മുൻ സംസ്ഥാന പ്രസിഡന്റ് ഡോ. കെ രാജഗോപാൽ, സി ജെ ജോസഫ് എന്നിവർ സമീപം.

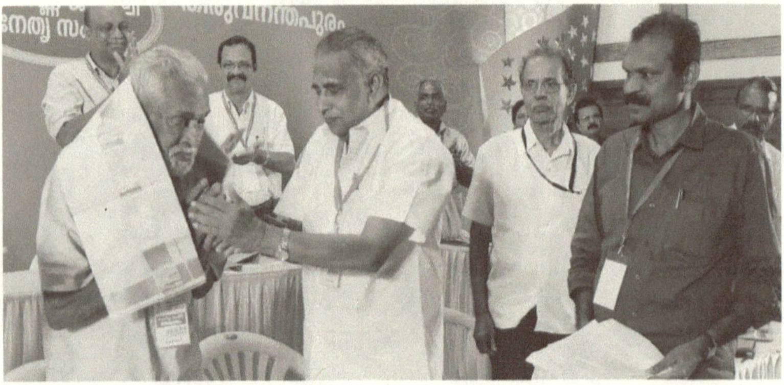

സി ജെ ജോസഫിന് സുവർണ്ണ ജൂബിലി സംസ്ഥാന സമ്മേളനത്തിന്റെ ആദരം വൈക്കം വിശ്വൻ പൊന്നാട അണിയിക്കുന്നു

സുവർണ്ണ ജൂബിലി സംസ്ഥാന സമ്മേളന സ്മരണിക സുവർണ്ണരേഖയുടെ പ്രകാശനം ആരോഗ്യ സാമൂഹ്യ നീതി വകുപ്പുമന്ത്രി കെ കെ ഷൈലജ ടീച്ചർ നിർവ്വഹിക്കുന്നു. മുൻ ട്രഷറർ വി രാജശേഖരൻ ആദ്യ പ്രതി ഏറ്റുവാങ്ങുന്നു.

www.ingramcontent.com/pod-product-compliance
Lightning Source LLC
LaVergne TN
LVHW101418051026
849519LV00005BC/1794